ಮತ್ತೊಂದು ಬಾಡದ ಹೂ

ಸಾಯಿಸುತೆ

ಸುಧಾ ಎಂಟರ್‌ಪ್ರೈಸಸ್
ನಂ. 761, 8ನೇ ಮೈನ್, 3ನೇ ಬ್ಲಾಕ್,
ಕೋರಮಂಗಲ, ಬೆಂಗಳೂರು– 34

*Matthondu Baadada Hoo-*A social novel by Smt. Saisuthe; published by Sudha Enterprises, # 761, 8th Main, 3rd Block, Koramangala, Bangalore-560 034

ಮೊದಲನೆ ಮುದ್ರಣ	:	1991
ಎರಡನೆ ಮುದ್ರಣ	:	1998
ಮೂರನೆ ಮುದ್ರಣ	:	2004
ನಾಲ್ಕನೆ ಮುದ್ರಣ	:	2012
ಐದನೆ ಮುದ್ರಣ	:	2022
ಪುಟಗಳು	:	156
ಬೆಲೆ	:	ರೂ. 140
ಉಪಯೋಗಿಸಿದ ಕಾಗದ	:	70 ಜಿ.ಎಸ್.ಎಂ. ಮ್ಯಾಪ್‌ಲಿಥೋ
ಮುಖಪುಟ ವಿನ್ಯಾಸ	:	ಪ.ಸ.ಕುಮಾರ್
ಹಕ್ಕುಗಳು	:	ಲೇಖಕಿಯವರದು

ಸಗಟು ವ್ಯಾಪಾರಿಗಳು
ವಸಂತ ಪ್ರಕಾಶನ
ನಂ.360, 10ನೇ ಬಿ ಮುಖ್ಯರಸ್ತೆ
3ನೇ ಬ್ಲಾಕ್, ಜಯನಗರ,
ಬೆಂಗಳೂರು–560 011.
ದೂರವಾಣಿ : 080–22443996
Email: vasantha_prakashana@yahoo.com
website: www.vasanthaprakashana.com

ಅಕ್ಷರ ಜೋಡಣೆ
ಪುಷ್ಪ

ಮುದ್ರಣ
ರೀಗಲ್ ಪ್ರಿಂಟರ್ಸ್

ಮುನ್ನುಡಿ

ಆತ್ಮೀಯ ಓದುಗರಲ್ಲಿ,

ಈ ಕಾದಂಬರಿ ಇನ್ನೊಂದು ಮುದ್ರಣವಾಗಿದೆ. ಅದಕ್ಕೆ ಕಾರಣ ಪ್ರಿಯ ಓದುಗರು ಮತ್ತು ಪ್ರಕಾಶಕರು. ಅತ್ಯಂತ ಅಚ್ಚುಕಟ್ಟಾಗಿ ಮುದ್ರಿಸುವುದು ಮಾತ್ರವಲ್ಲ ಓದುಗರಿಗೂ ತಲುಪಿಸುತ್ತಿರುವ ಸುಧಾ ಎಂಟರ್‌ಪ್ರೈಸಸ್‌ನ ಮಾಲೀಕರಿಗೆ ಋಣಿ.

ಈ ಕಾದಂಬರಿಯಲ್ಲಿ ಮರು ಪ್ರವೇಶವಾದ 'ಬಾಡದ ಹೂ' ಕಾದಂಬರಿಯ ಹೇಮ ಮತ್ತು ಪ್ರಸಾದ್ ಬಗ್ಗೆ ಮೆಚ್ಚಿ ಬರೆದ ಪತ್ರಗಳೇ ನನಗೆ ಹೆಚ್ಚು ಖುಷಿ ಕೊಟ್ಟಿದ್ದು.

ಮತ್ತೇನು ಬರೆಯಲೀ? ಹೊಸ ಕಾದಂಬರಿ 'ಅನುಪಲ್ಲವಿ' ಮುದ್ರಣವಾಗಿ ನಿಮ್ಮ ಕೈ ಸೇರಲಿದೆ.

ಸಾಯಿಸುತೆ
'ಸಾಯಿಸದನ'
12, 2ನೇ ಮುಖ್ಯರಸ್ತೆ, 2ನೇ ಅಡ್ಡರಸ್ತೆ,
ಮಾರುತಿನಗರ, ಕೋಗಿಲೆ ಕ್ರಾಸ್, ಯಲಹಂಕ
ಓಲ್ಡ್ ಟೌನ್, ಬೆಂಗಳೂರು – 560064.
ದೂ.: 080–23195445

ನಮ್ಮಲ್ಲಿ ದೊರೆಯುವ ಸಾಯಿಸುತೆಯವರ
ಇತರ ಕಾದಂಬರಿಗಳು

ಅಪೂರ್ವ ಮೈತ್ರಿ
ನಶೆಯಿಂದ ಉಷೆಗೆ
ಸಪ್ತರಂಜನ
ವಸುದೈವ ಕುಟುಂಬ
ಪ್ರೇಮಸಾಫಲ್ಯ
ಸದ್ಗೃಹಸ್ಥೆ
ಕಾರ್ತೀಕದ ಸಂಜೆ
ನಾ ನನ್ನ ಧ್ಯಾನದೊಳಿರಲು
ಸುಪ್ರಭಾತದ ಹೊಂಗನಸು
ಕರಗಿದ ಕಾರ್ಮೋಡ
ಹೃದಯ ರಾಗ
ಅಮೃತಸಿಂಧು
ಬಣ್ಣದ ಚುಂಬಕ
ಸ್ವರ್ಣ ಮಂದಿರ
ಶ್ರೀರಸ್ತು ಶುಭಮಸ್ತು
ಗಂಧರ್ವಗಿರಿ
ಶುಭಮಿಲನ
ಸಪ್ತಪದಿ
ಚೈತ್ರದ ಕೋಗಿಲೆ
ಬೆಳ್ಳಿದೋಣಿ
ವಿವಾಹ ಬಂಧನ
ಮಂಗಳ ದೀಪ
ಡಾ|| ವಸುಧಾ
ಮುಂಜಾನೆಯ ಮುಂಬೆಳಕು
ಸೊಬಗಿನ ಪ್ರಿಯದರ್ಶಿನ
ರಾಗಬೃಂದಾವನ
ಬಿಳಿ ಮೋಡಗಳು
ಅನುಬಂಧದ ಕಾರಂಜಿ
ಮಿಂಚು
ನಾಟ್ಯಸುಧಾ
ಪಸರಿಸಿದ ಶ್ರೀಗಂಧ
ಬೆಳದಿಂಗಳ ಚೆಲುವೆ
ವರ್ಷಬಿಂದು
ಸಪ್ನ ಸಂಭ್ರಮ
ನನ್ನ ಭಾವ ನನ್ನ ರಾಗ
ಸುಮಧುರ ಭಾರತಿ
ಮೌನ ಆಲಾಪನ
ಮತ್ತೊಂದು ಬಾಡದ ಹೂ
ಶಿಶಿರದ ಇಂಚರ
ಮುಂಗಾರಿನ ಹುಡುಗಿ
ಸಾಮಗಾನ
ಕಡಲ ಮುತ್ತು
ಆಡಿಸಿದಳು ಜಗದೋದ್ಧಾರನಾ
ಪಂಚವಟಿ
ಶ್ಯಾನುಭೋಗರ ಮಗಳು
ಮೂಡಿ ಬಂದ ಶಶಿ
ಜನನೀ ಜನ್ಮಭೂಮಿ
ಬಿರಿದ ನೈದಿಲೆ
ಶರದೃತುವಿನ ಚಂದ್ರ
ಮೋಹನ ಮುರಳಿ ಕರೆಯಿತು
ಮುಗಿಲ ತಾರೆ
ಅಗ್ನಿದಿವ್ಯ
ಧವಳ ನಕ್ಷತ್ರ
ಕಲ್ಯಾಣಮಸ್ತು
ದಂತದ ಗೊಂಬೆ
ಸುಭಾಷಿಣಿ
ಮಮತೆಯ ಸಂಕೋಲೆ
ಮಂತ್ರಾಕ್ಷತೆ
ಸಪ್ತಧಾರೆ
ಹೇಮಂತದ ಸೊಗಸು
ಬೆಳಕಿನ ಹಣತೆ
ಗ್ರೀಷ್ಮದ ಸೊಬಗು
ಗ್ರೀಷ್ಮ ಋತು
ಪ್ರಿಯ ಸಖೀ
ಚಿರಬಾಂಧವ್ಯ
ಆಶಾಸೌರಭ
ಗಿರಿಧರ

ಇಡೀ ಕಾಲೇಜಿನಲ್ಲೆಲ್ಲ ಒಂದೇ ಸುದ್ದಿ. ಜೂನಿಯರ್ ವಿದ್ಯಾರ್ಥಿಗಳಿಂದ ಹಿಡಿದು ಸೀನಿಯರ್ ಸ್ಟೂಡೆಂಟ್ಸ್‌ವರೆಗೂ ಚರ್ಚಿಸುತ್ತಿದ್ದರು. ಹತ್ತರಲ್ಲಿ ಒಂದಾಗಿ ಸತ್ತುಹೋಗಬೇಕಾದ ವಿಷಯಕ್ಕೆ ಪ್ರಾಮುಖ್ಯತೆ ಸಿಕ್ಕಲು ಒಂದು ಪ್ರಬಲವಾದ ಕಾರಣವಿತ್ತು.

ಮಸುಕು ವಾತಾವರಣ. ಮಳೆ ಸುರಿಸದೇ ಕುತೂಹಲದಿಂದ ನಿಂತ ಮೋಡಗಳ ಸಮೂಹ. ವರ್ಷಕ್ಕಾಗಿ ಬಾಯಿ ತೆರೆದ ಭೂಮಿ. ನಲಿಯಲು ಕಾದ ಗಿಡ, ಮರ, ಬಳ್ಳಿಗಳು ಬಹಳ ನಿರೀಕ್ಷೆಯಲ್ಲಿದ್ದಂತೆ ಕಂಡಿತು.

ಚದುರಿದರೂ ಮತ್ತೆ ಮತ್ತೆ ಗುಂಪುಗೂಡಿ ವಿದ್ಯಾರ್ಥಿ-ವಿದ್ಯಾರ್ಥಿನಿಯರು ಬೇರೆ ಬೇರೆ, ಮತ್ತೆ ಕಲಿತು ಜಗತ್ತು ಅಪಾಯದ ಅಂಚಿನಲ್ಲಿದೆಯೆನ್ನುವಂತೆ ಸಂಭಾಷಿಸುತ್ತಿದ್ದರು.

ವಿಷಯದ ಗಾಢತೆ ಹೆಚ್ಚಾಗಿ ಪ್ರಾಧ್ಯಾಪಕ ಸಮೂಹದಿಂದ ನುಸುಳಿ ಪ್ರಿನ್ಸಿಪಾಲರ ಕೋಣೆಯ ಬಾಗಿಲನ್ನು ತಟ್ಟಿ ಒಳಗೆ ಪ್ರವೇಶಿಸಿತು.

ಕೆಲವರು ತಮ್ಮ ಹರೆಯ, ಕಾಲೇಜಿನ ಜೀವನ ನೆನಪಿಸಿಕೊಂಡರು. ಅಂದು ಕಳೆದುಕೊಂಡಿದ್ದಕ್ಕೆ ಇಂದು ಮರುಗಿದರು ಕೂಡ.

ಪರ-ವಿರೋಧಗಳ ಚರ್ಚೆಯ ಕಾವು, ಆ ಸಮಯ ಎಲ್ಲವನ್ನು ಒಂದೇ ವಿಷಯ ಹಿಡಿದಿಟ್ಟಿತು.

ಪ್ರಿನ್ಸಿಪಾಲರಿಗೆ ಷಾಕ್ ತಟ್ಟಿದಂತಾಯಿತು. ಅಭಿಷೇಕ್‌ನ ಸ್ವಲ್ಪ ಚೆನ್ನಾಗಿ ಇತರ ವಿದ್ಯಾರ್ಥಿಗಳಿಗಿಂತ ಹೆಚ್ಚು ಬಲ್ಲವರಾಗಿದ್ದರು. ಅವನು ಮಾತಾನಾಡಲು ಬಂದನೆಂದರೆ ಕೇಳಬೇಕೆನಿಸುವಂಥ ಮೋಡಿ, ವಿಷಯ ಮಂಡಿಸುವ ರೀತಿಯ ಕರಾರುವಾಕ್ಕಾಗಿರುತ್ತಿತ್ತು. ಅವನಾಗಿ ಒಂದಲ್ಲ ಒಂದು ಕಾರಣಕ್ಕೆ ಬರುತ್ತಿದ್ದ. ಇಂದು ಅವರಾಗಿ ಕರೆಸಿಕೊಳ್ಳುವ ಅವಕಾಶ ಒದಗಿ ಬಂದಂತಾಯಿತು.

ಪ್ರೊಫೆಸರ್ ಯಶೋಧ ಬಂದವರೇ ಕೂಗಾಡಿದರು. "ನಮ್ಮ ಶಿಕ್ಷಣದ ವ್ಯವಸ್ಥೆಯೇ ಇದಕ್ಕೆಲ್ಲ ಕಾರಣ. ಶಿಕ್ಷಣ ಪಿ.ಯು.ಸಿ. ವರೆಗೂ ಮಾತ್ರ ಜಾಬ್ ಓರಿಯೆಂಟೆಡ್ ಆಗ್ಬೇಕು. ನಂತರ ಆಸಕ್ತಿ ಇದ್ದವರಿಗೆ ಮಾತ್ರ ರಿಸರ್ಚ್ ಓರಿಯೆಂಟೆಡ್ ಶಿಕ್ಷಣ ದೊರೆಯಬೇಕು. ಒಬ್ಬ ಸೀನಿಯರ್ ವಿದ್ಯಾರ್ಥಿ ಒಬ್ಬ ಜೂನಿಯರ್ ವಿದ್ಯಾರ್ಥಿಯನ್ನು..." ನಿಲ್ಲಿಸಿ ಮತ್ತೆ ಹೇಳಿದರು. "ಕಿಸ್ ಮಾಡೋದೂಂದ್ರೆ... ಅದು ಪಬ್ಲಿಕ್‌ನಲ್ಲಿ..."

ಪ್ರಿನ್ಸಿಪಾಲರು ಸಮಾಧಾನಗೊಳ್ಳುವಂತೆ ಸನ್ನೆ ಮಾಡಿದರು. "ಪ್ಲೀಸ್, ಕೂತ್ಕೊಂಡ್ ಮಾತಾಡಿ. ವಿಷ್ಯದ ಸ್ಪಷ್ಟತೆ ಸಿಕ್ಕಲ್ಲ" ಬಹಳ ಸಮಾಧಾನವಾಗಿ ಹೇಳಿದರು.

ಪ್ರತಿಯೊಂದನ್ನು ತಮಾಷೆಯಾಗಿ ತೆಗೆದುಕೊಳ್ಳುವ ಶಿವಶಂಕರ್ ಪಿಳ್ಳೆ ಹುಬ್ಬು ಕುಣಿಸಿ ನಕ್ಕರು.

"ಏನಂಥ ಘನಘೋರ ಅಪರಾಧ! ಕ್ವೈಟ್ ನ್ಯಾಚುರಲ್. ವಿಭಾ ಸುಂದರ ಹುಡ್ಗೀ. ಅಭಿಷೇಕ್ ಬರೀ ಕಿಸ್ ಮಾಡಿದ್ದಾನೆ ಅನ್ನೋ ಸುದ್ದಿ. ಅದಕ್ಯಾಕೆ ಇಷ್ಟೊಂದು ಎಸೈಟ್ ಆಗ್ತೀರಾ! ಸ್ವಲ್ಪ ಈಸೀಯಾಗಿ ತಗೊಳ್ಳಿ." ಅವರ ತಣ್ಣನೆಯ ಮಾತುಗಳಿಗೆ ಪ್ರೊಫೆಸರ್ ಯಶೋಧಾ ಸಿಡಿದು ಬಿದ್ದರು. "ಷಟಪ್, ಈ ಪುರುಷ ಪ್ರಧಾನ ಸಮಾಜದಲ್ಲಿ ಸದಾ ಹೆಣ್ಣಿನ ಮೇಲೆ ದೌರ್ಜನ್ಯ. ಇದ್ನ ಸಹಿಸೋಕ್ಕಾಗೋಲ್ಲ. ಮೊದ್ಲು ಅಭಿಷೇಕ್‌ನ ಸಸ್ಪೆಂಡ್ ಮಾಡಿ."

ಶಿವಶಂಕರ್ ಪಿಳ್ಳೆಗೊಣಗಿಕೊಂಡು ಎದ್ದು ಹೋದರು. ಯಾವುದೇ ವಿಷಯಕ್ಕೆ ಆಕೆ ದೂರುತ್ತಿದ್ದುದ್ದು ಶಿಕ್ಷಣ ಪದ್ಧತಿಯನ್ನು. ಮದುವೆಯಾಗದೇ ನಲವತ್ತೈದು ವಸಂತಗಳನ್ನು ಕಳೆದ ಮಧ್ಯ ವಯಸ್ಸಿನ ಹೆಣ್ಣು. ತಾನು 'ಒಂಟಿ' ಎನ್ನುವ ಕಾಂಪ್ಲೆಕ್ಸ್‌ನಿಂದ ನರಳುವ ಆಕೆ ಸದಾ ಧುಮುಗುಟ್ಟುತ್ತಲೇ ಇದ್ದರು.

ಮೌನವಾಗಿದ್ದ ಪ್ರಿನ್ಸಿಪಾಲ್ ಸುಂದರಂ ಭಾರವಾದ ಉಸಿರೆಳೆದು ದಬ್ಬಿದರು. ಒಂದಲ್ಲ ಒಂದು ತಕರಾರು ಇದ್ದೇ ಇರುತ್ತಿತ್ತು. ಆದರೆ ಇಂದಿನದೇ ಬೇರೆ. ಅವರ ಪ್ರಕಾರ 'ಅಭಿಷೇಕ್ ಅತ್ಯಂತ ಯೋಗ್ಯ' ಎನ್ನುವುದನ್ನು ಬದಲಾಯಿಸಿ ಕೊಳ್ಳುವ ಅವಕಾಶ ಬಂದಿತ್ತು.

"ಖಂಡಿತ ಸಸ್ಪೆಂಡ್ ಮಾಡೋಣ"! ಸವಾಧಾನದ ಮಾತಾಡಿದರು. "ಥ್ಯಾಂಕ್ಯೂ....ಸರ್" ಆಕೆ ಎದ್ದು ಹೋದರು.

ಪ್ರಿನ್ಸಿಪಾಲ್ ಸುಂದರಂ ಅತ್ಯಂತ ಮೇಧಾವಿ ಮಾತ್ರವಲ್ಲ. ವಿದ್ಯಾರ್ಥಿಗಳಿಗೂ ಅತ್ಯಂತ ಪ್ರಿಯವಾದ ವ್ಯಕ್ತಿ.

ಎಲ್ಲಾ ಪ್ರಾಧ್ಯಾಪಕರನ್ನು ಪ್ರತ್ಯೇಕ ಪ್ರತ್ಯೇಕವಾಗಿ ಕರೆಸಿ ಅಭಿಷೇಕ್ ಬಗ್ಗೆ ವಿಚಾರಿಸಿದರು. ದೊಡ್ಡ ಟೆಕ್ಸ್‌ಟೈಲ್ ಮಿಲ್‌ನ ಓನರ್ ಮೇಘನಾಥರ ಒಬ್ಬನೇ ಮಗ. ಓದಿನಲ್ಲೂ ಬ್ರಿಲಿಯಂಟ್. ಕಾಲೇಜಿನ ಪ್ರತಿಯೊಂದು ಕಾರ್ಯಕ್ರಮದಲ್ಲೂ ಅವನ ಕೈವಾಡವಿರುತ್ತಿತ್ತು. ಸರಳ ವ್ಯಕ್ತಿ. ಸಮಯ ಸಿಕ್ಕಾಗ ಪ್ರಾಧ್ಯಾಪಕರನ್ನು ಗೇಲಿ ಮಾಡಲು ಹಿಂದೆಗೆಯುತ್ತಿರಲಿಲ್ಲ. ಅಂತೂ ಕಾಲೇಜಿನ ಜನಪ್ರಿಯ ವ್ಯಕ್ತಿ. ಇಡೀ ಕಾಲೇಜಿನಲ್ಲಿ

ಹೀರೋ ಚಾರ್ಮ್ ಬೆಳೆಸಿಕೊಂಡಿದ್ದ.

ಇದೆಲ್ಲ ಅವರಿಗೆ ತಿಳಿದಿದ್ದೇ. ಹೊಸ ವಿಷಯವೇನು ಇರಲಿಲ್ಲ. ವಿದ್ಯಾರ್ಥಿನಿಯರೊಂದಿಗೂ ಮಾತಾಡುತ್ತಿದ್ದ. ಅವರಿಗೆ ಲಿಫ್ಟ್ ಕೇಳಿದಾಗ ಇಲ್ಲವೆನ್ನುವಂಥ ಅಂಜುಕುಳಿಯಲ್ಲ.

"ವಿಭಾ, ಅಭಿಷೇಕ್ ಮಧ್ಯೆ ಪ್ರೇಮ, ತಿರ್ಗಾಟ....." ಎಂದಾಗ ಯಾರೂ ಅನುಮೋದಿಸಲಿಲ್ಲ. "ಇಂಪಾಜಿಬಲ್, ವಿಭಾ ಮಧ್ಯಮ ದರ್ಜೆಯ ಹುಡ್ಗೀ. ಪ್ರೇಮ ಪ್ರೀತಿಯ ಕನಸುಗಳೇನು ಅವ್ಳ ಕಣ್ಣುಗಳಲ್ಲಿ ಇರಲಿಲ್ಲ" ಎಂದರು ಶಾಂತಿ ಮೇಡಂ.

ಒಂಟಿಯಾಗಿ ಕೂತು ಚಿಂತಿಸಿದರು ಸುಂದರಂ. ಇಂಥವು ಕಾಲೇಜಿನಲ್ಲಿ ಸಾಮಾನ್ಯವಾದರೂ ಅವರ ನೋಟಿಸ್‌ಗೆ ಬರುತ್ತಿದ್ದುದು ಅಪರೂಪ.

ಕಾಲೇಜಿಗೆ ಬರುವ ಯುವಕ, ಯುವತಿಯರೆಲ್ಲ ಓದುವ ಸಲುವಾಗಿಯೇ ಬರುವವರಲ್ಲ! ಕೆಲವರಿಗೆ ಕಾಲೇಜ್ ಮೋಜಿನ ತಾಣವಾದರೆ, ಹಲವರಿಗೆ ಟೈಮ್‌ಪಾಸ್‌ನ ಮಂದಿರ. ಮತ್ತಷ್ಟು ಜನ ಉನ್ನತ ಧ್ಯೇಯೋದ್ದೇಶಗಳನ್ನು ಇಟ್ಟುಕೊಂಡು ಬಂದರೂ ಸಫಲವಾಗುವುದು ಬೆರಳೆಣಿಕೆಯಷ್ಟು ಮಂದಿ. ಅಭಿಷೇಕ್, ವಿಭಾ ಯಾವ ವರ್ಗಕ್ಕೆ ಸೇರಿದವರು ?

ಲಂಚ್ ಬ್ರೇಕ್‌ನಲ್ಲಿ ಬಂದ ಚಲಪತಿಗಳು ತುಂಬ ನೊಂದುಕೊಂಡರು. "ವೆರಿ ಸ್ಯಾಡ್, ಗ್ರೇಟ್ ಟ್ರಾಜಿಡಿ. ಹೂನಂಥ ಹುಡ್ಗೀ....ವಿಭಾ. ಒಳ್ಳೆ ವಿದ್ಯಾರ್ಥಿನಿ ಕೂಡ. ಒಳ್ಳೆ ಫ್ಯೂಚರ್ ಇತ್ತು ಅವ್ಳಿಗೆ. ಎಲ್ಲಾ ಅನ್ಯಾಯವಾಯ್ತು. ಇಮ್ಮಿಡಿಯಟ್ಟಾಗಿ ಅಭಿಷೇಕ್‌ನ ಸಸ್ಪೆಂಡ್ ಮಾಡಿ ಸಾರ್" ಕನ್ನಡಕ ತೆಗೆದು ಮುಖವನ್ನು ಕರ್ಚಿಫ್‌ನಿಂದೊರೆಸಿಕೊಂಡರು.

"ಹ್ಯಾವ್ ಪೇಷನ್ಸ್ ಮಿಸ್ಟರ್ ಚಲಪತಿ. ನಂಗೂ ವಿಭಾ ಬಗ್ಗೆ ಸಿಂಪತಿ ಇದೆ. ಆದರೆ ಈ ಪ್ರಸಂಗ ನಡೆದಿದ್ದು ಕಾಲೇಜು ಕ್ಯಾಂಪಸ್‌ನಲ್ಲಿ ಅಲ್ಲ. ಪಬ್ಲಿಕ್ ಪಾರ್ಕ್‌ನಲ್ಲಿ. ಈಗ ನಿಮ್ಮ ಮಿತಿಗಳ ಬಗ್ಗೆಯೂ ಯೋಚಿಸಬೇಕಾಗುತ್ತೆ" ಸ್ಪಷ್ಟಪಡಿಸಿದರು.

ಚಲಪತಿಗಳು ಕೂಡ ಗೊಂದಲಕ್ಕೆ ಒಳಗಾದರು. ಸಮಸ್ಯೆಯೆನಿಸಿತು ಅವರಿಗೂ.

"ವಿಭಾ ಆಗ್ಲಿ, ಅವ್ರ ಮನೆಯವರಿಂದ ದೂರು ಬಂದರೇ...ಹೇಳಿ. ನಮ್ಮ ಮಿತಿಯೊಳಗೇ ಏನಾದ್ರೂ ಮಾಡಲು ಸಾಧ್ಯವಿದ್ಯ ಅಂತ ತೀರ್ಮಾನಸ್ಬಹ್ದು. ಇದ್ವರ್ಗೂ ಯಾರ ಸುಳಿವೂ ಇಲ್ಲ. ಅಭಿಷೇಕ್ ಕಿಸ್ ಮಾಡಿದ್ದು ನೋಡಿದವರ್‍ಯಾರು?" ಮುಖ್ಯ ವಿಷಯಕ್ಕೆ ಬಂದರು. ಚಲಪತಿಗಳಿಗೇನು ತಿಳಿಯದು.

ಇಡೀ ಕಾಲೇಜಿನಲ್ಲಿ ವಿಷಯ ಹಬ್ಬಿತ್ತು. ನಿನ್ನೆ ಸಂಜೆ ನಡೆದ ಘಟನೆ ಇಡೀ ಕಾಲೇಜು ಪೂರಾ ವ್ಯಾಪಿಸಬೇಕಾದರೆ ಅದಕ್ಕೆ ಸಿಕ್ಕ ಮಹತ್ವವೆಷ್ಟು? ಚುಂಬನ, ಮುತ್ತು ಸಹಜವೆನಿಸಿದರೂ ಹೆಣ್ಣುಗಂಡಿನ ಜೀವನದಲ್ಲಿ ಅದಕ್ಕೊಂದು ಪ್ರಮುಖ ಸ್ಥಾನ.

"ಗೊತ್ತಿಲ್ಲ..." ಚಲಪತಿಗಳು ಹೊರಗೆಹೋದರು. ತಮ್ಮ ಆತುರಕ್ಕೆ ನಾಚಿಕೊಂಡರು ಕೂಡ.

ವಿದ್ಯಾರ್ಥಿನಿಯರನ್ನೆಲ್ಲ ಒಂದೆಡೆ ಗುಂಪುಗೂಡಿಸಿದರು. ಪ್ರತಿಭಟನೆ ಜೊತೆ ವಿಷಯ ತೀವ್ರ ಚರ್ಚೆಗೆ ಗುರಿಯಾಗಿತ್ತು. ನಂಬಲರ್ಹವಾದ ವಿಷಯವಲ್ಲ ಎಲ್ಲರ ಪಾಲಿಗೂ.

ಸ್ಟೂಡೆಂಟ್ ಲೀಡರ್ ಎನಿಸಿಕೊಂಡಿದ್ದ ಶೈಲೇಂದ್ರ ಬಂದ. ಪ್ರತಿರೋಧ ವ್ಯಕ್ತಪಡಿಸಿದ.

"ಐ ಡೋಂಟ್ ಬಿಲೀವ್. ಇದೆಲ್ಲ ಫಾಲ್ಸ್ ನ್ಯೂಸ್. ಯಾರೋ ಬೇಕೆಂದೇ ಹರಡಿದ್ದಾರೆ. ವಿದ್ಯಾರ್ಥಿಯರಲ್ಲಿ ನಾವು ಇಂಥದ್ದನ್ನು ಇಷ್ಟಪಡೋಲ್ಲ. ಅಭಿಷೇಕ್ ರಿಯಲೀ ಜಂಟಲ್‌ಮೆನ್. ವಿಭಾ ಅಂಥ ಹುಡ್ಗೀನ ಕಿಸ್ ಮಾಡ್ದ ಅಂದರೇ....."

ಅವನ ಸ್ವರದಲ್ಲಿನ ಸೀರಿಯಸ್ಸನ್ನು ಗುರ್ತಿಸಿದರು. ಶೈಲೇಂದ್ರ ಒಬ್ಬ ಒಳ್ಳೆಯ ಲೀಡರ್‌ನಂತೆ ವರ್ತಿಸುತ್ತಿದ್ದ. ಅದಕ್ಕೆ ಕೆಲವರು ಹಿಂಜರಿದರು.

"ಅಭಿಷೇಕ್ ಕಿಸ್ ಮಾಡಿದ್ದು ನಿಮ್ಮಲ್ಲಿ ನೋಡಿದವ್ರು ಯಾರು? ಅಥ್ವಾ ವಿಭಾ ಬಂದು ಹೇಳಿದ್ರಾ?" ಎಲ್ಲರನ್ನು ಕೂಡಿಯೇ ಕೇಳಿದ.

ಸ್ತಬ್ಧವಾಯಿತು ವಿದ್ಯಾರ್ಥಿನಿಯರ ಸಮೂಹ. ಜೋರು ಮಳೆ ಹಠಾತ್ತನೆ ನಿಂತಂತಾಯಿತು.

"ಪ್ಲೀಸ್ ಹೇಳಿ, ಸುಳ್ಳು ಸುದ್ದಿ ಹಬ್ಬಿಸಿದಕ್ಕೆ ನೀವೆಲ್ಲ ಅಪಾಲಜಿ ಕೇಳ್ಬಾಕಾಗುತ್ತೆ" ಗಟ್ಟಿಯಾಗಿ ನಿಂತ. "ದಯವಿಟ್ಟು ಹೇಳಿ, ನಿಮ್ಮ ಜೊತೆ ನಾವಿದ್ದೀವಿ. ಅಭಿಷೇಕ್ ವಿಭಾನ ಕಿಸ್ ಮಾಡಿದ್ದು ಎಲ್ಲಿ? ಪ್ರತ್ಯಕ್ಷದರ್ಶಿಗಳು ಯಾರು?"

ಪದೇಪದೇ ಅವಬ 'ಕಿಸ್' ಪ್ರಯೋಗದ ಬಳಕೆಯಿಂದ ಕೆಲವು ವಿದ್ಯಾರ್ಥಿನಿಯರ ಗಲ್ಲಗಳಲ್ಲಿ ಕೆಂಪು ಮೂಡಿದರೆ, ಹಲವರ ನೋಟ ಅತ್ತಿತ್ತ ಹರಿದಾಡಿತು. ಸಹಜವಾಗಿ ಅದನ್ನು ಸ್ವೀಕರಿಸಿದವರು ಬಹಳ ಕಡಿಮೆ.

ಸ್ವಲ್ಪ ಡೇರ್ ಲೇಡಿ ಎಂದು ಹೆಸರಾದ ಅಮೃತಸಿಂಗ್ ಮುಂದಕ್ಕೆ ಬಂದಳು. "ಇಂಥ ವಿಷ್ಯದಲ್ಲಿ ಯಾಕಾದ್ರೂ ಸುಳ್ಳು ಹಬ್ಬಿಸ್ತಾರೆ! ನಡೆದಿದ್ದು ಸತ್ಯವೇ...ಇರ್ಬೇಕು" ಸಮರ್ಥಿಸಿಕೊಂಡಳು ಎಲ್ಲರನ್ನು.

ಎಲ್ಲರೆಡೆ ಕಣ್ಣಾಯಿಸಿದ ಶೈಲೇಂದ್ರ, ಓಕೆ...ಓಕೆ... ಅಭಿಷೇಕ್ ನಂಗೆ ಫ್ರೆಂಡ್ ಇರಬಹುದು. ಆದ್ರೆ...ನಾನು ನಿಮ್ಮ ಜೊತೆ ಇರ್ತೀನಿ. ವಿಭಾ ಎಲ್ಲಿ? ರೈಟಿಂಗ್ ಪ್ರಿನ್ಸಿಪಾಲರಿಗೆ ದೂರು ಕೊಡ್ಲಿ. ಆಮೇಲೆ ನಾವೆಲ್ಲ ಕೂಡಿ ಯೋಚ್ಸೋಣ." ಬಹಳ ವಿವೇಕಯುತವಾಗಿ, ನ್ಯಾಯಸಮ್ಮತವಾದ ತೀರ್ಮಾನಕ್ಕೆ ಬಂದ.

"ವಿಭಾ ಬಂದಿಲ್ಲ!" ಹಿಂದೆ ಇದ್ದ ವಿದ್ಯಾರ್ಥಿನಿ ಉಸುರಿದಳು. "ನಿನ್ನೆ ಸಂಜೆ ಇಂಥ ಘಟನೆ ನಡದ್ಮೇಲೆ ಇಂದು ಹೊರ್ಗೆ ಬರೋ ಧೈರ್ಯ ಯಾವ ಹೆಣ್ಣು ತಾನೆ ಮಾಡಿಯಾಳು? ಇದು ಭಾರತ... ಇಂಗ್ಲೆಂಡ್, ಅಮೇರಿಕಾ ಅಲ್ಲ" ಮತ್ತೊಬ್ಬಳು ವಿಭಾ ಬರದದ್ದನ್ನು ಸಮರ್ಥಿಸಿಕೊಂಡಳು.

"ಈಗೇನು ಮಾಡೋದು? ವಿಭಾ ಬೇಡ. ನೋಡಿದವರಿದ್ರೆ...ನಾವೇ ದೂರು ಕೊಡೋಣ" ಶೈಲೇಂದ್ರ ಒಂದು ಸಲಹೆಯನ್ನು ಅವರುಗಳ ಮುಂದಿಟ್ಟ.

ಒಬ್ಬರ ಮುಖ ಮತ್ತೊಬ್ಬರು ನೋಡಿಕೊಂಡರು. ಮುಂದಿದ್ದ ಮುಕ್ತಾ ಸ್ವಲ್ಪ ಹಿಂದಕ್ಕೆ ಸರಿದು ಕಡೆಗೆ ಆ ಗುಂಪಿನಲ್ಲಿ ಇಲ್ಲವಾಗಿ ಹೋದಳು.

ಸರಿಯಾದ ಉತ್ತರ ಸಿಗದಾಗ ಶೈಲೇಂದ್ರ ಉರಿದುಬಿದ್ದ. "ಛೇ, ಸತ್ಯಾಂಶ ತಿಳಿಯದೇ ಇಡೀ ಕಾಲೇಜಿನಲ್ಲಿ ಗದ್ದಲವೆಬ್ಬಿಸಿದ್ರಿ. ಟೆಲ್ ಮಿ ಟ್ರೂತ್. ಇದ್ನ ಹಬ್ಬಿಸಿದವ್ರು ಯಾರು?" ಪ್ರಶ್ನಾರ್ಥಕವಾಗಿ ಎಲ್ಲರನ್ನು ದಿಟ್ಟಿಸಿದ.

ಅವರವರಲ್ಲೇ ಗುಸುಗುಸು ಪಿಸುಪಿಸುಯ ನಂತರ ಮುಕ್ತಾ ಹೆಸರು ಬಂದಾಗ ಪರಾರಿಯಾಗಿದ್ದು ಅವರುಗಳ ಗಮನಕ್ಕೆ ಬಂತು. "ಷಿ ಟೆಲ್ ಮಿ..." ಎಲ್ಲರೂ ಅವಳತ್ತ ಬೊಟ್ಟು ಮಾಡಿಬಿಟ್ಟರು. ಕಡೆಯ ಪ್ರಯತ್ನವೆಂಬುದು ಮುಕ್ತಾಳನ್ನೇ ಕೇಳಬೇಕಿತ್ತು.

ಅಷ್ಟೊತ್ತಿಗೆ ವಿದ್ಯಾರ್ಥಿಗಳು ಕೂಡ ಗುಂಪುಗುಂಪಾಗಿ ಬಂದು ಸೇರತೊಡಗಿದರು. ಪರಿಹಾಸ್ಯದ ಮಾತುಗಳು, ನಗೆಚಾಟಿಕೆಗಳು ಶುರುವಾಗಿ ವಿದ್ಯಾರ್ಥಿನಿಯರು ಗೇಲಿಯ ವಸ್ತುವಾದರು.

ಒಬ್ಬ ಧೈರ್ಯವಹಿಸಿದ. "ಅಭಿಷೇಕ್ ತುಂಬ ಹ್ಯಾಂಡ್‌ಸಮ್, ಅವ್ನ ನೋಟಕೋಸ್ಕರನೇ ಲಿಫ್ಟ್ ಕೇಳ್ತಾರೆ. ಇದು ನಾಯಿ ಮನುಷ್ಯನನ್ನು ಕಚ್ಚಿದ ಕೇಸಲ್ಲ. ಮನುಷ್ಯ ನಾಯಿಯನ್ನ ಕಚ್ಚಿದ ಕೇಸು"! ಅವನ ಛೇಡಿಸುವಿಕೆಗೆ ಎಲ್ಲರೂ ಘೊಳ್ಳೆಂದರು.

ಕೆಲವು ವಿದ್ಯಾರ್ಥಿನಿಯರು ಮುಖ ತಿರುಗಿಸಿಕೊಂಡು ಹೋದರೆ, ಮತ್ತೆ ಕೆಲವರು ಸಿಡಿದು ಬಿದ್ದರು. ಮಧುಬಾಲ ಅವರ ನಾಯಕತ್ವ ವಹಿಸಿದಳು. ಇದು ವಿದ್ಯಾರ್ಥಿ, ವಿದ್ಯಾರ್ಥಿನಿಯರ ಮಧ್ಯದ ಹೋರಾಟವಾದಾಗ ಪ್ರಿನ್ಸಿಪಾಲರ ಕೋಣೆಯಿಂದ ಬುಲಾವ್ ಬಂತು.

ಅಭಿಷೇಕ್ ಕಾಲೇಜಿಗೆ ಬಂದಿಲ್ಲವೆಂದು ಮನದಟ್ಟಾದ ಮೇಲೆ ಪ್ರಿನ್ಸಿಪಾಲ್ ಸುಂದರಂ ಮನೆಗೆ ಫೋನ್ ಮಾಡಿ ಸಂಪರ್ಕಿಸಿದ್ದರು. "ಅಭಿಷೇಕ್ ಅವ್ನ ಸೋದರ ಮಾವನ ಜೊತೆ ಊಟಿಗೆ ಹೋದ ಬೆಳಿಗ್ಗೆ. ಏನು ವಿಷ್ಯ?" ಅವನ ತಾಯಿ ವಸುಂಧರಾ ಕೇಳಿದರು. ಸ್ಪಷ್ಟವಾಗದೇ ಅವರೇನು ತಿಳಿಸಲು ಇಚ್ಛಿಸಿರಲಿಲ್ಲ. "ಅಂಥದೇನಿಲ್ಲ...." ಫೋನ್ ಇಟ್ಟಿದ್ದರು.

"ಎನಿಥಿಂಗ್ ರಾಂಗ್?" ಎಲ್ಲರನ್ನು ಕೂಡಿಯೇ ಕೇಳಿದರು. ಕ್ಲಾಸ್‌ಗಳಿಗೆ ಅಟೆಂಡ್ ಆಗ್ದೇ ಯಾಕೆ ಗುಂಪುಗೂಡಿದ್ರಿ? ಏನು ನಿಮ್ಮ ಸಮಸ್ಯೆಗಳು?" ಸ್ವಲ್ಪ ಸಂಕೋಚಿಸಿದ ಶೈಲೇಂದ್ರ "ಅಭಿಷೇಕ್ ಬಗ್ಗೆ ಏನೋ ಹಬ್ಬಿಸಿ ಬಿಟ್ಟಿದ್ದಾರೆ. ಅವ್ನು ನನ್ನೊಬ್ಬ ಫ್ರೆಂಡ್ ಕೂಡ. ಭೇದಭಾವವೆಣಿಸದೇ ಎಲ್ಲರನ್ನು ಸ್ನೇಹದಿಂದ ನೋಡ್ತಾ ಇದ್ದ. ಇಂಥ ಆಪಾದನೆಯಿಂದ ನಮ್ಮಗಳ ಮನಸ್ಸಿಗೆ ಬೇಜಾರಾಗಿದೆ. ಅಪಾಲಾಜಿ ಕೇಳ್ಬೇಕು" ಸ್ವಲ್ಪ ಉದ್ವಿಗ್ನನಾದ.

ಅವನ ಸ್ವಭಾವ ಬಲ್ಲ ಸುಂದರಂ ಮುಗುಳ್ನಕ್ಕರು. "ಏನು ಅಂಥ ರೂಮರ್?" ಕೇಳಿದರು. ಅವನು ಸ್ವಲ್ಪ ಹಿಂಜರಿದ. ಅವನ ಹಿಂದಿದ್ದ ಒಬ್ಬ ವಿದ್ಯಾರ್ಥಿ, "ವಿಭಾಗೆ ಪಬ್ಲಿಕ್ ಗಾರ್ಡನ್‌ನಲ್ಲಿ ಕಿಸ್ ಮಾಡಿದ್ನಂತೆ ಸರ್" ಎಂದ. ಅವರ ಮುಖದ ಅವಯವಗಳು ಬಿಗಿದುಕೊಂಡವು.

"ನೀನು ನೋಡಿದ್ಯಾ?" ಅವರ ಸ್ವರ ಗಡುಸಾಯಿತು.

ಅವನ ತಲೆಕೆರೆದುಕೊಳ್ಳುತ್ತ ಹಿಂದಕ್ಕೆ ಸರಿದ. "ನೋ...ಸರ್..." ಪ್ರಿನ್ಸಿಪಾಲರ ಕಣ್ಣುಗಳು ಕೆಂಪಾದವು. "ಗೆಟ್‌ಔಟ್ ಫ್ರಂ ಹಿಯರ್" ರೇಗಿ ಅವನನ್ನು ಹೊರಗೆ ಕಳಿಸಿದರು.

ಕೂಲಂಕಶವಾಗಿ ವಿಚಾರಿಸಿದರು. ಬರೀ 'ಅಂತೆ' 'ಕಂತೆ'ಗಳೆ. ಅಪರಾಧ ಮಾಡಿದವ, ಅಪರಾಧಕ್ಕೆ ಒಳಗಾದವಳು ಮತ್ತು ಪ್ರತ್ಯಕ್ಷಸಾಕ್ಷಿಗಳು ಇಲ್ಲದಿದ್ದರಿಂದ ಸದ್ಯಕ್ಕೆ ಕೇಸ್ ವಜಾ.

"ಅನವಶ್ಯಕವಾಗಿ ಇಂಥ ಮಾತುಗಳಲ್ಲಿ ವೇಳೆ ಹಾಳು ಮಾಡ್ಕೋಬೇಡಿ. ಗೋ ಅಂಡ್ ಅಟೆಂಡ್ ಯುವರ್ ಕ್ಲಾಸಸ್" ಬುದ್ಧಿ ಹೇಳಿದರು. ಪೆಚ್ಚು ಮುಖ ಹಾಕಿಕೊಂಡು ಎಲ್ಲರೂ ಹೊರಗೆ ಬಂದರು. ಇಂದೇಕೋ ಸುಂದರಂ ಹೆಚ್ಚು ಚಿಂತಿತರಾದರು. ಇದು ಬರೀ ಊಹೆಯಾದರೇ ಇಷ್ಟು ದಟ್ಟವಾಗಿ ಕಡಿಮೆ ಅಂತರದಲ್ಲಿ ಹರಡಲು ಕಾರಣವೇನು? ಇದರ ಹಿಂದೆ ಯಾರಾದರೂ ಇದ್ದಾರೆಯೇ? ಅಭಿಷೇಕ್ ಲಕ್ಷಿಸದೇ ನಾಳೆ ಕಾಲೇಜಿಗೆ ಬರಬಹುದು. ವಿಭಾ ಬಂದು ದೂರು ಕೊಡದೇ ಹೊರತು ನಾವೇನು ಮಾಡಲು ಸಾಧ್ಯವಿಲ್ಲ.

ತತ್‌ಕ್ಷಣ ಅಭಿಷೇಕ್ ಜೊತೆ ಆಗಾಗ ಓಡಾಡುತ್ತಿದ್ದ ಮಧುಬಾಲನ್ನ ಕರೆಸಿ ವಿಚಾರಿಸಿದರು.

"ಐ ಡೋಂಟ್ ನೋ ಸರ್. ಅಭಿಷೇಕ್‌ಗೆ ವಿಭಾ ಫ್ರೆಂಡ್ ಕೂಡ ಅಲ್ಲ. ಎಂದೂ ಅವರಿಬ್ಬರೂ ಸಂಧಿಸಿದ್ದು, ಮಾತಾಡಿದ್ದು ಕೂಡ ಗೊತ್ತಿಲ್ಲ.

ಮಧುಬಾಲಳ ಹೇಳಿಕೆಯಿಂದ ಮತ್ತಷ್ಟು ಗೋಜಲಾಯಿತು ಅಷ್ಟೇ.

ಹೆಂಡತಿಯೊಂದಿಗೆ ಈ ವಿಷಯ ಕುರಿತು ಡಿಸ್‌ಕಸ್ ಮಾಡಲು ಇಚ್ಛಿಸಿದರು. ಕೆಲವೊಮ್ಮೆ ಆಕೆಯ ಸಲಹೆ, ಸಹಕಾರ ಪಡೆಯುತ್ತಿದ್ದರು. ಬಹಳಷ್ಟು ಯುವಕ, ಯುವತಿಯರನ್ನು ಹೆಚ್ಚಾಗಿ ಕಾಲೇಜಿನ ವಿದ್ಯಾರ್ಥಿ-ವಿದ್ಯಾರ್ಥಿನಿಯರನ್ನು ಭೇಟಿ ಮಾಡಿ, 'ಮದುವೆ-ಮನೋಧರ್ಮ' ಎನ್ನುವ ಪ್ರಬುದ್ಧ ಲೇಖನವನ್ನು ಆಕೆ ಸಿದ್ಧಪಡಿಸಿದ್ದರು. ಅದು ಬುದ್ಧಿ ಜೀವಿಗಳ ಮನ್ನಣೆ ಮಾತ್ರವಲ್ಲ, ಸಾಮಾನ್ಯ ಜನರ ಮೆಚ್ಚಿಗೆ ಗಳಿಸಿತ್ತು. ಹೆಂಡತಿ ಬಗ್ಗೆ ಗೌರವ ಸುಂದರಂಗೆ.

ಸ್ವಲ್ಪ ವಿಷಯವನ್ನು ವಿವರಿಸಿ "ಇದು ಬರೀ ರೂಮರ್ ಅನಿಸುತ್ತ?" ಆಕೆ ಕೆಲವು ನಿಮಿಷಗಳು ಮೌನ ವಹಿಸಿದರು. "ಬಹುಶಃ ಅಲ್ಲ ಅನ್ನಿಸುತ್ತೆ. ಪ್ರಕರಣ ಕಿಸ್

ವರೆಗೂ ಹೋಗದಿದ್ದರೂ ಅವರಿಬ್ಬರ ಮಧ್ಯೆ ಏನೋ ನಡೆದಿದೆ. ಕೆಲವೊಮ್ಮೆ ತೀರಾ ಪೊಳ್ಳು ಸುದ್ದಿ ಇರಬಹುದು. ಅದು ಅಪರೂಪದ್ದು." ಹೆಚ್ಚು ತಿಳಿಯದ ಆಕೆ ಏನು ನಿರ್ದಿಷ್ಟವಾಗಿ ಹೇಳಲಾಗಲಿಲ್ಲ.

ಸುಂದರಂ ನಕ್ಕು ಬಿಟ್ಟರು. "ಅಭಿಷೇಕ್ ಅಂಥ ಯುವಕ ವಿಭಾ ಅಂಥ ಆ ಹೆಣ್ಣಿಗೆ ...ಪಬ್ಲಿಕ್ ಗಾರ್ಡನ್‌ನಲ್ಲಿ ಕಿಸ್ ಮಾಡಿದ ಅಂದ್ರೆ..ಅತ್ಯಂತ ಸೋಜಿಗದ ಸಂಗ್ತಿ. ಇದ್ಕೇ ಎಷ್ಟು ಮಹತ್ವ ಸಿಕ್ಕಿದೆ ಗೊತ್ತಾ ಕಾಲೇಜಿನಲ್ಲಿ?" ಹುಬ್ಬು ಕುಣಿಸಿದರು.

"ಆ ಕಿಸ್‌ಗೆ ಇಬ್ಬರ ಒಪ್ಪಿಗೆ ಇದ್ದಿದ್ದರೇ ನಿಮ್ಮವರ್‍ಗೂ ಬರ್‍ತಾ ಇರ್‍ಲಿಲ್ಲ. ಹತ್ತರಲ್ಲಿ ಒಂದಾಗಿ ಬಿಡುತ್ತಿತ್ತು. ಅಲ್ಲಿ ಇದ್ದಿದ್ದು ಇಬ್ಬರ ನಿರಾಕಾರ. ಮತ್ತೊಬ್ಬರ ಹಟ" ವಿಶ್ಲೇಷಿಸಿದರು ಆಕೆ. ಮತ್ತೆ "ವಿಭಾ ನಿಮ್ಗೇ ಗೊತ್ತಾ?"

ಗೊತ್ತಿಲ್ಲವೆನ್ನುವಂತೆ ತಲೆಯಾಡಿಸಿದರು. "ಇಡೀ ಕಾಲೇಜು ವಿದ್ಯಾರ್ಥಿಗಳಲ್ಲಿ ಹೆಚ್ಚು ಗಮನಕ್ಕೆ ಬರುವವರು ಎರಡು ತರಹದವು. ತೀರಾ ಪುಂಡು, ಪೋಕರಿಗಳದು ಒಂದು ಲಿಸ್ಟ್ ಆದರೆ, ಅತ್ಯಂತ ಪ್ರತಿಭಾವಂತರು ಗಮನ ಸೆಳೆಯುತ್ತಾರೆ. ಇತಿಹಾಸದಲ್ಲಿ ಉಳಿಯುವವರು ಕೂಡ ಇವರಿಬ್ಬರೇ. ಅಭಿಷೇಕ್ ನೋಟೆಡ್ ಪರ್ಸನ್. ಮೆಚ್ಚುವಂಥ ಪರ್ಸನಾಲಿಟಿ. ಇನ್ನು ವಿಭಾ, ತುಂಬ ಚೆಲುವಾದ ಹುಡ್ಗಿ. ಅಂತ ಎಲ್ಲರ ಅಂಬೋಣ. ಓದಿನಲ್ಲೂ ಜಾಣೆ. ಹೆಚ್ಚು ಯಾರೊಂದಿಗೂ ಬೆರೆಯದ ರಿಸರ್ವ್ ನೇಚರ್. ಅಷ್ಟು ಬಿಟ್ಟು ಅವಳ ಬಗ್ಗೆ ನಾನು ಹೇಳೋಕ್ಕಾಗೋಲ್ಲ" ನೆನಪಿಸಿಕೊಂಡರೂ ವಿಭಾ ಬಗ್ಗೆ ಅವರಿಗೇನು ಹೇಳಲು ಸಾಧ್ಯವಿಲ್ಲ.

ಐದು ನಿಮಿಷಗಳ ದೀರ್ಘ ಮೌನದ ನಂತರ ಆಕೆ ತಮ್ಮ ವಿಶ್ಲೇಷಣೆಯನ್ನು ಗಂಡನ ಮುಂದಿಟ್ಟಳು. "ವಿಭಾ ಹುಟ್ಟಿದ್ದು, ಬೆಳೆದಿದ್ದು ಮಧ್ಯಮ ದರ್ಜೆಯ ಸಂಪ್ರದಾಯ ಶೀಲ ಕುಟುಂಬ ಇರ್ಬೇಕು. ಆ ಪರಿಸರಕ್ಕೆ ಅನುಗುಣವಾದ ಸರಳತೆ, ಸ್ವಲ್ಪ ದುರ್ಬಲತೆ ಕೂಡ. ಇನ್ನೊಂದು ಪ್ಲಸ್ ಪಾಯಿಂಟ್, ಈಗಿನ ಯುವತಿಯರಲ್ಲಿ ಕಾಣದ ಹೆಣ್ತನದ ಛಾಯೆ ಅದಕ್ಕೆ ಮುಗ್ಧತೆಯ ಚೌಕಟ್ಟು, ಸ್ವಲ್ಪ ಹೆಚ್ಚೆನ್ನುವಷ್ಟು ಒಳ್ಳೆಯತನ."

ಸುಂದರಂ ಚಪ್ಪಾಳೆ ತಟ್ಟಿ ತಮ್ಮ ಮೆಚ್ಚುಗೆ ಸೂಚಿಸಿದರು. ಅಷ್ಟರಲ್ಲಿ ಸದ್ದು ಮಾಡಿದ ಫೋನ್‌ನತ್ತ ನಡೆದರು.

"ಹಲೋ, ಎಕ್ಸ್‌ಕ್ಯೂಸ್ ಮಿ, ಸಾರಿ ಫಾರ್ ದಿ ಟ್ರಬಲ್. ನಾನು ನಿಮ್ಮ ಕಾಲೇಜಿನ ಸೀನಿಯರ್ ವಿದ್ಯಾರ್ಥಿ ಅಭಿಷೇಕ್ ತಂದೆ" ಅತ್ಯಂತವಾಗಿಯೇ ಪರಿಚಯಿಸಿಕೊಂಡರು ಮೇಘನಾಥ್.

ಮಡದಿಯತ್ತ ನೋಟ ಹರಿಸಿದ ಸುಂದರಂ ವಿಶ್ವಾಸದಿಂದಲೇ ಮಾತನಾಡಿದರು. ಒಂದಿಷ್ಟು ಉಭಯಕುಶಲೋಪರಿಯ ನಂತರ "ಒಂದ್ವಿಷ್ಯ ನಮ್ಮ ಶ್ರೀಮತಿಯುವ್ರು ನನ್ನ ಕಿವಿಗೆ ಹಾಕಿದ್ರು, ಅವ್ನು ಊಟಿಗೆ ಹೋಗಿದ್ದಾನೆ. ನಿಜಾಂಶ ನಿಮ್ಮಿಂದಲೇ ತಿಳೀಬೇಕು" ತಾವೊಬ್ಬ ತಂದೆ ಎನ್ನುವುದನ್ನು ಮಾತ್ರ ಪ್ರಕಟಿಸಿದರು ಆ ಸಂದರ್ಭದಲ್ಲಿ.

"ನನ್ನವರೆಗೂ ಅಂಥ ವಿಷ್ಯ ಬಂದಿದೆ. ಆದರೆ ದೂರಿನ ರೂಪದಲ್ಲಿ ಇಲ್ಲ. ಆ ಪ್ರಕರಣ ಕಾಲೇಜಿನ ಆವರಣದಲ್ಲಿ ನಡೆದಿದ್ದಲ್ಲ" ಸುಂದರಂ ವಿವರಿಸಿದರು.

ಆ ಕಡೆ ನೀರವತೆ ಹರಡಿತು.

"ಆ ಯುವತಿ ವಿಭಾ ಮತ್ತು ಅಭಿಷೇಕ್ ಬಗ್ಗೆ ನಿಮ್ಮ ಅಭಿಪ್ರಾಯ? ಡೋಂಟ್ ಮೈಂಡ್ ....ನಾನು ಕೇಳಿದ್ದರಲ್ಲಿ ತಪ್ಪಿಲ್ಲ ತಾನೇ!" ಮೇಘನಾಥ್ ಮಾತಿಗೆ ಸುಂದರಂ ನಕ್ಕು ಬಿಟ್ಟರು.

"ವಿಭಾ ಒಳ್ಳೆ ಹುಡ್ಗೀ. ಇಂಥ ರೂಮರ್ ಹಬ್ಬಿರುವುದರಿಂದ, ನಂತರವೇ ಅಭಿಷೇಕ್ ಬಗ್ಗೆ ಹೇಳ್ಬಾಕಾಗುತ್ತೆ. ಆವರೆಗೂ ನೀವು ವೇಯಿಟ್ ಮಾಡ್ಬೇಕಾಗುತ್ತೆ".

ಮೇಘನಾಥ್‌ರು ಒಪ್ಪಿಕೊಂಡರು. "ದಯವಿಟ್ಟು ಆ ಹುಡ್ಗೀ ವಿಭಾ ಕಡೆಯುವ್ರು ದೂರು ಕೊಟ್ಟು, ನೀವು ವಿಚಾರಣೆ ನಡೆಸುವಾಗ ನನಗೆ ಅಲ್ಲಿರೋಕೆ ಅವಕಾಶ ಮಾಡಿಕೊಡಿ. ವಿಷ್ಯ ಇಂಟರೆಸ್ಟಿಂಗಾಗಿದೆ." ತಾವು ಅಭಿಷೇಕ್ ತಂದೆ ಎನ್ನುವುದನ್ನು ಮರೆತು ಆ ವಿಷಯದಲ್ಲಿ ಹೆಚ್ಚಿನ ಆಸಕ್ತಿ ವ್ಯಕ್ತಪಡಿಸಿದರು. "ಬೈ ಆಲ್ ಮಿನ್ಸ್...." ಫೋನಿಟ್ಟರು.

ಎರಡು ದಿನವಾದರೂ ವಿಭಾ ಕಡೆಯವರಿಂದ ದೂರು ಬರಲಿಲ್ಲ. ಅವಳು ಕೂಡ ಕಾಲೇಜಿಗೆ ಬರಲಿಲ್ಲ. ಅಭಿಷೇಕ್ ಬರದಿದ್ದಕ್ಕೆ ಊಟಿಗೆ ಹೋದ ಕಾರಣವಿತ್ತು. ಅವರು ಹೆಚ್ಚು ಕಳವಳಗೊಂಡಿದ್ದು ವಿದ್ಯಾರ್ಥಿನಿ ಬಗ್ಗೆ.

* * *

ಶೈಲೇಂದ್ರ ಮಧುಬಾಲಳನ್ನು ಕರೆದುಕೊಂಡು ಕಾಲೇಜು ರಿಜಿಸ್ಟಾರ್‌ನಲ್ಲಿ ನಮೂದಾದ ವಿಭಾ ಮನೆಯ ಅಡ್ರಸ್ ಹಿಡಿದುಕೊಂಡು ಹುಡುಕಲು ಹೊರಟ. ಅವರು ಮನೆ ಬದಲಾಯಿಸಿದ್ದರಿಂದ ವಿಳಾಸ ಹಳೆಯದಾಗಿ ಕೆಲಸಕ್ಕೆ ಬರಲಿಲ್ಲ. ವಿಭಾ ಸಹಪಾಠಿಗಳನ್ನೆಲ್ಲ ಹುಡುಕಾಡಿ ವಿಚಾರಿಸಿದ್ದಾಯಿತು. ಯಾರೂ ಸುಳಿವು ನೀಡಲಿಲ್ಲ.

"ಈಚೆಗೆ ಮನೆ ಬದಲಾಯಿಸಿರಬೇಕು" ಅಷ್ಟೇ ಹೇಳಿದ್ದು. ಮಧುಬಾಲ ಜಾಲಿ ಹುಡುಗಿ ಮಾತ್ರವಲ್ಲ, ಅಭಿಷೇಕ್‌ನ ಚೆನ್ನಾಗಿ ತಿಳಿದವಳು. ಈಗ ಸ್ವಲ್ಪ ಕಳವಳಗೊಂಡಳು.

'ವಿಭಾ ಅತ್ಮಹತ್ಯೆ ಮಾಡಿಕೊಂಡ್ಳಾ? ಪ್ರಕರಣದ ಪ್ರಭಾವಕ್ಕಿಂತ, ಜನರಾಡೋ ಮಾತುಗಳ ಬಗ್ಗೆಯೇ ಭಯ. ನನ್ನಂಥ ಹುಡ್ಗಿಯಲ್ಲ ವಿಭಾ. ಅಭಿಷೇಕ್‌ನ ಚುಂಬನವನ್ನು ಕಾದಿರಿಸಿಕೊಳ್ಳುತ್ತಿದ್ದೆ" ಕಳವಳ ಕನಸಿನಲ್ಲಿ ಮುಕ್ತಾಯವಾಯಿತು.

ಶೈಲೇಂದ್ರ ಸ್ವಲ್ಪ ಸಿಡಿಮಿಡಿಗೊಂಡರು ವಿಭಾ ಆತ್ಮಹತ್ಯೆ ಮಾಡಿಕೊಂಡಿದ್ದು ತಳ್ಳಿ ಹಾಕಿದ.

"ನನಗೆ ನಡೆದಿದೆ ಅನ್ನೋದರ ಬಗ್ಗೆಯೇ ಅನುಮಾನ. ನೀವಾಗ್ಲೇ ವಿಭಾಗೆ ಆತ್ಮಹತ್ಯೆಯ ನೇಣು ತೊಡಿಸೋಕೆ ಹೊರಟಿದ್ದೀರಲ್ಲ? ಅಭಿಷೇಕ್ ಬಗ್ಗೆ ನನಗೆ

ಚೆನ್ನಾಗಿ ಗೊತ್ತು. ಅವ್ನ ಹಿಂದೆ ಬಿದ್ದ ಹುಡುಗಿಯರ ವಿಳಾಸಗಳ್ನ ಬೇಕಾದ್ರೆ ನಾನು ಕೊಡ್ತೀನಿ" ಅಭಿಷೇಕ್ ಬಗ್ಗೆ ಅವನಿಗಿದ್ದ ನಂಬಿಕೆಯನ್ನು ಮತ್ತಷ್ಟು ಸಮರ್ಥಿಸಿಕೊಂಡ.

ಅವಳ ಸ್ವರ ಉಡುಗಿತು. ಆ ಲಿಸ್ಟ್‌ನಲ್ಲಿ ತನ್ನ ಹೆಸರನ್ನು ನಿರೀಕ್ಷಿಸಿದ್ದಳು. ಆದರೆ ಅವಳ ತಂದೆ ದಾಸ್ ಮತ್ತು ಮೇಘನಾಥ್ ಪರಿಚಿತರು. ಆಗಾಗ ಒಬ್ಬರಲ್ಲಿಗೆ ಒಬ್ಬರು ಹೋಗುವುದಿತ್ತು.

ಸ್ವಲ್ಪ ತಮಾಷೆ ಮಾಡಬೇಕೆನಿಸಿತು ಅವಳಿಗೆ.

"ಅವರಿಬ್ರೂ ಹನಿಮೂನ್‌ಗೆ ಹೋಗಿರ್ಬಹ್ದು. ನಾವು ಹುಡುಕಾಡಿ ಪ್ರಯೋಜನವೇನು? ಅವರಿಬ್ಬರದು ಸೀಕ್ರೆಟ್ ಲವ್ ಇರ್ಬಹ್ದು."

ಇಂಥ ಮಾತುಗಳಿಂದ ಶೈಲೇಂದ್ರನ ತಲೆ ಕೆಟ್ಟಿತು.

"ಮೈಗಾಡ್, ನಿಮ್ದು ಅದ್ಭುತ ಕಲ್ಪನೆ. ಯಾರ್ಹತ್ರನೂ ಜೋಕ್‌ಗೂ ಈ ತರಹ ಹೇಳ್ಬೇಡಿ. ಆಮೇಲೆ ವಿಭಾಗೆ ಆತ್ಮಹತ್ಯೆಗೆ ಒಂದೇ ದಾರಿಯಾಗುತ್ತೆ" ತಡೆದ. ಮಧುಬಾಲ ಮುಕ್ತವಾಗಿ ನಕ್ಕು ಬಿಟ್ಟಳು.

ಅಷ್ಟರಲ್ಲಿ ಮುಕ್ತಾ ಮನೆಗೆ ಮಧುಬಾಲಳೊಂದಿಗೆ ಎರಡು ಸಲ ಹೋಗಿ ಬಂದಿದ್ದ. "ಮದುವೆಗೆ ಹೋಗಿದ್ದಾಳೆ. ಎಂದು ಬರ್ತಾಳೋ ಗೊತ್ತಿಲ್ಲ" ಎನ್ನುವುದರ ಜೊತೆಗೆ ಶತ್ರುಗಳಂತೆ ನೋಡಿದ್ದರು ಅವಳ ಮನೆಯವರು.

ತಾನೊಬ್ಬನೇ ಮುಕ್ತಾ ಮನೆಗೆ ಹೊರಟ. ಅಭಿಷೇಕ್ ಗುಡ್ ಫ್ರೆಂಡ್. ಕರ್ತವ್ಯದ ಜೊತೆ ಅವನ ಮೇಲಿರುವ ಆಪಾದನೆಯನ್ನೂ ತೊಡೆದು ಹಾಕಬೇಕೆನ್ನುವುದು ಅವನ ಛಲ.

ಕಾಲಿಂಗ್ ಬೆಲ್ ಒತ್ತಿದ ಕೂಡಲೇ ಮುಕ್ತಾಳ ಅಮ್ಮ ಕಿಟಕಿಯಲ್ಲಿ ನೋಡಿದರು. "ಅವ್ಳು ಮದುವೆಗೆ ಹೋಗಿದ್ದಾಳೆ. ಎಂದು ಬರ್ತಾಳೋ ಗೊತ್ತಿಲ್ಲ" ಮಾಮೂಲಿ ಉತ್ತರ.

ಅವನಿಗೆ ಅನುಮಾನ. ಸುಳ್ಳು ಹೇಳಲು ಹಿಂಜರಿಯಲಿಲ್ಲ. "ಮುಕ್ತಾನ ಟೆರಸ್ ಮೇಲೆ ನೋಡ್ದೇ. ಸುಳ್ಳು ಹೇಳಿ ಅವಳ ಕೆರಿಯರ್ ಹಾಳು ಮಾಡೋ ಬದ್ಲು... ನಾಲ್ಕು ಮಾತು ಆಡೋಕೆ ಅವಕಾಶ ಕೊಡಿ" ಸ್ವಲ್ಪ ಹೆದರಿಸಿದ ಕೂಡ.

ಭಯಪಡುತ್ತಲೇ ಆಕೆ ಬಾಗಿಲು ತೆರೆದರು. "ನಮ್ಮ ಮುಕ್ತಾಗೆ ಏನು ಗೊತ್ತಿಲ್ಲ. ನಮ್ಮ ಯಜಮಾನ್ರಿಗೆ ಮುಂಗೋಪ. ಅವಳ ಪ್ರಾಣನೇ ತೆಗೆದುಬಿಡ್ತಾರೆ" ಆಕೆ ಕಂಬನಿಗರೆಯುವುದೊಂದು ಬಾಕಿ ಇತ್ತು.

ಅವನಿಗೆ ನಗಬೇಕೆನಿಸಿತು. ಚಳವಳಿಗಳ ಮೂಲಕ ಸಮಸ್ಯೆಗಳಿಗೆ ಪರಿಹಾರ ಕಂಡುಕೊಳ್ಳುವತ್ತ ಹೆಜ್ಜೆ ಹಾಕುತ್ತಿರುವ ಪ್ರಜ್ಞಾವಂತ ಮಹಿಳೆಯ ಹಿನ್ನಡೆಗೆ ಹೆಣ್ಣುಗಳ ಇಂಥ ಮಾನಸಿಕ ಸ್ಥಿತಿಯು ಕಾರಣವೇ?

"ಯಾಕೆ ಇಷ್ಟೊಂದು ಗಾಬರಿ, ಆತಂಕ? ಮುಕ್ತಾಳ ತಪ್ಪೇನು ಇದರಲ್ಲಿ? ಸ್ವಲ್ಪ

ಮಾತಾಡೋಕೆ ಅವಕಾಶ ಮಾಡ್ಕೊಡಿ" ರಿಕ್ವೆಸ್ಟ್ ಮಾಡಿಕೊಳ್ಳುವುದರ ಜೊತೆಗೆ ಸಮಾಧಾನಿಸಿದ ಕೂಡ.

ಕಡೆಗೆ ಕೋಣೆಯ ಬಾಗಿಲು ತೆರೆದಾಗ ಮುಕ್ತಾ ಭೂತ ಬಡಿದಂತೆ ಕುಳಿತಿದ್ದಳು. ಇವಳು ಕಾಲೇಜಿನಲ್ಲಿ ಕಲಿಯುವ ಕನ್ಯೆಯೇ? ವಿಭಾಳನ್ನೇ ಅಥ್ವಾ ಇವಳನ್ನೇನಾ ಅಭಿಷೇಕ್ ಚುಂಬಿಸಿದ್ದು? ಜಿಜ್ಞಾಸೆಗೊಳಗಾದ.

ಭರವಸೆ, ಆಶ್ವಾಸನೆಗಳ ನಂತರವೇ ಅವಳ ಅಳು ನಿಂತಿದ್ದು.

ಅತ್ಯಂತ ನಯವಾಗಿ ಶುರು ಮಾಡಿದ. "ವಿಷಯ ಸುಳ್ಳಾದರೆ ಅಭಿಷೇಕ್‌ನನ್ನು ಸಮಾಧಾನಿಸುವುದರ ಜೊತೆಗೆ ವಿಭಾ ಮನೆಗೆ ಹೋಗಿ ನಾನೇ ಅಪಾಲಾಜಿ ಕೇಳ್ತೀನಿ. ಎಲ್ಲರೂ ನಿಮ್ಮ ಕಡೆ ಬೆಟ್ಟು ತೋರಿಸಿದ್ದಾರೆ. ಪ್ಲೀಸ್... ಸತ್ಯ ಸಂಗ್ತಿ ಹೇಳಿ" ಕೇಳಿಕೊಂಡ.

ಮತ್ತೆ ಅವಳ ಕಣ್ಣಂಚು ಒದ್ದೆಯಾಯಿತು. "ನಂಗೆ ತುಂಬ ಭಯ, ನಮ್ತಂದೆ ಮುಂಗೋಪಿ. ನನ್ನ ಕೊಂದು ಬಿಡ್ತಾರೆ" ಅದೇ ಅಳುವಿನ ದನಿ.

ಇಂದಿನ ಈ ಅನುಭವ ಹೆಣ್ಣಿನ ಬದಲಾವಣೆಯಲ್ಲಿ ಪ್ರಗತಿಯ ಪರ್ಸೆಂಟೇಜ್ ತೀರಾ ಕಡಿಮೆಯೆನಿಸಿತು. ಹಿಂದಿನದನ್ನು ಬಿಟ್ಟುಕೊಡದೆ ಈಗಿನದಕ್ಕೆ ಒಗ್ಗಿಕೊಳ್ಳುವುದರ ಸಂಖ್ಯೆಯೇ ಹೆಚ್ಚೆನಿಸಿತು.

ಹಣೆಗೆ ಕೈಯೊತ್ತಿದ ಶೈಲೇಂದ್ರ "ನೀವೇ ಹೇಳಿದ್ದೂಂತ ಹೇಳೋ ನಿಮ್ಮ ಸಹಪಾಠಿಗಳು ಬೇಕಾದಷ್ಟಿದ್ದಾರೆ. ಪ್ರಿನ್ಸಿಪಾಲರೆ ಕರೆಸ್ತಾರೆ ಅವ್ರಿಗೆ ಹೇಳಿಕೊಳ್ಳಿ. ಐ ಕಾಂಟ್ ಹೆಲ್ಪ್" ಮೇಲಕ್ಕೆದ್ದ ಅಳುವನ್ನು ನೋಡಲಾರದೆ.

ಭಯಗೊಂಡವಳಂತೆ ಮುಕ್ತಾ ಮೇಲಕ್ಕೆದ್ದಳು. "ಪ್ಲೀಸ್ ಕೂತ್ಕೊಳ್ಳಿ, ನಮ್ತಂದೆ ಕೊಂದುಬಿಡ್ತಾರೆ" ಎಂದಕೂಡಲೇ ಶೈಲೇಂದ್ರ ರೇಗಿದ. "ಡೋಂಟ್ ಬಿ ಸಿಲ್ಲಿ! ಪೆನ್ಸಿಲ್ ಕಳೆದುಕೊಂಡು ಮನೆಯವರ ಭಯಕ್ಕೆ ಅಳೋ ಪ್ರೈಮರಿ ಸ್ಕೂಲ್ ಹುಡ್ಗಿಯರ ತರಹ ಇದೆ ನಿಮ್ಮ ನಡತೆ. ತಂದೆಯಾದ ಮಾತ್ರಕ್ಕೆ ಮಕ್ಕಳನ್ನು ಕೊಲ್ಲೋ ಅಧಿಕಾರ ಕೊಟ್ಟಿಲ್ಲ. ನಾನು ನಿಮ್ಗೆ ಪೊಲೀಸ್ ರಕ್ಷಣೆ ಒದಗಿಸಿಕೊಡ್ತೀನಿ. ವಿಷಯವೇನೂಂತ ತಿಳ್ಸಿ ? ಇಂಥ ಸುಳ್ಳು ಸುದ್ದಿ ಹಬ್ಬಿಸೋಕೆ ಯಾರ ಪ್ರೇರಣೆ?" ಅವನು ಇನ್ನೂ ನಂಬದಂತೆ ಅನುಮಾನ ವ್ಯಕ್ತಪಡಿಸಿದ.

"ನೋ, ಸುಳ್ಳೇನು...ಅಲ್ಲ" ಅಂದವಳು ನಾಲಿಗೆ ಕಚ್ಚಿಕೊಂಡಳು. ಅವಳ ಕಣ್ಣುಗಳಲ್ಲಿ ಅಂಜಿಕೆ ಇಣುಕಿತು.

"ಹೇಳಿ ಮುಕ್ತಾ, ವಿಭಾ ದೂರು ಕೊಟ್ಟರೆ ಮಾತ್ರ ಪ್ರಿನ್ಸಿಪಾಲರವರ್ಗೂ ಹೋಗುತ್ತೆ. ಇಲ್ಲ, ವಿಷ್ಯ ನಮ್ಮಗಳ ಬಾಯಲ್ಲಿಯೇ ಸುತ್ತು ಹೋಗುತ್ತೆ" ಧೈರ್ಯ ತುಂಬಿದ.

ನಡೆದದ್ದಕ್ಕೆ ಮುಕ್ತಾ ಪ್ರತ್ಯಕ್ಷದರ್ಶಿಯಾಗಿದ್ದಳು. ಹರಡಿದ್ದು ಸುಳ್ಳು ಸುದ್ದಿಯಲ್ಲ; ಪೂರ್ತಿ ನಿಜ.

ಶೈಲೇಂದ್ರ ಮೌನವಾಗಿ ಕೂತುಬಿಟ್ಟ. ಹಿಂದಿನ ಕ್ಷಣದವರೆಗೂ ಸುಳ್ಳೆಂದುಕೊಂಡಿದ್ದವನು ಈಗ ನಂಬಬೇಕಿತ್ತು. ಹೆಚ್ಚು ಚಿಂತಿತನಾಗಿದ್ದು ವಿಭಾ ಬಗ್ಗೆ. ಒಂದೆರಡು ಸಭೆಗಳಲ್ಲಿ ಪ್ರಾರ್ಥನೆ ಹಾಡಲು ಒಪ್ಪಿಸಲು ಅವನಿಗೆ ಸಾಕುಸಾಕಾಗಿತ್ತು. ಅತ್ಯಂತ ಸುಂದರ ಹೂವಿಗೆ ಬಿಸಿಲಿನ ತೀಕ್ಷ್ಣತೆ ತಾಗಿದಂತಿತ್ತು.

"ಪ್ಲೀಸ್, ಯಾರ್ಹತ್ರನೂ ಹೇಳ್ಬೇಡಿ" ಮುಕ್ತಾ ಗೋಗರೆದಳು. ಅವನಿಗೆ ನಗು ಬಂತು. "ಈಗ ವಿಷ್ಯ ಗುಟ್ಟಾಗಿದ್ಯಾ?" ಅವಳನ್ನೇ ಕೇಳಿದ.

ಕೆಲವು ಗಂಟೆಗಳ ಅವಧಿಯಲ್ಲಿ ವಿಷಯ ಗಾಳಿಗಿಂತ ವೇಗವಾಗಿ ಕಾಲೇಜಿನಲ್ಲೆಲ್ಲ ಹರಡಿ, ಮುಚ್ಚಿದ ಕದಗಳನ್ನು ಕೂಡ ತಟ್ಟಿ ಪ್ರಾಧ್ಯಾಪಕ, ಪ್ರಿನ್ಸಿಪಾಲರವರೆಗೂ ಚರ್ಚೆಯ ವಿಷಯವಾಗಿತ್ತು.

ಹೊರಟವನು ನಿಂತು "ಅಷ್ಟು ಭಯಸ್ಥರಾದವರು ತುಟಿ ತೆರೆಯಬಾರ್ದಿತ್ತು. ಕೆಲವರ ನಡುವೆಯೇ ವಿಷ್ಯ ಹುದುಗಿ ಹೋಗ್ತಾ ಇತ್ತು. ಛೇ... ದೊಡ್ಡ ತಪ್ಪು ಮಾಡ್ಬಿಟ್ರಿ" ಬೇಸರ ವ್ಯಕ್ತಪಡಿಸಿದ.

ಮುಕ್ತಾಗೆ ತನ್ನ ಅಪರಾಧದ ಅರಿವಾಯಿತು. "ಜೊತೆಯಲ್ಲಿ ನನ್ನ ತಮ್ಮ ಇದ್ದ. ಅವ್ನೇ ತಿಳ್ಸಿದ್ದು..." ಮುಂದೆ ಮಾತಾಡಲು ಹಿಂಜರಿದಳು. "ಅವ್ನು ತಿಳಿಸ್ದಾ.... ನೀವು ವಿವರಿಸ್ತಾ ಹೋದ್ರಿ. ಸ್ವಲ್ಪ ವಿಭಾ ಮನೆ ವಿಳಾಸ ಕೊಡಿ" ಎಂದ. ಬಹಳ ಚರ್ಚೆಯ ನಂತರವೇ ಅವಳು ಕೊಡಲೊಪ್ಪಿದ್ದು.

ಇನ್ನೊಂದು ಮಾತು ಹೇಳಬೇಕೆನಿಸಿತು ಅವನಿಗೆ. "ನಿಮ್ಮ ಈ ಸ್ಥಿತಿಗೆ ಭಯಕ್ಕೆ ನೀವೇ ಕಾರಣ. ನಾಳೆಯಿಂದ ಆರಾಮಾಗಿ ಕಾಲೇಜಿಗೆ ಬನ್ನಿ. ಪಬ್ಲಿಕ್ ಮೆಮೊರಿ ಈಸ್ ಶಾರ್ಟ್. ಹೊಸ ಹೊಸ ವಿಷ್ಯಗಳ ಹುಟ್ಟಿನೊಂದಿಗೆ ಹಳೆಯವು ಸಾಯುತ್ತೆ. ನಿಮ್ಮ ಕೆರಿಯರ್ ಹಾಳು ಮಾಡ್ಕೊಬೇಡಿ."

ಈ ಮಾತುಗಳ ಪರಿಣಾಮ ಅವಳ ಮೇಲೆಷ್ಟು ಬೀರಿತ್ತೋ ಅವನಂತೂ ತನ್ನ ಕರ್ತವ್ಯ ಮಾಡಿ ಮುಗಿಸಿದ್ದ.

ಹೊರಗೆ ಬಂದಾಗ ಮುಕ್ತಾ ತಾಯಿ ಕೂಡ ಎರಡು ಮಾತು ಹೇಳಿದರು. "ವಿಭಾ ಏನು ನಮ್ಮ ಮುಕ್ತಾಗೆ ಸ್ನೇಹಿತೆಯಲ್ಲ. ಬರೀ ಪರಿಚಯ ಆ ಗೊಂದಲದಲ್ಲಿ ನನ್ನ ಮಗ್ಳು ಸಿಕ್ಕಿಕೊಳ್ಳೋದ್ಬೇಡ" ತಮ್ಮ ಮಗಳ ರಕ್ಷಣೆಗೆ ಧಾವಿಸಿದಂತೆ ಕಂಡರು.

"ಮುಕ್ತಾ ಕಾಲೇಜಿಗೆ ಬರೋದ್ರಿಂದ ತೊಂದರೆ ಇಲ್ಲ, ಬರದಿದ್ದರೆ ಭಾಗಶಃ.... ತೊಂದರೆ. ನಿರ್ಧಾರ ನಿಮ್ಗೇ ಬಿಟ್ಟದ್ದು" ಕೈ ಜೋಡಿಸಿ ಹೊರಗೆ ಬಂದ. ಅವನಿಗೆ ಮುಕ್ತಾ ಬಗ್ಗೆ ಕೂಡ ಸಹಾನುಭೂತಿ.

ಶೈಲೇಂದ್ರನಿಗೆ ತಲೆಯೇ ಕೆಟ್ಟಂತಾಯಿತು. ಇಂಥ ವಿಷಯಗಳ ಬಗ್ಗೆ ತಲೆ ಕೆಡಿಸಿಕೊಳ್ಳಬೇಕಿರಲಿಲ್ಲ. ಆದರೆ ವಿಭಾ...ಅಭಿಷೇಕರ...ಇದೆಂಥ ವಿಲಕ್ಷಣ ಪ್ರಕರಣ ಎಂದು ಚಿಂತಿಸತೊಡಗಿದ.

ಅಭಿಷೇಕ್‌ನನ್ನು ಅರಸಿಕೊಂಡು ಅವರ ಮನೆಗೆ ಹೋದ. "ಬಾ... ಬಾ..." ಮೇಘನಾಥ್ ಸ್ವಾಗತಿಸಿದರು. ಮಗನ ಸ್ನೇಹಿತರನ್ನು ಆಧರಿಸುವುದು, ಮಾತಾಡಿಸುವುದು ಅವರ ಸರಳ ಗುಣ. "ನಿನ್ನ ಫ್ರೆಂಡ್ ನಮ್ಗೆ ಇಲ್ಲಿ ಏಪ್ರಿಲ್‌ನ ಹವಾ ಕಾಣಿಸಿ ತಾನು ಊಟಿ ತಂಪಿನಲ್ಲಿದ್ದು ಬಿಟ್ಟಿದ್ದಾನೆ. ಕೂತ್ಕೋ..." ಹೇಳಿದರು.

ಕೂತ ಶೈಲೇಂದ್ರ ಯಾಕೋ ಅವರ ನೋಟದಿಂದ ತಪ್ಪಿಸಿಕೊಳ್ಳಲು ಹೆಣಗುತ್ತಿದ್ದ. "ಎನಿಥಿಂಗ್ ರಾಂಗ್?" ನೋಟವನ್ನು ಮತ್ತಷ್ಟು ತೀಕ್ಷ್ಣಗೊಳಿಸಿದರು ಮೇಘನಾಥ್. "ಏನಿಲ್ಲ ಅಂಕಲ್, ಸುಮ್ನೇ ಅಭಿಷೇಕನ ಮೀಟ್ ಮಾಡೋ ಸಲುವಾಗಿ ಬಂದೆ" ಎಂದ ಅವನು ಸುಸ್ತಾದ.

ಮೇಘನಾಥರು ನಸುನಕ್ಕರು. "ನಿನ್ನ ಫ್ರೆಂಡ್ ರೋಮ್ಯಾನ್ಸ್ ಕಥೆ ಬಹಳ ವರ್ಣರಂಜಿತವಾಗಿದೆ. ನಂಗೆ ಅನುಮಾನ... ಅವ್ನು ಯಾವುದಾದ್ರೂ ಫಿಲಂ ಷೂಟಿಂಗ್‌ನಲ್ಲಿ ಭಾಗವಹಿಸಿದ್ನಾ? ಪ್ರೀತಿ, ಸ್ನೇಹ ಇಲ್ಲದವ್ರ ನಡುವೆ ಇಂಥದ್ದನ್ನು ಫಿಲಂನಲ್ಲಿ ತಾನೇ ನೋಡೋದು" ಎಂದಾಗ ಶೈಲೇಂದ್ರ ಸ್ವಲ್ಪ ನರ್ವಸ್ ಆದ. "ನಂಗೇನು ಗೊತ್ತಿಲ್ಲ. ನಿಮ್ಗೆ ಗೊತ್ತಿರುವಷ್ಟು ಅಥ್ವಾ ಅದಕ್ಕಿಂತ ಕಮ್ಮಿನೆ ನಾನು ತಿಳಿದಿರೋದು" ಅಭಿಷೇಕ್ ಬರುವವರೆಗೂ ವಿಷಯಕ್ಕೆ ಕಡಿವಾಣ ಹಾಕಲು ಇಚ್ಛಿಸಿದ.

"ಯಾರು.....ವಿಭಾ?" ಕೇಳಿದರು ಮೇಘನಾಥ್.

"ನಮ್ಮ ಕಾಲೇಜಿನ ಒಬ್ಬ ಜೂನಿಯರ್ ಸ್ಟೂಡೆಂಟ್ ಅನ್ನೋದು ಮಾತ್ರ ನಂಗೆ ಗೊತ್ತಿರೋದು" ಎಂದ.

"ಎಂಥ ಇನ್ನೊಸೆಂಟ್! ಅಲ್ಲಯ್ಯಾ, ನಿನ್ನ ಫ್ರೆಂಡ್ ಆಟಿಟ್ಯೂಡ್ ಬಗ್ಗೆಯೇ ನಿಂಗೆ ಗೊತ್ತಿಲ್ಲ. ಇನ್ನೆಂಥ ವಿದ್ಯಾರ್ಥಿ ನಾಯಕನಾಗ್ತೀಯಾ? ಮತ್ತಷ್ಟು ಚುರುಕಾಗಿರಬೇಕು" ಛೇಡಿಸುತ್ತಲೇ ತಮಾಷೆ ಮಾಡಿದರು. ಆದರ ಜೊತೆ ಇನ್ನೊಂದು ಮಾತು ಸೇರಿಸಿದರು.

"ಪಬ್ಲಿಕ್‌ನಲ್ಲಿ ಹಾಗೆ ವರ್ತಿಸುವುದು ನಮ್ಮ ಕಲ್ಚರ್ ಅಲ್ಲ. ಅಷ್ಟು ಗೊತ್ತಿಲ್ಲವಲ್ಲ ಅವ್ನಿಗೆ!" ಮಗನ ಮೇಲಿನ ಅಸಮಾಧಾನ ಪ್ರದರ್ಶನಕ್ಕೆ ಇದೊಂದು ರೂಪವಾಗಿತ್ತಷ್ಟೆ.

ಅಷ್ಟರಲ್ಲಿ ಅಭಿಷೇಕ್ ಬಂದ ಸುದ್ದಿಯನ್ನು ಆಳು ತಂದು ಮುಟ್ಟಿಸಿದ. ಮೇಘನಾಥ್ ನಸುನಕ್ಕರು. "ಹೋಗಿ ನಿನ್ನ ಫ್ರೆಂಡ್‌ನ ನೋಡು" ಎಂದಾಗ ಮೇಲೆದ್ದ ಶೈಲೇಂದ್ರ, "ವಿಭಾ ಈವರೆಗೆ ಅಭಿಷೇಕ್ ಬಗ್ಗೆ ಪ್ರಿನ್ಸಿಪಾಲ್‌ಗೆ ದೂರು ನೀಡಿಲ್ಲ. ಬಹುಶಃ....." ಅನುಮಾನಿಸಿದ. ಅವರು ದೀರ್ಘವಾಗಿ ಉಸಿರೆಳೆದು ದಬ್ಬಿದರು. 'ಮಾನ, ಮರ್ಯಾದೆ' ಎನ್ನುವ ಶಬ್ದಗಳು ಆಡಿಯೇ ಎಷ್ಟೋ ವಿಷಯಗಳು ಮುಚ್ಚಿಹೋಗುತ್ತವೆಯೆಂದು ಅವರಿಗೆ ಗೊತ್ತು.

ರೂಮಿನ ಹೊರಗೆ ನಿಂತು "ಮೆ ಐ ಕಮಿನ್?" ಎಂದ. ವಾರ್ಡ್‌ರೋಬ್ ಬಳಿ ನಿಂತ ಅಭಿಷೇಕ್ ಅವನ ತೋಳನ್ನು ತಟ್ಟಿ "ಎಂದಿನಿಂದ ಈ ಫಾರ್ಮಾಲಿಟೀಸ್..." ಎಂದ ಕೋಪದಿಂದ.

ಒಳಕ್ಕೆ ಬಂದ ಶೈಲೇಂದ್ರ ಸೋಫಾ ಮೇಲೆ ಕುಸಿದಂತೆ ಕೂತ. "ಮುಗೀತಾ..... ಹನಿಮೂನ್?" ಮಧುಬಾಲ ಹೇಳಿದ್ದನ್ನು ಆಕ್ಷಣ ಜ್ಞಾಪಿಸಿಕೊಂಡ.

ಸ್ವಲ್ಪ ಡಿಪ್ರೆಸ್ ಆಗಿ ಕಂಡರೂ ಅಭಿಷೇಕ್ ನಕ್ಕುಬಿಟ್ಟ. "ವಾರ, ಹದಿನೈದು ದಿನ. ತಿಂಗಳಲ್ಲಿ ಮುಗಿಯುವ ಹನಿಮೂನ್ ಬಗ್ಗೆ ನಂಗೆ ಆಸಕ್ತಿ ಇಲ್ಲ. ಸಂದರ್ಭ ಬಂದಾಗ ಅದರ ಏರ್ಪಾಟೆಲ್ಲ.....ನಿಂದೇ" ಅವನ ಮೇಲೆ ಕೈಯಿಟ್ಟು ಪಕ್ಕದಲ್ಲಿಯೇ ಕೂತ. "ಏನು ಕಾಲೇಜು ವಿಷ್ಯ?"

ಶೈಲೇಂದ್ರ ಅವನನ್ನೇ ನೋಡಿದ. ಅಪರಾಧ ಪ್ರಜ್ಞೆ ಅವನ ಕಣ್ಣುಗಳಲ್ಲಿದೆಯೇ ಎಂದು ಹುಡುಕಿದ. ತಲೆಯಾಡಿಸಿಬಿಟ್ಟ. "ಸರ್ವಂ ಬ್ರಹ್ಮಮಯಂ" ಎನ್ನುವಂತೆ ಇಡೀ ಕಾಲೇಜು ಕ್ಯಾಂಪಾಸ್ ಪೂರ್ತಿ ನಿನ್ನದೇ ಸುದ್ದಿ. ಸದ್ಯಕ್ಕೆ ಪೇಪರ್‌ನಲ್ಲಿ ಬಂದಿಲ್ಲ. ಅದರ ಪರಿಣಾಮದ ಬಗ್ಗೆ ಯೋಚಿಸಿದ್ಯಾ?" ಜೋರಾಗಿಯೇ ಕೇಳಿದ.

"ಯಾವ.....ವಿಷ್ಯ?" ಬೇರೆಡೆ ಮುಖ ತಿರುಗಿಸಿದ.

ಶೈಲೇಂದ್ರ ಚಕಿತನಾದ. 'ಹುರ್ರೇ' ಎಂದು ಕೂಗಬೇಕೆನಿಸಿತು. ವಿದ್ಯಾರ್ಥಿನಿಯರ ಮುಂದೆ ತಲೆ ತಗ್ಗಿಸುವುದು ಅವನಿಗೆ ಸರ್ವಥಾ ಇಷ್ಟವಾಗದು.

"ಬದುಕಿಸ್ದೇ ಬಿಡು. ಯುವಕರೆಲ್ಲ ರೋಗ್ಸ್ ಅನ್ನೋ ತರಹ ಮಾತಾಡಿದ್ರು. ನಾಳೆ ಹೇಳ್ತೀನಿ ಅವ್ರಿಗೆಲ್ಲ. ಅಪಾಲಜಿ ಕೇಳೋವರ್ಗೂ ಬಿಡೋಲ್ಲ" ಬಿಗುಮಾನದಿಂದ ಹೇಳಿದ ಶೈಲೇಂದ್ರ.

ಅಭಿಷೇಕ್ ಅವನತ್ತ ತಿರುಗಿ "ಸ್ಟಾಪ್ ಇಟ್, ವಿಭಾನ ಮುತ್ತಿಟ್ಟ ಬಗ್ಗೆ ಕೇಳಿದ್ರೇ... ಅದು ನಿಜ. ಯಾರ ಮುಂದೆ ಬೇಕಾದ್ರೂ ಹೇಳ್ತೀನಿ" ಎಂದ ಸ್ಪಷ್ಟವಾಗಿ.

ಮಂಜುಗಡ್ಡೆಗಳ ಮಧ್ಯೆ ಉರುಳಿಹೋದ ಅನುಭವವಾಯಿತು ಶೈಲೇಂದ್ರನಿಗೆ. ನಾಳೆ ಕಾಲೇಜಿಗೆ ಹೋಗುವುದೋ ಬೇಡವೋ ಎಂದು ಯೋಚಿಸತೊಡಗಿದ.

ನೀರವತೆಯ ನಡುವೆ ಅಡುಗೆಯವನು ಎರಡು ಗ್ಲಾಸ್ ಕಿತ್ತಲೇ ಹಣ್ಣಿನ ರಸ ತಂದಿಟ್ಟು ಹೋದ. ಎರಡನ್ನು ಅವನೇ ಕುಡಿದಿಟ್ಟು ಶೈಲೇಂದ್ರ ಎದ್ದ.

"ಗುಡ್ ಬೈ, ಇನ್ನೂ ಹೊಟ್ಟೆ ತಣ್ಣಗಾಗಿಲ್ಲ. ದಾರಿಯಲ್ಲಿ ಏನಾದ್ರೂ ಕುಡ್ದು ನೋಡ್ತೀನಿ. ನೀನಂತೂ ಊಟಿಗೆ ಹೋಗ್ಬಂದೆ. ನಂಗೆ ನಂದಿ ಹಿಲ್ಸ್‌ಗೆ ಹೋಗಿ ಬರೋಕೂ ಪೈಸಾ ಇಲ್ಲ. ಹಾಸ್ಟೆಲ್‌ಗೆ ಹೋಗಿ ಯಾರ್ಹತ್ರನಾದ್ರೂ ಸಾಲ ಕೇಳ್ತೀನಿ" ನಡೆದವನನ್ನು ಅಭಿಷೇಕ್ ರೆಟ್ಟೆ ಹಿಡಿದು ನಿಲ್ಲಿಸಿದ.

ನೋಟುಗಳನ್ನು ಅವನು ಜೇಬಿನಲ್ಲಿಟ್ಟು "ನಾನೇ ಸಾಲ ಕೊಟ್ಟಿದ್ದೀನಿ. ಇದ್ರಲ್ಲಿ ಊಟಿಗೆ ಬೇಕಾದ್ರೂ ಹೋಗಿ ಬರಬಹುದು. ಹೋಗ್ಲಿಲ್ಲಾಂದ್ರೇ ನಾಳೆ ಕಾಲೇಜ್‌ನಲ್ಲಿ ಮೀಟ್ ಆಗೋಣ" ಅಭಿಷೇಕ್ ಬಾತ್‌ರೂಂ ಹೊಕ್ಕು ಬಾಗಿಲು ಹಾಕಿಕೊಂಡ.

ಜೇಬಿನಲ್ಲಿಟ್ಟ ನೋಟುಗಳನ್ನು ಟೇಬಲ್ ಡ್ರಾಯರ್‌ಗೆ ಹಾಕಿ ಬಂದಾಗಲೂ ಮೇಘನಾಥ್ ಅಲ್ಲೇ ಇದ್ದರು. ಅವರ ಮುಂದೆ ನಿಂತ ಶೈಲೇಂದ್ರ "ನಾಳೆ ಕಾಲೇಜಿಗೆ

ಬರ್ತಿನಿ ಅಂದಿದ್ದಾನೆ, ಅಂಕಲ್' ಮತ್ತೇನು ಹೇಳಲು ಇಚ್ಛಸಲಿಲ್ಲ. ಗೋಣು ಹಾಕಿದ ಅವರು "ವಿಭಾ ಬಗ್ಗೆ ಒಂದಿಷ್ಟು ಡೀಟೈಲ್ಸ್ ಕಲೆಕ್ಟ್ ಮಾಡಿಕೊಂಡ್ಬಾ, ಅಗತ್ಯವಾಗುತ್ತೆ" ಮುಂದಾಲೋಚನೆಯಿಂದ ಕೇಳಿದರು.

ಸರಿಯೆನ್ನುವಂತೆ ಹೊರಟ ಶೈಲೇಂದ್ರ. ವಿಭಾ ಮನೆ ವಿಳಾಸ ಅರಸಿಕೊಂಡು ಹೋದ. ಬರೀ ಅನುಮಾನವಾಗಿದ್ದು ಈಗ ಸತ್ಯವಾಗಿತ್ತು. ಅಭಿಷೇಕ್ ಮೇಲೆ ಕೋಪದ ಜೊತೆ ವಿಭಾ ಬಗ್ಗೆ ಅನುಕಂಪ.

ವಿಭಾ ಮನೆಯೇನೋ ಸಿಕ್ಕಿತು. ಒಂದು ನಿರ್ಣಯಕ್ಕೆ ಬರಲು ಮನೆಯ ಹೊರಭಾಗವನ್ನೇ ಅವಲೋಕಿಸಿದ. ಸುಮಾರಾದ ಮನೆ. ಹೊಸಿಲ ಮುಂದಿನ ಕಿರು ಜಾಗ, ರಂಗೋಲಿ, ಕೆಮ್ಮಣ್ಣಿನಿಂದ ಶೃಂಗಾರಗೊಂಡಿತ್ತು. ತೋರಣದ ಜೊತೆ ಅರಸಿನ, ಕುಂಕುಮ ಕೂಡ ಹಚ್ಚಿದ್ದರು ಮೇಲ್ಭಾಗದ ಹೊಸಿಲಿಗೆ. ಇದಿಷ್ಟರಿಂದಲೇ ಅದರೊಳಗಿನ ಜನರ ಭಾವನೆಗಳನ್ನು ಲೆಕ್ಕ ಹಾಕಿದ.

ಕಾಲಿಂಗ್‌ಬೆಲ್ ಒತ್ತಿದ. ಒಂದು ಹೆಣ್ಣು ಮುಖ ಕಿಟಕಿಯಲ್ಲಿ ಕಾಣಿಸಿಕೊಂಡು ಮರೆಯಾದ ನಂತರ ದನಿ ಕೇಳಿಸಿತು. "ಅವ್ರು ಮನೆಯಲ್ಲಿ ಇಲ್ಲ."

ಮೊಂಡು ಬೀಳುವುದು ಅವನಿಗೆ ಅಗತ್ಯವಾಗಿ ಕಂಡಿತು. "ಏನೋ ಹೇಳೋದಿದೆ. ಸ್ವಲ್ಪ ಬಾಗ್ಲು ತೆಗಿರಿ" ಒತ್ತಾಯಿಸಿದ.

ಆಕೆ ಬಾಗಿಲು ತೆರೆದರು. ಮೂವತ್ತೈದರ ನಂತರದ ವಯಸ್ಸು. ರೂಪವಿದ್ದರೂ ಬೆಡಗು-ಬಿನ್ನಾಣವಿರಲಿಲ್ಲ. ಆಕೆಯೇ ವಿಭಾ ಸೋದರತ್ತೆ ಎಂದು ನಂತರ ತಿಳಿಯಿತು.

"ವಿಭಾಳನ್ನು ನೋಡ್ಬೇಕಿತ್ತಲ್ಲ!" ಎಂದ.

ಆಕೆಯ ಕಣ್ಣುಗಳಲ್ಲಿ ನಿಧಾನವಾಗಿಯಾದರೂ ಅಚ್ಚರಿ ಇಣುಕಿತು. ಅದನ್ನು ತೋರ್ಪಡಿಸಿಕೊಳ್ಳದಂಥ ಜಾಣತನ. "ಅವ್ರು ಇಲ್ಲ, ಊರಿಗೆ ಹೋಗಿದ್ದಾಳೆ. ಯಾಕೆ ಬೇಕಾಗಿತ್ತು?" ಆಕೆಯ ಸ್ವರದಲ್ಲಿ ಗುಪ್ತವಾಗಿದ್ದ ಅಸಹನೆ ಅವನ ಗಮನಕ್ಕೆ ಬಂತು.

"ಲೈಬ್ರರಿಯಿಂದ ವಿಭಾ ಒಂದು ಪುಸ್ತಕ ತಂದಿದ್ರು. ಅದು ಅರ್ಜೆಂಟಾಗಿ ನಂಗೆ ಬೇಕಾಗಿದೆ. ಯಾವಾಗ್ಬರ್ತಾರೆ?" ಕೇಳಿದ ಸಹಜವಾಗಿ.

"ಗೊತ್ತಿಲ್ಲ. ಬಂದಕೂಡಲೇ ಕಾಲೇಜಿಗೆ ಬರ್ತಾಳೆ. ಪುಸ್ತಕ ಲೈಬ್ರರಿಗೆ ಹಿಂದಿರುಗಿಸೋಕೆ ಹೇಳ್ತೀನಿ" ಇನ್ನು ಹೋಗಿ ಎನ್ನುವಂತಿತ್ತು ಆಕೆಯ ಮನೋಭಾವ.

ಸ್ವಲ್ಪ ಚುರುಕಾದ ಶೈಲೇಂದ್ರ "ನಮ್ಮ ಅಜ್ಜಿಯ ತವರೂರು ಅನುರಾಗಪುರ. ನೀವು .....ಕೂಡ...." ಆ ಊರಿನ ಹೆಸರನ್ನೇ ಬಳಸಿಕೊಂಡ.

"ಹೌದೌದು, ಒಳ್ಗೆ ಬಂದು ಕೂತ್ಕೊಳ್ಳಿ" ತವರಿನ ಮೇಲಿನ ಅಭಿಮಾನ ಕೆಲ ಕಾಲ ಎಲ್ಲವನ್ನು ಮರೆಸಿತ್ತು. "ನೀರು ಬೇಕಾಗಿತ್ತು...." ಶೈಲೇಂದ್ರ ಒಳಗೆ ಬಂದು ಕೂತ.

ಮಾತಿನ ಸಂದರ್ಭದಲ್ಲಿ ಮುಕ್ತಾ ಅಂದ 'ಅನುರಾಗಪುರ' ಇಲ್ಲಿ ಉಪಯೋಗಕ್ಕೆ

ಬಂದಿತ್ತು. 'ಮೈ ಗಾಡ್' ಎದೆಯ ಮೇಲೆ ಕೈಯಿಟ್ಟುಕೊಂಡ. ಸದ್ಯಕ್ಕೆ ವಿಭಾ ಕ್ಷೇಮ ತಿಳಿಯುವುದರ ಜೊತೆಗೆ ಏನಾದರೂ ಮಾಡಲು ಸಾಧ್ಯವೇನೋ ಎಂದು ಯೋಚಿಸುತ್ತಿದ್ದ.

ನೀರಿನ ಜೊತೆ ನಿಂಬೆಹಣ್ಣಿನ ಪಾನಕವೂ ಬಂತು. ಆದರೆ ಆಕೆ ವಿಭಾ ಯಾವಾಗ್ಬರ್ತಾರೆ?" ಮತ್ತೊಮ್ಮೆ ಕೇಳಿದ.

"ನಂಗೆ ಗೊತ್ತಿಲ್ಲ, ಪುಸ್ತಕ ಬೇಕಾದ್ರೆ ಅವಳಿದ್ದಾಗ್ಬನ್ನಿ" ಹೆಚ್ಚು ಮಾತನಾಡಲು ಇಚ್ಛಿಸಲಿಲ್ಲ. ಅರ್ಥ ಮಾಡಿಕೊಂಡು ಶೈಲೇಂದ್ರ ಸುಮ್ಮನಾದ.

ಹಾಸ್ಟೆಲ್‌ಗೆ ಶೈಲೇಂದ್ರ ಬಂದಾಗ ಅವನ ರೂಮ್‌ಮೇಟ್ ಎರಡು ಸಲ ಅಭಿಷೇಕ್‌ನಿಂದ ಫೋನ್ ಬಂದಿದ್ದ ವಿಷಯ ತಿಳಿಸಿದ. "ಮತ್ತೆ ಫೋನ್ ಬರಬಹ್ದು. ನಂಗೊಂದಿಷ್ಟು ತಿಳ್ಸು" ಎಂದ. ಅವನ ಹಾಸ್ಯಕ್ಕೆ ಜಿಗುಪ್ಸೆಪಟ್ಟುಕೊಂಡ.

ಬಟ್ಟೆ ಬದಲಾಯಿಸುವ ವೇಳೆಗೆ ಮತ್ತೆ ಶೈಲೇಂದ್ರನಿಗೆ ಫೋನ್ ಬಂತು. ಎಂದಿನಂತೆ ಇಂದು ಹಾರಿಹೋಗಲಿಲ್ಲ.

"ಎಲ್ಲಿಗೆ ಹೋಗಿದ್ದೆ?" ಅಭಿಷೇಕ್‌ನ ಪ್ರಶ್ನೆ.

"ಪ್ರತಿಯೊಂದು ಇನ್‌ಫಾರ್ಮ್ ಮಾಡಬೇಕಿತ್ತ?" ಮೊದಲ ಸಲ ಅವನ ಬಗ್ಗೆ ಸಿಡುಕಿದ. "ನಿನ್ನ ಕೋಪದ ಪ್ರದರ್ಶನ ಫೋನ್‌ನಲ್ಲಿ ಬೇಡ. ನೋಟುಗಳನ್ನು ಇಲ್ಲೇ ಹಾಕಿ ಹೋಗಿದ್ದೀಯಾ. ನಂದಿ ಹಿಲ್ಸ್‌ಗೆ ಹೋಗೋ ಏರ್ಪಾಟು?" ಪರಿಹಾಸ್ಯದಂತಿರಲಿಲ್ಲ. ತಮಾಷೆಯಾಗಿ ಕೇಳಿದ್ದ.

"ಗೋ ಟು ಹೆಲ್. ಈಗೇನು ಫೋನ್ ಮಾಡಿದ್ದು?" ಖಾರವಾಗಿಯೇ ಕೇಳಿದ ಶೈಲೇಂದ್ರ.

ಅಭಿಷೇಕ್ ಉತ್ತರಿಸುವ ಬದಲು ಪ್ರಶ್ನಿಸಿದ. "ಬೆಳಿಗ್ಗೆ ಕಾಲೇಜಿಗೆ ಬರ್ತೀಯಾ?"

ಶೈಲೇಂದ್ರ ತಲೆ ಸಿಡಿಯುತ್ತಿತ್ತು.

"ಗೊತ್ತಿಲ್ಲ, ಆಗಿನ ಮನಸ್ಥಿತಿಯನ್ನು ಅವಲಂಬಿಸಿರುತ್ತೆ. ನಾನು ಈಗ ಮಾತಾಡೋ ಸ್ಥಿತಿಯಲ್ಲಿಲ್ಲ. ಫೋನ್ ಇಡ್ತೀನಿ" ರಿಸೀವರ್ ಇಟ್ಟು ರೂಮಿಗೆ ಹಿಂದಿರುಗಿದ ಶೈಲೇಂದ್ರ.

ಇದೊಂದು ಆಶ್ಚರ್ಯಕರ ಸಂಗತಿಯಾಗಿತ್ತು ಶೈಲೇಂದ್ರನಿಗೆ. ಅಭಿಷೇಕ್ ಗುಡ್ ಸ್ಟೂಡೆಂಟ್, ಒಳ್ಳೆ ಫ್ರೆಂಡ್. ಜಾಲಿಯಾಗಿ ಮಾತನಾಡಿದರೂ ಒಂದು ಮಿತಿಯಲ್ಲಿತ್ತು. ಎಂದೂ ಹೆಣ್ಣಿನ ಅಂಗಾಂಗಗಳ ಬಗ್ಗೆ ಅಸಹ್ಯಕರವಾಗಿ ವರ್ಣಿಸಿದವನೂ ಅಲ್ಲ. ವಿದ್ಯಾರ್ಥಿನಿಯರ ಬಗೆಗೂ ವಿಪರೀತ ಗೌರವ. ಅಂಥ ಅಭಿಷೇಕ್‌ನಿಂದ ಇಂಥ ಕೃತ್ಯ! ಇದಕ್ಕೆ ಪ್ರಬಲವಾದ ಕಾರಣವೇನು? ಬಿಳಿಯ ಬಟ್ಟೆಯ ಮೇಲೆ ಒಂದು ಕರಿಯ ಚುಕ್ಕೆ.

ಲವ್, ರಿವೇಂಜ್, ಬೆಟ್ಸ್....ಇವು ಮೂರರಲ್ಲಿ ಒಂದಾಗಿರಬಹುದಾ? ಕಾಲೇಜ್ ಲವ್‌ನ ಬಗ್ಗೆ ಅಭಿಷೇಕ್‌ನ ಆಸಕ್ತಿ ಇರಲಿಲ್ಲ. ಅವನೇ ಅಂದಿದ್ದ ಕೂಡ. ತೀರಾ

ಮೃದುವಾಗಿ, ಅತ್ಯಂತ ಚೆಲುವಾಗಿ ಕಾಣುವ ವಿಭಾ ವಿಷಯದಲ್ಲಿ ರಿವೇಂಜ್. ಅದನ್ನು ತಳ್ಳಿ ಹಾಕಿದ. ಬೆಟ್ಸ್....ಇಂಥ ವಿಷ್ಯಗಳಲ್ಲಿ ಬೆಟ್ಸ್ ಕಟ್ಟುವಂಥ ವ್ಯಕ್ತಿಯಲ್ಲ ಅಭಿಷೇಕ್, ಮತ್ತೆ ರೀಸನ್? ಬರೀ ಪ್ರಶ್ನೆಯಾಗಿಯೇ ಉಳಿಯಿತು.

ಮೇಘನಾಥ್ ಮಗನನ್ನು ತಾವಾಗಿ ಪ್ರಶ್ನಿಸಲು ಹೋಗಲಿಲ್ಲ. ಹೆಚ್ಚು ಒಳ್ಳೆಯ ಅಭಿಪ್ರಾಯ ಹೊಂದಿದ್ದ ಮಗನ ಬಗ್ಗೆ ಈಗ ಬದಲಿಸಿಕೊಳ್ಳಲು ಕಸಿವಿಸಿಗೊಂಡರು.

ಹೆಂಡತಿಯನ್ನು ಕರೆದು ಎಚ್ಚರಿಸಿದರು."ಪರ್‌ಫೆಕ್ಟಾಗಿ ಏನು ನಡೀತು ಅಂತ ಹೇಳೋರಿಲ್ಲ. ಸುಮ್ನೇ ಅವನನ್ನ ಕೇಳಿ ಹಗರಣ ಮಾಡ್ಬೇಡ ಬಿ ಕೇರ್ ಫುಲ್."

ಮಾಮೂಲಾಗಿ ಅಭಿಷೇಕ್ ಕಾಲೇಜಿಗೆ ಹೊರಟಾಗ ವಿಸ್ಮಿತರಾದರು. ಅನುಮಾನ ಮತ್ತಷ್ಟು ದಟ್ಟವಾಯಿತು. ಸುದ್ದಿ ಹಬ್ಬಿಸಿದವರನ್ನು ಗುಂಡಿಕ್ಕಬೇಕೆನಿಸಿತು.

ಇಂದಿನ ಅವನ ಮುಖದ ಸೀರಿಯೆಸ್‌ನೆಸ್ ನೋಡಿ ಸ್ನೇಹಿತರು, ಸಹಪಾಠಿಗಳು ಹಿಂದೆ ನಗೆಹಾರಿಸಿದರೇ ವಿನಾಃ ಅಭಿಷೇಕ್‌ನ ಛೇಡಿಸಲು ಹೋಗಲಿಲ್ಲ.

ಸಂಜೆ ಹಾಸ್ಟೆಲ್‌ಗೆ ಬಂದು ಶೈಲೇಂದ್ರನನ್ನು ಹಿಡಿದ.

ಬೆರಗಿನಿಂದ ಅವನನ್ನು ನೋಡಿದ ಶೈಲೇಂದ್ರ "ಯು ಆರ್ ಜೋಕಿಂಗ್... ನಂಗೇನು ಗೊತ್ತು ವಿಭಾ ಮನೆ ವಿಳಾಸ? ಅಡ್ರೆಸ್ ತಿಳಿಯದೆ ಅಷ್ಟೆಲ್ಲ ಮುಂದುವರಿದ್ಯಾ?" ಪರಿಹಾಸ್ಯ ಮಾಡಿದಾಗ ರಪ್ಪೆಂದು ಬೆನ್ನಮೇಲೆ ಗುದ್ದು ಬಿತ್ತು.

"ಸಾರಿ ಶೈಲು, ಈ ತರಹದ ಹಾಸ್ಯ ನಂಗೆ ಇಷ್ಟವಾಗೋಲ್ಲ. ಪ್ರೇಮ ಪ್ರೀತಿಯೆಲ್ಲ ಮಾರ್ಕೆಟ್‌ನಲ್ಲಿನ ವಿಲೇವಾರಿ ತರಹ ಆಗ್ಬಾರ್ದು. ನಾನು ಕೇಳಿದ್ದಕ್ಕೆ ಸರಿಯಾದ ಉತ್ತರ ಬೇಕು" ಸಮಾಧಾನ ಮಾಡುವುದರ ಜೊತೆಗೆ ರೇಗಿದ.

ಶೈಲೇಂದ್ರ ಸುಸ್ತಾಗಿ ಕೂತುಬಿಟ್ಟ. ಪೆಟ್ಟು ತಿಂದರೂ ಅಭಿಷೇಕ್ ಬಗ್ಗೆ ಕೋಪ ಬರಲಿಲ್ಲ.

"ಏಯ್ ಅಭಿ, ವಿಷಯಾನ ಪೂರ್ತಿ ಬಿಡ್ಸಿ ಹೇಳು. ವಿಲಕ್ಷಣವಾಗಿ ಆಡ್ಬೇಡ. ವಿಭಾ ಕಾಲೇಜಿಗೆ ಬಂದಿಲ್ಲ. ಪೇಪರ್‌ನ ಆತ್ಮಹತ್ಯೆ ಕಾಲಂನಲ್ಲಿ ಹುಡುಕ್ತಾ ಇದ್ದೀನಿ. ಪ್ರಾಣಕ್ಕಿಂತ ಮಾನ ಹೆಚ್ಚು ಅನ್ನೋ ಹಿನ್ನೆಲೆಯಲ್ಲಿ ಬೆಳೆದವಳು. ಹೇಗೂ ಅವರ್‍ಯಾರು ಬಂದು ದೂರು ಕೊಡ್ಲಿಲ್ಲ, ಪುಣ್ಯ ಮಾಡಿದ್ದೆ ಸುಮ್ಮನಾಗ್ಬಿಡು" ತಿಳಿ ಹೇಳಿದ. ತೀರಾ ಗಂಭೀರವಾದ ಅಭಿಷೇಕ್ ಮುಖದಲ್ಲಿ ವಿಷಾದದ ಗೆರೆಗಳು ಮೂಡಿ ಮರೆಯಾದವು.

"ನನ್ಹತ್ರ ಹೇಳು. ಏನಾದ್ರೂ ಪರಿಹಾರ ಹುಡುಕೋಕೆ ಸಾಧ್ಯಯವೇನೋ.... ಇಬ್ರೂ ಕೂತು ಯೋಚ್ಸೋಣ" ಒತ್ತಾಯಿಸಿದ.

"ಏನೂ ಹೇಳೋಲ್ಲ!" ತಲೆಯಾಡಿಸಿಬಿಟ್ಟ ಅಭಿಷೇಕ್.

ಶೈಲೇಂದ್ರ ಆತಂಕಗೊಂಡ. "ಬೇಡ ಬಿಡು. ಕೆಲವು ತೀರಾ ಪರ್ಸನಲ್, ನಂಗೆ ಗೊತ್ತು. ಅದ್ನ ಹಾಗೇ ಉಳ್ಸಿಕೊಂಡಿದ್ದೀಯ? ಪಬ್ಲಿಕ್ ವಸ್ತುವಾಗಿಸ್ಬಿಟ್ಟೆ. ಈಗ್ಲೂ ನೀವಿಬ್ರೂ ಲವರ್ಸ್....ಆದರೆ ನಿಮ್ಮ ತಂದೆ ಕೂಡ ಅಬ್ಜೆಕ್ಷನ್ ಮಾಡೋಲ್ಲ" ಸೂಕ್ಷ್ಮವಾಗಿ ತಿಳಿಯಲು ಇಚ್ಛೆಸಿದ.

ಗೋಡೆಗೊರಗಿ ಮೇಲೆ ದಿಟ್ಟಿಸತೊಡಗಿದ ಅಭಿಷೇಕ್ ಮುಖದಲ್ಲಿ ಅರ್ಥವಾಗದ ಭಾವಗಳ ಸಮ್ಮಿಲನ. "ನಾನು ವಿಭಾ ಪ್ರೇಮಿಗಳು ಇರಲಿ. ಒಮ್ಮೆ ಮಾತನಾಡಿದ ಪರಿಚಿತರು ಕೂಡ ಅಲ್ಲ" ಇದನ್ನು ಹೇಳಲು ಹಿಂಜರಿಯಲಿಲ್ಲ.

ಗೆಳೆಯರಿಬ್ಬರು ಬಹಳ ಹೊತ್ತು ಚರ್ಚಿಸಿದ ನಂತರ ವಿಭಾ ಮನೆಗೆ ಬಂದರು. ಅವಳು ಇದ್ದಿದ್ದು ಸೋದರ ಮಾವನ ಮನೆಯಲ್ಲಿ ಎಂದು ಆಗಲೇ ಗೊತ್ತಾಗಿದ್ದು.

ಪ್ರಮೀಳಾ ಗಂಡನಿಗೆ ವಿಷಯ ತಿಳಿಸಿರಬೇಕು. ನರಹರಿಗಳು ಪುಸ್ತಕಗಳನ್ನೆಲ್ಲ ತಂದು ಅವರುಗಳ ಮುಂದೆ ಹಾಕಿದರು.

"ಲೈಬ್ರರಿ ಸೀಲ್ ಇರೋ ಯಾವ ಪುಸ್ತಕಾನು ಸಿಕ್ಕಿಲ್ಲ. ನೀವೇ ಹುಡ್ಕಿಕೊಳ್ಳಿ...." ಅವರಿಗೆ ಬಿಟ್ಟರು.

ಇಲ್ಲಿ ಬಂದಮೇಲೆ ಅಭಿಷೇಕ್ ಧೃತಿಗೆಡಬಹುದೆಂದು ತಿಳಿದಿದ್ದ ಅಭಿಷೇಕ್ ತಾನೇ ಪುಸ್ತಕಗಳನ್ನು ತಿರುವಿ ಇಡುತ್ತಿದ್ದ.

"ನೀವು ಅನುರಾಗಪುರ..." ಅವರು ಶುರು ಮಾಡಿದ ಕೂಡಲೇ ಶೈಲೇಂದ್ರ ತಲೆದೂಗಿದ. "ನಮ್ಮಜ್ಜಿ ತವರುಮನೆಯಂತೆ. ಹಿಂದೆ ಹುಡುಗರಾಗಿದ್ದಾಗ ಹೋಗಿದ್ದಿತ್ತು. ಈಗೆಲ್ಲ ಬಂದ್" ಎಂದ ಶೈಲೇಂದ್ರ. ಸ್ವಲ್ಪ ಹೆದರಿದ ಕೂಡ. ಯಾರು ಏನೂಂತ ವಿಚಾರಿಸಿದರೇ ಗತಿಯೇನು?

ಅನವಶ್ಯಕವಾಗಿ ಕುತೂಹಲ ಬೆಳೆಸಿಕೊಂಡು ಕೆದಕುವ ಸ್ವಭಾವ ನರಹರಿಗಳದ್ದು ಅಲ್ಲದಿದ್ದರಿಂದ ಅಷ್ಟಕ್ಕೆ ಸುಮ್ಮನಾದರು.

ಕಾಫಿ ಕೊಟ್ಟಗರು. ಇಂಥ ಧೈರ್ಯ ತನಗೆ ಹೇಗೆ ಬಂತು ಅಂತ ಅಭಿಷೇಕ್ ಯೋಚಿಸುವಂತಾಯಿತು. ತತ್‌ಕ್ಷಣ ಎದ್ದುಬಿಟ್ಟ.

"ಸುಮ್ನೆ ತೊಂದರೆ ಕೊಟ್ಟಿದ್ದಾಯ್ತು. ವಿಭಾ ಯಾವಾಗ ಬರ್ತಾರೆ?" ಶೈಲೇಂದ್ರ ಕೇಳಿದಾಗ ಉತ್ತರಕ್ಕೆ ಬದಲಾಗಿ "ದಯವಿಟ್ಟು ಪುಸ್ತಕದ ಬೆಲೆ ಎಷ್ಟೆಂದು ತಿಳಿಸಿ. ಹಣ ಕೊಡ್ತೀನಿ ನೀವೇ ಕಟ್ಟಿಬಿಡಿ" ಎಂದರು. ಅಂದರೆ ಇನ್ನು ವಿಭಾ ಬರಲಾರಳೆಂದು ಹೇಳಿದಂತಾಯಿತು.

"ಅದೊಂದು ಒಳ್ಳೆ ಪುಸ್ತಕ. ಈಚೆಗೆ ಮುದ್ರಣವಾಗ್ತ ಇಲ್ಲ. ವಿದ್ಯಾರ್ಥಿಗಳ ವ್ಯಾಸಂಗಕ್ಕೆ ಬಹಳ ಉಪಯುಕ್ತ ಗ್ರಂಥ" ಶೈಲೇಂದ್ರ ಪೇಚಾಡಿಕೊಂಡಂತೆ ನಟಿಸಿದ.

ನರಹರಿಗಳು ಮುಖ ಸಣ್ಣದು ಮಾಡಿಕೊಂಡರು. ಮತ್ತೊಮ್ಮೆ ಹುಡುಕ್ತೀನಿ. ಪುಸ್ತಕ ಸಿಕ್ಕರೆ ಕಾಲೇಜು ಲೈಬ್ರರಿಗೆ ತಂದುಕೊಡ್ತೀನಿ" ತಾವು ಇಲ್ಲಿಂದ ಹೊರಡಿ ಎನ್ನುವಂತೆ ಹೇಳಿದರು.

"ವಿಭಾ ಯಾವಾಗ ಬರ್ಬಹುದು?" ಮತ್ತೆ ಕೇಳಿದ.

"ಅವ್ಳು ಬರೋಲ್ಲ. ಮದ್ವೆ ಗೊತ್ತಾಗಿದೆ. ಅಷ್ಟರವರೆಗಾದ್ರೂ..... ಆರಾಮಾಗಿ ಮನೆಯಲ್ಲಿ ಇರಲೀಂತ" ಸಹಜವಾಗಿ ನರಹರಿ ಹೇಳಿದರು. ಆ ಪದಗಳ ಜೋಡಣೆಯಲ್ಲಿ

ಅಪಾರವಾದ ನೋವಿದೆಯೆನಿಸಿತು ಇಬ್ಬರಿಗೂ.

ಇಷ್ಟಕ್ಕೆಲ್ಲ ಕಾರಣವಾದ ಅಭಿಷೇಕ್ ಮಾನಸಿಕ ಗೊಂದಲದಲ್ಲಿದ್ದ. ಅರ್ಥವಾಗುವಂತೆ ಹೇಗೆ ಹೇಳಿಯಾನು?

ಇಬ್ಬರೂ ಕೈಜೋಡಿಸಿ ಹೊರಗೆ ಬಂದರು. ಆತ ಒಬ್ಬ ಲೋಕೋಪಯೋಗಿ ಇಲಾಖೆ ಉದ್ಯೋಗಿಯೆಂದು ಮಾತಿನ ಸಂದರ್ಭದಲ್ಲಿ ತಿಳಿಯಿತು..... ವಿವೇಕಿಯಾದರೂ ಧರ್ಮಭೀರುವೆನಿಸಿತು.

"ಆ ಹೆಣ್ಣಿನ ಭವಿಷ್ಯ ಹಾಳಾಯ್ತು!" ಅದನ್ನು ನುಡಿದಿದ್ದು ಅಭಿಷೇಕ್ ಶೈಲೇಂದ್ರ ಒಂದು ತರಹ ನಕ್ಕ. "ಅಷ್ಟಕ್ಕೆಲ್ಲ ನೀನು ಕಾರಣಾಂತ ತಿಳಿದಿದ್ರೆ.... ಅವರ ಟ್ರೀಟ್‌ಮೆಂಟ್ ಹೇಗಿರುತ್ತಿತ್ತು ಗೊತ್ತಾ?"

"ಬಹಳ ವಿಭಿನ್ನವಾಗಿಯೇನು ಇರ್ತಾ ಇರ್ಲಿಲ್ಲ. ಹಣ ಕಳೆದುಕೊಂಡ್ರು ಕಳ್ಳನ ಬಗ್ಗೆ ಅನುತಾಪಪಡುವಂಥ ಜನ ಇವ್ರು" ಬಹಳ ಗೌರವದಿಂದ ಉಸುರಿದ ಅಭಿಷೇಕ್.

ಆಮೇಲೆ ನರಹರಿ, ಪ್ರಮೀಳ ಕೂತು ಕಣ್ಣೀರು ಮಿಡಿದರು. ಅಕ್ಕಪಕ್ಕದವರ ಚುಚ್ಚುವಂಥ ಪ್ರಶ್ನೆಗಳು ಪ್ರಮೀಳಳ ಪಾಲಿಗಾದರೆ, ಆಫೀಸಿನಲ್ಲಿ ನೂರೆಂಟು ಕೇಳಿಕೆಗಳು.

"ನೀವು ಸುಮ್ಮನಿರ್ಬಾರದಿತ್ತು. ಪೊಲೀಸ್‌ಗೆ ಕಂಪ್ಲೇಟ್ ಕೊಡಿ. ಕಾಲೇಜಿನಿಂದ ಸಸ್ಪೆಂಡ್ ಮಾಡ್ತಾರೆ" ಕೆಲವರು ಆವೇಶದಿಂದ ಸೂಚಿಸಿದ್ದರು.

ಚಿಂತಿಸಿ, ತರ್ಕಿಸಿ ಬಹಳಷ್ಟು ವಿವೇಚಿಸಿದ ನಂತರವೇ ವಿಭಾ ಓದು ಸಾಕೆಂದು ಅನುರಾಗಪುರದಲ್ಲಿ ಬಿಟ್ಟು ವಿಷಯವನ್ನು ಗೋಪಾಲಕೃಷ್ಣರ ಕಿವಿಯ ಮೇಲೆ ಹಾಕಿ ಬಂದಿದ್ದರು.

ಬಹಳ ಬೇಗನೆ ಸಾಯಬಹುದಾದ ವಿಷಯಕ್ಕೆ ಚಾಲನೆ ಸಿಕ್ಕಿ ಕಾಲೇಜು ಪೂರ್ತಿ ಡಂಗುರವಾಗಿಬಿಟ್ಟಿತ್ತು.

* * *

ಮತ್ತೆರಡು ದಿನವಾದರೂ ವಿಭಾ ಕಾಲೇಜಿಗೆ ಬರಲಿಲ್ಲ ಮಾತ್ರವಲ್ಲ, ಬರುವುದು ಕೂಡ ಇಲ್ಲವೆಂದು ಮನದಟ್ಟಾಯಿತು. ವಿಷಯದ ಬಗೆಗಿನ ಕಾವು ತಗ್ಗಿತು.

ಅಂದು ಸಿಕ್ಕ ಶೈಲೇಂದ್ರ ಬೇಸರ ವ್ಯಕ್ತಪಡಿಸಿದ. "ಅಂದು ವಿಭಾ ನಿನ್ನ ಕೆನ್ನೆಗೆ ತಟ್ಟಿದಳ?" ಎಂದು ಕೇಳಿದ. ಅಭಿಷೇಕ್ ನಕ್ಕುಬಿಟ್ಟ. "ಅದೆಲ್ಲ ಸೀಕ್ರೆಟ್ ಬಿಡು" ಮಾತು ಹಾರಿಸಿದ. ಆ ಕ್ಷಣಗಳ ಮೌಲ್ಯವನ್ನು ಬೇರೆಯವರ ಮುಂದೆ ಪ್ರಸ್ತಾಪಿಸಿ ಕಳೆಯಲು ಅವನಿಗಿಷ್ಟವಿಲ್ಲ.

"ಅವ್ರು ಸುಮ್ನೆ ಬಿಡ್ಬಾರ್ದಿತ್ತು. ಪ್ರಿನ್ಸಿಪಾಲರಿಗೆ ರಿಪೋರ್ಟ್ ಮಾಡ್ಬೇಕಿತ್ತು" ಆವೇಶಗೊಂಡ ಶೈಲೇಂದ್ರ.

ಅಭಿಷೇಕ್‌ನ ಮುಖದ ಗಂಭೀರ ಭಾವ ಚದುರಿಹೋಯಿತು. "ಆಗ ಏನಾಗ್ತ ಇತ್ತು? ವಿಭಾಗೆ ನ್ಯಾಯ ಸಿಕ್ತಾ ಇತ್ತಾ? ಹೇಗೆ ಸಿಗೋಕೆ ಸಾಧ್ಯ? ಪ್ರತಿಯೊಂದಕ್ಕೂ

ಸಾಕ್ಷಿ, ಪುರಾವೆಗಳು ಬೇಕು. ಎಲ್ಲಿಂದ ತರ್ತಾ ಇದ್ರೂ? ಮತ್ತಷ್ಟು ಗೋಜಲಾಗ್ತಾ ಇತ್ತು! ಗಂಡಿನ ದೌರ್ಜನ್ಯಕ್ಕೆ ಒಳಗಾದ ಯಾವ ಹೆಣ್ಣಿಗೆ ಸಿಕ್ಕಿದೆ ನ್ಯಾಯ? ಅಂದು ಪಾರ್ಕ್‌ನಲ್ಲಿ ವಿಭಾ ಅವ್ಳ ಗೆಳತಿ ತಮ್ಮನ ಜೊತೆ ಬೇಕಾದಷ್ಟು ಜನ ಇದ್ರು. ಅವರೆಲ್ಲ ಬರೀ ಪ್ರೇಕ್ಷಕರಾಗಿದ್ರು" ಬಹಳ ತರ್ಕಿಸಿ ನುಡಿದಂತಿತ್ತು.

ಇಷ್ಟೊಂದು ವಿವೇಚನೆ ಇರುವ ವ್ಯಕ್ತಿ ತಪ್ಪು ಮಾಡಲು ಸಾಧ್ಯವೇ? ಶೈಲೇಂದ್ರ ಮತ್ತಷ್ಟು ಸಂದೇಹಗೊಂಡ.

ಗೆಳೆಯನ ಕೈ ಹಿಡಿದುಕೊಂಡು ಅಭಿಷೇಕ್ "ಹೇಗೂ ಮುಕ್ತಾ ನಿಂಗೆ ಸಹ ಸತ್ಯ ಸಂಗ್ತಿ ತಿಳಿಸಿದ್ದಾಳೆ. ನೀನು ವಿದ್ಯಾರ್ಥಿಗಳ ಮುಖಂಡ ಕೂಡ. ನೀನೇ ಹೋಗಿ ಪ್ರಿನ್ಸಿಪಾಲರಿಗೆ ದೂರು ಕೊಟ್ಟು ವಿಭಾಗೆ ನ್ಯಾಯ ದೊರಕಿಸಿಕೊಡು" ಅವನೇ ಪ್ರೋತ್ಸಾಹಿಸಿದ.

ಮುಕ್ತಾ ಮನೆಯ ಸ್ಥಿತಿ, ವಿಭಾ ಸೋದರತ್ತೆ, ಸೋದರ ಮಾವ ಕೂಡ ಅವನ ಜೊತೆ ನಿಲ್ಲಲಾರರೆನಿಸಿತು ಶೈಲೇಂದ್ರನಿಗೆ. ಅವರಿಗೆ ಅಭಿಷೇಕ್‌ಗಾಗೋ ಶಿಕ್ಷೆಗಿಂತ ವಿಭಾ ಭವಿಷ್ಯವೇ ಮುಖ್ಯ. ದೊಡ್ಡ ಸುಧಾರಣೆ, ಪ್ರತಿಭಟನೆ ಅಂಥ ಸ್ಥಳಗಳಲ್ಲಿ ಹುಟ್ಟದು.

"ಪ್ರಯೋಜನವಿಲ್ಲ" ಎಂದ ಶೈಲೇಂದ್ರ.

ಬೈ ಹೇಳಿ ಅವನನ್ನು ಬೀಳ್ಕೊಟ್ಟು ಹೀರೋ ಹೊಂಡಾ ಹತ್ತಿದ ಅಭಿಷೇಕ್. ಮೊದಲ ದಿನ ಕಾಲೇಜಿನಲ್ಲಿ ಅವನ ಜೊತೆ ಬಿಗುವು ತೋರಿದ ವಿದ್ಯಾರ್ಥಿನಿಯರು ಈಗ ಆರಾಮಾಗಿ ಅವನನ್ನು ನೋಡಿದರೆ ತಾವಾಗಿ ಬಂದು ಮಾತನಾಡಿಸುತ್ತಿದ್ದರು.

ದೂರು, ಸಾಕ್ಷಿಗಳು ಇಲ್ಲದೇ ಪ್ರಿನ್ಸಿಪಾಲರೂ ಕೂಡ ಏನು ಮಾಡುವಂತಿರಲಿಲ್ಲ. ಎಷ್ಟೋ ಸಂಗತಿಗಳ ನಡುವೆ ಇದು ಹುದುಗಿಹೋಯಿತು.

ಅಂದು ಇವರು ಕಾರು ಇಳಿಯುತ್ತಿದ್ದಂತೆ ಅಭಿಷೇಕ್ ಬಂದು ವಿಷ್ ಮಾಡಿದ. "ಐ ವಾಂಟ್ ಟು ಟಾಕ್ ವಿತ್ ಯು ಸರ್" ಎಂದ. ಅವನತ್ತ ನೋಡಿ ಮುಗುಳ್ನಕ್ಕವರು "ವೈ ನಾಟ್? ಕಮಾನ್" ಜೊತೆಯಲ್ಲಿಯೇ ಕರೆದೊಯ್ದರು.

ಪ್ಯೂನನ್ನು ಕೂಡ ಹೊರಗೆ ಕಳಿಸಿ ತಮ್ಮ ಸೀಟಿಗೆ ಹೋದವರು ನಿಂತಿದ್ದ ಅಭಿಷೇಕ್‌ನತ್ತ ನೋಡಿದರು. ಎತ್ತರ, ದೃಢವಾದ ಮೈಕಟ್ಟು, ಆತ್ಮವಿಶ್ವಾಸದಿಂದ ಮಿನುಗುವ ಕಣ್ಣುಗಳು, ಬಿಗಿದ ಒತ್ತು ಹುಬ್ಬುಗಳು ಹಟವನ್ನು ಸೂಚಿಸುತ್ತಿದ್ದವು. ಯಾಕೋ ಆರೋಪಿಯ ಸ್ಥಾನದಲ್ಲಿ ಅವನನ್ನ ನಿಲ್ಲಿಸಲು ಅವರ ಮನಸ್ಸು ಇಚ್ಛೆಸಲಿಲ್ಲ.

"ಟೇಕ್ ಯುವರ್ ಸೀಟ್" ಕೂಡುವಂತೆ ಹೇಳಿದರು. ಅಭಿಷೇಕ್ ಸಂಕೋಚಿಸುತ್ತ ನಿಂತೇ ಇದ್ದ. "ಕೂತ್ಕೋ ಅಭಿಷೇಕ್. ನಾನಾಗಿ ಕರೆಸಿಕೊಳ್ಳೋ ಅವಕಾಶ ಒದಗಿ ಬಂದಿತ್ತು. ನ್ಯಾಯುವಂತೂ ಸಾಧ್ಯವಿರ್ಲಿಲ್ಲ. ಇನ್ನೊಬ್ಬ ವಿದ್ಯಾರ್ಥಿಗೆ ಅನ್ಯಾಯವಾಗ್ಬರ್ದೂಂತ...." ಭಾರವಾದ ಉಸಿರೆಳೆದು ದಬ್ಬಿದರು. ಈಗಲೂ ಅವನು ನಿರಪರಾಧಿಯೆಂದೇ ಅವರ ಅನಿಸಿಕೆ.

ತಲೆ ಎತ್ತಿ ಅವರತ್ತ ನೇರವಾಗಿ ನೋಡಿದ ಅಭಿಷೇಕ್. "ಥ್ಯಾಂಕ್ಯೂ ಸರ್, ನಾನು ಪಾರ್ಕ್‌ನಲ್ಲಿ ವಿಭಾನ ಕಿಸ್ ಮಾಡಿದ್ದು ನಿಜ. ಅದು ಬರೀ ಸುದ್ದಿಯಲ್ಲ. ಮುಂದಿನದು ನಿಮ್ಗೇ ಸೇರಿದ್ದು" ಅಂಥ ಅಳುಕೇನು ಅವನಲ್ಲಿ ಕಂಡುಬರಲಿಲ್ಲ.

"ಕಾರಣ....." ಅವನತ್ತಲೇ ನೋಡಿದರು.

"ಕೆಲವಕ್ಕೆ ಕಾರಣಗಳು, ಉತ್ತರಗಳು ಸುಲಭವಾಗಿ ಸಿಕ್ಕೋಲ್ಲ. ಸಾರಿ...ಸರ್... ಹೊರಟೇಬಿಟ್ಟ. ದಿಗ್ಭ್ರಾಂತರಾದರು ಸುಂದರಂ.

ಅವನನ್ನು ಅವಿಧೇಯನೆನ್ನಲಿಲ್ಲ. ಅವನ ನೆಲೆಯಲ್ಲಿ ನಿಂತು ಯೋಚಿಸುವಂಥ ದೊಡ್ಡತನ ಅವರಲ್ಲಿತ್ತು. ಕಾಲೇಜು ಕಲಿಯುವ ಯುವಕನಲ್ಲಿನ ಎರಡು ರೀತಿಯ ಮನೋಭಾವಗಳನ್ನು ಥಿಯರಿ ಮೂಲಕವಲ್ಲ ಪ್ರಾಕ್ಟಿಕಲ್ಲಾಗಿಯೇ ತಿಳಿದವರು.

ಪಾಶ್ಚಿಮಾತ್ಯ ದೇಶಗಳಿಂದ ಆಮದಾದ ಉಡುಪು, ಭಾಷೆ, ರೀತಿ-ನೀತಿಗಳನ್ನು ಅನುಸರಿಸಿರುವುದೇ ಹೆಚ್ಚುಗಾರಿಕೆಯೆಂದು ಬೆಚ್ಚನೆಯ ಶ್ರೀಮಂತ ತಾಯಿ-ತಂದೆಯರ ಆಶ್ರಯದಲ್ಲಿ ಕಾನ್ವೆಂಟ್ ಶೈಲಿಯ ಇಂಗ್ಲಿಷ್ ಮಾತುಗಳನ್ನು ಉದುರಿಸುತ್ತ ಯುವಕ-ಯುವತಿಯರ ಒಬ್ಬರ ಬಗಲಿಗೆ ಮತ್ತೊಬ್ಬರು ನೇತು ಬಿದ್ದು ಓಡಾಡುವವರ ಸಂಖ್ಯೆ ಜಾಸ್ತಿ ಇತ್ತು. ಅಂಥ ಪ್ರವೃತಿ ಅಭಿಷೇಕನದಲ್ಲ.

ಶೈಲೇಂದ್ರನಿಗೆ ಹೇಳಿಕಳಿಸಿದರು. ಅವರಿಬ್ಬರು ಬಹಳಷ್ಟು ಸಲ ಜೊತೆಯಾಗಿಯೇ ಕೆಲವು ವಿಷಯಗಳನ್ನು ಡಿಸ್‌ಕಸ್ ಮಾಡಲು ಅವರ ಛೇಂಬರ್‌ಗೆ ಬರುತ್ತಿದ್ದರು.

"ಸಿಟ್ ಡೌನ್...." ಬಂದ ಶೈಲೇಂದ್ರನಿಗೆ ಹೇಳಿದರು.

ಅವನು ಅನುಮಾನಿಸುತ್ತಲೇ ಕೂತ. ಅಭಿಷೇಕ್ ಅವರ ರೂಮಿನಿಂದ ಹೊರ ಬಂದಿದ್ದನ್ನು ನೋಡಿದ್ದರಿಂದ ವಿಷಯ ಇಂಥದ್ದೇ ಇರಬಹುದೆಂದುಕೊಂಡಿದ್ದ.

"ಅಭಿಷೇಕ್, ವಿಭಾ ಬಗ್ಗೆ ನಿನ್ನ ಅಭಿಪ್ರಾಯ?" ನೇರವಾಗಿತ್ತು ಅವರ ಪ್ರಶ್ನೆ. ಅವನು ಗಲಿಬಿಲಿಗೊಂಡರೂ ಸ್ಪಷ್ಟವಾಗಿ ಹೇಳಿದ. "ಸ್ನೇಹಿತರು ಪ್ರೇಮಿಗಳಲ್ಲ. ವಿಭಾ ತೀರ ಗಂಭೀರ ಸ್ವಭಾವದ ಯುವತಿ. ಅನವಶ್ಯಕ ಯಾವುದೇ ವಿದ್ಯಾರ್ಥಿಯೊಂದಿಗೆ ಓಡಾಡಿದ್ದು, ಮಾತನಾಡಿದ್ದಿಲ್ಲ."

ತಲೆದೂಗಿದ ಪ್ರಿನ್ಸಿಪಾಲರು "ಯು ಕೆನ್ ಗೋ..."" ಅವನನ್ನು ಕಳಿಸಿಕೊಟ್ಟವರು ಫೋನಿನ ಬಟನ್ ಒತ್ತಿ ಮೇಘನಾಥರನ್ನು ಸಂಪರ್ಕಿಸಿದರು. "ಪ್ಲೀಸ್.... ಕಮ್..." ಅಷ್ಟೇ ಹೇಳಿದ್ದು.

ಅರ್ಧ ಗಂಟೆಯೊಳಗೆ ಬಂದರೂ ಕೂಡ. ಮಗನ ಭವಿಷ್ಯದ ಬಗ್ಗೆ ಉತ್ತಮ ಕನಸುಗಳನ್ನು ಕಂಡಿದ್ದ ಅವರೊಬ್ಬ ಒಳ್ಳೆಯ ತಂದೆ.

ಎಲ್ಲಾ ವಿವರಿಸಿದರು ಸುಂದರಂ. ಅಭಿಷೇಕ್ ಬಗೆಗೆ ತಮ್ಮ ಮೆಚ್ಚಿಗೆಯನ್ನು ವ್ಯಕ್ತಪಡಿಸಿದರು.

"ಈಗ ನಿಮ್ಮ ಮಗನ ಬಗ್ಗೆ ಹೇಳ್ಬಲ್ಲೇ. ರಿಯಲೀ ಗುಡ್ ಸ್ಟೂಡೆಂಟ್. ಮುಂದೆ

ಇಂಥವರಿಂದ ಏನಾದ್ರೂ ಎಕ್ಸ್‌ಪೆಕ್ಟ್ ಮಾಡ್ಬಹುದ್ದು" ಅವನ ಬಗೆಗಿನ ಅಲ್ಪಸ್ವಲ್ಪ ಅಸಹನೆ ಕರಗಿಹೋಗಿತ್ತು ಅವರಲ್ಲಿ.

ಅತ್ಯಂತ ಶಾಂತವಾಗಿ ಆಲಿಸಿದರು ಮೇಘನಾಥ್. "ಈಗಿನ ಯುವ ಜನಾಂಗಕ್ಕೆ ತಾಯ್ತಂದೆಯರಾಗೋದು ಒಂದು ಸವಾಲ್ ಸಂಗತಿ. ಬಿತ್ತಿದಂಗೆ ಬೆಳೆ ಅನ್ನೋದು ಕೂಡ ಸುಳ್ಳಾಗಿದೆ. ದಿಢೀರ್ ಬದಲಾವಣೆಗಳು....ಹೆಚ್ಚು ಹೆಚ್ಚು ಸಮಸ್ಯೆಗಳನ್ನು ತಂದೊಡ್ಡುತ್ತಿವೆ. ಹಣೆಯಜ್ಜಿದರು.

"ಇಲ್ಲಿ ಎರ್ಡು ಮುಖ್ಯವಾದ ಪಾಯಿಂಟ್‌ಗಳು. ವಿಭಾ ದೂರು ಕೊಟ್ಟಿಲ್ಲ. ಈ ಪ್ರಕರಣ ಕಾಲೇಜು ಕ್ಯಾಂಪಸಿನಲ್ಲಿ ನಡೆದದ್ದಲ್ಲ. ಇದಿಷ್ಟು ಅಭಿಷೇಕ್ ಸಪೋರ್ಟ್‌ಗೆ ನಿಲ್ಬಬಹುದ್ದು" ಎಂದರು ಸುಂದರಂ.

ಮೇಘನಾಥ್ ತಲೆಯಾಡಿಸಿಬಿಟ್ಟರು. ಏನು ಹೇಳಲು ಇಚ್ಛಿಸಲಿಲ್ಲ.

"ರೀಸನ್ ಏನೂಂತ ಅಭಿಷೇಕ್ ಹೇಳಿಲ್ಲ. ವಿಚಾರಣೆ, ಶಿಕ್ಷೆ ಸಂದರ್ಭದಲ್ಲಿ ಅದು ಮುಖ್ಯವಾಗುತ್ತೆ. ನಿಮ್ಮ ಮಗ ಹೇಳೋಕೆ ತಯಾರಿಲ್ಲ" ಮತ್ತಷ್ಟು ಸ್ಪಷ್ಟಪಡಿಸಿದರು ಸುಂದರಂ.

ಬಹಳ ಹೊತ್ತು ಇಬ್ಬರೂ ಚರ್ಚಿಸಿದರು. ಮೂವತ್ತು ನಿಮಿಷಗಳಷ್ಟು ದೀರ್ಘ ವೇಳೆಯನ್ನು ವ್ಯಯಿಸಿದರು. ಈ ಸಂದರ್ಭದಲ್ಲಿ ಮೇಘನಾಥ್‌ಗೆ ಮಗನ ಮೇಲಿದ್ದ ಪ್ರೀತಿಯ ಜೊತೆಗೆ ಅಭಿಮಾನವು ವ್ಯಕ್ತವಾಯಿತು.

ಕಡೆಯಲ್ಲಿ ಮೇಘನಾಥ್ ಹೊರಟುನಿಂತಾಗ "ವಿಷ್ಯನ ಸಿಂಪತಿಯಿಂದ ನೋಡ್ಬೇಕು. ಶಿಕ್ಷೆಗಿಂತ ವಿಭಾಗೆ ನ್ಯಾಯ ದೊರಕಿಸಿ ಕೊಡ್ಬೇಕು. ತುಂಬ ಸೆನ್ಸಿಟೀವ್ ಗರ್ಲ್ ಇರ್ಬೇಕು. ಇಂದಿನವರ್ಗೂ ಕಾಲೇಜಿಗೆ ಬಂದಿಲ್ಲ" ಅವರ ಮನಸ್ಸನ್ನು ಅರಿಯಲೇ ಈ ಪ್ರಸ್ತಾಪ ಎತ್ತಿದ್ದರು ಸುಂದರಂ.

"ಅವರಿಬ್ರು ಮದ್ವೆಯಾಗಲು ಇಷ್ಟಪಟ್ಟರೇ ನಾನು ವಿಭಾನ ಸೊಸೆಯಾಗಿ ಸ್ವೀಕರಿಸಲು ಸಿದ್ಧ. ಇದಕ್ಕಿಂತ ಹೆಚ್ಚಿನ ನ್ಯಾಯ ಹೇಗೆ ದೊರಕಿಸಿ ಕೊಡಬಹುದ್ದು.... ಅನ್ನೋದು ನನ್ನ ತಿಳಿವಳಿಕೆಗೆ ಮೀರಿದ್ದು" ಎಂದರು. ಬರೀ ಹಣದಲ್ಲಿ ಮಾತ್ರವಲ್ಲ, ಹೃದಯವಂತಿಕೆಯಲ್ಲಿ ಕೂಡ ಶ್ರೀಮಂತರೆಂದುಕೊಂಡರು.

ಸುಂದರಂ ನಕ್ಕುಬಿಟ್ಟರು.

"ಅವರಿಬ್ರೂ ಪ್ರೇಮಿಗಳಾಗಿದ್ರೆ ....ವಿಷ್ಯ ನಮ್ಮವರ್ಗೂ ಬರ್ತಾ ಇರಲಿಲ್ಲ. ಅಭಿಷೇಕ್ ಬಂದು ತಪ್ಪು ಒಪ್ಪಿಕೊಂಡು ಶಿಕ್ಷೆ ಕೇಳ್ತಾ ಇರ್ಲಿಲ್ಲ. ಈ ಕೇಸನ್ನು ಒಬ್ಬ ಒಳ್ಳೆ ಸೈಕಾಲಜಿಸ್ಟ್‌ಗೆ ಒಪ್ಪಿಸಬೇಕಷ್ಟೇ!"

ಮೇಘನಾಥ್ ಮನೆಗೆ ಬಂದಾಗ ಅಭಿಷೇಕ್ ಮನೆಯಲ್ಲಿ ಷಟಲ್ ಕಾಕ್ ಪ್ರಾಕ್ಟಿಸ್ ಮಾಡುತ್ತಿದ್ದ. ಅವನನ್ನು ಪರಿಶೀಲನಾತ್ಮಕವಾಗಿ ನೋಡಿದರು. ಹೆಚ್ಚು ಸ್ನೇಹಮಯಿ. ಹಟ ಹೆಚ್ಚೆಂದುಕೊಂಡರು ವಿಪರೀತ ಧೈರ್ಯ. ಟೆಕ್ಸ್‌ಟೈಲ್‌ನ ಒಂದು

ಭಾಗದಲ್ಲಿ ಷಾರ್ಟ್ ಸರ್ಕಿಟ್‌ನಿಂದ ವಿದ್ಯುತ್ ಸ್ಪರ್ಶವಾದಾಗ ತಾನು ಭಾವೀ ಓನರ್ ಎಂದಾಗಲೀ, ತನಗೆ ಏನಾದರೂ ಆಗಬಹುದೆಂಬ ಅಂಜಿಕೆಯನ್ನು ಪಕ್ಕಕ್ಕೆ ತಳ್ಳಿ ನುಗ್ಗಿ ಇಬ್ಬರು ಕಾರ್ಮಿಕರನ್ನು ಉಳಿಸಿದ್ದ. ಸೈಕಲ್ ರೇಸ್‌ನಿಂದ ಹಿಡಿದು ಕ್ರಿಕೆಟ್ ಆಟದವರೆಗೆ ಅವನ ಆಸಕ್ತಿ, ಧೈರ್ಯ ಎನ್ನುವುದಕ್ಕೆ ಇನ್ನೊಂದು ಹೆಸರು ಎನ್ನುವಂತೆ ನಡೆದುಕೊಳ್ಳುತ್ತಿದ್ದ. ತಪ್ಪಿದ್ದಾಗ ತಂದೆಯ ಎದುರು ಕೂಡ ಪ್ರತಿಭಟಿಸಲು ಹಿಂಜರಿಯುತ್ತಿರಲಿಲ್ಲ.

ಮಧುಬಾಲ, ಶೈಲೇಂದ್ರರ ಜೊತೆಯಲ್ಲಿ ಒಂದೇ ರೀತಿಯ ನಡವಳಿಕೆ ಅವನದು. ಹೆಣ್ಣೆಂಬ ಹೆಚ್ಚುಗಾರಿಕೆಯಿಂದ ಕಣ್ಣಲ್ಲಿ ಕಣ್ಣು ಕೂಡ ಬೆರೆಸಲಾರ. ಇಂಥ ಅಭಿಷೇಕ್ ಪಬ್ಲಿಕ್ ಗಾರ್ಡನ್‌ನಲ್ಲಿ ವಿಭಾ ಅಂಥ ತೀರಾ ಒಳ್ಳೆಯ ಹೆಣ್ಣನ್ನು ಚುಂಬಿಸಿದ್ದು ಹೇಗೆ? ಯಾಕೆ?

ಮಗನಿಗೆ ಹೇಳಿ ಕಳಿಸಿ ತಮ್ಮ ಕೋಣೆಗೆ ಹೋದರು. ವಿಭಾ ದೂರಿತ್ತಿದ್ದರೆ ಅಭಿಷೇಕ್ ಕಾಲೇಜಿನಿಂದ ಸಸ್ಪೆಂಡ್ ಆಗುತ್ತಾ ಇದ್ದ. ಅದಕ್ಕಾಗಿ ಅವರು ತಲೆಕೆಡಿಸಿಕೊಳ್ಳಬೇಕಿರಲಿಲ್ಲ. ಡಿಗ್ರಿಗಳು ಗೌರವಕ್ಕೆ. ಅವರಿಗೇನು ಅಂಥ ಉಪಯೋಗಕ್ಕೆ ಬರುತ್ತಿರಲಿಲ್ಲ.

ಬಂದ ವಸುಂಧರಾ ಅವರ ಮುಂದೆ ಕೂತರು. "ಏನು ವಿಷ್ಯ?" ದೀರ್ಘವಾಗಿ ನೋಡಿ ಬೇರೆಡೆ ನೋಟ ಹರಿಸಿದರು. "ನಿನ್ಮಗ ಪ್ರಿನ್ಸಿಪಾಲರ ಮುಂದೆ ತಪ್ಪು ಒಪ್ಪಿಕೊಂಡು....ಪನಿಷ್‌ಮೆಂಟ್ ಕೇಳಿದ್ದಾನೆ. ಅದು ಅವರ ಕಮಿಟಿಯ ತೀರ್ಮಾನಕ್ಕೆ ಹೋಗುತ್ತೆ" ತಿಳಿಸಿದರು.

ವಸುಂಧರಾ ತುಂಬ ನೊಂದುಕೊಂಡರು. ಮಗನ ಭವಿಷ್ಯದಲ್ಲಿ ಇದೊಂದು ಕರಿಛಾಯೆ ಎಂದುಕೊಂಡರು.

"ಅವ್ರು ಶಿಕ್ಷೆ ಕೊಡ್ಬಹ್ದು. ನ್ಯಾಯನ ನಾವು ವಿಭಾಗೆ ಒದ್ಗಿಸಿ ಕೊಡ್ಬೇಕಾಗುತ್ತೆ. ಆ ಹುಡ್ಗೀ ಅಭಿಷೇಕ್‌ನ ಮದ್ವೆಯಾಗಲು ಇಷ್ಟಪಟ್ಟರೇ... ನಾನು ಸೊಸೆಯಾಗಿ ಸ್ವೀಕರಿಸಲು ಸಿದ್ಧ" ಎನ್ನುತ್ತ ಆಕೆಯ ಮುಖವನ್ನು ಅವಲೋಕಿಸಿದರು.

ವಸುಂಧರಾ ಮುಖ ವಿವರ್ಣಗೊಂಡಿತು. "ಹೇಗೆ ಸಾಧ್ಯ? ಪಾರ್ಕ್‌ನಲ್ಲಿ ನಡೆದಿದ್ದು ಹುಡುಗಾಟವಾಯ್ತು. ಅದೇ ಜೀವನವಲ್ಲ. ನಂಗೆ ಇದು ಒಪ್ಗೇ ಇಲ್ಲ" ಉದ್ವಿಗ್ನರಾದರು.

ಚಪ್ಪಾಳೆ ತಟ್ಟಿದರು ಮೇಘನಾಥ್. "ಪುರುಷರ ವಿರುದ್ಧವಾಗಿ ಚಳವಳಿಗಳನ್ನು ಸಂಘಟಿಸಬೇಕಾದ್ದು ಮಹಿಳೆಯರು. ಅಂಥದ್ದರಲ್ಲಿ. ವ್ಹಾ....ವ್ಹಾ.... ಆ ಕುಟುಂಬದವರೆ ಇಂಥ ಬಲವಂತವನ್ನು ಹೇರಿದರೇ..... ಏನ್ಮಾಡ್ತೀಯಾ?" ಭವಿಷ್ಯವನ್ನು ಆಕೆ ಮುಂದೆ ಹರಡಿದರು.

ಪೂರ್ತಿ ವಿಚಲಿತರಾದರು ವಸುಂಧರಾ "ಹೇಗೆ ಸಾಧ್ಯ? ಅದು ಅಭಿಷೇಕ್‌ಗೆ ದೊಡ್ಡ ಶಿಕ್ಷೆ. ನಾನೇ ಹೋಗಿ ಆ ಕುಟುಂಬದೊಂದಿಗೆ ಮಾತಾಡ್ತೀನಿ" ಎಂದರು

ಹೆಂಡತಿಯ ಸಿಡಿಮಿಡಿ ಅವರಿಗೆ ಅರ್ಥವಾಯಿತು.

"ಅಂಥ ಸಮಯದಲ್ಲಿ ಖಂಡಿತ ನನ್ನ ವಿರೋಧ ಇರೋಲ್ಲ ವಸುಂಧರಾ. ನಾನು ಕೆಳಗಿನ ರೇಖೆಯಿಂದಲ್ಲೇ ಮೇಲೆ ಬಂದೋನು. ಒಂದಿಷ್ಟು ರೀತಿ ನೀತಿಗಳು ವ್ಯತ್ಯಾಸವಾಗಿರಬಹುದು. ಅಷ್ಟೇ...ಇದು ಬಹಳ ದೊಡ್ಡ ಅಂತರವಲ್ಲ" ತಿಳಿಸಿದರು.

ವಸುಂಧರಾಗೆ ತಲೆತಗ್ಗಿಸುವಂತಾದರೂ ತಮ್ಮನ್ನು ಸಮರ್ಥಿಸಿಕೊಂಡರು. "ನನಗೆ ಅಭಿಷೇಕ್ ಭವಿಷ್ಯ ಮುಖ್ಯ. ಯಾವ್ದೋ ಒಂದು ಹುಡ್ಗೀನ ಮದ್ವೆ ಮಾಡ್ಕೊಂಡ್ ಜೀವನಪೂರ್ತಿ ಕೊರಗೋಕೆ ನಾನು ಅವಕಾಶ ಕೊಡೋಲ್ಲ. ನೋ....ನೋ....ನೋ...." ತಾಳ್ಮೆ ಕಳೆದುಕೊಂಡು ಪ್ರತಿಕ್ರಿಯಿಸಿದರು.

ಅಂಥ ಪ್ರಸಕ್ತಿ ಎದುರಾಗುವ ಸಾಧ್ಯತೆ ಇಲ್ಲದಿದ್ದರಿಂದ ಮೇಘನಾಥ್ ಸುಮ್ಮನಾದರು.

ಶೈಲೇಂದ್ರ ತಿಳಿಸಿದ್ದ. "ವಿಭಾ ಇನ್ನು ಕಾಲೇಜಿಗೆ ಬರೋಲ್ಲ. ದೂರು ಕೊಡಲಾರದಷ್ಟು ಒಳ್ಳೆಯ ಜನ. ಇದ್ವರ್ಗೂ ತಾಳಿ ಕುತ್ತಿಗೆಗೆ ಹಾಕ್ಸಿದರೂ ಹೆಚ್ಚಲ್ಲ" ಅದನ್ನು ನೆನೆದೇ ವಸುಂಧರೆಯೊಂದಿಗೆ ವಾದ ಬೆಳೆಸದೇ ಅಷ್ಟಕ್ಕೆ ಮುಕ್ತಾಯ ಗೊಳಿಸಿದ್ದರು.

* * *

ನರಹರಿ ವಿಭಾನ ತಂದು ಬಿಟ್ಟು ಹೋಗುವಾಗ ಸತ್ಯಸಂಗತಿಯನ್ನು ಗೋಪಾಲಕೃಷ್ಣನಿಗೆ ಮಾತ್ರ ತಿಳಿಸಿದ್ದರು.

"ಇದು ಆಕಸ್ಮಿಕವಾಗಿ ನಡೆದಿದ್ದು. ಇಂಥದ್ದು ಹೊರ ಪ್ರಪಂಚಕ್ಕೆ ಹೊಸದಲ್ಲ. ನಮ್ಗೇ ಆಘಾತ. ಜನಗಳ ಮಾತಿನ ಇರಿತ ತಡೆದುಕೊಳ್ಳುವಷ್ಟು ವಿಭಾ ಗಟ್ಟಿ ಮನಸ್ಕಳಲ್ಲ. ಎಲ್ಲಕ್ಕೂ ಒಂದೇ ಪರಿಹಾರ. ಅವ್ಳಿಗೆ ಬೇಗ ಮದ್ವೆ ಮಾಡೋದು."

ಗೋಪಾಲಕೃಷ್ಣ ಶಾಲೆಯ ಮಾಸ್ತರು. ಅಣ್ಣನಿಗೆ ಪೂಜೆಯಲ್ಲಿ ಸಹಾಯಕರು. ಲಕ್ಷ್ಮಣ, ರಾಮನಷ್ಟೇ ಗೌರವ, ಭಕ್ತಿಗಳು ಗಣಪತಿಯವರ ಬಗೆಗೆ. ಅಣ್ಣ– ಕಳೆದುಹೋಗಲಾರದಂಥ ದೊಡ್ಡ ಸಂಪತ್ತು ಎನ್ನುವಂಥ ಭಾವನೆ ಅವರದ್ದು. ಇದು ಅಪೂರ್ವ ಮಾತ್ರವಲ್ಲ, ಅಪರೂಪ ಕೂಡ.

"ನೀವ್ಹೇಳೋದು ಸರಿ ಅಂದ್ಕೊಂಡ್ರು, ಇಂಥ ಕೃತ್ಯಗಳ್ನ ನಾವುಗಳು ಸುಮ್ಮನಿದ್ದು ಪ್ರೋತ್ಸಾಹಿಸಿದಂತಾಗುತ್ತೆ. ವಿಭಾ ಹತ್ರ ಮಾತಾಡ್ತೀನಿ. ಇಂಥ ಆಘಾತ ಅಣ್ಣ ತಡೆದುಕೊಳ್ಳಲಾರರು ಅನ್ನೋ ಭಯ ನನ್ನನ್ನು ಕಟ್ಟಿ ಹಾಕಿದೆ" ಕಣ್ಣೀರು ಸುರಿಸಿಬಿಟ್ಟರು ಗೋಪಾಲಕೃಷ್ಣ.

ವಿಭಾ ಬಗೆಗೆ ಅವರಿಗೆ ಅತಿಯಾದ ಪ್ರೀತಿ. ಅವಳನ್ನು ತುಂಬ ಓದಿಸಬೇಕೆನ್ನುವ ಆಸೆ ನುಚ್ಚುನೂರಾಗಿತ್ತು. ಕಾರಣ ಸ್ಪಷ್ಟವಾಗಿದ್ದರೂ ಕದಡಿ ರಾಡಿ ಮಾಡಿಕೊಳ್ಳಲು ಹಿಂಜರಿದರು.

ವಿಷಯವನ್ನು ಮುಚ್ಚಿಟ್ಟರೂ ವಿಭಾನ ಸೂಕ್ಷ್ಮವಾಗಿ ಗಮನಿಸ ತೊಡಗಿದರು. ತಾನಾಗಿ ಹೇಳಲಿಯೆಂದು ಕಾದರು. ಪ್ರಶ್ನಿಸಲು ಸ್ವರವೇಳಲಿಲ್ಲ. ಅಂಥ ಪ್ರಸಂಗ ಬಂದಿದ್ದಕ್ಕಾಗಿ ನೊಂದರು ಕೂಡ.

ಅಂದು ಹೆಂಡತಿ, ಮಕ್ಕಳು ದೇವಸ್ಥಾನಕ್ಕೆ ಹೋದ ಸಂದರ್ಭಕ್ಕಾಗಿ ಕಾದು, "ವಿಭಾ, ನಾವು ಕೂಡ ದೇವಸ್ಥಾನಕ್ಕೆ ಹೋಗೋಣ" ಅವಳನ್ನು ಹೊರಡಿಸಿದರು.

ಗಣಪತಿ ದೇವಸ್ಥಾನದ ಆವರಣ ತಲುಪುವ ಮುಂಚೆ ಒಂದು ದೊಡ್ಡ ಮರವಿತ್ತು. "ಇಲ್ಲಿ ಸ್ವಲ್ಪ ಕೂತುಕೊಳ್ಳೋಣ, ವಿಭಾ" ಅಲ್ಲಿಯೇ ಕೂತರು.

ಇಂಥ ಒಂದು ಅವಕಾಶದ ಅಗತ್ಯವಿತ್ತೇನೋ. ಅವರ ಮಡಿಲಲ್ಲಿ ತಲೆಯಿಟ್ಟು ಬಿಕ್ಕಿಬಿಕ್ಕಿ ಅತ್ತಳು. ಹರಿಯುವ ಕಣ್ಣೀರನ್ನು ಹಾಗೆಯೇ ಬಿಟ್ಟರು ಗೋಪಾಲಕೃಷ್ಣ.

"ನರಹರಿ ಹೇಳಿದ್ದು ನಿಜಾನಾ?" ಕೇಳಿದ್ದು ಒಂದೇ ಪ್ರಶ್ನೆ. "ಇಡೀ ಜಗತ್ತು ಕೂಗಿ ಹೇಳಿದ್ರೂ....ನಂಬೋಲ್ಲ" ಅವರ ಗಂಟಲು ಗದ್ಗದವಾಯಿತು.

ಹೌದೆಂದು ತಲೆದೂಗಿದಳು. ಸಿಡಿಲು, ಗುಡುಗು ಒಮ್ಮೆಲೆ ಬಂದು ಅಪ್ಪಳಿಸಿದಂತಾಯಿತು. ಅವರ ಮಿದುಳಿನಲ್ಲಿ ಭಯಂಕರವಾದ ಭೂಕಂಪ. ಕೋಪದಿಂದ ನಡುಗಿದರು. ಅಲ್ಲಿ ಎದುರಾದದ್ದು ಅಣ್ಣನ ಮುಖ. ಈ ಶತಮಾನಕ್ಕೆ ಹೊರತಾದವರಂತೆ ನಡೆದುಕೊಳ್ಳುತ್ತಿದ್ದ ವ್ಯಕ್ತಿಯನ್ನು ಆದಷ್ಟು ದಿನ ತಮ್ಮೊಂದಿಗೆ ಉಳಿಸಿಕೊಳ್ಳಬೇಕೆಂಬುದು ಅವರ ಅದಮ್ಯ ಆಸೆ. ಅದಕ್ಕಾಗಿ ಯಾವ ತ್ಯಾಗ ಬೇಕಾದರೂ ಮಾಡಬಲ್ಲರು.

ಅವಳ ಕಣ್ಣೀರು ತೊಡೆದು ಕಣ್ಣಲ್ಲಿಯೆ ಸಮಾಧಾನ ಹೇಳಿದರು. ಮತ್ತೆ ಕೇಳಿದ್ದು ಒಂದೇ ಪ್ರಶ್ನೆ "ಆ ಅಭಿಷೇಕ್ ಯಾರು?" ಅವನ ಬಗ್ಗೆ ಹೆಚ್ಚು ತಿಳಿಯದ ಅವಳ ಉತ್ತರವು ಚುಟುಕಿನದೇ "ಸೀನಿಯರ್ ಸ್ಟೂಡೆಂಟ್." ಇನ್ನೊಂದು ಮಾತಾಡಲಿಲ್ಲ ಗೋಪಾಲಕೃಷ್ಣ.

ಹೆಚ್ಚು ಮುದ, ಶಾಂತಿ ನೀಡುತ್ತಿದ್ದ ವಾತಾವರಣದಲ್ಲಿ ಇಂದು ಅಶಾಂತಿಯಿಂದ ತೊಳಲಾಡಿದರು ಗೋಪಾಲಕೃಷ್ಣ. ಪ್ರಯಾಸದಿಂದ ಕಟ್ಟಿದ ದೇದೀಪ್ಯವಾದ ಗೋಪುರ ಅವರ ಕಣ್ಮುಂದೆ ನೆಲಸಮ.

"ವಿಭಾ, ಡಿಗ್ರಿ ಮಾಡ್ಲಿ, ಇನ್ನಷ್ಟು ಓದ್ತೀನಿ ಅಂದ್ರು ಓದಿಸ್ಬೇಕು" ಅವರ ಮಾತನ್ನು ವಿರೋಧಿಸುವವರು ಆ ಮನೆಯಲ್ಲಿ ಯಾರು ಇರಲಿಲ್ಲ. ಕಾವೇರಮ್ಮನ ಅನುಮೋದನೆಯೂ ಅದೇ. "ಪ್ರಭಾ, ಶಾಲಿನಿ ಓದಿನಲ್ಲಿ ಅಷ್ಟು ಚುರುಕಿಲ್ಲ. ವಿಭಾನೇ ನಿಮ್ಮ ಆಸೆ ಪೂರೈಸ್ಬೇಕು."

ಗಣಪತಿ ಉಭ, ಶುಭ ಅನ್ನದಿದ್ದರೂ ಸರಿಯಾದ ವಯಸ್ಸಿನಲ್ಲಿ ಅವಳ ಮದುವೆ ಮುಗಿಸಬೇಕೆನ್ನುವ ಅಭಿಪ್ರಾಯ ಅವರದೆಂದು ಗೋಪಾಲಕೃಷ್ಣರಿಗೆ ಗೊತ್ತು.

ಮೌನವಾಗಿ ಕೂತಿದ್ದ ಗೋಪಾಲಕೃಷ್ಣ ವಿಭಾಳತ್ತ ನೋಡಿದರು. ಅತ್ಯಂತ ನಿರ್ಮಲವಾಗಿ ಕಂಡಳು. ಪರಿಚಯ, ಸ್ನೇಹ ಇಲ್ಲವೆಂದ ಮೇಲೆ ಎಂಥ ಪ್ರೇಮ?

ನರಹರಿಯಿಂದ ತಿಳಿದಿದ್ದು ಇಷ್ಟೇ. ವಿಭಾ ಆ ಬಗ್ಗೆ ಚಕಾರವೆತ್ತಿರಲಿಲ್ಲ. ಅವಳು ಆಟೋದಲ್ಲಿ ಮುಕ್ತಾಳ ಜೊತೆ ಮನೆಗೆ ಬಂದು ತಲುಪುವ ಮುನ್ನವೇ ಯಾರೊಂದಿಗೋ ಪರಿಚಿತರೊಂದಿಗೆ ಬೈಕ್‌ನಲ್ಲಿ ಬಂದ ಮುಕ್ತಾಳ ತಮ್ಮ ಏದುಸಿರು ಬಿಡುತ್ತ ವಿಷಯ ತಿಳಿಸಿದ್ದ. ಅದುವರೆಗೆ ಸಾಕಷ್ಟು ಜನಕ್ಕೆ ಅವನು ಗಾಬರಿಯಲ್ಲಿ ವಿಷಯ ತಿಳಿಸಿರಬಹುದು.

ಮುಕ್ತಾ ಅಳುತ್ತಲೇ ಎಲ್ಲಾ ಹೇಳಿ ಮುಗಿಸಿದ್ದಳು. ಆ ರಭಸಕ್ಕೆ ಅಕ್ಕಪಕ್ಕದವರಿಗೆ ಗೊತ್ತಾಗಿ ನೂರೆಂಟು ಪ್ರಶ್ನೆಗಳು ಉದ್ಭವಿಸಲು ಕಾರಣವಾಗಿತ್ತು.

ಆತುರದಿಂದ ಬಂದ ಮುಕ್ತಾಳ ಅಮ್ಮ ಬಾಯ್ಗೆ ಬಂದಿದ್ದು ಅಂದು ಮಗಳನ್ನು ಕರೆದೊಯ್ದರು. ಬೆಳಿಗ್ಗೆ ಕಾಲೇಜಿಗೆ ಹೋದ ಅವಳು ಒಂದಿಬ್ಬರಿಗೆ ಹೇಳಿದ್ದು ಇಡೀ ಕಾಲೇಜಿನ ಮೂಲೆಮೂಲೆ ತಲುಪಿ, ಪ್ರಿನ್ಸಿಪಾಲರ ಛೇಂಬರಿಗೆ ಪ್ರವೇಶಿಸಿಬಿಟ್ಟಿತು.

ಮೇಲೆದ್ದ ಗೋಪಾಲಕೃಷ್ಣ ಅವಳ ತೋಳು ಹಿಡಿದು ಎಬ್ಬಿಸಿದರು. "ಇಂಥದ್ದು ನಿರಂತರವಾಗಿ ನಡೆದುಕೊಂಡೇ ಬಂದಿದೆ. ತಪ್ಪು ಮಾಡದ ನೀನು ಪಶ್ಚಾತ್ತಾಪ ಪಡುವ ಅಗತ್ಯ ಕೂಡ ಇಲ್ಲ. ಕೆಲವು ವಿಷ್ಯಗಳನ್ನು ನಾವೇ ನುಂಗಿಕೊಳ್ಳಬೇಕು. ಅಣ್ಣನವರ್ಗೂ ಇದು ಹೋಗೋದ್ಬೇಡ" ಧೈರ್ಯ ಹೇಳಿದರು.

ಮರುದಿನವೇ ಸಿಟಿಗೆ ಹೋಗಲು ನಿಶ್ಚಯಿಸಿದರು. ಒಂದು ತೀರ್ಮಾನಕ್ಕೆ ಬರುವ ಮುನ್ನ ಎಲ್ಲಾ ದಿಕ್ಕಿನಲ್ಲೂ ಪರಿಶೀಲಿಸುವುದು ಅವರಿಗೆ ಅಗತ್ಯವಾಗಿ ಕಂಡಿತು.

ಎಷ್ಟೇ ಮಾತನಾಡಿದರೂ ನರಹರಿಯದು ಒಂದೇ ಪಟ್ಟು. "ಬೇರೆಯವ್ರಿಗೆ ಶಿಕ್ಷೆ ಸಿಗೋ ವೇಳೆಗೆ ನಾವು ಬಹಳಷ್ಟು ಕಳ್ದುಕೊಳ್ಳಬೇಕಾಗುತ್ತೆ. ಭಾವನ ಬಗ್ಗೆ ಯೋಚ್ಸಿ. ಕಿವಿಗೆ ಬಿದ್ದ ಮರುಕ್ಷಣ ಅವ್ರ ಉಸಿರು ನಿಂತು ಹೋಗುತ್ತೆ. ಜೊತೆಗೆ ಜನರ ಬಾಯಿಗೆ ವಿಭಾ ಬಲಿಯಾಗಿ ಹೋಗ್ತಾಳೆ. ಈಗ ಬುದ್ಧಿವಂತಿಕೆಯಿಂದ ವರ್ತಿಸುವ ಅಗತ್ಯವಿದೆ" ಶತಾಯಗತಾಯ ಅಲ್ಲಿಂದ ಅವರು ಕದಲುವ ಹಾಗೇ ಕಾಣಲಿಲ್ಲ.

ದೂರು, ಶಿಕ್ಷೆಯ ವಿಷಯ ಕೈಬಿಟ್ಟರೂ ವಿಭಾ ಓದು ಹಾಳಾಗುವುದು ಗೋಪಾಲಕೃಷ್ಣರಿಗೆ ಬೇಡವಾಗಿತ್ತು.

ನರಹರಿ ವಿಭಾ ಸೋದರಮಾವ. ಅಂದರೆ ಅವಳ ತಾಯಿಯ ತಮ್ಮ. ಅಕ್ಕ ಸತ್ತರೂ ಸಂಬಂಧ ತೊಡೆದುಕೊಂಡಿರಲಿಲ್ಲ. ಆಗಿನ ನೆಂಟಸ್ತಿಕೆಯೇ ಈಗಲೂ ಉಳಿದಿತ್ತು. ಅನುರಾಗಪುರದಿಂದ ಓಡಾಡಿ ಓದುವುದು ಬೇಡವೆಂದು ಅವರೇ ಅವಳನ್ನು ಕಾಲೇಜಿಗೆ ಸೇರಿಸಿದ ಮೇಲೆ ತಂದಿಟ್ಟುಕೊಂಡಿದ್ದರು.

"ವಿಭಾ, ಧೈರ್ಯವಾಗಿ ಕಾಲೇಜಿಗೆ ಹೋಗಿ ಓದು ಮುಂದುವರಿಸಲಿ." ಇನ್ನೊಂದು ತೀರ್ಮಾನವನ್ನು ಗೋಪಾಲಕೃಷ್ಣ ಅವರ ಮುಂದಿಟ್ಟರು.

ಪ್ರಮೀಳಾ ಅತ್ತೆ ಬಿಟ್ಟರು. ಅಕ್ಕಪಕ್ಕದವರು ಕೇಳಿದ ಪ್ರಶ್ನೆಗಳು, ಮಾಡಿದ ಆರೋಪಗಳು ಅವರನ್ನು ಆತ್ಮಹತ್ಯೆಯ ದಾರಿಗೆ ದೂಡಿತ್ತು. ಇನ್ನು ವಿಭಾ ಸಹಿಸಿಕೊಂಡಾಳೆಯೇ? ಅವರಿಗೆ ಆ ನಂಬಿಕೆ ಇರಲಿಲ್ಲ.

"ಖಂಡಿತ ಬೇಡಿ, ಅನ್ಯಾಯವಾಗಿ ಅವ್ಳು ಆತ್ಮಹತ್ಯೆ ಮಾಡಿಕೊಂಡು ಬಿಡ್ತಾಳೆ. ಓಡಿಹೋಗಿದ್ದಾಳೆ ಅಂತಾರೆ. ಹನಿಮೂನ್‌ನಲ್ಲಿದ್ದಾಳೆಂತ ಹಬ್ಬಿಸಿ ಬಿಟ್ಟಿದ್ದಾರೆ. ತಾಯಿ ಪಟ್ಟ ಕಟ್ಟೋಕ್ಕೂ ಜನ ಹಿಂಜರಿದಿಲ್ಲ. ಇಂಥ ಸ್ಥಿತಿಯಲ್ಲಿ ಕಾಲೇಜಿಗೆ ಹೋದರೆ..." ಆಕೆ ಸುತಾರಾಂ ಒಪ್ಪಲಿಲ್ಲ.

ಮಕ್ಕಳಿಲ್ಲದ ಅವರಿಗೆ ವಿಭಾ ಸರ್ವಸ್ವ. ಅವಳ ಕಣ್ಣಲ್ಲಿ ಕಂಬನಿಯನ್ನು ಕಾಣುವುದು ಕೂಡ ಅವರಿಗಾಗದು.

ಎಷ್ಟೇ ಚರ್ಚಿಸಿದರೂ, ಮಾತನಾಡಿದರೂ ಯಾರ ನಿಲುವೇನು ಬದಲಾಗಲಿಲ್ಲ. ಈಗ ಅಭಿಷೇಕ್‌ನ ವಿಷಯವಲ್ಲ ಅವರು ಯೋಚಿಸುತ್ತಿದ್ದದ್ದು ವಿಭಾ ವಿಷಯವನ್ನು.

'ವಿವಾಹ, ಗಂಡು ಹೆಣ್ಣಿನ ಬೆಸೆತ ಅತ್ಯಂತ ಪವಿತ್ರವಾದದ್ದು' ಇದು ಗಣಪತಿಯವರ ಅಭಿಪ್ರಾಯ. ಅವರ ಬಗ್ಗೆ ಎಲ್ಲರಿಗೂ ಪೂಜ್ಯ ಭಾವನೆಯೆ.

ತೀರಾ ಸೋತಂತಾಯಿತು ಗೋಪಾಲಕೃಷ್ಣರಿಗೆ. ಸಮಸ್ಯೆಗಳ ಕಲ್ಪನೆಗೆ ಅಂಜುವಂತಾಯಿತು ಅವರಿಗೆ.

"ಸ್ವಲ್ಪ ಧೈರ್ಯ ತಂದುಕೋ ಗೋಪಾಲಕೃಷ್ಣ, ಕಾಲ ಎಲ್ಲವನ್ನೂ ಮರೆಸುತ್ತೆ. ವಿಭಾ ಈ ಆಘಾತದಿಂದ ಎರ್ಡು ರೀತಿಯಲ್ಲಿ ಪಾರಾಗ್ಬಹ್ದು. ಒಂದು ಗಂಡು ಹುಡ್ಕಿ ಮದ್ವೆ ಮಾಡ್ಬೇಕು. ಇಲ್ಲ ಎಲ್ಲವನ್ನೂ ಅಲಕ್ಷಿಸಿ ಮುನ್ನುಗ್ಗಿದರೆ... ಅದು ಮುಳ್ಳಿನ ಹಾದಿ. ನಡಿಗೆಯು ಪ್ರಯಾಸ. ಅವಳ ಜೊತೆಯಲ್ಲಿ ನಾವೆಲ್ಲರೂ ನಡೆಯಬೇಕು. ಸಮಯ ವ್ಯರ್ಥ ಮಾತ್ರವಲ್ಲ, ಅನುಭವಿಸ್ಬೇಕಾದದ್ದು ಬಹಳ. ಇದು ಒಂದು ರೀತಿಯ ಹೋರಾಟವಾಗುತ್ತೆ. ಸಾವು-ನೋವುಗಳು ಒಂದೇ ಪಕ್ಷಕ್ಕೇನೆ. ಆ ವಿಜಯದ ಸಂತೋಷಾನ ಅನುಭವಿಸುವ ಮನಸ್ಥಿತಿಯೇ ನಮ್ಮಿಂದಾಗಿರೋಲ್ಲ. ಇಂಥ ಸಂದರ್ಭದಲ್ಲಿ ಆವೇಶಕ್ಕಿಂತ ತಾಳ್ಮೆ, ಉಪಾಯ ಅಗತ್ಯ" ಎಂದು ವಿಶ್ಲೇಷಿಸಿದರು ನರಹರಿ.

ಬಹಳ ನೊಂದುಕೊಂಡರು ಗೋಪಾಲಕೃಷ್ಣ. ಆದರೆ ಅಭಿಷೇಕ್‌ನ ಕ್ಷಮಿಸಲು ಅವರಿಗೆ ಇಷ್ಟವಾಗಲಿಲ್ಲ.

"ಅವ್ನಿಗೆ ಶಿಕ್ಷೆ ಆಗೋದು ಹೇಗೇ?" ಕನಲಿದರು.

ನರಹರಿ ತುಟಿ ತೆರೆಯಲಿಲ್ಲ. ಅವರು ಎಲ್ಲಾ ಪ್ರಕಾರವಾಗಿ ಯೋಚಿಸಿದ್ದರು.

"ದೇವ್ರೇ ಕೊಡ್ಬೇಕು ಅಷ್ಟೇ..... ಅವ್ನು ಅಲ್ಲ ಅಂದರೆ ನಾವು ಹೌದೂಂತ ಹೇಗೆ ಸಾಧಿಸೋದು? ಪ್ರೇಮಿಸಿ ಕೈಕೊಟ್ಟಿದ್ದರೆ ಹೋರಾಡೋಕೆ ಒಂದು ದಾರಿ ಸಿಕ್ತಾ ಇತ್ತು. ಪ್ರತಿಯೊಂದಕ್ಕೂ ಸಾಕ್ಷಿ ಕೇಳೋ ಈ ಜಗತ್ತಿನಲ್ಲಿ ಹೇಗೆ, ಎಲ್ಲಿ ಸಾಕ್ಷಿ ಪುರಾವೆಗಳನ್ನು ಹೊಂದಿಸೋಣ? ಇನ್ನ ಆ ವಿಷಯಕ್ಕೆ ತಿಲಾಂಜಲಿ ಇತ್ತು ವಿಭಾ ಬಗ್ಗೆ ಯೋಚಿಸೋಣ" ನರಹರಿಯ ಮಾತುಗಳು ವಿವೇಕಯುತವಾಗಿ ಕಂಡಿತು.

"ಒಮ್ಮೆ ಅಭಿಷೇಕ್ ತಾಯ್ತಂದೆಯವರನ್ನು ಕಂಡರೆ....." ಮತ್ತೊಂದು ಯೋಚನೆ

ಮುಂದಿಟ್ಟರು. "ಪ್ರಯೋಜನವಿಲ್ಲ. ಸದ್ಯಕ್ಕೆ ಅವ್ರಿಗೆ ಮದ್ವೆ ಮಾಡುವ ಯೋಚನೆ ಇರಲಾರ್ದು. ಎಲ್ಲರ ವಿರೋಧದ ನಡುವೆ ಹೊಕ್ಕ ಹೆಣ್ಣು ಎಷ್ಟು ಸುಖವಾಗಿದ್ದಾಳು? ಅವಳು ಸಭ್ಯತನ ನೋಡಿ ಕೂಡ ಧೈರ್ಯ ಮಾಡುವುದು ಮೂರ್ಖತನ. ದಯವಿಟ್ಟು ಆ ಸಂಗತಿಗಳನ್ನೆಲ್ಲ ಬಿಟ್ಟು ಬಿಡಿ" ಎಲ್ಲಾ ಕದಗಳನ್ನು ಹಾಕಿಬಿಟ್ಟರು ನರಹರಿ.

ವಿಭಾ ಮೇಲೆ ನರಹರಿ ದಂಪತಿಗಳಿಗೆ ವಿಶೇಷವಾದ ಅಕ್ಕರೆ. ಅವಳ ಸುಖಕ್ಕೋಸ್ಕರ ಅವರು ಏನು ಬೇಕಾದರೂ ಮಾಡಲು ಸಿದ್ಧ.

ಜೋಲು ಮುಖ ಹಾಕಿಕೊಂಡೇ ಬಸ್ಸು ಹತ್ತಿದರು ಗೋಪಾಲಕೃಷ್ಣ.

* * *

ಗಣಪತಿಯವರು ಸಂಸ್ಕೃತ ಪಾಠ ಮುಗಿಸಿಕೊಂಡು ಮನೆಗೆ ಬಂದಾಗ ತಮ್ಮ ವಿಭಾ ಜಾತಕ ಹಿಡಿದು ಕೂತಿದ್ದ ಅವರ ಗಮನಕ್ಕೆ ಬಂತು. 'ಇನ್ನು ಮೂರ್ವರ್ಷ ವಿಭಾಳ ಮದ್ವೆಯ ಚಿಂತೆ ಇಲ್ಲ' ಕಾಲೇಜಿಗೆ ಸೇರಿಸಲು ಕರೆದೊಯ್ಯುವ ಹಿಂದಿನ ದಿನ ಹೇಳಿದ್ದು ಅವರಿಗೆ ನೆನಪಿತ್ತು.

ಕ್ಷಣ ಮೌನವಾಗಿ ನಿಂತರು. ಬಂದ ವಿಭಾ ಹಿಂತಿರುಗಿ ಹೋಗಿದ್ದು ಅವರ ಗಮನಕ್ಕೆ ಬಂದಿತ್ತು. ಯಾಕೆ? ಏನು? ಎತ್ತ? ಎಂದು ವಿಚಾರಿಸುವುದು ಅವರ ಕೆಲಸವಲ್ಲ. ಎಲ್ಲಾ ತಮ್ಮನಿಗೆ ಬಿಟ್ಟು ಕೊಟ್ಟು ಎಷ್ಟೋ ವರ್ಷಗಳು ಆಗಿದ್ದವು.

ಗೋಪಾಲಕೃಷ್ಣ ಅಣ್ಣನ ಕೋಣೆಗೆ ಬಂದರು. "ಅಯ್ಯಂಗಾರಿಗೆ ಜಾತ್ಕ ಕೊಡೋಣಾಂತ. ಇನ್ನ ಎರಡ್ವರ್ಷಕ್ಕಾದ್ರೂ ವಿಭಾಗೆ ಮದ್ವೆ ಮಾಡಬೇಕಲ್ಲ. ಈಗ್ನಿಂದ ಪ್ರಯತ್ನ ಮಾಡಿದ್ರೆ... ಒಳ್ಳೇ ಸಂಬಂಧ ಹುಡ್ಕೋಬಹ್ದು."

ತಮ್ಮ ಹೇಳಿದನ್ನು ಗಣಪತಿಯವರು ಕೇಳಿದರು.

"ವಿಭಾ ತುಂಬ ಮೃದುವಾದ ಹುಡ್ಗಿ. ಒಳ್ಳೆಯ ರೀತಿಯಲ್ಲಿ ನಡೆಸಿಕೊಳ್ಳೋ ಗಂಡನ್ನೆ ಹುಡ್ಕೋಬೇಕು: ಮತ್ತಷ್ಟು ಹೇಳಿದರು. ಅವರು ಕೇಳಿದರು ಅಷ್ಟೇ.

ಅಣ್ಣನ ಮುಖಭಾವವನ್ನೇ ಗಮನಿಸಿದರು.

"ಕಾಲೇಜಿಗೆ ಸೇರಿಸಿದ್ದೆ. ಅದು ಮುಗೀಲಿ" ಒಂದೇ ಮಾತು. ಗೋಪಾಲಕೃಷ್ಣರ ಎದೆ ಧಸಕ್ಕೆಂದಿತು. ಸುಳ್ಳು ಹೇಳಲು ಕೂಡ ಅವರ ಮನ ಹಿಂಜರಿಯಿತು. "ಈಗ ಜಾತ್ಕ ಕೊಡೋದು ತಪ್ಪಾ?" ನಾಲಿಗೆಯಲ್ಲಿನ ಪಸೆಯಾರಿತು.

"ಹೇಗೆ ಸಮ್ಮತವೋ.....ಹಾಗೇ ಮಾಡು" ಎಂದರು.

ಇನ್ನು ಅವರು ಮಾತಾಡಲಾರರೆಂದು ತಿಳಿದು ಹೊರಗೆ ಬಂದರು.

ಹೆಂಡತಿಯದು ಕೂಡ ಅದೇ ಪ್ರಶ್ನೆ. "ನೀವೇ ಕಾಲೇಜಿಗೆ ಸೇರಿಸೋ ಮಾತಾಡಿದ್ರಿ.... ಸೇರಿಸಿದ್ರಿ ಕೂಡ. ಈಗ ಜಾತ್ಕ ಹೊರ್ಗೆ ತೆಗೆದಿದ್ದೀರಲ್ಲ. ವಿಭಾ ಹೋಗೋಲ್ವೇನು?" ಆಕೆಯ ಸ್ವರದಲ್ಲಿ ಇಣುಕಿದ ಅನುಮಾನವನ್ನು ಗುರುತಿಸಿದರು.

"ಈಗ್ನಿಂದ ಹುಡುಕಿದರೆ ...ತಾನೇ ಒಳ್ಳೆ ಗಂಡು ಸಿಕ್ಕೋದು. ನಿಂಗೆ ಇವೆಲ್ಲ ಅರ್ಥವಾಗೋಲ್ಲ. ತೆಪ್ಪಗಿದ್ಬಿಡು" ಜಾತಕದ ನಕಲನ್ನು ಜೇಬಿಗೆ ಸೇರಿಸಿದರು.

ಅಲ್ಲಿ ಅಯ್ಯಂಗಾರಿ ಕೂಡ ಇದೇ ಮಾತನ್ನು ಆಡಿದ. "ಡಿಗ್ರಿಯ ನಂತರ ಮದ್ವೆ.. ಅಂದ್ರಿ. ಅದು ಬಹಳ ಒಳ್ಳೇದು ಕೂಡ ಈಗ ಅವಸರವಸರವಾಗಿ ಜಾತ್ಕ ಹಿಡ್ದು ಬಂದಿದ್ದೀರಲ್ಲ, ಏನು ಸಮಾಚಾರ?"

"ಅಣ್ಣ ಪೂರ್ತಿ ನಿರ್ಲಿಪ್ತರಾಗೋ ಮುನ್ನ ವಿಭಾ ಮದ್ವೆ ಮಾಡ್ಬಿಡೋನಾ ಅಂತ. ಡಿಗ್ರಿ ಮುಗಿತೂನ್ನಿ. ಆಮೇಲೆ ಮಾಸ್ಟರ್ ಡಿಗ್ರಿ ಗಂಡ್ನ ಪ್ರಪೋಸಲ್ ಮಾಡಿದ್ರೆ.... ಅಷ್ಟೆಲ್ಲ ಖರ್ಚನ್ನು ಸಂಭಾಳಿಸಿಕೊಳ್ಳೋಕೆ... ನಮ್ಮಂಥವರಿಂದ ಎಲ್ಲಿ ಸಾಧ್ಯ?" ಉತ್ತಮವಾದ ಕಾರಣವನ್ನೇ ಹುಡುಕಿ ಅವರ ಬಾಯಿ ಮುಚ್ಚಿಸಿದರು.

ಮನೆ, ಹೊರಗಿನವರನ್ನು ಗೋಪಾಲಕೃಷ್ಣ ಹೇಗೋ ಸಂಭಾಳಿಸಿಕೊಳ್ಳುತ್ತಿದ್ದರು. ಆದರೆ ಹೆಚ್ಚೆಚ್ಚು ಸಮಸ್ಯೆಯಾಗಿದ್ದು ವಿಭಾ. ಹೊರಪ್ರಪಂಚದ ಬಗ್ಗೆ ಅವಳಿಗೆ ನಿರಾಸಕ್ತಿ.

ಅಂದು ಆ ವಿಷಯ ಗಣಪತಿಯವರು ಕೂಡ ತಮ್ಮನೊಂದಿಗೆ ಪ್ರಸ್ತಾಪಿಸಿ ಬಿಟ್ಟರು.

"ವಿಭಾ ಕಾಲೇಜಿಗೆ ಹೋಗೋಲ್ವೇನು? ಆ ಹುಡ್ಗಿ ಕಣ್ಣುಗಳಲ್ಲಿ ಏನೋ ಭಯ ಇದೆ."

ಗೋಪಾಲಕೃಷ್ಣರಿಗೆ ದಿಕ್ಕು ತೋಚದಂತಾಯಿತು. ಸಹಜವಾಗಿ ಇಂದಿಗೂ ಅಣ್ಣನಿಗೆ ಹೆದರುತ್ತಿದ್ದರು. ಜಗತ್ತಿನಲ್ಲೆಲ್ಲ ಅವರಿಗೆ ಕಾಣುತ್ತಿದ್ದದ್ದು ಒಳ್ಳೆಯತನವೇ. ಇಂಥ ವ್ಯಕ್ತಿ ಯಾವುದೇ ಆಘಾತ ಸಹಿಸಲಾರನೆಂದು ಅವರಿಗೆ ಗೊತ್ತು.

"ವಿಚಾರಿಸ್ತೀನಿ..." ತಪ್ಪಿಸಿಕೊಳ್ಳಲು ನೋಡಿದರು.

ಬಾಗಿಲಿನವರೆಗೂ ಹೋದವರನ್ನ ಅವರ ಮಾತುಗಳು ಹಿಡಿದು ನಿಲ್ಲಿಸಿದವು. "ಕಾಲೇಜಿಗೆ ಹೋಗೋದು ಬೇಡಾಂದ್ರೆ...ಮಗು ಮನಸ್ಸು ನೋಯಿಸ್ಬೋದ್ಬೇಡ" ಅಷ್ಟೇ ಹೇಳಿದ್ದು ಗಣಪತಿಯವರು.

ಗಂಟಲಲ್ಲಿ ಏನೋ ಸಿಕ್ಕಿಹಾಕಿಕೊಂಡಂತಾಯಿತು. ತಲೆತಗ್ಗಿಸಿಕೊಂಡು ಹೊರಗೆ ಬಂದರು.

ಇಂದು ಹೆಂಡತಿಯದು ಅದೇ ಪ್ರಶ್ನೆ. "ವಿಭಾ ಯಾಕೆ ಊರಲ್ಲಿಯೇ ಉಳಿದುಕೊಂಡ್ಲು? ಕಾಲೇಜಿಗೆ ಹೋಗೋಲ್ವೇನು? ಮಾತಿಲ್ಲದೆ ಮೂಕಿಯಾಗಿ ಬಿಟ್ಟಿದ್ದಾಳೆ" ಅದನ್ನು ಅವರು ಗಮನಿಸಿದ್ದರೂ ಕೂಡ.

"ಒಳ್ಳೇ ಕಡೆ ಸಂಬಂಧಗಳು ಬಂದಿವೆ. ಅದ್ಕೆ ನಾನೇ ಕಾಲೇಜು ಬೇಡಾಂದೆ. ಬದುಕಿನ ಬಗ್ಗೆ ಏನು ಗ್ಯಾರಂಟಿ? ನಮ್ಮ ನಮ್ಮ ಕೆಲಸಗಳ್ನ ಬೇಗಬೇಗ ಮುಗ್ಸಿ ಕೈ ತೊಳ್ದುಕೊಳ್ಬೇಕು" ವೈರಾಗ್ಯದ ಮಾತನಾಡಿದರು.

ಹೂ ಕಟ್ಟುತ್ತಿದ್ದ ವಿಭಾ ಕಡೆ ನೋಡಿದರು. ಸದಾ ಹಸನ್ಮುಖವಾಗಿ ಹೊಳೆಯುತ್ತಿದ್ದ

ಮುಖದಲ್ಲಿ ಕಾರ್ಮೋಡಗಳ ದಂಡು. ಈ ಹುಡ್ಗೀ ಚೇತರಿಸಿಕೊಳ್ಳಲಾರಳೇ?

"ಅವ್ಳಿಗೆ ಬೆಳಕು ನೋಡೋಕೆ ಇಷ್ಟವಿಲ್ಲ" ಹೆಂಡತಿ ಆಡಿದ ಮಾತು ಅವರನ್ನು ಚುಚ್ಚುತ್ತಿತ್ತು. "ವಿಭಾನ ಸ್ವಲ್ಪ ವಿಭಿನ್ನವಾಗಿ ಬೆಳೆಸಿದ್ರೆ....ಇಂಥದನ್ನೆಲ್ಲ ಎದುರಿಸುವ ಶಕ್ತಿ ಇರುತ್ತಿತ್ತೇನೋ?"

ಕೆಮ್ಮಿ ಗಂಟಲು ಸರಿಪಡಿಸಿಕೊಂಡರು. "ವಿಭಾ, ಒಂದ್ಲೋಟ ಕಾಫಿ ಮಾಡ್ಕೊಂಡ್ಬಾ" ಕಳಿಸಿದರು. ಅವಳ ಮನಸ್ಸಿನಲ್ಲಿ ಏನಿದೆ? ಬಹುಶಃ ಅದೇ ಯುವಕನನ್ನು ಮದುವೆಯಾಗಬೇಕೆಂಬ ಕೊರಗು...ಅದು ಸರಿಯೆನಿಸಲಿಲ್ಲ. ಮರುಕ್ಷಣವೇ ತಳ್ಳಿ ಹಾಕಿದರು.

ಕಾಫಿ ತಂದುಕೊಟ್ಟವಳಿಗೆ ಹೇಳಿದರು. "ಸ್ವಲ್ಪ ಅಂಗಡಿಗೆ... ಹೋಗ್ಬರೋಣ. ಉಟ್ಟ ಸೀರೆಯಲ್ಲಿಯೇ ಹೊರಡೋದ್ಬೇಡ. ಸ್ವಲ್ಪ ನಾಜೂಕಾಗಿ ಡ್ರೆಸ್ ಮಾಡ್ಕೊಂಡ್ಬಾ" ಮೌನವಾಗಿ ಕೋಣೆಗೆ ಹೋದಳು.

ಅತ್ಯಂತ ಜೋಪಾನವಾಗಿ ಬೆಳೆಸಿದ್ದರು. ಹುಟ್ಟಿದ ಮರುದಿನ ತಾಯಿ ಸತ್ತ ಚಿಂತೆಯೊಂದನ್ನು ಬಿಟ್ಟರೆ, ಇನ್ನು ಯಾವ ರೀತಿಯ ಕೊರಗು ಅವಳನ್ನು ತಟ್ಟಿರಲಿಲ್ಲ. ಈ ಮನೆಯಲ್ಲಿ ಅವಳು ರಾಜಕುಮಾರಿಯೇ. ಗೋಪಾಲಕೃಷ್ಣರ ಹೆಂಡತಿ ಕೂಡ ಎಂದೂ ಅವಳನ್ನು ಒಂದು ಮಾತು ಅಂದಿದ್ದಿಲ್ಲ. ಮಕ್ಕಳಿಗೂ ಅವಳೆಂದರೆ ಪಂಚಪ್ರಾಣ. ಇನ್ನು ಗಣಪತಿಯವರಿಗೆ ಅವಳೇ ಸರ್ವಸ್ವವಾದರೂ ತುಟಿಯಲ್ಲಿ ಮಿನುಗುವ ನಗು, ಕಣ್ಣುಗಳಲ್ಲಿ ತೋರುವ ಅಂತಃಕರಣದಿಂದಲೇ ಮಗಳ ಮೇಲೆ ಮಮತೆಯ ಮಳೆಗರೆಯುತ್ತಿದ್ದರು.

ಅವಳ ನಡತೆಯೂ ಅಂಥದ್ದೇ, ಓದಿನಲ್ಲಿ ಮಾತ್ರವಲ್ಲ; ಗುಣ, ನಡತೆಯಲ್ಲೂ ಅಪರಂಜಿ. ಈರ್ಷೆ, ಕೋಪ, ಅಸಹನೆ ಸೋಂಕದಂತೆ ಬೆಳೆದಿದ್ದು. ಆ ಮನೆಯ ಪ್ರೀತಿಯ ವಾತಾವರಣವೇ ಕಾರಣವಾಗಿರಬಹುದು. ನವಿರಾದ ಬದುಕಿಗೆ ದೊಡ್ಡ ಆಘಾತ

ಕಡು ನೀಲಿ ಬಣ್ಣದ ಹಸಿರು, ನೇರಳೆ ಹೂಗಳ ಮಿಶ್ರಣದ ಗಾರ್ಡನ್ ಸೀರೆಯುಟ್ಟು ಬಂದಾಗ ಅವರ ಕಣ್ಣುಗಳಲ್ಲಿ ಅಭಿಮಾನದ ಬೆಳಕು ಮಿಂಚಿತು. ಹಿಂದೆಯೇ ನರಹರಿಯ ಮಾತು ನೆನಪಾಯಿತು.

"ಜನ ಹರಡಿರೋ ಸುದ್ದಿ ಕೇಳಿದರೆ ಎದೆಬಡಿತ ನಿಂತಂತಾಗುತ್ತದೆ. ದೇವರು ಅವಳನ್ನು ಒಳ್ಳೇ ಕಡೆ ಸೇರಿಸಿಬಿಟ್ಟರೆ ಸಾಕು."

'ವಿಭಾ ಬದುಕು ಯಾವುದೇ ಸುಳಿಗೆ ಸಿಕ್ಕಬಾರದು. ಅದಕ್ಕಾಗಿ ಏನು ಬೇಕಾದರೂ ತಾವು ಮಾಡಲು ಸಿದ್ಧ' ಎನ್ನುವ ನಿರ್ಣಯಕ್ಕೆ ಬಂದರು.

ನಡೆದೇ ಹೊರಟರು. ವಿಭಾ ಕಣ್ಣುಗಳು ಅತ್ತಿತ್ತ ನೋಡಲು ಕೂಡ ಅಂಜವುದನ್ನು ಅವರು ಗಮನಿಸಿದರು. ಇದರ ಪರಿಣಾಮ ಅಷ್ಟು ಒಳ್ಳೆಯದಲ್ಲವೆನಿಸಿತು.

"ವಿಭಾ, ಮಾಡದ ಅಪರಾಧಕ್ಕಾಗಿ ನೊಂದೋ, ನರಳಿಯೋ ಮಾಡೋದು ದೌರ್ಬಲ್ಯದ ಲಕ್ಷಣ" ತಟ್ಟನೇ ಹೇಳಿದರು. "ನೀನು ನಾರ್ಮಲ್ಲಾಗಿಂತ ಮನೆಯವರೆಲ್ಲ ಗಲಾಟೆ. ಅಣ್ಣ ಕೂಡ ಕೇಳಿದರು."

ತಲೆಯೆತ್ತಿ ಅವರತ್ತ ನೋಡಿದಳು. ಒಂದು ರೀತಿಯ ನಿಸ್ಸಹಾಯಕತೆ ಇಣುಕಿತು ಅವಳ ಕಣ್ಣುಗಳಲ್ಲಿ.

ದೇವಸ್ಥಾನದ ಜಗುಲಿಯ ಮೇಲೆ ಕೂತ ಗೋಪಾಲಕೃಷ್ಣ, ಅವಳ ಕೈಹಿಡಿದು ಕೇಳಿಕೊಂಡರು. "ಅಣ್ಣನ ಬಗ್ಗೆ ನಿನಗೆ ಗೊತ್ತು. ಅತ್ಗೇ ಸತ್ತ ಮೇಲೆ ತೀರಾ ನಿರ್ಲಿಪ್ತರಾಗಿರೋ ಅವರು ಆಗಾಗ ಎಚ್ಚೆತ್ತುಕೊಳ್ಳುವುದು ನಿಂಗಾಗಿಯೇ. ನಿಂಗೆ ಏನಾದ್ರೂ ಆಗಿದೇಯೆಂದ್ರೆ... ಸಹಿಸೋ ಮನೋ ದಾರ್ಢ್ಯ ಅವ್ರಿಗಿಲ್ಲ. ಈಗ್ಲೂ ನೀನು ಧೈರ್ಯ ಮಾಡಿ ಕಾಲೇಜಿಗೆ ಹೋಗೋದಾದ್ರೆ.... ಖಂಡಿತ ನನ್ನ ಅಭ್ಯಂತರವಿಲ್ಲ. ಆದರೆ ಮಂಕಾಗಿ ಕೂಡೋದು ಮಾತ್ರ ನೋಡೋಕ್ಕಾಗೋಲ್ಲ. ಇಡೀ ಸಂಸಾರದ ನಗು, ನಲಿವು ನಿನ್ನ ಕೈಯಲ್ಲೇ" ಅವರ ದನಿ ಇಂದೇಕೋ ಕಂಪಿಸುತ್ತಿತ್ತು.

"ನಾನು ಕಾಲೇಜಿಗೆ ಹೋಗ್ತೀನಿ" ಎಂದಳು.

ಗೋಪಾಲಕೃಷ್ಣರ ಮುಖದಲ್ಲಿ ಮೆಚ್ಚಿಗೆ ಮೂಡಿತು. ನರಹರಿಯ ವಾದವನ್ನು ಮನದಲ್ಲಿ ತಳ್ಳಿ ಹಾಕಿದರು.

"ಹಾಗೇ ಮಾಡು. ನಾನೇ ಕರ್ಕೊಂಡ್ಹೋಗಿ ಬಿಟ್ಟುಬರ್ತೀನಿ. ಯಾವ್ದೇ ಸಂದರ್ಭದಲ್ಲಿ ಧೈರ್ಯಗೆಡಬಾರ್ದು. ಕೆಟ್ಟ ಆಲೋಚನೆ ನಿನ್ನ ಮನಸ್ಸಿನಲ್ಲಿ ಸುಳಿಯಬಾರ್ದು" ಕೈಚಾಚಿದರು. ಅಣ್ಣನ ಮಗಳಾದರೂ ಎತ್ತಿ ಆಡಿಸಿದ ಮಮತೆಯ ಕೈಗಳು ಅವರವು. "ಚಿಕ್ಕಪ್ಪ..." ಅವರನ್ನು ಅಪ್ಪಿ ಕಣ್ಣೀರು ಸುರಿಸಿದಳು.

ಸಂತೈಸಿ ಅವಳನ್ನು ಕರೆದೊಯ್ದರು ಅಂಗಡಿಗೆ. ಅಡಿಗಡಿಗೆ ಬೆವತ ಅವಳ ಮುಖ ಬಿಳುಚಿಕೊಂಡಿತು.

"ಪ್ಲೀಸ್... ಮನೆಗೆ ಹೋಗೋಣ" ಅವರ ತೋಳು ಹಿಡಿದುಕೊಂಡಳು. ಪರಿಚಯವಿದ್ದ ಯುವಕ, ಅಂಗಡಿ ಓನರ್ ಸೀಟು ಬಿಟ್ಟು ಇವರ ಹತ್ತಿರ ಬಂದ. "ಯಾವಾಗ್ಬಂದ್ರು ವಿಭಾ? ಹೊಸ ಸೀರೆಗಳು ಬಂದಿವೆ. ಕಾಲೇಜಿನ ಹುಡ್ಗಿಯರು ಉಟ್ಟರೇನೆ ಅದಕ್ಕೆ ಡಿಮ್ಯಾಂಡ್" ಹೇಳಲು ಉಪಕ್ರಮಿಸಿದ. ಆದರೆ ಅವಳು ಮಾತ್ರ ಕೇಳುವ ಸ್ಥಿತಿಯಲ್ಲಿರಲಿಲ್ಲ.

ವಿಭಾ ಕುಸಿಯುವ ಸ್ಥಿತಿ ತಲುಪಿದಾಗ ಅವನೇ ಆಟೋ ತರಿಸಿಕೊಟ್ಟ.

ಈ ಘಟನೆಯಿಂದ ಗೋಪಾಲಕೃಷ್ಣ ಪೂರ್ತಿ ಚಿಂತಿತರಾದರು. ಮತ್ತೇನಾದರೂ ನಡೆದಿದೆಯೇ? ಅಂಥ ಒಂದು ಪ್ರಶ್ನೆಯೇ ಅವರನ್ನು ಅಲ್ಲಾಡಿಸಿಬಿಟ್ಟಿತು.

ಮರುದಿನವೇ ನರಹರಿಯ ಮನೆಗೆ ಬಂದರು. ಅವಳ ಪುಸ್ತಕಗಳನ್ನೇ ಜಾಲಾಡಿದರು. ಅವಳ ಪಾಠಕ್ಕೆ ಸಂಬಂಧಪಟ್ಟದ್ದು ಬಿಟ್ಟು ಕಡೆಗೆ ಒಂದು ಚೀಟಿಯೂ ಇರಲಿಲ್ಲ.

ಗಂಡ-ಹೆಂಡತಿಯರು ಅವಳನ್ನು ಹತ್ತಿರ ಕೂಡಿಸಿಕೊಂಡು ಒಂದು ಮಾತನ್ನು ಕೇಳಿದರು.

"ಇದ್ವರ್ಗೂ ವಿಭಾ ನಾರ್ಮಲ್‌ಗೆ ಬಂದಿಲ್ಲ. ತಲೆಯಲ್ಲಿ ಬೇರೆ ಬೇರೆ ಯೋಚ್ನೆಗಳು. ನಾಲ್ಕಾರು ಕಡೆ ಜಾತಕ ಕೊಟ್ಟಿದ್ದೀನಿ. ಆ ಘಟನೆಯ ಹಿಂದಿನ ದಿನದವರ್ಗೂ ವಿಭಾ ಮಾಮೂಲಾಗಿದ್ದಳೇ?"

"ಅಯ್ಯೋ, ಹೊರಟಾಗ್ಲೂ ಗೆಲುವಾಗೇ ಇದ್ಲು. ಮುಕ್ತಾ ಜೊತೆ ಆಗಾಗ ಹೊರ್ಗೆ ಹೋಗುತ್ತಿದ್ದರೂ ಅಪರೂಪವೇ. ಅಂದು ಕೂಡ ನಾನು ಹೋಗೆಂದ ಮೇಲೆಯೇ ಹೊರಟಿದ್ದು. ನಡೆದಿದ್ದು ಮಾತ್ರ ನಮ್ಮ ದೌರ್ಭಾಗ್ಯ" ಆಕೆ ಅತ್ತೇಬಿಟ್ಟರು.

ಗೋಪಾಲಕೃಷ್ಣ ಸಂಜೆ ಮುಕ್ತಾ ಮನೆಗೆ ಹೋದರು.

ಅಂಥ ಆತ್ಮೀಯವಾದ ಸ್ವಾಗತವೇನು ಸಿಕ್ಕಲಿಲ್ಲ. ಅವರಾಗಿಯೇ ಪರಿಚಯ ಹೇಳಿಕೊಂಡರು. ಬರೀ ಒಂದು ಲೋಟ ಕಾಫಿ ಸಿಕ್ಕಿತು. ಮುಕ್ತಾಳೇನು ಹೊರಗೆ ಬರಲಿಲ್ಲ.

"ಮುಕ್ತಾ ಮನೆಯಲ್ಲಿ ಇಲ್ಲವೇನು? ಕಾಲೇಜಿಗೆ ಹೋಗಿದ್ದಾಳ?" ಸುತ್ತ ನೋಟ ಹರಿಸಿದರು. ಆಕೆ ಒಂದು ತರಹ ಮುಖ ಮಾಡಿದಳು. "ಅಯ್ಯೋ, ಸುಮ್ನೆ ನಮ್ಮನ್ಯಾಕೆ ಕಾಡ್ತೀರಾ? ನಮ್ಗೂ ಜವಾಬು ಕೊಟ್ಟು ಕೊಟ್ಟು ಸಾಕಾಯ್ತು. ವಿಭಾ ಜೊತೆ ಸ್ನೇಹ ಮಾಡಿದ್ದೇ ತಪ್ಪಾಗಿಹೋಯ್ತು" ಆಕೆಯ ಕಣ್ಣಂಚಿನ ಕಂಬನಿ ರೆಪ್ಪೆಯಿಂದ ಜಾರಬೇಕಷ್ಟೇ.

ಗೋಪಾಲಕೃಷ್ಣರ ಸ್ವರವೇ ಉಡುಗಿಹೋಯಿತು. ಏನೇನು ಅರ್ಥವಾಗಲಿಲ್ಲ.

ಆಕೆ ಅಳುತ್ತಲೇ ಎಲ್ಲಾ ಹೇಳಿ ಮುಗಿಸಿದರು. ಕಾಲೇಜು ಹುಡುಗಿಯರೆಲ್ಲ ಇವಳತ್ತ ಬೊಟ್ಟು ಮಾಡಿ ಅಪರಾಧಿಯಂತೆ ನೋಡಿದ್ದು. ಅವಳಪ್ಪ ಮುಖ, ಮೂತಿ ನೋಡದೇ ಬಡಿದಿದ್ದು, ನೆರೆ-ಹೊರೆಯವರ ಜೊತೆ ಬಂಧುಬಳಗ ಕೂಡ ಏನೇನೊ ಅಂದಿದ್ದು. ಅವಳು ನಿದ್ದೆ ಮಾತ್ರೆ ನುಂಗಿ ಸಾವಿನಂಚಿಗೆ ಹೋಗಿ ವಾಪಸ್ಸು ಬಂದಿದ್ದು. ಈಗ ಅವಳಿಗೆ ಮದುವೆ ಗೊತ್ತಾಗಿರುವುದು.

ಸುಸ್ತಾಗಿ ಕರ್ಚಿಫ್‌ನಿಂದ ಮುಖವನ್ನೊರಸಿಕೊಂಡು "ಒಂದ್ಲೋಟ ನೀರು ಕೊಡಿ" ಎಂದರು. ಒದ್ದೆಯ ತುಟಿಗಳ್ನ ನಾಲಿಗೆಯಿಂದ ಸವರುತ್ತ.

ಇಂಥ ಯಾವುದೋ ಒಂದು ಘಟನೆ ಬೇರೆಯವರ ಕಣ್ಣಿಗೆ ಮರುದಿನ ಹಳತಾಗಬಹುದು. ಆ ಅಂತರದಲ್ಲಿ ಅವರುಗಳು ಅನುಭವಿಸುವ ಕಷ್ಟ, ನಷ್ಟ ವ್ಯಥೆಯಷ್ಟು?

ನೀರು ಕುಡಿದು ಮೇಲೆದ್ದವರು ಕೈಜೋಡಿಸಿದರು. "ಬರ್ತೀನಿ... ಏನು ಹೇಳ್ಬೇಕೋ ನನಗೊಂದು ತೋಚ್ತಾ ಇಲ್ಲ. ಮೇಲು ದರ್ಜೆ, ತೀರಾ ಕಳೆದರ್ಜೆ ಮತ್ತು ಮಧ್ಯಮ ವರ್ಗದ ಜನರ ಬದ್ಕಿನ ನಡುವೆ ಅಗಾಧ ಅಂತರವಿದೆ. ಹಣ, ಅಂತಸ್ತು, ತಾಪತ್ರಯಗಳ ವ್ಯತ್ಯಾಸವಿದ್ದರೂ ಹೆಚ್ಚು ಶ್ರೀಮಂತರ, ತೀರಾ ಬಡವರ, ನಡುವಿನ ಜೀವನಕ್ಕೆ ಹೆಚ್ಚು ಸಾಧ್ಯವಿದೆ. ಹೆಚ್ಚು ದೂರ ಸರಿದುನಿಂತವರು ಮಧ್ಯಮ ವರ್ಗದ ಜನರೇ."

ಅಷ್ಟರಲ್ಲಿ ಕೋಣೆಯಲ್ಲಿದ್ದ ಮುಕ್ತಾ ಹೊರಗೆಬಂದಳು. "ಹೇಗಿದ್ದಾಳೆ ಅಂಕಲ್ ವಿಭಾ?" ಅವರು ನಸು ನಕ್ಕರು. "ಚೆನ್ನಾಗಿದ್ದಾಳೆ. ಕಾಲೇಜಿಗೂ ಬರ್ತಾಳೆ" ಎಂದರು.

"ನಾನೇ ಅವ್ರ ಪ್ರಶ್ನೆಗಳಿಗೆ ಸೋತು ಹೋದೆ. ಇಲ್ಲಿಗಂತು ಬರೋದ್ಬೇಡ. ಅವ್ರ ಮಾತುಗಳ್ನ ಕೇಳಿದ್ರೆ....ಖಂಡಿತ ಆತ್ಮಹತ್ಯೆ ಮಾಡ್ಕೊಂಡು ಬಿಡ್ತಾಳೆ" ದೈನ್ಯವಾಗಿತ್ತು ಅವಳ ಸ್ವರ.

"ನೀನು ಕಲಿತ ಹುಡ್ಗಿ. ತಪ್ಪು ಮಾಡಿದೋನ್ನ ಶಿಕ್ಷಿಸದೇ ಇರೋದು ಮಹಾಪರಾಧ. ದೂರ ಕೊಡ್ದೇ ತಪ್ಪು ಮಾಡ್ದೇ...." ನೊಂದುಕೊಂಡರು.

"ಏನು ಪ್ರಯೋಜನವಾಗ್ತ ಇತ್ತು? ಅಂಕಲ್, ವಿಭಾ ಅಭಿಷೇಕ್ ಜೊತೆ ಎಂದೂ ಮಾತಾಡಿಲ್ಲ. ಯಾಕೆ ಅವ್ನು ಹಾಗೆ ವರ್ತಿಸ್ದ ಅನ್ನೋದೆ ಗೊತ್ತಾಗ್ಲಿಲ್ಲ. ಅವ್ನು ತುಂಬ ಶ್ರೀಮಂತ ಮನೆ ಮಗ."

ಅಂತೂ ಮುಕ್ತಾಳಿಂದ ಇನ್ನಷ್ಟು ವಿಷಯ ತಿಳಿದಂತಾಯಿತು ಗೋಪಾಲಕೃಷ್ಣರಿಗೆ – ಮನದಲ್ಲಿದ್ದ ವಿಭಾಳ ನಿರಪರಾಧಿತ್ವ ಮತ್ತಷ್ಟು ಸಾಬೀತಾಯಿತು ಅಷ್ಟೇ.

ಕಾಲೇಜು ಬಳಿಗೆ ಬಂದು ದೂರದಲ್ಲಿ ನಿಂತರು. ಕೆಲವು ಕಡೆ ಹುಡುಗರು, ಹುಡುಗಿಯರ ಗುಂಪುಗಳು ಬೇರೆಬೇರೆಯಾಗಿದ್ದರೆ, ಮತ್ತೊಂದು ಕಡೆ ಬೆರೆತೇ ಇರುತ್ತಿದ್ದರು. ಮಾತು, ಸ್ನೇಹ ಎಲ್ಲಾ ಸಹನೀಯವೇ. ಇಲ್ಲಿ ಸರಸ್ವತಿ ದೇಗುಲಕ್ಕೆ ಕಲಿಯ ಬಂದ ಯುವ ಜನತೆ ಮಾತ್ರ. ಇಲ್ಲಿ ಲಿಂಗಭೇದಕ್ಕೆ ಅವಕಾಶವಿಲ್ಲ.

'ಯಾರಿರಬಹುದ್ದ ಆ ಅಭಿಷೇಕ್? ಕತ್ತಿನ ಪಟ್ಟಿ ಹಿಡಿದು ಪ್ರಶ್ನಿಸಲೇ?' ಆಗುವ ರಾದ್ಧಾಂತದಿಂದ ವಿಭಾ ಭವಿಷ್ಯ ಚೂರು ಚೂರು.

ಬಹಳ ಸಂಯಮದಿಂದ ಬಸ್‌ಸ್ಟ್ಯಾಂಡ್ ಕಡೆ ಹೆಜ್ಜೆ ಹಾಕಿದರು.

ಇಷ್ಟ ಬಂದಾಗ ಅಭಿಷೇಕ್ ಕಾಲೇಜಿಗೆ ಹೋಗುತ್ತಿದ್ದ. ಮನಸ್ಸಿಗೆ ಬಂದಾಗ ಮನೆಗೆ ಬರುತ್ತಿದ್ದ. ಹೇಳಿಕೊಳ್ಳಲಾರದಂಥ ತಾಕಲಾಟ ಅವನಲ್ಲಿ.

ಅಂದು ಲ್ಯಾಬ್‌ನಲ್ಲಿದ್ದ ಶೈಲೇಂದ್ರನನ್ನು ಎಳೆದುಕೊಂಡು ಕಾಲೇಜು ಆವರಣದಿಂದ ಹೊರಗೆ ಬಂದ.

"ಪ್ಲೀಸ್, ಲೀವ್ ಮಿ... ನೆಕ್ಸ್ಟ ಪೀರಿಯಡ್ ಕ್ಲಾಸ್ ಇದೆ. ನಿನ್ನ ಹಾಗೆ ನಾನು ವಿದ್ಯಾಭ್ಯಾಸನ ನೆಗ್ಲೆಕ್ಟ್ ಮಾಡೋ ಹಂಗಿಲ್ಲ" ಕೈಬಿಡಿಸಿಕೊಂಡು ಶೈಲೇಂದ್ರ.

ಅಭಿಷೇಕ್ ಅವನ ಮಾತನ್ನು ಲಕ್ಷಿಸದೇ ಕಾರಿನ ಡೋರ್ ತೆಗೆದು ಒಳಕ್ಕೆ ತಳ್ಳಿದ. "ಸ್ವಲ್ಪ ಮಾತಾಡೋದಿದೆ. ಕೀಪ್ ಕ್ವೈಟ್" ಸ್ಟೀರಿಂಗ್ ವ್ಹೀಲ್ ಮುಂದೆ ಕೂತ.

ಸರಿಯಾಗಿ ಕೂತ ಶೈಲೇಂದ್ರ, "ಏನೇನೂ ಅರ್ಥವಾಗೋಲ್ಲ! ಕಾರಿಡಾರ್‌ನಲ್ಲಿ ಕಾಣಿಸಿದ್ರೆ.... ಕ್ಲಾಸಿನಲ್ಲಿ ಇರೋಲ್ಲ. ಲೈಬ್ರರಿ, ಕ್ಯಾಂಟೀನ್‌ನಲ್ಲಿ ನಿನ್ಮುಖ ಇಲ್ಲ. ಏನ್ಸಮಾಚಾರ?" ಕೇಳಿದ. ಅವನ ಮಾತುಗಳಿಗೆ ಪ್ರತಿಕ್ರಿಯಿಸಲಿಲ್ಲ ಅಭಿಷೇಕ್.

ನೇರವಾಗಿ ಕಾರು ನುಗ್ಗಿದ್ದು ಅವರ ಮನೆಯ ಕಾಂಪೌಂಡಿನೊಳಕ್ಕೆ ಇಳಿದವನು

ನಿರಾಸಕ್ತಿಯಿಂದ ಡೋರನ್ನು ದೂಡಿದ.

ಮೇಲಿನ ತನ್ನ ಕೋಣೆಗೆ ಶೈಲೇಂದ್ರನನ್ನು ಕರೆದೊಯ್ದ.

"ಕೂತ್ಕೊ..." ಕೈಯಲ್ಲಿನ ಪುಸ್ತಕವನ್ನು ಟೇಬಲ್ಲಿನ ಮೇಲೆಸೆದ. "ತಲೆ ಕೆಟ್ಟಂತಾಗಿದೆ. ಎಲ್ಲಾ ಬೋರು!" ಹಣೆಯ ಮೇಲೆ ಜಾರಿದ ಕ್ರಾಪ್‌ನ ಕೂದಲನ್ನನು ಒರಟಾಗಿ ಹಿಂದಕ್ಕೆ ತಳ್ಳಿದ.

ಸ್ವಲ್ಪ ಗಾಬರಿಯಿಂದ ಶೈಲೇಂದ್ರ. "ಆ ಘಟನೆ ನಡೆದು, ವಿಷಯ ಹಳೆಯದಾಗಿ ಒಂದೂವರೆ ತಿಂಗಳು ಉರುಳಿ ಹೋಗಿದೆ. ಮರ್ರು ಬಿಡು" ಸಲಹೆ ಕೊಟ್ಟ.

"ಇಟ್ ಈಸ್ ನಾಟ್ ಸೋ ಈಸೀ. ಪ್ರಯತ್ನಪಟ್ಟು ಸಾಕಾಗಿದೆ. ನಾನೊಂದ್ಸಲ ವಿಭಾನ.... ನೋಡ್ಬೇಕು" ಉಸುರಿದ.

ಶೈಲೇಂದ್ರ ತತ್ತರಿಸಿಹೋದ.

ಮತ್ತೊಮ್ಮೆ ಹೋದಾಗ ನರಹರಿ ನೂರರ ಎರಡು ಹಸಿರು ನೋಟುಗಳನ್ನು ಅವನ ಮುಂದೆ ಹಿಡಿದು "ದಯವಿಟ್ಟು ಪುಸ್ತಕದ ನೆವದಲ್ಲಿ ನಮ್ಮ ಮನೆಗೆ ಬರಬೇಡಿ. ಆ ಘಟನೆ, ಕಾಲೇಜು ವಿದ್ಯಾರ್ಥಿಗಳು....ಎಲ್ಲರನ್ನು ಮರೆಯಬೇಕೆನ್ನೊದೆ ನಮ್ಮ ಬಯಕೆ. ಬಂದು...ಬಂದು... ಜ್ಞಾಪಿಸಬೇಡಿ" ಕಡೆಗೆ ಕೈ ಜೋಡಿಸಿಬಿಟ್ಟಿದ್ದರು.

"ಯೂ ಈಡಿಯಟ್... ಆ ಜನ ತುಂಬ ಒಳ್ಳೆಯವರು. ಅದ್ನ ದೌರ್ಬಲ್ಯಾಂತ ತಿಳ್ಕೋಬಾರ್ದು. ಇನ್ನು ಬೇರೆಯವ್ರು ಆಗಿದ್ರೆ..." ಮೇಲಕ್ಕೆ ನೋಡಿ ಉಸಿರು ದಬ್ಬಿದ.

"ಅವ್ರು ಬೇರೆ ರೀತಿಯಾಗಿ ವರ್ತಿಸಿದ್ರೆ.... ತುಂಬ ಚೆನ್ನಾಗಿತ್ತು. ಇಂಥ ವರ್ತನೆ ನಂಗೆ ನುಂಗಲಾರದ ತುತ್ತಾಗಿದೆ" ಹಣೆಗೊತ್ತಿಕೊಂಡ.

ಶೈಲೇಂದ್ರ ಭಯಗೊಂಡ, "ಫರ್ ಗೆಟ್‌ಇಟ್ ...ಪ್ಲೀಸ್, ಮರ್ರುಬಿಡು. ನಿನ್ನ ತೊಳಲಾಟದಿಂದ ಯಾರ್ಗೂ ಉಪಯೋಗವಿಲ್ಲ. ನಿಮ್ತಂದೆ ತಾಯಿ ಸಫರ್ ಆಗೋ ಹಾಗೆ ಮಾಡ್ತೀಯಾ?" ಭುಜ ತಟ್ಟಿದ.

ತಲೆಯ ಮೇಲೆ ಕೈಯಿಟ್ಟುಕೊಂಡು ಕೂತ ಅಭಿಷೇಕ್ ತಟ್ಟನೇ, "ಒಂದ್ಸಲ ವಿಭಾ ಹತ್ರ ಮಾತಾಡ್ಬೇಕು. ಅಪಾಲಜಿ....ಕೇಳ್ಬೇಕು" ಎಂದಾಗ ಶೈಲೇಂದ್ರ ನಕ್ಕು ಬಿಟ್ಟ.

"ಯೂ ಆರ್ ಪೂಲಿಷ್. ನಿನ್ನ ಅಪಾಲಜಿಯಿಂದ ಅವಳಿಗೇನು ಪ್ರಯೋಜನ? ಆ ಸಂಗ್ತೀನ ಅಲ್ಲಿಗೆ ಬಿಡು. ನಡಿಯಲೇ ಇಲ್ಲ...ಅಂದ್ಕೋ" ತಿಳಿ ಹೇಳಿದ.

ಮೇಲೆದ್ದ ಅಭಿಷೇಕ್ ಹೋಗಿ ಕಿಟಕಿಯ ಬಳಿಯಲ್ಲಿ ನಿಂತು. ಹಾದು ಹೋಗುವಾಗ, ಅಕಸ್ಮಾತ್ ಎದುರು ಸಿಕ್ಕಾಗ ಮಾತ್ರ ವಿಭಾನ ನೋಡಿದ್ದ. ಎಂದೂ.... ಏನೇನೂ ಅರ್ಥವಾಗಿರಲಿಲ್ಲ.

ಮತ್ತೆ ಬಂದು ಕೂತ, "ವಿಭಾ, ಎಂಥ ಹುಡ್ಗೀ?" ಶೈಲೇಂದ್ರ ತಲೆ ಚಚ್ಚಿಕೊಂಡ. "ನನ್ನನ್ನು ಈ ಪ್ರಶ್ನೆ ಕೇಳೋದಾ? ಒಂದುಕ್ಷಣವಾದ್ರೂ ಅವಳ ಹತ್ತಿರ ನಿಂತ ನೀನೇ ಅವಳ ಬಗ್ಗೆ ಹೇಳಬೇಕಷ್ಟೇ."

ಮಲ್ಲಿಗೆ, ಗುಲಾಬಿ ಕಲೆತಂಥ ಸೌಂದರ್ಯವೇನೋ ಅಂದುಕೊಂಡರೂ ವಿಶ್ಲೇಷಿಸಲು ಇಷ್ಟಪಡಲಿಲ್ಲ.

"ಶೈಲೂ, ಒಂದ್ಸಲ ನಂಗೆ ವಿಭಾನ ಮೀಟ್ ಆಗೋವರ್ಗೂ ಸಮಾಧಾನವಿಲ್ಲ. ಡ್ಯಾಡ್, ತುಂಬ ಫೀಲ್ ಮಾಡಿಕೊಂಡ್ರು ಅನವಶ್ಯಕವಾಗಿ ವಿಭಾ ವಿದ್ಯಾಭ್ಯಾಸ ಹಾಳಾಯ್ತು!" ಸ್ವರದಲ್ಲಿ ಮಿನುಗಿದ ಪಶ್ಚಾತ್ತಾಪದ ಎಳೆಮುಖವನ್ನು ಆವರಿಸಿತು.

"ಪಾಸ್ಟ್ ಈಸ್ ಪಾಸ್ಟ್.....ಈಗ ಅದಕ್ಕಾಗಿ ತಲೆಕೆಡಿಸಿಕೊಳ್ಳೋದ್ರಲ್ಲಿ ಅರ್ಥವಿಲ್ಲ. ಮರೆತಂತೆ ನಟಿಸಲು ಶುರು ಮಾಡು. ತಾನಾಗಿ ಮರ್ರು ಹೋಗುತ್ತೆ" ಸಲಹೆ ಕೊಟ್ಟ. ಶೈಲೇಂದ್ರ ಹೋದಮೇಲೆ ಕಿಟಕಿಯಲ್ಲಿಯೇ ನೋಡುತ್ತ ನಿಂತ ನೋಟ ಒಂದು ಕಡೆ ನಿಂತಿತು. ಮಧುಬಾಲಳ ಸಂಪೂರ್ಣ ಕುಟುಂಬ ಕಾರಿನಿಂದ ಇಳಿಯುತ್ತಿತ್ತು. ಇದೇನು ಅಪರೂಪವಲ್ಲ. ಎರಡು ಕುಟುಂಬಗಳಲ್ಲಿ ನಡುವೆ ಒಂದಿಷ್ಟು ಪರಿಚಯ, ಸ್ನೇಹ ಇತ್ತು. ಇವನು ಕೂಡ ಆಗಾಗ ಅವರ ಮನೆಗೆ ಹೋಗುತ್ತಿದ್ದ.

ಹಲ್ಲುಗಳನ್ನು ಕಚ್ಚಿಡಿದು ಅಸಹನೆಯಿಂದ ಸ್ಟೀರಿಯೋ ಹಚ್ಚಿ ವಾಲ್ಯೂಮ್ ಕೊಟ್ಟ. ವಿದೇಶಿ ಸಂಗೀತ ಕೆಲವರಿಗೆ ಕುಣಿಯಲು ಪ್ರೇರೇಪಿಸಿದರೆ. ಹಲವರಿಗೆ ಆರ್ತನಾದದಂತೆ ತೋರುತ್ತಿತ್ತು. ಅವನಿಗೆ ಮಾತ್ರ ಯುದ್ಧದ ಸದ್ದಿನಂತೆ ಭಾಸವಾಗುತ್ತಿತ್ತು.

ಎರಡು ಕಿವಿಮುಚ್ಚಿಕೊಂಡು ಬಂದ ಮಧುಬಾಲ ಆಫ್ ಮಾಡಿದಳು.

"ಮೈಗಾಡ್, ಬಂದ ಗೆಸ್ಟ್ ಓಡಿ ಹೋಗ್ಲೀಂತಾನಾ?" ಎದೆಯ ಮೇಲೆ ಕೈಯಿಟ್ಟುಕೊಂಡು ಅಲ್ಲೇ ಕೂತಳು.

"ಏನು ಬಂದಿದ್ದು?" ಕೇಳಿಯೇ ಬಿಟ್ಟ.

"ವ್ಹಾಹ್... ಇದೆಂಥ ಸತ್ ಸಂಪ್ರದಾಯ? ಕೇಳೋ.... ರೀತಿನಾ?" ಎಂದಾಗ ಅವನಿಗೆ ತನ್ನ ತಪ್ಪಿನ ಅರಿವಾಯಿತು. "ಸಾರಿ, ಸೋ ಸಾರಿ ಮಧು. ನಂಗೆ ತೋಚ್ಲಿಲ್ಲ" ಕಸಿವಿಸಿಯಿಂದ.

ಅವನಲ್ಲಿನ ಅನ್ಯ ಮನಸ್ಕತೆಯನ್ನು ಗಮನಿಸಿಕೊಂಡೇ ಬಂದಿದ್ದಳು. ಅಭಿಷೇಕ್‌ನಂತಹ ಹಟದ ಯುವಕ ಇಷ್ಟು ಡೀಪಾಗಿ ತಲೆ ಕೆಡಿಸಿಕೊಳ್ಳುತ್ತಾನೆಂದು ಕೊಂಡಿರಲಿಲ್ಲ.

" 'ಸರ್ವಂ ಅಭಿಷೇಕ್ ಮಯಂ' ಎನ್ನುವಂತಿದ್ದ ನೀನು ಕಾಲೇಜಿನಲ್ಲಿ ಪತ್ತೆಯೇ ಇಲ್ವಲ್ಲ. ಏನು ಸಮಾಚಾರ?" ಮೆಲ್ಲಗೆ ಛೇಡಿಸಿದಳು.

ಅಭಿಷೇಕ್ ಮುಖ ಮೇಲೆತ್ತಿ ಭಾರವಾದ ಉಸಿರು ದಬ್ಬಿದ.

"ಛೆ, ಅನವಶ್ಯಕವಾಗಿ ದುಡುಕಿದೆ. ವಿಭಾ ಕಾಲೇಜು ಬಿಡ್ತಾಳೆಂತ ಅಂದ್ಕೊಂಡಿರಲಿಲ್ಲ. ಸೋ ಸ್ಯಾಡ್...." ಕ್ಯಾಪ್ ಮೇಲಾಡಿತು ಅವನ ಕೈ.

ಮಧುಬಾಲ ಮುಖ ವಿವರ್ಣವಾಯಿತು. ಚೇತರಿಸಿಕೊಳ್ಳಲು ನಿಮಿಷಗಳನ್ನು ತೆಗೆದುಕೊಂಡಳು.

"ಅದು ಹಳೇ ನ್ಯೂಸ್. ಇಂಥದ್ದು ಕಾಲೇಜಿನಲ್ಲಿ ಅಪರೂಪವಲ್ಲ! ವೆಂಕಟಗಿರಿಗೌಡ ಲತಾನ ಕಾರಿಡಾರ್‌ನಲ್ಲೆಲ್ಲಾ ಅಟ್ಟಸಿಕೊಂಡು ಹೋಗಿ ಹಿಡಿದ. ಎಲೀನಾ ಎಗ್ಗಿಲ್ಲದೇ ಸಿಕ್ಕವರನ್ನೆಲ್ಲ ಕಿಸ್ ಮಾಡ್ತಾಳೆ. ಇನ್ನ...."

ಸ್ಟಾಪ್ ಇಟ್....ನಂಗೆ ಅಂಥದ್ದನ್ನೆಲ್ಲ ಕೇಳೋಕೆ ಇಷ್ಟವಿಲ್ಲ" ಸಿಡಿದು ಬಿದ್ದ.

ಅವಳು ಆಶ್ಚರ್ಯದಿಂದ ಕಣ್ಣರಳಿಸಿದಳು.

"ಎಕ್ಸ್‌ಕ್ಯೂಸ್ ಮೀ....ಮಧು" ಮ್ಯಾಗಝಿನ್ ತಂದು ಅವಳ ಮುಂದೆ ಹಾಕಿದ. "ನಂಗೆ ಮಾತಾಡೋ ಮೂಡಿಲ್ಲ" ತಲೆಯನ್ನು ಎತ್ತಿ ಹಿಡಿದು ಕೂತುಬಿಟ್ಟ.

"ದಟ್ಸ್....ಓ.ಕೆ." ಮೇಲೆದ್ದವಳು ಮ್ಯಾಗ್‌ಝಿನ್‌ಗಳನ್ನೆಲ್ಲ ಜೋಡಿಸಿಟ್ಟು "ನಾನು ಬುಕ್‌ವರ್ಮ್ ಅಲ್ಲ. ಸ್ಟಡೀಸ್ ಮುಗ್ದುಹೋದ್ರೇ....ನಾನು ಜನ್ಮದಲ್ಲಿ ಪುಸ್ತಕ ಹಿಡಿಯೋಲ್ಲ. ನಂಗೆ ಓದೋದೂಂದ್ರೆ ಅಷ್ಟೊಂದು ಬೋರ್. ಹೊರ್ಗಡೆ ಕೂತು ಮಾತಾಡ್ತೀನಿ" ಕೋಣೆಯಿಂದ ಹೊರಹೋದಳು.

ಪದೇ ಪದೇ, ಅದೇ ಘಟನೆ ಅವನ ಮುಂದೆ ಹಾದುಹೋಗುತ್ತಿತ್ತು. ಆ ಕ್ಷಣದ ವಿಭಾ ಮುಖ ಎಲ್ಲವನ್ನು ಮರೆಸಿ ಅವನ ನೋಟದಲ್ಲಿ ಅಚ್ಚಾಗಿತ್ತು.

ತಾಯಿಯ ಬುಲಾವ್ ಬಂದ ಮೇಲೆಯೇ ಅವನು ಕೋಣೆಯ ಹೊರಗೆ ಬಂದಿದ್ದು. ಮೇಘನಾಥ್ ಕೂಡ ಬಂದು ಸೇರಿದ್ದರಿಂದ ಹೊರಗೆ ಬಂದಿದ್ದು. ಮೇಘನಾಥ್ ಕೂಡ ಬಂದು ಸೇರಿದ್ದರಿಂದ ವಾತಾವರಣಕ್ಕೆ ಒಂದು ಕಳೆ ಬಂದಿತ್ತು. ಮಧುಬಾಲಳದ್ದು ಸೊಫಿಸ್ಟಿಕೇಟೆಡ್ ಫ್ಯಾಮಿಲಿ. ಜಾಲಿಯಾಗಿ ಬೆರೆತುಹೋಗುವ ಜನ. ಪಾಪ–ಪುಣ್ಯದ ಕಾಂಪ್ಲೆಕ್ಸ್ ಅವರಿಗಿಲ್ಲ. 'ಯೂ ಆರ್ ನಾಟ್ ಎಂಜಾಯಿಂಗ್ ಯುವರ್ ಬ್ಯಾಚುಲರ್ ಲೈಫ್' ಅವಳ ತಂದೆ ದಾಸ್ ಅವನನ್ನು ಒಮ್ಮೆ ಹಾಸ್ಯ ಮಾಡಿದ್ದರು. ಸ್ನೇಹಿತರು, ಗರ್ಲ್ ಫ್ರೆಂಡ್ಸ್, ಗುಂಡಿನ ಗಮ್ಮತ್ತು ಇಂತಹ ಹವ್ಯಾಸಗಳು. ಇದಕ್ಕೆಲ್ಲ ಹೊಂದಿಕೊಳ್ಳುವಂಥ ಜನರೇ.

"ಹೌ ಆರ್ ಯು ಮೈ ಬಾಯ್?" ದಾಸ್ ಅವನ ಭುಜದ ಮೇಲೆ ಕೈಹಾಕಿ ಎಳೆದು ಪಕ್ಕದಲ್ಲಿ ಕೂಡಿಸಿಕೊಂಡರು. "ನೀನು ನಮ್ಮ ಮನೆ ಕಡೆ ಬಂದೇ ಇಲ್ಲ. ಇನ್ನೊಂದು ನ್ಯೂಸ್....ನಿನ್ನಂಥ ಗಂಡನನ್ನೇ ಮರಳು ಮಾಡಿ ಕಿಸ್ ಮಾಡ್ಸಿಕೊಂಡಂಥ ಹೆಣ್ಣು. ಎಷ್ಟು ಬ್ಯೂಟಿಯಾಗಿರ್ಬೇಕು!" ಭುಜ ಕುಣಿಸಿ ಕಣ್ಣೊಡೆದರು. ಅವರು ಯುವಕರಿಗಿಂತ ರಸಿಕರು.

ಅಭಿಷೇಕ್ ಅಮ್ಮ ಏನೋ ನೆವ ಹೇಳಿ ಎದ್ದುಹೋದರು. ಇಂಥ ಮಾತು, ವ್ಯಕ್ತಿಗಳ ನಡುವೆ ಕೊಡುವಷ್ಟು ಮುಂದುವರಿದ ಹೆಣ್ಣಲ್ಲ ಆಕೆ.

ಆ ಪ್ರಸ್ತಾಪ ಬರುವುದು ಅಭಿಷೇಕ್‌ಗೆ ಇಷ್ಟವಾಗಲಿಲ್ಲ. ಬರೀ ನಕ್ಕುಬಿಟ್ಟ. ಪದೇ ಪದೇ ಅದೇ ವಿಷಯದ ಬಗ್ಗೆ ಅವರು ಕುತೂಹಲ ವ್ಯಕ್ತಪಡಿಸಿದಾಗ ಬೇಸರಗೊಂಡ.

"ನೋ ಕಾಮೆಂಟ್ಸ್...." ಎಂದು ಕೈಯೆತ್ತಿ ನಗುತ್ತ, ಮಾತುಗಳ ಮಧ್ಯೆ ಹಿರಿಯರನ್ನು ಬಿಟ್ಟು ಮಧುಬಾಲಳೊಂದಿಗೆ ಎದ್ದು ಹೋದ.

"ನಿಮ್ತಂದೆಗೆ ಹೇಗೆ ಗೊತ್ತು ವಿಷ್ಯ?" ಕೇಳಿದ.

ಮಧುಬಾಲ ಫಕಫಕನೆ ನಕ್ಕಳು. ಅಷ್ಟು ಧೀರೋಧಾತ್ತವಾಗಿ ಕಾಣುತ್ತಿದ್ದ ಅಭಿಷೇಕ್‌ನಲ್ಲಿ ಈ ನರ್ವಸ್ ಹೇಗೆ ತಲೆಹಾಕಿತು? ಎಂದು ಅವಳೇ ಆಶ್ಚರ್ಯಪಡುವಂತಾಗಿತ್ತು.

"ನಾನೇ ಹೇಳ್ದೇ. ಅವ್ರು ಫ್ರೀಯಾಗಿರೊವಾಗ ರಿಲ್ಯಾಕ್ಸ್‌ಗೋಸ್ಕರ ಎಲ್ಲಾ ಮಾತಾಡ್ತೀವಿ. ವಿಷ್ಯ ಇಂಟರೆಸ್ಟಾಗಿರೋದ್ರಿಂದ ಅವ್ರ ಮೈಂಡ್‌ನಲ್ಲಿ ಉಳಿದಿದೆ. ಒಂದು ರೀತಿ ಅವರಿಗೆ ಸರ್‌ಪ್ರೈಸ್...." ಮತ್ತಷ್ಟು ನಕ್ಕಳು.

ಯಾಕೆ ಈ ನಗುವಿನಲ್ಲಿ ಒಂದಾಗಲೂ, ತಮಾಷೆಯಾಗಿ ತೆಗೆದುಕೊಳ್ಳಲು ತನ್ನಿಂದ ಸಾಧ್ಯವಾಗುತ್ತಿಲ್ಲ?

ಪ್ರೇಮ, ಪ್ರೀತಿಯೆಂದು ಪಾರ್ಕ್, ಹೋಟೆಲ್‌ನಲ್ಲಿ ಸಮಯ ಕಳೆದ ಯುವಕ, ಯುವತಿಯರೇ ಕೈಬೀಸಿ ಬೇರೆಯಾಗಿ ಹಾಯಾಗಿರುವುದು ಅವನು ಕಂಡಿದ್ದ. ಹಿರಿಯರು ಏರಿ ಬಂದಾಗ ಸುಳ್ಳು ಹೇಳಿ ಸಮರ್ಥಿಸಿಕೊಂಡ ವೀರೇಶ್ ಕೂಡ ಈ ಕಾಲೇಜಿನ ಸೀನಿಯರ್ ಸ್ಟೂಡೆಂಟ್.

ಎರಡು ನಿಮಿಷದ ಮೌನದ ನಂತರ ಕೇಳಿದ. "ವಿಭಾ ಎಂಥ ಹುಡ್ಗಿ?" ಅವಳು ಜೋರಾಗಿ ನಕ್ಕುಬಿಟ್ಟಳು. ನಂತರ ಉಸುರಿದಳು.

"ಒಂದು ತರಹ ರಿವರ್ಸ್ ನೇಚರ್, ಮಾತುಕತೆ, ಫ್ರೆಂಡ್‌ಷಿಪ್ ಏನಿಲ್ಲ ಕಾಲೇಜಿಗೆ ಬರೋಳು....ಹೋಗೋಳು. ನಿನ್ನ ಗಮನ ಸೆಳೆದದ್ದು ಮಾತ್ರ ಆಶ್ಚರ್ಯ" ಇನ್ನಷ್ಟು ನಕ್ಕಳು.

ಹಣೆಯೊತ್ತಿಕೊಂಡ.

"ಮಾತುಮಾತಿಗೂ ನಕ್ಕುನಕ್ಕು.... ಆ ನಗೆಯ ಸೊಗಸನ್ನೇ ನಾಶ ಮಾಡ್ತಾ ಇದ್ದೀಯಾ" ಎಂದ ಸ್ವಲ್ಪ ಒರಟಾಗಿ. ಅವಳು ಕಣ್ಣರಳಿಸಿ ನೋಡಿದಳು. ಇದುವರೆಗೂ ಅವಳ ನಗೆಯನ್ನು ನೋಡಿದವರೇ ಹೆಚ್ಚು. ಧುಮ್ಮಿಕ್ಕಿ ಹರಿಯುವ ಜಲಪಾತ, ಜುಳು ಜುಳು ಹರಿಯುವ ತೊರೆ ಮುಂತಾದುವುಗಳಿಗೆ ಹೋಲಿಸಿ ವರ್ಣಿಸಿದ್ದರು.

"ನನ್ನ ನಗು ಚೆನ್ನಾಗಿಲ್ಲವಾ? ನಕ್ಕಾಗ...ಚೆನ್ನಾಗಿ ಕಾಣಿಸೋದಿಲ್ವಾ?" ಅವನು ಷರಟಿನ ತುದಿ ಹಿಡಿದು ಪ್ರಶ್ನಿಸಿದಳು. ತಲೆಯಾಡಿಸಿದ. "ಕೋತಿನ ನೋಡಿದಂತೆ ಅದರ ಕಿಚ್‌ಕಿಚ್ ಕೇಳಿದಂತೆ."

ಬೆರಗುಗಣ್ಣುಗಳಿಂದ ನೋಡಿದ ಮಧುಬಾಲ ನಕ್ಕುಬಿಟ್ಟಳು.

ಅಷ್ಟರಲ್ಲಿ ಅವಳ ಬಳಗವೆಲ್ಲ ಹೊರಬಂದಿತು. ಅವರನ್ನು ಬೀಳ್ಕೊಡಲು ಮೇಘನಾಥ್ ಪತ್ನಿಯೊಂದಿಗೆ ಹೊರಬಂದರು.

ಅವರುಗಳು ಹೊರಟಮೇಲೆ ಮಗನತ್ತ ನೋಟಹರಿಸಿದರು. ಗೆಲುವಿಲ್ಲದ ಮುಖ, ಕಣ್ಣುಗಳಲ್ಲಿಯೂ ಕೂಡ ಒಂದು ರೀತಿಯ ನೀರವತೆ, ಕೆಮ್ಮಿದರು, ಗಂಟಲು

ಸರಿಪಡಿಸಿಕೊಂಡರು.

"ಯಾಕೋ ಒಂದು ತರಹ ಇದ್ದೀಯಲ್ಲ! ಆರೋಗ್ಯ ಸರಿಯಾಗಿಲ್ವಾ?" ಕೇಳಿದರು. ಎಡಗೈಯಿಂದ ಅಸ್ತವ್ಯಸ್ತವಾದ ಕ್ರಾಫನ್ನು ಹಿಂದಕ್ಕೆ ತಳ್ಳಿದರು. "ಏನಿಲ್ಲ, ಫೈನ್...." ಅವರ ಮುಂದಿನಿಂದ ನಡೆದ.

ಆ ಪ್ರಶ್ನೆಗೆ ಅವನಿಗೆ ಉತ್ತರ ಸಿಕ್ಕಿರಲಿಲ್ಲ. ಬೇರೆಯವರಿಗೆ ಏನು ಹೇಳಿಯಾನು? ಅವನ ಮನದಲ್ಲಿ ಘರ್ಷಣೆ. ದ್ವಿಮುಖ ಭಾವಗಳ ಸಂಘರ್ಷಣೆ.

ಸಂಜೆಯ ಸಮಯ, ತಂಪಿನ ವಾತಾವರಣ, ಸುತ್ತಲು ಹಸಿರು. ಅವನ ಮೈ ಬಿಸಿಯಾಗುತ್ತಿತ್ತು. ನರನಾಡಿಗಳಲ್ಲಿ ಹೊಸ ಸಂಚಾರ, ಉಲ್ಲಾಸ.

'ಛೇ' ಆದರಿಂದ ಹೊರಬರಲು ಕೋಣೆಯಲ್ಲಿ ಕೂತು ಬಾಗಿಲು ಹಾಕಿಕೊಂಡ. ವಿದೇಶಿ ಪತ್ರಿಕೆಯನ್ನು ಮುಂದೆ ಹಾಕಿಕೊಂಡು ನ್ಯೂ ಟೆಕ್ನಾಲಜಿ ಬಗ್ಗೆ ನೋಟ್ ಮಾಡಿಕೊಳ್ಳತೊಡಗಿದ.

ಅಷ್ಟರಲ್ಲಿ ಫೋನ್ ಬಂತು. ಬೇಸರದಿಂದಲೇ ಎತ್ತಿದ್ದ. ಯಾರದು ಎಂದು ತಿಳಿದುಕೊಳ್ಳದೆ 'ರಾಂಗ್ ನಂಬರ್' ಎಂದು ಇಟ್ಟ.

ಬಾಗಿಲ ಮೇಲೆ ಸದ್ದಾಯಿತು. ಬೇಸರದಿಂದಲೇ ಹೋಗಿ ತೆರೆದ. ವಸುಂಧರ ಹೊರಗೆಬಂದರು.

"ಒಂದ್ಸಲ ಡಾಕ್ಟ್ರ ಹತ್ರ....ಹೋಗ್ಬಾ. ನಿನ್ನ ನೋಡಿದ್ರೆ ಎಲ್ಲಿ ಅನೀಮಿಯಾನೋ ಎಂದು ಹೆದರಿಕೆ ಆಗುತ್ತೆ" ಎಂದಾಗ ಜೋರಾಗಿ ನಕ್ಕ. ಅವನಿಗೆ ನಗು ತಡೆಯದಾಯಿತು.

ಹೆಚ್ಚು ಮಾತಾಡಿದರೇ ಅದೇ ಮಾತು ಮರುಕಳಿಸುತ್ತದೆಯೆಂದು ಮ್ಯಾಗಝಿನ್ ಮುಂದೆ ಹಾಕಿಕೊಂಡು ಮುಖ್ಯವೆನಿಸಿದ ಕಡೆಯಲ್ಲೆಲ್ಲ ಮಾರ್ಕರ್‌ನಿಂದ ಗುರುತು ಮಾಡತೊಡಗಿದ.

ಮಾತನಾಡಲು ಮಗನಿಗೆ ಇಷ್ಟವಿಲ್ಲವೆಂದು ಅರಿತ ವಸುಂಧರ ನೊಂದು ಹೊರಗೆಹೋದರು.

ಅಂದು ರಾತ್ರಿಯೇ ಮೇಘನಾಥ್ ಮಗನನ್ನು ತಮ್ಮ ಕೋಣೆಗೆ ಬರಮಾಡಿಕೊಂಡರು. ಕೆಲವೊಮ್ಮೆ ಗೆಳೆತನದ ಸಲುಗೆಯನ್ನು ತೋರುತ್ತಿದ್ದರು.

"ಕೂತ್ಕೋ ಅಭಿ" ಹೆಚ್ಚಿನ ಆತ್ಮೀಯತೆಯ ಕ್ಷಣದಲ್ಲಿ ಮಗನ ಹೆಸರನ್ನು ಶಾರ್ಟ್ ಮಾಡುತ್ತಿದ್ದರು. "ಒಂದಿಷ್ಟು ಮಾತನಾಡೋದಿದೆ. ಮನಸ್ಸು ಬಿಚ್ಚಿ ಮಾತನಾಡ್ತೀನಿಂದ್ರೆ ಸರಿ. ಇಲ್ಲಾ ಗುಡ್‌ನೈಟ್ ಹೇಳಿ ಹೋಗಿ ಮಲಕ್ಕೋ. ಎರಡರಲ್ಲಿ ಯಾವುದಾದ್ರೂ ಒಂದು ಆರಿಸ್ಕೋ" ಅವನ ಇಚ್ಛೆಗೆ ಬಿಟ್ಟು ಹಾಸಿಗೆಯ ಮೇಲೆ ಮಲಗಿದರು.

ಐದು ನಿಮಿಷ ಅಭಿಷೇಕ್ ಸುಮ್ಮನೆ ನಿಂತಿದ್ದ.

"ಒಂದು ಮುಖ್ಯವಾದ ಪ್ರಶ್ನೆಗೆ ನನ್ನಲ್ಲೇ ಉತ್ತರವಿಲ್ಲ. ಈಗ ಅದೇ ವಿಷ್ಯ

ಪ್ರಸ್ತಾಪಕ್ಕೆ ಬಂದು ನನ್ನ ಉತ್ತರ ನಿಮ್ಗೆ ಸಮರ್ಪಕವಾಗಿ ಕಾಣಿಸದೆಯೂ ಅಥ್ವಾ ನಾನಾಗಿ...." ಎಂದು ತಲೆ ಎತ್ತಿದವನು ತಂದೆಯ ನೇರ ನೋಟವನ್ನೆದುರಿಸಲಾರದೆ ಸಮ್ಮನಾದ.

"ಓ.ಕೆ., ಟೇಕ್ ಯುವರ್ ಓನ್ ಟೈಮ್...." ಎಂದವರು "ನಮ್ಮ ಮನೆ ಬೆಳಕು ನೀನು. ಸದಾ ದೀಪದತ್ತಲೇ ನಮ್ಮ ಗಮನ ಇರುತ್ತೆ. ಅದರ ಪ್ರಭೆ ಸ್ವಲ್ಪ ಕಡ್ಮೆಯಾದ್ರೂ ನಮ್ಮ ಗಮನಕ್ಕೆ ಬರುತ್ತೆ. ಆಗ ಎರ್ಡು ಜೀವಿಗಳು ನೋಯುತ್ತೆ. ಅದು ನಿನ್ನ ಗಮನದಲ್ಲಿ ಇರ್ಲಿ, ಗುಡ್‌ನೈಟ್...." ತಲೆಯ ಕೆಳಗೆ ಒರಗುವ ದಿಂಬನ್ನು ಪಕ್ಕಕ್ಕೆ ಸರಿಸಿ ಸರಿಯಾಗಿ ಮಲಗಿದರು.

ಬ್ಲಾಂಕೆಟ್‌ನ ಅಭಿಷೇಕ್ ತಾನೇ ಅವರ ಎದೆಯವರೆಗೂ ಹೊದ್ದಿಸಿ ಹೊರಗೆ ಬಂದ.

ಹೊರಗಿದ್ದ ವಸುಂಧರ ಮಗನ ಮುಖ ನೋಡಿದರು.

"ಗುಡ್‌ನೈಟ್....ಮಮ್ಮಿ" ಪಕ್ಕದಲ್ಲಿಯೇ ಹಾದುಹೋದವನು ಕೋಣೆಯವರೆಗೂ ಹೋಗಿ ಹಿಂದಕ್ಕೆ ತಿರುಗಿದ. ಆಕೆ ಅಲ್ಲಿಯೇ ನಿಂತಿದ್ದರು. ನಕ್ಕು ಮತ್ತೊಮ್ಮೆ "ಗುಡ್‌ನೈಟ್...." ಕೂಗಿ ಹೇಳಿದ.

ಒಳಗೆ ಬಂದ ಆಕೆ, "ಏನಾದ್ರು ಕೇಳಿದ್ರಾ?" ಎಂದಾಗ ಕೈಯಾಡಿಸಿದರು. "ನಿನ್ಮಗ ಅದ್ಕೆ ಅವಕಾಶ ಕೊಡ್ಲಿಲ್ಲ. ಅವನಾಗಿಯೇ ಹೇಳ್ತಾನಂತೆ ನೋಡೋಣ" ಪಕ್ಕದಲ್ಲಿನ ದೊಡ್ಡ ಲೈಟ್ ಆರಿಸಿದರು. ತಿಳಿನೀಲಿ ಬಣ್ಣದ ಮಂಕು ದೀಪ ಹತ್ತಿಕೊಂಡಿತು.

"ಏನಾಗಿದೆ ಇಂದಿನ ಯುವ ಜನಾಂಗಕ್ಕೆ?" ಗೊಣಗುತ್ತಲೇ ಮಗ್ಗಲು ಬದಲಾಯಿಸಿದರು ಮೇಘನಾಥ್. "ಅದ್ರಲ್ಲೂ ನಿನ್ಮಗ ವಿಚಿತ್ರ. ಅವ್ರು ದೂರು ಕೊಡಲಿಲ್ಲಾಂದ್ಮೇಲೆ ಪ್ರಿನ್ಸಿಪಾಲರ ಬಳಿ ಹೋಗಿ ಯಾಕೆ ತಪ್ಪು ಒಪ್ಪಿಕೊಳ್ಳಬೇಕಿತ್ತು? ಅದೂ ಹಾಳಾಗ್ಲಿ ಅಂದ್ಕೊಂಡ್ರು, ಡಿಪ್ರೆಷನ್‌ಗೆ ಕಾರಣವೇನು?" ಬೇಸರ ವ್ಯಕ್ತಪಡಿಸಿದರು.

ವಸುಂಧರ ತಟಸ್ಥ ಧೋರಣೆ ತಳೆದರು. ಒಂದು ನಾಲ್ಕು ದಿನವಾದ ಮೇಲೆ ಅಭಿಷೇಕ್ ಸರಿಹೋಗಬಹುದು. ಈಗ ನಾವಾಗಿ ಪ್ರಸ್ತಾಪಿಸಿದರೆ ಆ ಹುಡುಗಿಯನ್ನೇ ಮದುವೆಯಾಗಬೇಕೆಂದು ಪಟ್ಟು ಹಿಡಿದರೇ ಖಂಡಿತ ಅವರದು ಒಪ್ಪಿಗೆ ಇಲ್ಲ.

ಆಮೇಲೆ ಒಂದು ವಾರ ಅಭಿಷೇಕ್ ಕಾಲೇಜಿನ ಕಡೆ ತಲೆ ಹಾಕಲಿಲ್ಲ. ಹೊರಗೆ ಹೋಗುತ್ತಿದ್ದ, ಬರುತ್ತಿದ್ದ. ಮೇಘನಾಥ್ ರಿಕ್ವೆಸ್ಟ್‌ನಂತೆ ಪ್ರಿನ್ಸಿಪಾಲರು ಫೋನ್‌ನಲ್ಲಿ ವಿಷಯ ಮುಟ್ಟಿಸಿದರು.

ಮನೆಗೆ ಫೋನ್ ಮಾಡಿ ವಿಚಾರಿಸಿದರು. "ಅಭಿಷೇಕ್ ಮನೆಯಲ್ಲಿ ಇದ್ದಾನೆ?" ಆಕೆಯ ಸ್ವರದಲ್ಲಿ ಅಂತಹ ಉತ್ಸಾಹವೇನು ಇರಲಿಲ್ಲ.

"ಬೆಳಿಗ್ಗೆ ಬ್ರೇಕ್‌ಫಾಸ್ಟ್ ಕೂಡ ತಗೊಳ್ಳಲಿಲ್ಲ. ಈಗ ಊಟ ಕೂಡ ಮಾಡದೇ ಎಲ್ಲಿಯೋ ಹೋದ."

"ಬರ್ತಾನೆ, ನೀನು ಊಟ ಮುಗ್ಸು" ಫೋನಿಟ್ಟರು.

ಅವರಿಗೆ ತಲೆ ಕೆಟ್ಟಂತಾಯಿತು. ಯೌವನ ಎನ್ನುವುದು ಬೆಂಕಿಯ ಶಿಖರ. ಇಳುಕಲು ಬಹಳವಾದರೆ ಜಾರುವುದು ತಪ್ಪದು. ಅವರ ತಂದೆ ಹೇಳುತ್ತಿದ್ದ ಬುದ್ಧಿವಾದ.

ಮೇಘನಾಥ್ ತಾವೇ ಕಾರು ತಗೊಂಡು ಊರೆಲ್ಲ ಒಂದು ಸುತ್ತು ಹಾಕಿಕೊಂಡು ಮನೆಗೆ ಬಂದರು.

"ಅಭಿಷೇಕ್ ಬಂದಿದ್ದಾನೆ" ವಸುಂಧರಾ ಹೇಳಿದರು.

ಅವರೆದೆಯಲ್ಲಿ ಹೆಪ್ಪುಗಟ್ಟಿದ ಭಯ ಕರಗಿತು. "ಊಟ ಮಾಡಿದ್ಯಾ? ಏನು ಪ್ರಶ್ನಿಸೋಕೆ ಹೋಗ್ಬೇಡ. ವಾರದಿಂದ ಅವನು ಕಾಲೇಜಿಗೆ ಹೋಗಿಲ್ಲ. ಅವನಾಗಿ ಏನಾದ್ರೂ ಹೇಳೋವರ್ಗೂ ಕಾಯೋಣ" ಎಂದರು.

"ಅವ್ನು ಇನ್ನೂ ಊಟ ಮಾಡಿಲ್ಲ. ನಿಮ್ಜೊತೆ ಮಾಡ್ತೀನಿ ಅಂದ. ಈಗಿನ ಹುಡುಗರಿಗೆ ತಾಯಿಯಾಗಿರೋದೇ ಕಷ್ಟದ ಕೆಲ್ಸ. ಅವ್ರ ಮಾತು, ರೀತಿ–ನೀತಿಗಳಿಗೆ ಅರ್ಥ ಹುಡ್ಕಿ ಹುಡ್ಕಿಯೇ ತಲೆ ಬೆಳ್ಳಗಾಗುತ್ತೆ. ಎಲ್ಲರದು ಇದೇ ಅಭಿಪ್ರಾಯ" ಕ್ಲಬ್‌ನಲ್ಲಿ ತಮ್ಮ ತಮ್ಮ ಮಕ್ಕಳ ಬಗ್ಗೆ ಚರ್ಚಿಸಿದ್ದನ್ನು ನೆನಪಿಸಿಕೊಂಡರು.

ಹೆಂಡತಿಯ ಬೆನ್ನ ಮೇಲೆ ಕೈಹಾಕಿ ಕಿರುನಗೆ ಬೀರಿದರು. "ನಮ್ಮ 'ಅಹಂ' ಕಮ್ಮಿಯಾಗೋದೇ ಮಕ್ಕಳಿಂದ. ಯಾರ್ಗೂ ಸಡ್ಡು ಹೊಡೆಯದ ವ್ಯಕ್ತಿ ಕೂಡ ಮಕ್ಕಳ ಮುಂದೆ ಮೆತ್ತಗಾಗಿ ಬಿಡ್ತಾನೆ. ಇವೆಲ್ಲ ಸೃಷ್ಟಿಯ ರಹಸ್ಯ" ನಕ್ಕರು.

ಡೈನಿಂಗ್‌ಹಾಲ್‌ಗೆ ಮೇಘನಾಥ್ ಬರುವ ವೇಳೆಗೆ ಅಭಿಷೇಕ್ ಬಂದು ಕೂತಿದ್ದ ಅವರನ್ನು ಕಾಯುವಂತೆ. ಹಿಂದಿನ ಹಾಗೆ ತಟ್ಟೆ, ಬಟ್ಟಲುಗಳನ್ನು ಸದ್ದು ಮಾಡದೆ ಗಂಭೀರವಾಗಿದ್ದ.

"ಹಲೋ.... ಅಭಿ" ಛೇರ್ ಹಿಂದಕ್ಕೆ ಸರಿಸಿ ಕೂತರು. "ಬೆಳಿಗ್ಗೆ ಎದ್ದಿದ್ದು ಲೇಟ್. ರಾತ್ರಿ ತುಂಬ ಓದಿದ್ಯಾ?" ಇಲ್ಲವೆಂದು ತಲೆಯಾಡಿಸಿದ ಅಭಿಷೇಕ್. "ಬೇಗನೇ ಎದ್ದಿದ್ದೇ ಡ್ಯಾಡ್, ಹೊರ್ಗೆ ಬರ್ಲಿಲ್ಲ ಅಷ್ಟೆ" ಪ್ರಾಮಾಣಿಕವಾಗಿ ಉಸುರಿದ. ಮಗನನ್ನೆ ನೋಡಿದರು.

"ಇದಕ್ಕೆ ಸೋಮಾರಿತನ ಅಂತಾರೆ. ಅದು ಈ ವಯಸ್ಸಿನಲ್ಲೇನು ಯಾವ ವಯಸ್ಸಿನಲ್ಲೂ ಕೂಡದು" ಹಗುರವಾಗಿ ಹೇಳಿದರು.

ಅಭಿಷೇಕ್ ತಲೆ ಬಗ್ಗಿಸಿಕೊಂಡು ಊಟದತ್ತ ಗಮನ ಕೊಟ್ಟ. ಹಿಂದೆ ಹರಟುತ್ತಲೋ, ನಗುತ್ತಲೋ ಬಲವಂತದಿಂದ ಅದೂಇದೂ ವಸುಂಧರಾ ತಟ್ಟೆಗೆ ಹಾಕಿ ಬೈಸಿಕೊಳ್ಳುತ್ತಲೇ ಊಟ ಮಾಡುತ್ತಿದ್ದುದ್ದು.

ಆಕೆ ಈ ಮೌನ ಸಹಿಸಲಾರದೆ ಹೋದರು.

"ಮಾತು ಮರ್ತು ಹೋಗಿದ್ಯಾ? ಅಥ್ವಾ ಆಡೋಕೆ ಇಷ್ಟವಿಲ್ಲವಾ? ಯಾಕೆ ನಮ್ಗೆ ಈ ಶಿಕ್ಷೆ?" ಅತ್ತೆಬಿಟ್ಟರು.

ಮೇಲೆದ್ದ ಅಭಿಷೇಕ್ ಕೈತೊಳೆದ. ಅವನ ಮುಖದಲ್ಲಿ ಹೇಳಿ ಕೊಳ್ಳಲಾರದಂಥ ಕಸಿವಿಸಿ. "ಸಾರಿ, ದಯವಿಟ್ಟು ನೀವು ಊಟ ಮಾಡಿ" ನಡೆದಾಗ ಅವರ ಕೈಗಳು ತಟಸ್ಥಗೊಂಡವು. ಇಷ್ಟು ಸೆನ್ಸಿಟೀವಾ? ಸುಳಿಯ ನಡುವೆ ಬಂಧಿಗಳಾಗಂದರೆ ಸಂಕಟಪಟ್ಟರು.

ಅರಿವಿಲ್ಲದಂತೆಯೇ ಬರುವ ವಿಭಾಗಾಗಿ ಪ್ರತಿದಿನ ಅವನ ಮನಸ್ಸು ಕಾಯುತ್ತಿತ್ತು. ಈ ಒಳತೋಟಿಯನ್ನು ಅವಳ ಮುಂದೆ ವಿವರಿಸಿ ಸಲಹೆ ಕೇಳುವುದು. ಕ್ಷಮೆ ಕೇಳಲು ಸಿದ್ಧ ಕೂಡ.

ಅವಳ ಕುಟುಂಬದ ವಿಷಯ ಅಷ್ಟಿಷ್ಟು ಸಂಗ್ರಹಿಸಿದ್ದ. ತಾಯಿ ಇಲ್ಲದ ವಿಭಾ ತಂದೆಗೆ ಮಾತ್ರವಲ್ಲ ಇಡೀ ಕುಟುಂಬಕ್ಕೆ ಸರ್ವಸ್ವ. ಸರಳವಾದ ಸುಸಂಸ್ಕೃತ ಬದುಕಿಗೆ ಹೊಂದಿಕೊಂಡ ಜನ. ಅಂತೂ ಸಂಪ್ರದಾಯದ ಪರಿಸರದಲ್ಲಿ ಬೆಳೆದವಳು. ಬೆಳದಿಂಗಳಿನ ಆಸರೆಯಲ್ಲಿ ಬೆಳೆದವಳು. ಸೂರ್ಯನ ಬಿಸಿಲಿನ ತಾಪಕ್ಕೆ ಎಲ್ಲಿ ಬಾಡುವಳೋ ಎನ್ನುವಂತೆ ಜೋಪಾನ ಮಾಡಿದ್ದರು.

ಹಿಂದಿನ ದಿನ ಸಿಕ್ಕ ಶೈಲೇಂದ್ರ ಅವನ ಕೈಹಿಡಿದು ರಿಕ್ವೆಸ್ಟ್ ಮಾಡಿಕೊಂಡಿದ್ದ. "ಅದೊಂದು ಕಹಿ ಗಳಿಗೆ. ವಿಭಾ ಕೂಡ ಅದನ್ನು ಮನಸ್ಸಿನಲ್ಲಿ ಇಟ್ಟುಕೊಳ್ಳದೇ ಧಾರಾಳವಾಗಿ ಕ್ಷಮಿಸಿದಳು ಎಂದೇ ಅರ್ಥ. ಅವಳಿನ್ನು ಕಾಲೇಜಿಗೆ ಬರೋಲ್ಲ. ಅಪಾಲಜಿ ಅವೆಲ್ಲ ಬಿಡು, ಪ್ಲೀಸ್...." ತಲೆದೂಗಿದ ಅಷ್ಟೆ.

ಅಂಥ ನಿರಂತರ ಪ್ರಯತ್ನವು ಕೆಲಸಕ್ಕೆ ಬಾರದೆ ಹೋಗುತ್ತಿತ್ತು. ವೆಹಿಕಲ್ ಆ ಪಾರ್ಕ್‌ನತ್ತ ಧಾವಿಸುತ್ತಿತ್ತು. ಅಲ್ಲಿ ಕಾಣುವ ಪ್ರತಿಯೊಬ್ಬ ಯುವತಿಯಲ್ಲೂ ವಿಭಾಳನ್ನು ಹುಡುಕುವ ಯತ್ನ ಮಾಡುತ್ತಿತ್ತು ಮನ.

ಇದೊಂದು ಶಿಕ್ಷೆಯಾಗಿಯೇ ಪರಿಣಮಿಸಿತ್ತು. ಅವನಿಗೆ. ಕಾಲೇಜಿಗೆ ಹೋದರೆ ಒಂದು ರೀತಿಯ ಅಪರಾಧ ಪ್ರಜ್ಞೆ, ದಿಟ್ಟವಾಗಿ ಓಡಾಡಿದರೂ ಮನದಲ್ಲಿನ ಕೊರತೆ ನಿಲ್ಲಿಸಲಾಗಲಿಲ್ಲ ಅಭಿಷೇಕ್‌ಗೆ.

ಅನಿರೀಕ್ಷಿತವಾಗಿ ಫೋನ್ ಮಾಡಿದ ಮಧುಬಾಲ "ನಿನ್ನ ಸ್ವೀಟ್‌ಗೆ ಮದ್ವೆ ಆಯ್ತು. ನನ್ನ ಲೈನ್ ಕ್ಲಿಯರ್, ಸ್ವಲ್ಪ ನನ್ನಡೆ ಹರಿಸು ನಿನ್ನ ದೃಷ್ಟಿ" ತಮಾಷೆ ಮಾಡಿದ ನಂತರ ತಾನೆ, "ಬರೀ ತಮಾಷೆ ಮಾಡ್ದೆ. ನಂಗೇನು ವಿಭಾಸ ಮದ್ವೆ ಸುದ್ದಿ ಗೊತ್ತಿಲ್ಲ. ಇಷ್ಟೊತ್ತಿಗೆ ಅವಳ ಕುತ್ತಿಗೆಯಲ್ಲಿ ತಾಳಿ ಇದ್ದರೆ ಹೆಚ್ಚಲ್ಲ!" ಛೇಡಿಸಿದ್ದಳು.

ಮರುದಿನ ಕಾಲೇಜಿಗೆ ಬಂದ ಅಭಿಷೇಕ್ ಪ್ರಿನ್ಸಿಪಾಲರ ಕೋಣೆಯ ಬಳಿಗೆ ಹೋದ. "ಮೆ ಐ ಕಮಿನ್ ಸರ್" ಎಂದ. ಫೈಲ್ ನೋಡುತ್ತಿದ್ದವರು ನೋಟವೆತ್ತಿದರು. ಅವರ ಕಣ್ಣಲ್ಲಿ ಅಚ್ಚರಿ ಮಿನುಗಿತು. ಆದರೂ ತುಟಿಗಳ ಮೇಲೆ ನಸುನಗು ತೇಲಿಸಿ "ಎಸ್, ಕಮಿನ್...." ಎಂದರು.

ಕಾಲೇಜಿನ ಎಷ್ಟೋ ವಿದ್ಯಾರ್ಥಿಗಳಲ್ಲಿ ಒಬ್ಬನಾಗಿದ್ದ ಅವನು ಗಮನ ಸೆಳೆದದ್ದು ಪ್ರಕರಣದ ನಂತರವಲ್ಲ, ತಾನಾಗಿ ಕಟಕಟೆಯಲ್ಲಿ ನಿಂತು ತಪ್ಪು ಒಪ್ಪಿಕೊಂಡಾಗ

ಒಂದು ರೀತಿಯಲ್ಲಿ ವೈಶಿಷ್ಟ್ಯಪೂರ್ಣವಾಗಿ ಕಾಣುತ್ತಿದ್ದ. ಹೊಸ ಅಭಿಷೇಕ್‌ನನ್ನು ಅವನಲ್ಲಿ ಕಂಡಿದ್ದರು.

"ಒಂದಿಷ್ಟು ಮಾತನಾಡೋದಿದೆ...." ಎಂದ.

"ವೈ ನಾಟ್..... ಸಿಟ್ ಡೌನ್...." ಅವನನ್ನೇ ನೋಡಿದರು.

ಅಭಿಷೇಕ್ ಕೂತುಕೊಳ್ಳಲಿಲ್ಲ. "ಎಕ್ಸ್‌ಕ್ಯೂಸ್ ಮಿ ಸರ್. ನನ್ನ ಕಾಲೇಜ್ ಜೀವನವನ್ನು ಸಮಾಪ್ತಿ ಮಾಡಿಕೊಳ್ಳಬೇಕೆನ್ನೋ ತೀರ್ಮಾನಕ್ಕೆ ಬಂದಿದ್ದೀನಿ" ಏರುಪೇರಿಲ್ಲದ ಸ್ವರದಲ್ಲಿ ನುಡಿದಾಗ ಅವರು ಚಕಿತರಾದರು.

"ನಿಂಗೆ ನೀನೇ ಪನಿಷ್ ಮಾಡಿಕೋತಾ ಇದ್ದೀಯಾ? ಇದ್ರಿಂದ ಏನು ಪ್ರಯೋಜನ?" ರೇಗಿದರು.

"ಗೊತ್ತಿಲ್ಲ ಸಾರ್, ನಾನು ಬರ್ತೀನಿ" ಹೊರಟೇ ಬಿಟ್ಟ.

ಸುಂದರಂ ಅವನು ಹೋದ ಕಡೆಗೆ ನೋಡಿದರು. ಅವರ ಸರ್ವೀಸ್‌ನಲ್ಲಿ ಬಹಳಷ್ಟು ವಿದ್ಯಾರ್ಥಿಗಳನ್ನು ಕಂಡಿದ್ದರು. ತೀರಾ ಬುದ್ಧಿವಂತರು, ಅತಿ ಕಡಿಮೆ ಮಟ್ಟದ ಬುದ್ಧಿವಂತರು, ಪುಂಡರುಪೋಕರಿಗಳ ಜೊತೆ ದೇಶವನ್ನು ಕಟ್ಟಬಲ್ಲಂಥ ಉತ್ತಮ ಯುವಕರನ್ನು ಕಂಡಿದ್ದರು. ಅವರುಗಳ ಚೆಲ್ಲಾಟ, ಪ್ರೇಮ, ವಿರಹವೆಲ್ಲ ಅವರ ನೋಟಿಸ್‌ಗೆ ಬಂದುಹೋದದ್ದೇ. ಆದರೆ ಎಲ್ಲರಿಗಿಂತ ಅಭಿಷೇಕ್ ಭಿನ್ನವಾಗಿ ಕಂಡ. ಆ ಪ್ರಕರಣದ ಹಿನ್ನೆಲೆಯಲ್ಲೂ ಕೂಡ ಏನೋ ಗೂಢವಡಗಿದೆಯೆನಿಸಿತು.

ಡಯಲ್ ತಿರುಗಿಸಿ ಮೇಘನಾಥ್ ಫೋನ್‌ನಲ್ಲಿ ಸಂಪರ್ಕಿಸಿದಾಗ "ಅಭಿಷೇಕ್ ಇಂದಿನಿಂದ ವಿದ್ಯಾರ್ಥಿ ಜೀವನಕ್ಕೆ ಗುಡ್‌ಬೈ ಹೇಳಿದ್ದಾನೆ. ಅವ್ನ ಭವಿಷ್ಯನ ಬೇರೆ ರೀತಿಯಲ್ಲಿ ರೂಪಿಸೋ ಪ್ರಯತ್ನ ಮಾಡಿ" ಹೇಳಿದರು.

ಥ್ಯಾಂಕ್ಯೂ ವೆರಿಮಚ್. ಇದನ್ನು ನಿರೀಕ್ಷಿಸಿಯೇ ಇದ್ದೆ" ಫೋನಿಟ್ಟರು ಮೇಘನಾಥ್.

* * *

ಸದಾ ಮೌನವಾಗಿರುತ್ತಿದ್ದ ಗಣಪತಿಗಳು ಅಂದು ದೇವರ ಪೂಜೆ ಮುಗಿಸಿಕೊಂಡು ಬಂದವರೇ ಮಗಳನ್ನು ಕರೆದರು.

"ಕಾಲೇಜಿನಗೆ ಇಷ್ಟು ದಿನ ರಜ ಇದೆಯೇನು?" ಕೇಳಿದಾಗ ಅವರ ಮುಂದೆ ಎಂದೂ ಸುಳ್ಳಾಡಿ ಅರಿಯದ ವಿಭಾ ಕಣ್ ತುಂಬಿತು. 'ಅಣ್ಣ ಎದೆಯೊಡೆದು ಪ್ರಾಣ ಬಿಟ್ಟುಬಿಡ್ತಾನೆ. ಆಮೇಲೆ ನಮ್ಮ ಬದ್ಕು ಪೂರ್ತಿ ಕತ್ತಲಿನಲ್ಲೇ' ಗೋಪಾಲಕೃಷ್ಣ ಭಯದಿಂದ ಆಡಿದ ಮಾತುಗಳು ನೆನಪಾಗಿ ಹಿಂಜರಿದಳು.

ಅವಳ ಚಿಕ್ಕಮ್ಮ ವಿಭಾ ನೆರವಿಗೆ ಬಂದಳು. "ಅವ್ರು ಬೇಡಾಂದ್ರು....ವಿಭಾ ಸುಮ್ಮನಾದ್ಲು ಅಷ್ಟೇ. ಅವರನ್ನು ಕೇಳೋದೆ ಉತ್ತಮ" ಅತ್ಯಂತ ವಿನಮ್ರತೆಯಿಂದ ನುಡಿದಳು.

"ಆಯ್ತು ತಾಯಿ, ಗೋಪಾಲ ಬಂದರೆ ಸ್ವಲ್ಪ ಕಳಿಸಿಕೊಡು" ತಮ್ಮ ಕೋಣೆಗೆ

ಹೋಗಿ ಮಲಗಿಬಿಟ್ಟರು.

ಕಾವೇರಮ್ಮ ಎದೆ ಮೇಲೆ ಕೈಯಿಟ್ಟುಕೊಂಡರು. ನಂದಾದೀಪದ ಬೆಳಕು ಸ್ವಲ್ಪ ಮಂಕಾದರೂ ಆ ಮನೆಯವರು ಸಹಿಸಿಯಾರು, ಆದರೆ ಗಣಪತಿಗಳ ಮುಖದಲ್ಲಿ ಚಿಂತೆಯ ಕಾರ್ಮೋಡ ಮೂಡುವುದು ಸಹಿಲಾರರು.

ಬಾಯಿಬಿಟ್ಟು ಅವಳೆಂದು ಏನು ಹೇಳಿಲ್ಲ. ಕಾವೇರಮ್ಮ ಪ್ರಶ್ನಿಸಿಲ್ಲ. ಆಕೆಯೊಬ್ಬ ಮಮತಾಮಯಿ. ತುಂಬ ಸ್ನೇಹಮಯಿ.

"ಚಿಕ್ಕಮ್ಮ...." ಆಕೆಯ ಮಡಿಲಲ್ಲಿ ತಲೆಯಿಟ್ಟು ಕಣ್ಣೀರು ಸುರಿಸಿದಳು. "ಸಮಾಧಾನ ಮಾಡ್ಕೋ ವಿಭಾ. ಈಗೇನಾಯ್ತು?" ಬೆನ್ನ ಮೇಲೆ ಕೈಯಾಡಿಸಿದರು.

ಡಿಗ್ರಿ ಅಥವಾ ಕಾಲೇಜು, ಕಡೆಗೆ ಹೈಸ್ಕೂಲು ಮೆಟ್ಟಿಲು ಕೂಡ ಹತ್ತಿದ ಹೆಣ್ಣಲ್ಲ. ಯಾವ ಯೂನಿವರ್ಸಿಟಿಯಲ್ಲೂ ಕಲಿಯಲಾರದಂಥ ಉತ್ತಮ ಗುಣಗಳು ಇದ್ದವು ಆಕೆಯಲ್ಲಿ.

ಬಂದಕೂಡಲೇ ಕಾವೇರಮ್ಮ ಗಂಡನ ಕಿವಿಯಲ್ಲಿ ಉಸುರಿದರು. "ಭಾವನವರು ನಿಮ್ಮನ್ನು ಬಂದು ಕಾಣೋಕೆ ಹೇಳಿದ್ದಾರೆ. ವಿಭಾ ಬಗ್ಗೆ ಮಾತಾಡ್ಬಹುದು. ಅವ್ರ ಮನಸ್ಸಿಗೆ ಘಾಸಿಯಾಗುವಂತದ್ದೇನೂ.... ಹೇಳ್ಬೇಡಿ" ಗೋಪಾಲಕೃಷ್ಣ ಬೆವತುಬಿಟ್ಟರು. ಅವರ ಸೂಕ್ಷ್ಮ ಕಣ್ನೋಟವನ್ನೆದುರಿಸಲು ಕೂಡ ಅವರಿಗೆ ಕಷ್ಟವೇ.

ಪ್ರಯಾಸದಿಂದ ಉಗುಳು ನುಂಗಿ ಗಣಪತಿಯವರ ಕೋಣೆಯ ಮುಂದೆ ನಿಂತವರು ಎರಡು ಸಲ ಬೆವರೊರೆಸಿಕೊಂಡರು. ಮುಂದೆ ಹೆಜ್ಜೆ ಎತ್ತಿಡುವುದು ಸಾಧ್ಯವಾಗದೇ ತಮ್ಮ ಕೋಣೆಗೆ ಹಿಂತಿರುಗಿಬಿಟ್ಟರು.

ನರಹರಿಯನ್ನು ಭೇಟಿ ಮಾಡಿ ಬಂದಮೇಲೂ ಅವರು ಗಣಪತಿಗಳ ಮುಂದೆ ಏನು ಹೇಳಿರಲಿಲ್ಲ. ಅವರ ಉಳಿದ ವೇಳೆಯೆಲ್ಲ ವರಾನ್ವೇಷಣೆಗೆ ಮೀಸಲಾಗಿತ್ತು.

ಸಂಜೆಗೆ ಮುನ್ನ ಎರಡು ಜಾತಕಗಳನ್ನು ಹಿಡಿದು ಗಣಪತಿಗಳ ಕೋಣೆಗೆ ಬಂದರು.

"ಈ ಎರ್ಡು ಜಾತ್ಕ ಬಂದಿದೆ" ಅವರ ಮುಂದಿಟ್ಟು ನಿಂತರು. ಕೂಡುವಂತೆ ಸನ್ನೆ ಮಾಡಿದ ಗಣಪತಿಗಳು "ಎಲ್ಲಾ ನಿಂಗೆ ಬಿಟ್ಟದ್ದು. ಆದ್ರೆ....ವಿಭಾ ಗೆಲುವಾಗಿಲ್ಲ. ಆಗಾಗ ಒಂದೊಂದು ಮಾತಾಡುತ್ತಿದ್ದ ವಿಭಾ ಈಗ ಅದ್ನ ಕೂಡ ನಿಲ್ಸಿ ಬಿಟ್ಟಿದ್ದಾಳೆ. ಏನೋ ಕೊರಗು....ಏನೋ ಕೊರತೆ....ಎಲ್ಲವನ್ನು ಮನುಷ್ಯರಿಂದ ಸರಿ ಮಾಡೋಕೆ ಸಾಧ್ಯವಿಲ್ಲವೇನೋ" ಅಷ್ಟು ಹೇಳಿದವರು ಜಾತಕಗಳನ್ನು ತೆಗೆದುಕೊಂಡರು.

"ಒಂದಿಷ್ಟು ಕೆಲ್ಸವಿದೆ. ಹೊರ್ಗೆ...ಹೋಗ್ಬರ್ತೀನಿ" ಕೆಮ್ಮಿ ಗಂಟಲು ಸರಿ ಮಾಡಿಕೊಂಡರು ಗೋಪಾಲಕೃಷ್ಣ. ಹೋಗೆನ್ನುವಂಥ ಸೂಚನೆ ಸಿಕ್ಕಕೂಡಲೇ ಹೊರಗೆ ಬಂದುಬಿಟ್ಟರು. ಬೆವರು ಇಡೀ ಮೈಯನ್ನು ಆವರಿಸಿ ಬಿಟ್ಟಿದೆಯೇನೋ ಎಂದು ಸಂದೇಹಪಟ್ಟರು.

ವಿಭಾನ ಅರಸಿಕೊಂಡು ಕೋಣೆಗೆ ಬಂದರು. ಅವಳಿನ್ನು ಚೇತರಿಸಿಕೊಂಡಿಲ್ಲ. ಸಾಕಷ್ಟು ಕಾಲ ಜೊತೆ ಬದಲಾವಣೆ ಬೇಕಾಗುತ್ತದೆಯೆಂದುಕೊಂಡರು.

ಜಾತಕದ ಜೊತೆ ಬಂದ ಎರಡು ಫೋಟೋಗಳನ್ನು ಅವಳ ಮುಂದೆ ಹಿಡಿದರು. "ಒಂದು ರೀತಿಯಲ್ಲಿ ತಕ್ಕ ವರಗಳೇ. ನೀನು ಇಷ್ಟಪಟ್ಟ ವರನನ್ನು ಕರೆಸೋ ಏರ್ಪಾಟು ಮಾಡೋಣ್ವ" ಅಲ್ಲೇ ಕೂತರು. ಅವಳ ಮುಖದ ಮ್ಲಾನತೆ ಹರಡಿಕೊಂಡಿತು.

"ನಂಗೆ ಮದ್ವೆ ಬೇಡ, ಚಿಕ್ಕಪ್ಪ" ಎಂದಕೂಡಲೇ ಅವರು ಗಾಬರಿಯಿಂದ ಅವಳ ಬಾಯಿ ಮುಚ್ಚಿದರು. "ನನ್ನ ನಮ್ಮ ಮಧ್ಯದ ಪದಗಳಲ್ಲಿ ಅಂತರ ಕಾಣದಿದ್ರೂ.... ಅದ್ರ ನಡುವಿನ ಅಂತರ ಬಹಳ ದೊಡ್ಡದು. ಭಾವನಾತ್ಮಕವಾಗಿ ಒಬ್ಬ ವ್ಯಕ್ತಿ ಕಷ್ಟ, ಸುಖ, ಆಘಾತ, ಅನ್ಯಾಯಗಳ ಪಾಲು ಇಡೀ ಕುಟುಂಬಕ್ಕೆ ಸೇರುತ್ತೆ. ಅದರ ಪರಿಣಾಮದ ಪಾಲು ಕೂಡ ಎಲ್ಲರ ಮಡಿಲಿಗೇನೇ. ಅದ್ರಿಂದ ಅತ್ತಿತ್ತ ನೋಡಿಯೇ ಪ್ರತಿಯೊಬ್ಬರು ಮುಂದಕ್ಕೆ ಅಡಿಯಿಡಬೇಕು. ಸ್ವಲ್ಪ ಯೋಚ್ಸು" ಅವಳ ಪಾಲಿಗೆ ಅವಳನ್ನ ಬಿಟ್ಟು ಎದ್ದು ಹೋದರು.

ಕಾಲೇಜಿಗೆ ಸೇರಿದ ಹೊಸದರಲ್ಲಿ ವಿಭಾ ಕಕ್ಕಾಬಿಕ್ಕಿಯಾಗಿದ್ದಳು. ದಿನಕಳೆದಂತೆ ಹೊಂದಿಕೊಂಡರೂ ಅವಳಲ್ಲಿ ಪ್ರತ್ಯೇಕತೆಯೇನೂ ಬದಲಾಗಿರಲಿಲ್ಲ. ಮಾತು, ನಗು ಮತ್ತಷ್ಟು ನಾಜುಕಾಗಿತ್ತು. ಅವಳ ಒಡನಾಟ ಬರೀ ವಿದ್ಯಾಭ್ಯಾಸಕ್ಕೆ ಸೀಮಿತವಾಗಿತ್ತು. ಒಂದೆರಡು ಫಂಕ್ಷನ್‌ನಲ್ಲಿ ಪ್ರಾರ್ಥನೆ ಹಾಡಿದ್ದು ಬಿಟ್ಟರೇ ಮತ್ತೇನು ವಿಶೇಷತೆ ಇರಲಿಲ್ಲ ಅವಳ ಕಾಲೇಜು ವಿದ್ಯಾಭ್ಯಾಸದಲ್ಲಿ.

ಪರಿಚಯ ಬೇರೆಯವರಲ್ಲಿ ಇದ್ದರೂ ಸದ್ಯಕ್ಕೆ ಮುಕ್ತಾ ಒಬ್ಬಳೆ ಅವಳ ಸ್ನೇಹಿತೆ.

ಅಂದು ಕೂಡ ಅವಳು ಮುಕ್ತಾಳ ಬಲವಂತದಿಂದಲೇ ಸುತ್ತಾಡಲು ಹೋಗಿದ್ದು.

"ಸ್ವಲ್ಪ ಹೊತ್ತು ಪಾರ್ಕ್‌ನಲ್ಲಿ ಕೂತಿದ್ದು ಹೋಗೋಣ" ಸಲಹೆ ಕೊಟ್ಟವಳು ಕೂಡ ಅವಳೇ. ಅವಳಿಗೂ ತಣ್ಣನೆಯ ಕ್ಷಣಗಳು ಹಾಯೆನಿಸಿರಬೇಕು. "ಬೇಗ ಹೋಗೋಣ...."

ಕೂತು ಹತ್ತು ನಿಮಿಷಗಳು ಇಬ್ಬರು ಮಾತನಾಡಿ ಮೇಲೆದ್ದರು. ಅಷ್ಟರಲ್ಲಿ ಎದುರಾದ ಅಭಿಷೇಕ್ ಬಳಸಿ ಅವಳನ್ನು ಚುಂಬಿಸಿದ. ಕ್ಷಣಗಳ ಅಂತರದಲ್ಲಿ ಘಟಿಸಿ ಹೋದದ್ದು. ಅಷ್ಟು ದೂರ ಹೋದವನು ಒಮ್ಮೆ ಹಿಂದಿರುಗಿ ಅವಳನ್ನು ನೋಡಿದ ಅಷ್ಟೇ.

ಇದು ಕನಸೋ, ವಾಸ್ತವವೋ ಗೊತ್ತಾಗದ ಅಯೋಮಯ ಸ್ಥಿತಿಯಲ್ಲಿಯೇ ಮುಕ್ತಾ ಅವಳನ್ನು ಆಟೋದಲ್ಲಿ ಮನೆಗೆ ಕರೆತಂದುಬಿಟ್ಟುಹೋಗಿದ್ದಳು. ಅವಳ ತಮ್ಮನ ಬಿತ್ತರಿಸುವಿಕೆಯಿಂದ ವಿಷಯ ತಿಳಿದು ಹೋಗಿದ್ದರಿಂದ ಅವಳು ತಿಳಿಸುವ ಕಷ್ಟ ತೆಗೆದುಕೊಳ್ಳಲಿಲ್ಲ.

ಕಲ್ಪನೆ ಕೂಡ ಮಾಡಿಕೊಳ್ಳಲಾರದಂಥ ಘಟನೆ. ಅವಳು ಬರೀ ವಿದ್ಯಾರ್ಥಿನಿಯಾಗಿ

ಕಾಲೇಜಿನ ಮೆಟ್ಟಿಲು ಹತ್ತಿದ್ದು.

ಎರಡೇ ದಿನದಲ್ಲಿ ಗೋಪಾಲಕೃಷ್ಣ ಒಂದು ಮದುವೆಗೆ ಗಣಪತಿಯವರನ್ನು ಬಿಟ್ಟು ಮಿಕ್ಕವರನ್ನು ಹೊರಡಿಸಿದ.

ವಿಭಾಗೆ ಇಷ್ಟವಿರಲಿಲ್ಲ. "ಚಿಕ್ಕಪ್ಪ, ನೀವೆಲ್ಲ ಹೋಗ್ಬನ್ನಿ. ಮನೆಯಲ್ಲಿ ನಾನಿರ್ತೀನಿ" ಗೋಪಾಲಕೃಷ್ಣ ಬೇಡವೆನ್ನುವಂತೆ ತಲೆಯಾಡಿಸಿದರು. "ಬೇಡಮ್ಮ....ಬೇಡ. ಈಗ ಹೋಗ್ತಾ ಇರೋದು ಕೂಡ ನಿನ್ನ ಸಲುವಾಗಿಯೇ ಹುಡ್ಗನ ಕಡೆಯವ್ರು ಆ ಮದ್ವೆಗೆ ಬರ್ತಾ ಇದ್ದಾರೆ. ಒಂದು ರೀತಿಯಲ್ಲಿ ಅವರನ್ನು ಗಮನಿಸಿದ ಹಾಗೆ ಆಗುತ್ತೆ" ಅವಳೇನು ಹೇಳಲಿಲ್ಲ.

ಈ ಮನೆಗೆ ಗಾಢಾಂಧಕಾರ ಕವಿಯಲು ಅವಳೆಂದೂ ಕಾರಣವಾಗಳು.

ಅವಳ ತಾಯಿಯ ಒಡವೆಗಳು ಹೊರಗೆ ಬಂದವು. ಹಳೆಯ ಕಾಲದ ಆಭರಣಗಳು. ಅಂದೇ ಗಣಪತಿಯವರು ಅವನ್ನು ತಮ್ಮನ ವಶಕ್ಕೆ ಕೊಟ್ಟಿದ್ದರು. ಅದನ್ನು ವೈಯಕ್ತಿಕವಾಗಿ ಉಪಯೋಗಿಸಿಕೊಳ್ಳುವಂಥ ಕೆಟ್ಟ ಮನುಷ್ಯನಲ್ಲ ಗೋಪಾಲಕೃಷ್ಣ.

ಶ್ರೀಮಂತರ ಮದುವೆ, ಹೆಚ್ಚು ಮುಜುಗರಪಟ್ಟವಳು ವಿಭಾ ಮಾತ್ರ. ಒಬ್ಬ ಹಿರಿಯಾಕೆಯನ್ನು ತಂದು ಅವಳಿಗೆ ಪರಿಚಯಿಸಿದರು.

"ಲಕ್ಷ್ಮಣ್ ಅವ್ರ ತಾಯಿ. ನಮ್ಗೇ ದೂರದ ಸಂಬಂಧವೇ" ಆಕೆ ಅಡಿಯಿಂದ ಮುಡಿಯವರೆಗೂ ನೋಟ ಹರಿಸಿದರು. "ಹುಡ್ಗೀ ಲಕ್ಷಣವಾಗಿ ಇದ್ದಾಳೆ" ಗೊಣಗಿದಂತೆ ಅಂದರು.

ಅಲ್ಲಿ ವಿಭಾ ಪ್ರದರ್ಶನ ವಸ್ತುವಾದಳು. ಒಬ್ಬರಾದ ಮೇಲೆ ಒಬ್ಬರು ಬಂದು ಮಾತನಾಡಿಸಿದ್ದಲ್ಲದೆ ಕೇಳಿದ ಪ್ರಶ್ನೆಗಳನ್ನೇ ಕೇಳಿದರು. ಆ ವಯಸ್ಸಾದಾಕೆ ಮತ್ತೊಮ್ಮೆ ಮೊಮ್ಮಗನ ಜೊತೆ ಬಂದರು.

"ಹೇಗಿದ್ದಾಳೆ ಹುಡ್ಗೀ?"

ಅವನ ನೋಟದಲ್ಲಿ ಚಿರತೆಯ ಹಸಿವಿದ್ದಂತೆ ಕಂಡಿತು. ಬಿಚ್ಚಿದ ಷರಟಿನ ಗುಂಡಿದ ಹೊರಗೆ ಇಣುಕುತ್ತಿದ್ದ ಎದೆಯ ಕೂದಲು, ವಿಚಿತ್ರವಾಗಿ ಮಾಡಿಸಿದ ಕ್ರಾಫ್, ನವೀನ ಮಾದರಿಯ ಪ್ಯಾಂಟ್-ಉಗುಳು ನುಂಗುವಂತಾಯಿತು ಅವಳಿಗೆ.

ಆ ಕೋಣೆ-ಈ ಕೋಣೆ ಅಂತ ಗೋಪಾಲಕೃಷ್ಣ, ಕಾವೇರಮ್ಮನನ್ನು ಓಡಾಡಿಸಿಬಿಟ್ಟಿರು. ತಾವು ಬಂದು ಮಾತಾಡುವುದಕ್ಕೆ ಒಂದು ಡೇಟ್ ಸೂಚಿಸಿದಾಗ ಉಸಿರಾಡುವಂತಾಯಿತು ಅವರಿಬ್ಬರಿಗೆ.

ಬಸ್ಸು ಹತ್ತಿ ಊರು ತಲುಪುವವರೆಗೂ ವಿಭಾ ಮಾತನಾಡಲಿಲ್ಲ. ಆದರೆ ಅವಳ ಕಣ್ಣುಗುಡ್ಡೆಗಳನ್ನು ಆವರಿಸಿದ್ದ ತೆಳು ನೀರಿನ ಪೊರೆ ಗೋಪಾಲಕೃಷ್ಣರ ಎದೆಯ ಭಾರವನ್ನು ಮತ್ತಷ್ಟು ಹೆಚ್ಚಿಸಿತು.

ಕಾವೇರಮ್ಮ ನೊಂದುಕೊಂಡರು. "ಶ್ರೀಮಂತರು, ಗಂಡು ಹೆತ್ತವರು ಎಂದ ಮಾತ್ರಕ್ಕೆ ಇಷ್ಟೊಂದು ಧಿಮಾಕಾ! ಭಾವ ನನ್ನ ನೋಡೋಕೆ ಬಂದಾಗ ಎಷ್ಟೊಂದು ವಿನಮ್ರತೆಯಿಂದ ವರ್ತಿಸಿದ್ದರು? ನಮ್ಮ ಕೈ ಕೆಳ್ಗೇ, ನಿಮ್ಮ ಕೈಮೇಲೆ. ಹೆಣ್ಣು ಹೆತ್ತ ನೀವು ಪುಣ್ಯಾತ್ಮರು" ಎಂದರು: ಎಂಥ ಅರ್ಥಪೂರ್ಣ ಮಾತುಗಳು! ಇಂದಿಗೂ ನಂಗೆ ಮರೆಯೋಕ್ಕಾಗೋಲ್ಲ. ಉತ್ತಮ ಮೌಲ್ಯಗಳನ್ನು ಬೆಳೆಸದ ಶ್ರೀಮಂತಿಕೆ, ಡಿಗ್ರಿಗಳಿಂದ ಏನು ಪ್ರಯೋಜನ? ನಮ್ಮ ಅಂತಸ್ತಿಗೆ ಸರ್ಯಾದ ಸಂಬಂಧ ನೋಡೋದು ಒಳ್ಳೇದು" ವಿವೇಕ ಎಚ್ಚೆತ್ತಿದ್ದಂತೆ ಕಂಡಿತು.

"ಬೆಳ್ದ ಪರಿಸರಕ್ಕೆ ಅನುಗುಣವಾಗಿ ಸ್ವಭಾವಗಳು ಇರುತ್ತೆ. ಆದ್ರೂ.....ಒಳ್ಳೆಯ ಜನವೇ" ಯಾಕೋ ಆ ಸಂಬಂಧ ಅವರಿಗೆ ಇಷ್ಟವಾಗಿತ್ತು.

ವಿದ್ಯಾವಂತ ಜನ, ತಮಗಿಂತ ಬೇರೆಯ ರೀತಿಯಲ್ಲಿ ಯೋಚಿಸುತ್ತಾರೆ. ವಿಷಯ ತಿಳಿದರೂ ತಲೆ ಕೆಡಿಸಿಕೊಳ್ಳಲಾರರು. ಇಂಥದೊಂದು ಭಾವನೆ ಅವರೆಡು.

"ನಿಮ್ಮಿಷ್ಟ, ಆದ್ರೆ...ವಿಭಾ ಒಪ್ಪದೇ ಮದ್ವೆ ಮಾಡೋದ್ಬೇಡ. ಇಲ್ಲಿ ಅವ್ಳ ಒಪ್ಪಿಗೆಯೇ ಮುಖ್ಯ" ಆಕೆ ಎದ್ದು ನಡೆದುಬಿಟ್ಟರು. ಕಾವೇರಮ್ಮನಿಗೆ ತಮ್ಮ ಇಬ್ಬರು ಹೆಣ್ಣು ಮಕ್ಕಳಿಗಿಂತ ವಿಭಾ ಮೇಲೆ ಪ್ರೀತಿ.

ಅದು ಅವರಿಗೂ ಸಮ್ಮತವೇ. ಆದರೆ ವಿಭಾ ವಿವಾಹವನ್ನು ಸ್ವಾಗತಿಸುವ ಮನಃಸ್ಥಿತಿಯಲ್ಲಿದ್ದಂತೆ ಕಾಣಲಿಲ್ಲ. ಅದೊಂದು ಅಂಜಿಕೆ ಅವರಿಗೆ.

ಮರುದಿನ ಯಾರು ಇಲ್ಲದಿದ್ದಾಗ ಅವಳನ್ನು ಕರೆದು ಹತ್ತಿರ ಕೂಡಿಸಿಕೊಂಡರು.

"ವಿಭಾ, ಹುಡುಗನ್ನ ನೋಡಿದೆಯೆಲ್ಲ, ನಿಂಗೇನು ಅನ್ನಿಸುತ್ತೆ? ನಿನ್ನ ಇಷ್ಟದ ಮೇಲೆಯೇ ಎಲ್ಲಾ" ಪ್ರಸ್ತಾಪಿಸಿದರು. ವಿಭಾ ಎರಡು ಕೈಯಲ್ಲೂ ಮುಖ ಮುಚ್ಚಿಕೊಂಡು ಬಿಕ್ಕಿದಳು.

ಅಂದು ಅವಳನ್ನು ಮೆಟ್ಟಿದ ಭಯ ಭೂತದಂತೆ ಅವಳನ್ನ ಕಾಡುತ್ತಿತ್ತು. ಸೋಕಿದ ಬಿಸಿಯುಸಿರು, ಸಮೀಪಿಸಿದ ತುಟಿಗಳು, ಬಳಸಿದ ಬಾಹುಗಳು ಅವಳನ್ನ ಬೆಚ್ಚಿಬೀಳುವಂತೆ ಮಾಡುತ್ತಿದ್ದುವು. ಗಂಡು ಎಂದು ಯೋಚಿಸುವ ವಿಷಯಗಳು ಕೂಡ ಅವಳಲ್ಲಿ ವಿಪ್ಲವವನ್ನುಂಟುಮಾಡುತ್ತಿದ್ದವು.

"ಹೇಳು ವಿಭಾ ಮರೀ, ನಿನ್ನ ವಿರುದ್ಧ ಹೋಗೋಲ್ಲ" ಅಪ್ಪಿಕೊಂಡು ಸಂತೈಸಿದರು. ಅಣ್ಣನ ಮಗಳಾದರೂ ಅವಳು ಬೆಳೆದಿದ್ದು ಇವರ ತೊಡೆಯ ಮೇಲೆಯೇ!

"ಇಡೀ ಮನೆಯ ಸುಖ, ಸಂತೋಷ ನಿನ್ನ ಕೈಯಲ್ಲಿದೆ" ಎಂದು ಹೇಳಿದಂತಾಯಿತು ಅವಳಿಗೆ. ಕಣ್ಣೊರೆಸಿಕೊಂಡು ಎದ್ದು ಹೋಗಿ ಮುಖ ತೊಳೆದು ಬಂದಳು.

"ನಂಗೇನು ಗೊತ್ತಾಗುತ್ತೆ ಚಿಕ್ಕಪ್ಪ? ನೀವು ಹೇಗೆ ಹೇಳಿದ್ರೆ....ಹಾಗೇ" ಸಂಪೂರ್ಣ ಭಾರವನ್ನು ಅವರಿಗೆ ವಹಿಸಿದಳು.

ಅವಳನ್ನು ಬಿಟ್ಟು ಇನ್ನು ಎರಡು ಗೋಪಾಲಕೃಷ್ಣನ ಹೆಣ್ಣುಮಕ್ಕಳು ಮನೆಯಲ್ಲಿದ್ದರು. ಅವರನ್ನೆಲ್ಲ ದೃಷ್ಟಿಯಲ್ಲಿಟ್ಟುಕೋಬೇಕಿತ್ತು ಅವಳು.

ಕಾಲ ಎಲ್ಲವನ್ನು ಮರೆಸುತ್ತೆ ಎನ್ನುವ ತೀರ್ಮಾನಕ್ಕೆ ಬಂದರು. ಅವರುಗಳು ಬರುವ ಮುನ್ನವೇ ಅಯ್ಯಂಗಾರರು ಇನ್ನೊಂದು ಗಂಡನ್ನ ಕರೆತಂದರು. ಶ್ರೀಮಂತರಲ್ಲದಿದ್ದರೂ ಒಳ್ಳೆಯ ಹುದ್ದೆ ಇತ್ತು. ಅವರಿಗೂ ಮಗನ ಹಿಂದೆ ಮೂವರು ಹೆಣ್ಣು ಮಕ್ಕಳಿದ್ದರು.

"ಮದ್ವೆ ಹೇಗಾದ್ರೂ ಮಾಡಿಕೊಡಿ. ಇನ್ನು ನಮ್ಮ ಹುಡ್ಗನಿಗೆ ವಾಚು, ಉಂಗುರ ಕೂಡ ಬೇಡ. ನಮ್ಗೇ ಕ್ಯಾಷಾಗಿ ಎರಡು ಲಕ್ಷವಾದ್ರೂ....ಕೊಡಿ. ಅದ್ಕೇ ಕಮ್ಮಿ ಮಾತೇ ಇಲ್ಲ" ಕರಾರನ್ನು ಮಂಡಿಸಿ ಬಿಟ್ಟರು.

ಗೋಪಾಲಕೃಷ್ಣ ಕುಳಿತಲ್ಲಿಂದಲೇ ಮನೆಯನ್ನು ದಿಟ್ಟಿಸಿದರು. ಇದು ಅವರಿಗೆ ಏಕೈಕ ಆಸ್ತಿ. ಹಳೆಯದಾದರೂ ಅಭಿಮಾನ ಹೆಚ್ಚು ಅದರ ಮೇಲೆ. ಹುಟ್ಟಿದ್ದು ಇಲ್ಲದಿದ್ದರೂ ಬೆಳೆದಿದ್ದು ಇಲ್ಲೇ. ದೇವರ ಮನೆ, ಹಿತ್ತಲು ಗಣಪತಿಯವರ ಜೀವನದಲ್ಲಿ ಒಂದು ಭಾಗ. ಅದನ್ನು ಕಳೆದುಕೊಂಡು ಅವರು ಬದುಕಿಯಾರಾ?

ಗೋಪಾಲಕೃಷ್ಣ ತಲೆಯಾಡಿಸಿದರು "ಎಷ್ಟು ಕೊಟ್ಟರೂ ನಮ್ಮ ಮಗಳಿಗೆ ತಾನೇ! ಆ ಬಗ್ಗೆ ನಮ್ಮ ವಿರೋಧವೇನೂ ಇಲ್ಲ. ಮಾನವೀಯ ಸಂಬಂಧಗಳು ಇಷ್ಟೊಂದು ವ್ಯವಹಾರಿಕವಾಗೋದು.... ನಂಗಿಷ್ಟವಿಲ್ಲ. ದಯವಿಟ್ಟು ಕ್ಷಮ್ಸಿ" ಇವರ ನಕಾರದ ಸೂಚನೆಗೆ ಅವರೇನು ಸಿಡಿಮಿಡಿಗೊಳ್ಳಲಿಲ್ಲ.

"ಖಂಡಿತ ವ್ಯಾವಹಾರಿಕವಾಗೋದ್ಬೇಡ. ನಮ್ಗೇ ನಯಾಪೈಸಾ ಬೇಡ. ನಮ್ಮ ಹೆಣ್ಣು ಮಕ್ಳಿಗೆ ನೀವು ಗಂಡು ಹುಡ್ಕಿಕೊಡಿ" ಎಂದು ತಮ್ಮ ಅಸಹಾಯಕತೆಯ ಜೊತೆ ವೇದನೆಯನ್ನು ತೋಡಿಕೊಂಡರು.

ಕಾವೇರಮ್ಮ ಗಂಡನನ್ನು ಒಳಗೆ ಕರೆದರು.

"ಜನ ಒಳ್ಳೆಯವರು. ವಿಭಾ ಸುಖವಾಗಿರ್ತಾಳೆ. ಅವ್ರು ತಾನೆ ಏನ್ಮಾಡ್ತಾರೆ? ಸ್ವಲ್ಪ ಹೆಚ್ಚು ಕಡ್ಮೆ ಮಾತಾಡಿ" ಮನವೊಲಿಸಲು ನೋಡಿದರು.

ಗೋಪಾಲಕೃಷ್ಣ ಒಂದಿಂಚು ಅಲ್ಲಾಡಲಿಲ್ಲ. "ಸಾಧ್ಯವೇ ಇಲ್ಲ. ನಮ್ಮನ್ನೆಲ್ಲ ಇಟ್ಕೊಂಡ್ರು ಕೂಡ ಯಾರೂ ಎರ್ಡು ಲಕ್ಷ ಕೋಡ್ಲೋಲ್ಲ. ಅಂಥ ಅಗತ್ಯ ಕೂಡ ನಂಗಿಲ್ಲ."

ಸಂಬಂಧ ಮುರಿದುಬಿದ್ದರೂ ಅವರೇ ಮತ್ತೆ ಮತ್ತೇ ಪ್ರಯತ್ನ ಮಾಡಿದರು.

"ಹುಡ್ಗೀ ನಮ್ಮ ಹುಡ್ಗನ ಮನಸ್ಸಿಗೆ ಬಂದಿದ್ದಾಳೆ. ಹಾಕೋ ಒಡ್ವೆಯಲ್ಲ ಹಾಕಿ ಒಂದು ಲಕ್ಷ ಕ್ಯಾಷ್ ಕೊಡಿ" ತಮ್ಮ ಕಡೆಯ ನಿರ್ಣಯ ತಿಳಿಸಿದರು.

ಮುಂದಿನ ವಿಭಾ ಪರಿಸ್ಥಿತಿಯನ್ನು ನೆನೆಸಿಕೊಂಡು ತಲೆಯಾಡಿಸಿಬಿಟ್ಟರು ಗೋಪಾಲಕೃಷ್ಣ.

ಅಂದು ಸಂಜೆ ಗಣಪತಿಯವರು ತಮ್ಮನನ್ನು ಜೊತೆಯಲ್ಲಿ ಹೊರಗೆ ಕರೆದೊಯ್ದರು. ಗಂಡಿನ ಕಡೆಯವರು ಬಂದಾಗ ಅವರು ಐದು ನಿಮಿಷ ಬಂದು ಕೂತು ಎದ್ದು ಹೋಗಿದ್ದರು. ಗೋಪಾಲಕೃಷ್ಣ ತಾನಾಗಿ ಹೇಳುವವರೆಗೂ ಕೇಳುವ ಅಭ್ಯಾಸ ಅವರದಲ್ಲ. ಮಗಳ ವಿಷಯದಲ್ಲಿ ಸ್ವಲ್ಪ ತಪ್ಪಿದಂತಿತ್ತು.

"ಗಂಡಿನ ಮನೆ ಕಡೆಯವ್ರು ಏನ್ಹೇಳಿದ್ರು?" ಕೇಳಿದರು. ಪೂರ್ತಿ ವಿಷಯ ತಿಳಿಸುವುದು ಬೇಕೆನಿಸಲಿಲ್ಲ.

"ನಂಗೆ ಇಷ್ಟವಾಗ್ಲಿಲ್ಲ. ಸಾಲಾಗಿ ಅವ್ರಿಗೂ ಮೂರು ಜನ ಹೆಣ್ಣುಮಕ್ಳು ಮಗನ ನಂತರ. ನಮಗಿಂತ ಹೆಚ್ಚು ಶ್ರೀಮಂತರ ಸಂಬಂಧ ಮಾಡಿದ್ರೆ ಅವರಿಗೂ ಅನ್ಕೂಲ. ಇನ್ನು ಆರ್ಥಿಕವಾಗಿ ಚೆನ್ನಾಗಿದ್ದ ಕುಟುಂಬದವನು ಹುಡ್ಕಿಕೊಂಡರೆ ವಿಭಾನು ಸುಖವಾಗಿರ್ತಾಳೆ. ಅದ್ಕೆ ಸುಮ್ಮನಾದೆ" ಎಂದರು.

ಆಮೇಲೆ ಗಣಪತಿ ದೇವಸ್ಥಾನ ತಲುಪುವವರೆಗೂ ಅವರೇನು ಮಾತನಾಡಲಿಲ್ಲ.

"ಮದ್ವೆಗೆ ಹೋಗಿದ್ದೆವಲ್ಲ ಅಲ್ಲೆ ಒಂದಿಷ್ಟು ಪ್ರಯತ್ನ ಮಾಡ್ದೇ. ಗಂಡಿನ ಕಡೆಯವ್ರು ವಿಭಾನ ಒಪ್ಪಿಕೊಂಡಿದ್ದಾರೆ. ಮಾತುಕತೆಗೆ ಬರ್ತೀವೀಂದ್ರು" ಅಂದಕೂಡಲೇ ಗಣಪತಿ ತಮ್ಮನ ಕಡೆ ತಿರುಗಿದರು. "ಮತ್ತೆ ಇನ್ನೊಬ್ಬರನ್ನು ಕರೆಸಿ ಮಾತನಾಡಿದ್ದೇಕೆ?" ಎನ್ನುವಂತಿತ್ತು ಅವರ ನೋಟದ ಭಾವ. "ನಾವಾಗಿ ಮಾಡಿದ ಪ್ರಯತ್ನವೇನು ಅಲ್ಲ" ಎಂದವರು ತಾವು ತಡವರಿಸಿದ್ದು ಎಲ್ಲಿ ಅಣ್ಣನ ಗಮನಕ್ಕೆ ಬಂತೋ ಎಂದು ಹೆದರಿದರು.

ಆವರಣದ ಕಲ್ಲು ಹಾಸಿನ ಮೇಲೆ ಕೂತ ಗಣಪತಿಯವರು ಹೋಗುವಂತೆ ಸನ್ನೆಮಾಡಿ ಕಾಲುಗಳನ್ನು ಮೇಲಕ್ಕೆಳೆದುಕೊಂಡು ಪದ್ಮಾಸನ ಹಾಕಿದರು.

ಬರುತ್ತಾ ಗೋಪಾಲಕೃಷ್ಣ ತಾವು ಆಡಿದ ಮಾತುಗಳನ್ನು ಮೆಲುಕು ಹಾಕಿದರು. "ಪ್ರಯತ್ನ ಮಾಡ್ದೇ 'ಅಂದವರು' ಅವರಾಗಿ ಬಂದರು ಎಂದು ಲೀಲಾಜಾಲವಾಗಿ ಹೇಳಿಬಿಟ್ಟಿದ್ದರು. ಇಷ್ಟು ಧೈರ್ಯ ತಮಗ್ಹೇಗೆ ಬಂತೂಂತ ಎನ್ನುವ ಜಿಜ್ಞಾಸೆಗೆ ಒಳಗಾದರು.

ಮನೆಗೆ ಬಂದು ಹೆಂಡತಿಯ ಮುಂದೆ ಪೇಚಾಡಿಕೊಂಡರು. "ಅಣ್ಣ ಏನೆಂದುಕೊಂಡರೋ....ಏನೋ!" ಸಂತೈಯಿಸುವ ಅಗತ್ಯ ಆಕೆಗೆ ಕಂಡಿತು. "ಅವರೇನು ಕೆಟ್ಟ ರೀತಿಯಲ್ಲಿ ಊಹಿಸಲಾರರು. ಒಳ್ಳೆಯದಕ್ಕೆ ಹೇಳಿರುತ್ತಾರೆಂದುಕೊಂಡಿರುತ್ತಾರೆ."

ಅದು ನಿಜವೇ ಎಂದುಕೊಂಡರು. ಪ್ರತಿಯೊಂದರಲ್ಲೂ ಒಳ್ಳೆಯದು ಕಾಣುವುದು ಅವರ ಸ್ವಭಾವವೆಂದು ಗೋಪಾಲಕೃಷ್ಣರಿಗೆ ಗೊತ್ತು.

ಸಂಸ್ಕೃತ ಪಂಡಿತರಾಗಿಯೇ ರಿಟೈರ್ಡ್ ಆಗಿದ್ದು. ಈಗಲೂ ಅಲ್ಲಿಗೆ ಹೋಗಿ ಆಗಾಗ ಪಾಠ ಹೇಳುತ್ತಿದ್ದರು. ಕೆಲವು ಸಂಘಸಂಸ್ಥೆಗಳು ಏರ್ಪಡಿಸುವ ಕಡೆ ಹೋಗಿ ಉಚಿತ ಸಂಸ್ಕೃತಾಭ್ಯಾಸ ಮಾಡಿಸುತ್ತಿದ್ದರು. ಜಾತಿ ಮತದ ತಾರತಮ್ಯಭಾವ ಅವರಿಗಿಲ್ಲ.

ಅವರಲ್ಲಿ ಸಂಸ್ಕೃತ ಕಲಿತ ಕ್ರೈಸ್ತರು ಮುಸ್ಲಿಮರು ಇದ್ದಾರೆ. ಈಗಲೂ ಅವರುಗಳು ಬಂದರೆ ಜೊತೆಯಲ್ಲಿಯೇ ಕೂಡಿಸಿಕೊಂಡು ಊಟ ಮಾಡುತ್ತಾರೆ. ಅಂಥ ಗಣಪತಿಗಳ ಮಗಳು ವಿಭಾ.

ಅಂದಿನ ಪೋಸ್ಟ್‌ನಲ್ಲಿ ಮುಕ್ತಾ ವಿವಾಹದ ಆಹ್ವಾನ ಪತ್ರಿಕೆಯ ಜೊತೆ ಅವಳದೊಂದು ಪತ್ರ ಕೂಡ ಬಂದಿತ್ತು. ಬಂದೇ ಬರಬೇಕೆನ್ನುವ ಒತ್ತಡ ಹೇರಿದ್ದಳು.

ನೋಡಿದ ಗೋಪಾಲಕೃಷ್ಣ ಕೂಡ "ಹೋಗ್ಬಾ, ನಂಗೂ ನರಹರಿ ಹತ್ರ ಒಂದಿಷ್ಟು ಕೆಲ್ಸ ಇದೆ. ನಾನು ಬರ್ತೀನಿ" ಎಂದರು. ಸಮ್ಮತಿಸಿದಳು ವಿಭಾ.

ಆ ಸಂಜೆಯೇ ಮದುವೆಯ ಮನೆಯಲ್ಲಿ ಸಂಬಂಧಿಸಿದ ವರನ ಬಳಗದವರು ಮಾತುಕತೆಗೆಂದು ಒಂದು ಮೆಟಡೋರ್, ಎರಡು ಕಾರುಗಳಲ್ಲಿ ಬಂದರು.

ಕಾವೇರಮ್ಮನ ಎದೆ ಜಗ್ ಎಂದಿತು. ಹಳೆಯ ಮನೆಯಾದರೂ ಹಜಾರ ದೊಡ್ಡದಾಗಿಯೇ ಇತ್ತು. ಇದ್ದ ಆಸನಗಳಲ್ಲಿ ಕೆಲವು ಹಿರಿಯರು ಕುಳಿತರೆ ಮಿಕ್ಕವರು ಕೆಳಗೆ ಕೂತರು. ಅದರಲ್ಲಿ ಉಳಿದವರು ಹೊರಗೆ ಹೋಗಿ, ವಾಹನಗಳಲ್ಲಿ ಕೂತು ಮಾತುಕತೆಗೆ ತೊಡಗಿದರು.

"ತಿಳಿಸಿ ಬಂದಿದ್ರೆ ಚೆನ್ನಾಗಿತ್ತು!" ಬಹಳ ಪೇಚಾಡಿಕೊಂಡರು ಕಾವೇರಮ್ಮ ಬಂದವರನ್ನು ನೋಡಿ ಮಾತಾಡಿಸುವುದಾ? ಒಳ್ಗೆ ಏನಾದರೂ ಮಾಡುವುದಾ?

ವಿಭಾ ಅವರ ಸಹಾಯಕ್ಕೆ ಬಂದಳು. "ನೀವು ಎರ್ಡು ಮಾಡೋಕ್ಕಾಗೊಲ್ಲ ಚಿಕ್ಕಮ್ಮ. ನಾನು ಪ್ರಭಾ ಜೊತೆ ಒಳ್ಗೆ ನೋಡ್ತೀನಿ. ಶಾಲಿನಿ ನಿಮ್ಮ ಜೊತೆಗೆ ಇರ್ತಾಳೆ" ಸೆರಗನ್ನು ಸೊಂಟಕ್ಕೆ ಸಿಕ್ಕಿಸಿ ಹೊರಟವಳನ್ನು ನಿಲ್ಲಿಸಿದರು. 'ಮೊದ್ಲು ನೀನು ಅಲಂಕಾರ ಮಾಡ್ಕೋ. ಮತ್ತೊಮ್ಮೆ ಗಂಡನ್ನ ಸರ್ಯಾಗಿ ನೋಡ್ಬಿಡು."

"ಅದೆಲ್ಲ ಮದ್ವೆ ಮನೆಯಲ್ಲೇ ಆಗಿದೆಯಲ್ಲ. ಈಗ ಮಾತುಕತೆಗೆ ಬಂದಿರೋದು. ಅಲ್ಲಿ ನೀವೇ ಮುಖ್ಯ" ಒಳಗೆ ಹೋದಳು.

ನಿಂತಲ್ಲಿ ಗೊಂಬೆಯಾದರು ಕಾವೇರಮ್ಮ. ನರಹರಿ ದಿಢೀರೆಂದು ವಿಭಾನ ತಂದು ಬಿಡೋದಿಕ್ಕೂ, ಗಂಡನ ಅರ್ಜೆಂಟ್ ವರಾನ್ವೇಷಣೆಗೂ ಪ್ರಬಲವಾದ ಕಾರಣವಿದೆಯೆಂದುಕೊಂಡರೂ ತಾನಾಗಿ ಒತ್ತಾಯಿಸಿ ಇಬ್ಬರನ್ನು ಪ್ರಶ್ನಿಸಲಿಲ್ಲ.

ಹಣ್ಣು, ಹೂ ಅಂತ ಗೋಪಾಲಕೃಷ್ಣ ಓಡಾಡಿದರು. ಉಪ್ಪಿಟ್ಟು, ಕೇಸರಿಬಾತ್, ಬೋಂಡಾನ ಕೆಲವು ಯುವಕರು ಕಾರು, ಮೆಟಡೋರ್ ಒಳಗೆ ತರಿಸಿಕೊಂಡು ತಿಂದರು.

ಕಡೆಗೆ ಒಂದು ಸೂಚನೆ ತಂದರು ಗೋಪಾಲಕೃಷ್ಣ "ಗಂಡು, ವಿಭಾ ಜೊತೆ ಮಾತನಾಡ್ಬೇಕಂತೆ. ಸ್ವಲ್ಪ ಜೊತೆಯಲ್ಲಿ ಕಳುಹಿಸಿ ಕೊಡೀಂದ್ರೂ...."

ತಟ್ಟೆ ಎಲೆಯಡಿಕೆ, ತಾಂಬೂಲ ಸರಿ ಮಾಡುತ್ತಿದ್ದ ಕಾವೇರಮ್ಮ ತಲೆಯೆತ್ತಿ ಗಂಡನ ಕಡೆ ನೋಡಿದರು.. "ಮೊದ್ಲು ವಿಭಾಗೆ ಗಂಡು ಒಪ್ಪಿಗೇನಾ ಕೇಳಿ. ನಂತರ

ಆ ಏರ್ಪಾಟು. ಇನ್ನು ಮಾತುಕತೆಯೇ ಶುರುವಾಗಿಲ್ಲ. ಅದೆಲ್ಲ ಮುಗೀಲಿ ಆಮೇಲೆ ನೋಡೋಣ" ಎಂದರು.

ಗೋಪಾಲಕೃಷ್ಣ ತಲೆದೂಗಿದರು.

"ಹಾಗೇ.... ಹೇಳ್ತೀನಿ" ಹೊರಗೆ ನಡೆದರು.

ಆತ ವಿವೇಕಿ. ಕೆಲವು ಮಾತುಗಳನ್ನು ನಿರ್ಧಾರ, ನಿರ್ಣಯ ಹೆಂಗಸರಿಗೆ ಬಿಡುವುದೇ ಸರಿಯೆನ್ನುವುದು ಅವರ ಇಚ್ಛೆ.

ಹೊರಗೆ ಹೋದ ಗೋಪಾಲಕೃಷ್ಣ ಒಳಗೆ ಬಂದರು.

"ಹೇಗೆ ಹೇಳಿದ್ರೆ.... ಹೆಚ್ಚು ಸೂಕ್ತವೋ ಹಾಗೇ ಹೇಳು" ಆಕೆಯನ್ನೇ ಹೊರಗೆ ಕಳಿಸಿದರು.

ಅಂತೂ ಅವರುಗಳೆಲ್ಲ ಹೋದರು. ಬಂಧು, ಬಳಗ ಜಾಸ್ತಿಯೆಂದುಕೊಂಡರೂ ಆಸೆಬುರುಕಲ್ಲರವೆಂದು ಸಂತೋಷಗೊಂಡರು ಗೋಪಾಲಕೃಷ್ಣ.

ಮರುದಿನವೇ ಗಂಡೆನಿಸಿಕೊಂಡಿದ್ದ ಯೋಗಿ ಬಂದ. ಗೋಪಾಲಕೃಷ್ಣ ಮನೆಯಲ್ಲಿ ಇರಲಿಲ್ಲ. ಹೊಣೆ ಕಾವೇರಮ್ಮನ ತಲೆ ಮೇಲೆ ಬಿತ್ತು.

"ವಿಭಾ, ಈ ತಿಂಡಿ ಕೊಟ್ಟು ಬಾ" ಎಂದರು.

"ನನ್ನ ಕೈಯಲ್ಲಾಗೋಲ್ಲ ಚಿಕ್ಕಮ್ಮ. ಪ್ಲೀಸ್, ನೀವೇ ಕೊಡಿ" ದೈನ್ಯದಿಂದ ಕೇಳಿಕೊಂಡಳು. "ಇಷ್ಟು ನಾಚ್ಕೇ, ಸಂಕೋಚ ಬೇಡ. ನೋಡು ಮಾತಾಡು...ನಿನ್ನ ಒಪ್ಪಿಗೆಗೂ ಅಷ್ಟೇ ಬೆಲೆ ಇರುತ್ತೆ" ಒತ್ತಾಯಿಸಿದರು.

ಅವಳೆದೆಯ ಬಡಿತ ಒಂದೇ ಸಮನೆ ಏರಿತು. ಮುತ್ತುಗಳಂತೆ ಮೂಡುವ ಬೆವರಿನ ಬಿಂದುಗಳನ್ನು ತೊಡೆದು ಸಾಕಾದಳು.

ಬಾಗಿಲ ಬಳಿ ಬಂದ ಯೋಗಿ ಒಂದು ಲೆಟರನ್ನು ಅವಳ ಮುಂದೆ ಹಾಕಿದ. "ಎಗ್ಸಾಮ್‌ನಲ್ಲಿ ತುಂಬಾ ಮಾರ್ಕ್ಸ್ ತಗೋತಾ ಇದೆಯಂತೆ. ನೀನು ಬರೆಯೋ ಉತ್ತರದ ಮೇಲೆ ಇರುತ್ತೆ ಒಪ್ಪಿಗೆ ಹಿಂದಕ್ಕೆ ಹೊರಟುಬಿಟ್ಟ. ಒಡೆದಿದ್ದ ಕವರನ್ನೆ ನೋಡತೊಡಗಿದಳು.

* * *

ಅಭಿಷೇಕ್, ಅವನ ತಂದೆಯ ಜೊತೆ ಟೆಕ್ಸ್‌ಟೈಲ್‌ಗೆ ಹೋಗುತ್ತಿದ್ದ. ಹಂತ ಹಂತವಾಗಿ ಕೆಲಸ ಕಲಿಯಲು ಈ ಸಮಯ ಉಪಯೋಗವಾಗುತ್ತಿತ್ತು. ಅವನಲ್ಲಿನ ಹುಡುಗಾಟಿಕೆ ಮಾಯವಾಗುತ್ತಿತ್ತು. ಹೆಚ್ಚು ಹೆಚ್ಚು ಗಾಂಭೀರ್ಯ ಆವರಿಸಿದಂತೆ ಮೌನಿಯಾಗತೊಡಗಿದ. ಇದರಿಂದ ಹೆಚ್ಚು ಚಿಂತಿತರಾದವರು ಅವನ ತಾಯಿ.

ಅಂದು ಅಭಿಷೇಕ್‌ಗೆ ಆಕಸ್ಮಿಕವಾಗಿ ಮಧುಬಾಲ ಸಿಕ್ಕಳು. "ಜಗತ್ತಿನಲ್ಲಿ ಎಂಟನೇ ಅದ್ಭುತವಾಗ್ಬಿಟ್ಟೆ. ನಿಂಗೆ ನೀನೆ ಪನಿಷ್‌ಮೆಂಟ್ ಮಾಡಿಕೊಂಡ್ಯಾ? ಇಟ್ ಈಸ್

ನಾಟ್ ಗುಡ್. ಗೋಲ್ಡನ್ ಡೇಸ್‌ನ ನಿನ್ನ ಬದ್ಧಿನಿಂದ ಕಿತ್ತು ಹಾಕ್ಬಿಟ್ಟೆ" ಮರುಕಗೊಂಡಂತೆ ನುಡಿದಳು.

"ಷಟಪ್, ನಿನ್ನ ಕಾಮೆಂಟ್ಸ್ ಬೇಕಾಗಿಲ್ಲ" ಸಿಡಿದುಬಿದ್ದ.

ಮಧುಬಾಲ ಎದೆಯ ಮೇಲೆ ಕೈಯಿಟ್ಟುಕೊಂಡಳು. "ಮೈಗಾಡ್, ಆ ವಿಷ್ಯ ಬಿಟ್ಟರೆ ನಿನ್ನಲ್ಲಿ ಮಾತಾಡೋದೇನಿದೆ?" ಉಸಿರು ಚಿಮ್ಮಿದಳು.

"ಮುಗೀತಲ್ಲ...." ಹೊರಟವನನ್ನು ನಿಲ್ಲಿಸಿ ಒಂದು ಇನ್ವಿಟೇಷನ್ ಕೊಟ್ಟಳು. "ಇದು ವಿಭಾಳ ಒಬ್ಬಳೇ ಫ್ರೆಂಡ್ ಮುಕ್ತಾ ಮ್ಯಾರೇಜ್ ಇನ್ವಿಟೇಷನ್.... ಇಂಪಾರ್ಟೆಂಟ್ ಜನಕ್ಕೆ ಕೊಡೀಂದ್ರು. ನಂಗೆ ಅನ್ನಿಸ್ತಾ ಇದೆ....ನೀನೂ ಇಂಪಾರ್ಟೆಂಟ್. ಅಂದಿನ ಕಿಸ್‌ಗೆ ಅವಳೇ ಸಾಕ್ಷಿ" ಬಾಲ್‌ಪೆನ್‌ನಲ್ಲಿ ಅವನ ಹೆಸರು ಬರೆದುಕೊಟ್ಟಳು.

"ಥ್ಯಾಂಕ್ಯೂ....." ತನ್ನ ವೆಹಿಕಲ್‌ನತ್ತ ಹೊರಟವನು ಒಮ್ಮೆ ಹಿಂತಿರುಗಿ ನೋಡಿದ. ಮಧುಬಾಲ ನಕ್ಕು ಕೈಯಾಡಿಸಿದಳು. "ಬರ್ತೀಯಲ್ಲ...." ಕೈಯಲ್ಲಿ ಹಿಡಿದ ಇನ್ವಿಟೇಷನ್ ಉಂಡೆಯಾಗಿ ಹೋಯಿತು ಅಂಗೈಯಲ್ಲಿ. ಒಂದು ಪಕ್ಕಕ್ಕೆ ಎಸೆದು ಹೀರೋ ಹೋಂಡಾ ಹತ್ತಿದ.

ಒಂದು ಕಿಲೋಮೀಟರ್ ಕ್ರಮಿಸಿದವನು ಹಿಂದಕ್ಕೆ ಬಂದ. ಅವನ ನೋಟ ಎಸೆದದ್ದನ್ನು ಹುಡುಕಾಡಿತು. ಯಾಕೆ? ಆ ಪ್ರಶ್ನೆಗೆ ಅಷ್ಟು ಸ್ಪಷ್ಟವಾಗಿ ಉತ್ತರ ಸಿಗಲಿಲ್ಲವೇನೋ ಅವನಲ್ಲಿ.

ಅವನ ಕಣ್ಣುಗಳು ಸ್ವಲ್ಪ ಹುಡುಕಾಡಿದ ಮೇಲೆ ಸಿಕ್ಕಿತು. ಮೆತ್ತಿದ ಧೂಳನ್ನು ಕೊಡವಿ ಕರ್ಚೀಫ್‌ನಲ್ಲಿ ಸುತ್ತಿ ಪ್ಯಾಂಟ್ ಜೇಬಿಗೆ ಸೇರಿಸಿದ.

ತನ್ನ ಕೋಣೆಗೆ ಹೋದವನೇ ಕರ್ಚೀಫ್‌ನಿಂದ ಹೊರ ತೆಗೆದು ಕಿಟಕಿಯ ಬಳಿ ನಿಂತು ಧೂಳು ಕೊಡವಿ ಬಿಡಿಸಿದ. ಗುರುವಾರ ಐದನೆಯ ತಾರೀಖು ಇದೇ ಊರಿನಲ್ಲಿ ಅವಳ ಮದುವೆ. ಅಂದರೆ ಇನ್ನು ಮೂರು ದಿನ ಇದೆ. ಅಂದು ವಿಭಾನ ನೋಡುವ ಅವಕಾಶ ಸಿಗಬಹುದು. ಕ್ಷಮೆ ಯಾಚಿಸಲೇ? ಅದಕ್ಕಿಂತ ಮುಖ್ಯವಾದ ಕಾರಣ ಒಂದಿರಬಹುದು.

ಇನ್ವಿಟೇಷನ್ ಡ್ರಾಯರ್‌ನೊಳಕ್ಕೆ ಹಾಕುವ ವೇಳೆಗೆ ಅವನಮ್ಮ ಬಂದರು.

"ನಿನ್ನ ಡ್ಯಾಡಿ ಫೋನ್ ಮಾಡಿದ್ರು. ಊಟನ ಆಫೀಸಿಗೆ ಕಳಿಸೂಂತ."

ಅವರತ್ತ ನಾಲ್ಕು ಹೆಜ್ಜೆ ಬಂದ. "ಬ್ಯಾಂಕ್‌ನಲ್ಲಿ ಸ್ವಲ್ಪ ಕೆಲ್ಸ ಇತ್ತು ಹಾಗೇ ಬಂದೆ. ಮತ್ತೆ ಅಲ್ಲಿಗೆ ಊಟಕ್ಕೆ ಹೋಗ್ಲಾ?" ತಮಾಷೆ ಮಾಡಿದ. ಅದು ನೈಜವಾಗಿರುವಂತೆ ಕಾಣಲಿಲ್ಲ ಆಕೆಗೆ.

"ನಿಂಗೇನಾಗಿದೆ?" ವೇದನೆ, ಕೋಪಮಿಶ್ರಿತ ದನಿಯಲ್ಲಿ ಪ್ರಶ್ನಿಸಿದರು. "ಏನಾಗಿಲ್ವಲ್ಲ, ಐಯಾಮ್ ಆಲ್‌ರೈಟ್" ಉತ್ಸಾಹ ನಟಿಸಿದ. "ನಾನು ನಂಬೋಲ್ಲ....!" ಆಕೆ ಮುಖದಪ್ಪಗೆ ಮಾಡಿಕೊಂಡು ಹೋಗಿಬಿಟ್ಟರು.

ಅವರು ಸಂತೈಸುವ ಸಮಾಧಾನಿಸುವ ಸ್ಥಿತಿಯಲ್ಲಿರಲಿಲ್ಲ. ಮುಖ ಮೇಲೆತ್ತಿ ಭಾರವಾದ ಉಸಿರು ಹೊರಹಾಕಿದ.

"ನಂಗೆ ನಂಬ್ಕೆ ಬರ್ತಾ ಇಲ್ಲ ಮಮ್ಮಿ. ನೀನು ಹೇಗೆ ನಂಬ್ತೀಯಾ" ಎಂದ ಜೋರಾಗಿಯೇ. ಅದನ್ನು ಕೇಳಲು ಆಕೆ ಅಲ್ಲಿರಲಿಲ್ಲ.

ಇನ್ವಿಟೇಷನ್‌ನ ಮತ್ತೊಮ್ಮೆ ನೋಡಿ ಇಟ್ಟ. ಆ ಘಟನೆಯ ನಂತರ ಮುಕ್ತಾ ಕೂಡ ಕಾಲೇಜಿಗೆ ಬಂದಿರಲಿಲ್ಲ.

"ಪೂರ್, ಮಿಡಲ್ ಕ್ಲಾಸ್ ಫ್ಯಾಮಿಲಿಯ ಹೆಣ್ಣು. ಅವ್ರಿಗೆ ಹಣ, ಅಂತಸ್ತುಗಳಿಗಿಂತ ಮಾನ, ಮರ್ಯಾದೆಗಳೇ ಹೆಚ್ಚು. ಅದನ್ನು ಜೋಪಾನ ಮಾಡುವಲ್ಲಿಯೇ ಕೆಲಸವನ್ನು ಕಳೆದುಕೊಳ್ಳುತ್ತಾರೆ" ಶೈಲೇಂದ್ರ ಹೇಳಿದ್ದ. ಅದಕ್ಕೆ ಕೆಲವು ಉದಾಹರಣೆಗಳನ್ನು ಕೊಟ್ಟಿದ್ದ ಕೂಡ."

ಡೈನಿಂಗ್ ಹಾಲ್‌ಗೆ ಬಂದು ಊಟ ಮುಗಿಸಿದ. ತಾಯಿಯೊಂದಿಗೆ ಮಾತಾಡಬೇಕೆಂದು ಮಾಮೂಲಿಯಾಗಿ ಪ್ರಯತ್ನಪಟ್ಟು ಸೋಲುತ್ತಿದ್ದ.

ಹಾಸಿಗೆಯ ಮೇಲೆ ಉರುಳಿಕೊಂಡು ಯೋಚಿಸತೊಡಗಿದ್ದ. ಜಾಲಿಯಾಗಿ ತಿರುಗಾಡುತ್ತಿದ್ದರೂ ಪ್ರೀತಿ, ಪ್ರೇಮದಂಥ ವಿಚಾರಗಳು ಅವನ ಮನಸ್ಸಿನಲ್ಲಿಯೇ ಸುಳಿದಿರಲಿಲ್ಲ. ತಿಂಡಿ ಕೊಡಿಸಿರಬಹುದು, ತಮಾಷೆಯಾಗಿ ಮಾತಾಡಿರಬಹುದು, ಹುಡುಗಿಯರಿಗೆ ಲಿಫ್ಟ್ ಕೊಟ್ಟಿರಬಹುದು. ಕನಿಷ್ಟ ಮೈಗೆ ಮೈ ಸೋಕಿಸಿ ಪುಲಕಿತನಾಗುವ ಆಸೆ ಕೂಡ ಅವನಲ್ಲಿ ಮೂಡಿರಲಿಲ್ಲ.

ಸೆಕೆಯೆನಿಸಿ ಏರ್ ಕಂಡೀಷನರ್ ಆನ್ ಮಾಡಿದ. ಅದು ಅವನೆದೆಯ ಬೆಂಕಿಗೆ ತಂಪೆರೆಚಲು ಸಮರ್ಥವಾಗಲಿಲ್ಲ.

ಫೋನೆತ್ತಿ ಡಯಲ್ ತಿರುಗಿಸಿದ. "ಕೆನ್ ಐ ಸ್ಪೀಕ್ ಟು ಶೈಲೇಂದ್ರ ಪ್ಲೀಸ್" ಎಂದು ಎರಡು ನಿಮಿಷಗಳಷ್ಟು ದೀರ್ಘ ಕಾಲ ರಿಸೀವರ್ ಹಿಡಿದು ನಿಂತು "ಹಲೋ.... ಫ್ರೆಂಡ್...." ಶೈಲೇಂದ್ರನ ಸ್ವರ ಕೇಳಿಸುವುದರ ಜೊತೆಗೆ ರಾಗ ತೆಗೆದ. "ನೀನೇನೋ, ಓದು, ಪರೀಕ್ಷೆಯಿಂದ ತಪ್ಪಿಸಿಕೊಂಡು ಆರಾಮಾಗಿದ್ದೀಯಾ. ನಮ್ಮ ಪಾಡು ನೋಡು...." ಎಂದಾಗ "ಸ್ಟಾಪ್ ಇಟ್, ನಾನು ಇನ್ನು ಕೇಳೋದೇನಿದೆ? ಫ್ರಿಯಾಗಿದ್ದರೆ ಬಾ. ಬಾಲ್ಕನಿಯಲ್ಲಿ ಕಾಯ್ತಾ ಇರ್ತೀನಿ. ಯೆಸ್ ಆರ್ ನೋ....ಅಷ್ಟೇ" ಸ್ವಲ್ಪ ಸೀರಿಯಸ್ಸಾದ.

"ಯೆಸ್, ನಂಗೂ ಕೂಡ ರಿಲ್ಯಾಕ್ಸ್ ಬೇಕಿದೆ. ಅರ್ಧ ಗಂಟೆಯೊಳ್ಗೆ ಅಲ್ಲಿರುತ್ತೀನಿ. ಥ್ಯಾಂಕ್ಯೂ...." ಫೋನಿಟ್ಟ.

ಅವನು ವಿದ್ಯಾರ್ಥಿ ಮುಖಂಡ. ಮಾತು ಜಾಸ್ತಿ. ಆದರೂ ಒಳ್ಳೆ ಆರ್ಗನೈಜರ್. ತನ್ನ ಪೀರಿಯಡ್‌ನಲ್ಲಿ ಕಾಲೇಜಿನಲ್ಲಿ ಯಾವುದೇ ಗಲಾಟೆ, ದೊಂಬಿ, ಹಗರಣಗಳು ಆಗಬಾರದೆನ್ನುವುದು ಅವನ ಇಷ್ಟ.

ಅದೇ ಉಡುಪಿನಲ್ಲಿಯೇ ಬಾಲ್ಕನಿಗೆ ಬಂದು ಕೂತ. 'ಮಧುಬಾಲ, ವಿಭಾಗೆ

ಜರುಗಿದ ಅನ್ಯಾಯದ ಮೇಲೆ ವಿರೋಧ, ಸಭೆ, ಮೆರವಣಿಗೆ ಜೊತೆ ಪ್ರಿನ್ಸಿಪಾಲರಿಗೂ ದೂರು ಕೊಡುವಂತೆ' ಎಂದಿದ್ದ. ಒಳ್ಳೆಯ ಲೀಡರ್ ಆಗುವ ಚಪಲದ ಹುಡುಗಿ.

ಅವನಮ್ಮ ಬಂದು ತಿಳಿಸಿದರು "ಫೋನ್ ಬಂದಿದೆ. ಬ್ಯಾಂಕ್‌ನಿಂದ ನೀನು ಆಫೀಸಿಗೆ ಬರ್ತೀಯಾಂತ ನಿನ್ನ ಡ್ಯಾಡಿ ಕಾದಿದ್ದರಂತೆ" ಮಾತನಾಡದೆ ಒಳಕ್ಕೆ ಎದ್ದು ಹೋದ.

"ಸಾರಿ ಡ್ಯಾಡಿ...." ಬರೀ ಕ್ಷಮೆಯಾಚಿಸಿ ಫೋನಿಟ್ಟ.

ಮತ್ತೆ ಬಾಲ್ಕನಿಗೆ ಬಂದು ನಿಂತ.

ಐದು ನಿಮಿಷ ಹೆಚ್ಚಾಗಿ ತಗೊಂಡರೂ ಶೈಲೇಂದ್ರ ಬಂದ. "ಬಹಳ ದಿನದಿಂದ ನಿನ್ನ ಫೋನಿಗಾಗಿ ಕಾಯ್ತಾ ಇದ್ದೆ. ನನ್ನ ಫೋನಿಗೆ ನಿನ್ನ ಬಿಟ್ಟು ಮಿಕ್ಕವರು ರೀಸಿವರ್ ಎತ್ತುತ್ತಿದ್ರು. ಅದ್ಕೆ ನಿಲ್ಲಿಸಿದೆ" ಬಡಬಡಿಸಿದ.

"ಛೇ, ಬರ್ತಾ ಬರ್ತಾ ನಿನ್ನ ಮಾತು ಜಾಸ್ತಿ ಆಗ್ಬಿಟ್ಟಿದೆ. ಇದು ಅಷ್ಟೊಂದು ಒಳ್ಳೆದೇನಲ್ಲ" ಬೇಸರಿಸಿದ.

ಹೆಚ್ಚು ಮಾತಾಡುವುದು ತನ್ನ ದೌರ್ಬಲ್ಯವೆಂದು ಶೈಲೇಂದ್ರ ತಿಳಿದಿದ್ದೇ ಅದನ್ನು ಕಂಟ್ರೋಲಿನಲ್ಲಿಡಬಲ್ಲ. ಆದರೆ ಈಗಂತೂ ಸಾಧ್ಯವಿಲ್ಲ. ಒಂದಲ್ಲ ಒಂದು ಕಾರಣಕ್ಕೆ ಅವನಿಗೆ ಮಾತುಗಳು ಬೇಕಾಗಿತ್ತು.

ಅಭಿಷೇಕ್ ಹೆಗಲ ಮೇಲೆ ಕೈಹಾಕಿದ. "ಬದ್ಕಿನಲ್ಲಿ ಎರಡರಲ್ಲಿ ಒಂದನ್ನು ಆರಿಸ್ಕೋಬೇಕು. ಮಾತು ಬೇಕಾಗಿರೋ ಫೀಲ್ಡ್, ಒಂದು ಮಾತನಾಡದೇ ಕೆಲಸ ಮಾಡಿಕೊಂಡ್ಹೋಗೋದು ಇನ್ನೊಂದು. ಮೊದಲನೆಯವರ ಜೊತೆ ಹಣ, ಹೆಸರು, ಸಮಾಜದಲ್ಲಿ ಪ್ರತಿಷ್ಠೆಯ ಜೊತೆ ಬೈಗಳು ಇರುತ್ತೆ. ಆದರೆ ಎರಡನೆಯದರಲ್ಲಿ ಸಿಕ್ಕೋದು ಬರಿಸಿ ಆತ್ಮತೃಪ್ತಿ" ಎಂದ.

ಆ ಮಾತುಗಳತ್ತ ಹೆಚ್ಚು ಗಮನ ಕೊಡದೇ ಅಭಿಷೇಕ್ ಅವನನ್ನು ಒಳಗೆ ಕರೆದೊಯ್ದ. ಮಂದಸ್ವರದಲ್ಲಿ ಸ್ಟಿರಿಯೋ ಹಚ್ಚಿ ಅವನ ಮುಂದೆ ಬಂದು ಕೂತ.

"ಹೇಗೆ ನಡೀತಾ ಇದೆ ಸ್ಟಡೀಸ್?" ಕೇಳಿದ.

"ನೋ ಡೌಟ್, ಕ್ಲಾಸ್‌ಗೇನು ಮೋಸವಿಲ್ಲ. ಅಂಥ ಪ್ರಯತ್ನ ಮಾಡದಿದ್ರೇ ನಮ್ಗೇ ಭವಿಷ್ಯವೇ ಇಲ್ಲ. ನಿನ್ನ ವಿಷಯ....ಹೇಳು?" ಶೈಲೇಂದ್ರ ಕೇಳಿದ.

ಅಭಿಷೇಕ್ ಎದ್ದು ಹೋಗಿ ಡ್ರಾಯರ್‌ನಲ್ಲಿದ್ದ ಇನ್ವಿಟೇಷನ್ ತಂದು ಅವನ ಮುಂದೆ ಹಾಕಿದ.

ಶೈಲೇಂದ್ರ ನೋಡಿದ "ಮುಕ್ತಾ ಮದ್ವೆ ಇನ್ವಿಟೇಷನ್ ನಿಂಗೆ ಯಾರು ಕೊಟ್ರು? ಆ ಮಧುಬಾಲ ತಾನೇ?" ಅವನ ಸ್ವರದಲ್ಲಿ ಬೇಸರವಿತ್ತು. ಇವನಿಗೆ ಕೊಡು ಎಂದೇನು ಹೇಳಿರಲಾರರು.

"ಈಗೇನಾಯ್ತು? ನಿಂಗೆ ಇನ್ವಿಟೇಷನ್ ಬಂದಿಲ್ವಾ?"

"ಬಂದಿದೆ. ಈ ಮಧುಬಾಲ ಯಾವ ತರಹದ ಹೆಣ್ಣು? ಅರ್ಥಕ್ಕೆ ಸಿಗಳು. ಮುಕ್ತಾ ಅವರ ತಂದೆ ಮಹಾ ಕೋಪಿಷ್ಠ. ಯಾವ್ದೋ ಒಂದು ಕಾರಣ ಮುಂದು ಮಾಡ್ಕೊಂಡ್ ಕಾಲೇಜು ಬಿಡಿಸ್ದ. ಮದ್ವೆ ಮಾಡ್ತಾ ಇದ್ದಾನೆ. ಅದಕ್ಕೋ ಏನೋ ತಾಪತ್ರಯ ತರೋ ಹಾಗೆ ಕಾಣ್ತಾಳೆ" ಮುಷ್ಟಿ ಬಿಗಿ ಹಿಡಿದು ಮೃದುವಾಗಿ ಟೀಪಾಯಿ ಮೇಲೆ ಗುದ್ದಿದ.

ಅವನ ಮಾತುಗಳಿಗೆ ಅಭಿಷೇಕ್ ಅರ್ಥ ಹುಡುಕಲು ಹೋಗಲಿಲ್ಲ. "ವಿಭಾ, ಫ್ರೆಂಡ್ ಮದ್ವೆಗೆ ಬರಬಹುದಾ?" ಅಭಿಷೇಕ್‌ನ ಸ್ವರ ಸಹಜತೆ ಕಳೆದುಕೊಳ್ಳಲಿಲ್ಲ.

ಶೈಲೇಂದ್ರ ತೀಕ್ಷ್ಣವಾಗಿ ಸ್ನೇಹಿತನನ್ನು ನೋಡಿದ. ತನ್ನ ನೆನಪಿನ ಶಕ್ತಿ ಚುರುಕುಗೊಳಿಸಿದ. ವಿಭಾ, ಅಭಿಷೇಕ್ ಜೊತೆ ಮಾತ್ರವೇನು ಯಾವ ವಿದ್ಯಾರ್ಥಿಯೊಂದಿಗೆ ಅಡ್ಡಾಡಿದ್ದು ಮಾತ್ರವಲ್ಲ ಮಾತನಾಡಿದ್ದು ಕೂಡ ಜ್ಞಾಪಿಸಿಕೊಳ್ಳಲು ಸಮರ್ಥನಾಗಲಿಲ್ಲ.

"ಪ್ಲೀಸ್, ನಿಜ ಹೇಳು ಅಭಿಷೇಕ್? ನೀನು, ವಿಭಾ ಪ್ರೇಮಿಗಳಾ?" ಕೈ ಹಿಡಿದುಕೊಂಡ. ಅಭಿಷೇಕ್ ತಲೆ ಕೊಡವಿದ. 'ಹೌದು' ಅಥವಾ 'ಇಲ್ಲ' ಎನ್ನಲು ಕೂಡ ಅವನ ಸ್ವರವೇಳಲಿಲ್ಲ.

"ಅದೆಲ್ಲ ಬಿಡು, ವಿಭಾ ಬರ್ತಾಳ? ಅಷ್ಟು ತಿಳಿಸು" ರೇಗಿದ. ಶೈಲೇಂದ್ರ ಅವನ ಕೈಬಿಟ್ಟ. "ಐ ಡೋಂಟ್ ನೋ. ಬಹುಶಃ ಮುಕ್ತಾ ಕೂಡ ಹೇಳೋಕ್ಕಾಗೋಲ್ಲ. ನೀನಂತು ಬಾ. ನಮ್ಮ ಜೂನಿಯರ್ಸ್‌ನಲ್ಲಿ ಮದ್ವೆಯಾಗುತ್ತಿರುವ ವಿದ್ಯಾರ್ಥಿನಿಯರಲ್ಲಿ ಇವಳು ಮೂರನೆಯವಳು. ಒಂದು ಜೋಡಿ ತಾಯಿ-ತಂದೆಯಾಗಿದ್ದರೆ, ಇನ್ನೊಂದು ಜೋಡಿ ದೂರ ಸರಿದುಬಿಟ್ಟದ್ದಾರೆ. ಅವೆರಡು ಲವ್ ಮ್ಯಾರೇಜಸ್. ಇದೊಂದೇ ಅರೇಂಜ್ಡ್ ಮ್ಯಾರೇಜ್" ಸಂಕ್ಷಿಪ್ತ ವಿವರಣೆಯನ್ನು ನೀಡಿಬಿಟ್ಟ.

ಬಹಳ ಹೊತ್ತು ಇಬ್ಬರೂ ಮಾತಾಡುತ್ತ ಕೂತಿದ್ದರು. ಬಂದ ವಸುಂಧರಾ ಎರಡು ಫೋಟೋಗಳನ್ನು ಅವನ ಕೈಗೆ ಕೊಟ್ಟರು.

"ಎರಡು ಉತ್ತಮ ಸಂಬಂಧಗಳೇ. ಅವ್ರುಗಳು ಒಪ್ಪಿಕೊಂಡಿದ್ದಾರೆ ಕೂಡ. ನೀನು ಇಷ್ಟಪಟ್ಟ ಹೆಣ್ಣು ಈ ಮನೆಗೆ ಸೊಸೆಯಾಗಿ ಬರ್ತಾಳೆ" ಎಂದಾಗ ಅಭಿಷೇಕ್ ಫೋಟೋಗಳನ್ನು ಕೆಳಗಿಟ್ಟು ಮೇಲೆದ್ದ.

"ಇದೇನು ಮಮ್ಮಿ? ಅಂಥ ವಿಚಾರವೇ ಸದ್ಯಕಿಲ್ಲ. ನಾನೇ ಡ್ಯಾಡಿಗೆ ಹೇಳ್ತೀನಿ" ಬೇಸರದಿಂದ ನುಡಿದವನು ಶೈಲೇಂದ್ರನನ್ನು ಎಳೆದುಕೊಂಡು ಹೊರಗೆ ಹೋದ.

ಮೇಘನಾಥ್ ಮನೆಗೆ ಬಂದಕೂಡಲೇ ಮಗನ ಬಗ್ಗೆ ಪ್ರಸ್ತಾಪಿಸಿದರು. ಅಭಿಷೇಕ್ ನಾರ್ಮಲ್ಲಾಗಿಲ್ಲ. ಸದಾ ಅವ್ನ ಮುಖದಲ್ಲಿ ಡಿಪ್ರೆಷನ್ ಕಾಣುತ್ತೆ. ಟೆಕ್ಸ್‌ಟೈಲ್ ಬಗ್ಗೆ ಅವ್ನಿಗೆ ಇಂಟರೆಸ್ಟ್ ಇದೆ. ಎಲ್ಲೋ....ಏನೋ ಲೋಪ" ಚಿಂತಿತರಾದರು.

"ಮದ್ವೆಗೆ ಒಪ್ಸಿ, ಈ ವಯಸ್ಸಿನಲ್ಲಿ ನಮ್ಮ ಪ್ರೀತಿಗಿಂತ ಸಂಗಾತಿಯ ಸೆಳೆತವೇ

ಜಾಸ್ತಿ ಇರುತ್ತೆ" ಆಕೆಯ ವಾದ. ಅದನ್ನು ಒಪ್ಪಿಕೊಂಡರೂ ಒತ್ತಾಯ ಹೇರಲು ಅವರ ಸಮ್ಮತಿ ಇಲ್ಲ.

* * *

ಮುಕ್ತಾ ತಂದೆ ತಮ್ಮ ಸಾಮರ್ಥ್ಯಕ್ಕೆ ಮೀರಿಯೇ ಮದುವೆ ಏರ್ಪಾಟುಗಳನ್ನು ಮಾಡಿದ್ದರು. ಆದರೂ ಅವರಿಗೆ ಯಾತರದೋ ಭಯ ಆತಂಕ. ಅದಕ್ಕಾಗಿಯೇ ಮಧುಬಾಲ. ಶೈಲೇಂದ್ರನಿಗೆ ಒಂದಿಷ್ಟು ವಿವಾಹ ಆಹ್ವಾನ ಪತ್ರಿಕೆಗಳನ್ನು ಕೊಟ್ಟು ವಿನಂತಿಸಿಕೊಂಡಿದ್ದರು.

"ಎಲ್ಲಾ ಬರ್ಬೇಕು. ಮುಕ್ತಾ ಎಂಥ ಹುಡ್ಗೀಂತ ನಿಮಗೆಲ್ಲಾ ಗೊತ್ತೆ ಇದೆ. ಇಲ್ಲದ ಪ್ರಚಾರ ಹರಡಿದಾಗ ನೀವುಗಳೆಲ್ಲ ನಮ್ಮ ಜೊತೆ ಇರ್ಬೇಕು."

ಶೈಲೇಂದ್ರ ತಲೆದೂಗಿ ಸುಮ್ಮನಾಗಿದ್ದರೂ ಮಧುಬಾಲ ಘೊಳ್ಳನೆ ನಕ್ಕಿದ್ದಳು. ಅವರ ಬಗ್ಗೆ ಅವಳಿಗೆ ಸಹಾನುಭೂತಿಯು ಕೂಡ.

ಅವಳಕ್ಕೆ ಧೈರ್ಯವಾಗಿ ಒಂದು ಮಗುವನ್ನು ಹಡೆದು ಅನಾಥಾಶ್ರಮಕ್ಕೆ ಕೊಟ್ಟು ಏನು ನಡೆಯಲೇ ಇಲ್ಲವೆನ್ನುವಂತೆ ಮದುವೆಯಾಗಿ ಆರಾಮಾಗಿದ್ದಳು. ಬದುಕಲು ಗೊತ್ತಿಲ್ಲ ಪುಕ್ಕಲು ಜನವೆಂದುಕೊಂಡಳು.

ಮದುವೆಯ ಹಿಂದಿನ ದಿನವೇ ಗೋಪಾಲಕೃಷ್ಣ ವಿಭಾಳೊಂದಿಗೆ ನರಹರಿಯ ಮನೆಗೆ ಬಂದು ಇಳಿದಾಗ ಅವರು ಕೂಡ ನಾಲ್ಕಾರು ಜಾತಕ ಮುಂದೆ ಹಾಕಿಕೊಂಡು ಕೂತಿದ್ದರು.

"ಬನ್ನಿ...ಬನ್ನಿ....ನಾನೇ ಬರೋನಿದ್ದೆ" ನರಹರಿ ಆತ್ಮೀಯತೆಯಿಂದ ಆಹ್ವಾನಿಸಿ ವಿಭಾಳತ್ತ ನೋಟ ಹರಿಸಿದರು. ಕೆಂಪು ಬೆರೆಯದ ಅವಳ ಶುಭ್ರ ಮುಖ ಬಣ್ಣ ಮತ್ತಷ್ಟು ಬಿಳುಪಾಗಿತ್ತು. "ವಿಭಾ...." ಸನಿಹಕ್ಕೆ ಹೋದರು. "ಮೈಯಲ್ಲಿ ಆರಾಮಿಲ್ಲವಾ?" ಅವರಿಗೆ ಹೃದಯ ಕಿತ್ತು ಬಾಯಿಗೆ ಬಂದಂತಾಯಿತು.

"ಏನಿಲ್ಲ ಮಾವ, ಚಿಕ್ಕಮ್ಮನ ಕೈ ಊಟದಿಂದ ಮತ್ತಷ್ಟು ದುಂಡು ದುಂಡಾಗಿದ್ದೀನಿ" ಕೋಣೆಯತ್ತ ಹೋಗಿಬಿಟ್ಟಳು.

ನರಹರಿ, ಗೋಪಾಲಕೃಷ್ಣ ಬಹಳ ಹೊತ್ತು ಕೂತು ಮಾತನಾಡಿದರು. ಅವರಿಗೆ ವಿಭಾ ಈ ಮದುವೆಗೆ ಬಂದಿದೆ ಅಷ್ಟೊಂದು ಸಮಂಜಸವಾಗಿ ಕಾಣಲಿಲ್ಲ.

"ನಮ್ಮ ಜನ ವಿದ್ಯಾವಂತರಾಗಿರಬಹುದು. ಆದ್ರೆ ಉತ್ತಮ ಸಂಸ್ಕಾರವಂತರಲ್ಲ. ಬಾಯಿಗೆ ಬಂದಿದ್ದು ಆಡ್ತಾರೆ. ಅದನ್ನೆಲ್ಲ ವಿಭಾ ತಡೆದುಕೊಳ್ಳಲಾರಳು. ಆ ಹುಡ್ಗಿ ತುಂಬ ಮೃದು. ಮದುವೆ ಮನೆಗೆ ಬರೋ ಹುಡ್ಗಿಯರು ಸುಮ್ಮನೆ ಇರ್ತಾರಾ?" ನರಹರಿ ಆತಂಕ ವ್ಯಕ್ತಪಡಿಸಿದರು.

ಗೋಪಾಲಕೃಷ್ಣರ ಮುಖದ ಮೇಲೆ ವ್ಯಥೆಯ ನೆರಳಾಡಿತು.

"ಆ ದೃಶ್ಯ ಅವ್ಳ ಕಣ್ಣುಂದಿನಿಂದ ಮರೆಯಾಗ್ಬೇಕು. ಯಾವ ಯುವಕನನ್ನು

ನೋಡಿದರೂ ಬೆವೆತುಬಿಡ್ತಾಳೆ. ಕಣ್ಣುಗಳಲ್ಲಿ ಭಯ. ಈ ಸ್ಥಿತಿಯಲ್ಲಿ ಹೇಗೆ ಮದುವೆ ಮಾಡೋದು? ಇಲ್ಲ, ಅವ್ಳ ಬದ್ಕಿನಲ್ಲಿ ಒಂದಿಷ್ಟು ಬದಲಾವಣೆ ಬರದಿದ್ದರೆ ಮಾನಸಿಕ ರೋಗಿಯಾಗ್ಬಿಡ್ತಾಳೆ. ಸೈಕಿಯಾಟ್ರಿಸ್ಟ್ ಕಂಡು ಬರೋ ಮನಸ್ಸು. ಎಲ್ಲಿ ಅದೊಂದು ಹೆಸರು ವಿಭಾಗೆ ಸೇರ್ಪಡೆಯಾಗಿಬಿಡುತ್ತದೆಯೋ ಎನ್ನುವ ಭಯ. ಸದ್ಯಕ್ಕೆ ಅವಳು ಚೇತರಿಸಿಕೊಳ್ಳಬೇಕು.

ಮೌನ ವಹಿಸಿದರು ನರಹರಿ.

“ಮರುದಿನ ಬೆಳಿಗ್ಗೆ ಇಡೀ ಮನೆಯವರೆಲ್ಲ ಮದುವೆಗೆ ಹೊರಟರು.

ರೋಡಿಗೆ ಬಂದ ವಿಭಾ ಹಣೆಯೊತ್ತಿಕೊಂಡಳು. ಮೈಯೆಲ್ಲ ಬೆವರತೊಡಗಿತು.

“ನಾನು....ಬರೋಲ್ಲ!” ಅವಳ ಸ್ವರ ಕಂಪಿಸಿತು.

ಗೋಪಾಲಕೃಷ್ಣ ಅವಳ ರೆಟ್ಟೆ ಹಿಡಿದುಕೊಂಡರು. “ವಿಭಾ, ನಿನ್ನ ಮನಃಸ್ಥಿತಿ ಇಷ್ಟೊಂದು ವೀಕಾ? ನನ್ಮಾತು ಕೇಳು. ನಿನ್ನ ಸಹಪಾಠಿಗಳೆಲ್ಲ ಸಿಕ್ತಾರೆ. ಅವ್ರ ಜೊತೆ ಮಾತಾಡಿದ್ರೆ....ಗೆಲುವಾಗಿ ಬಿಡ್ತೀಯಾ” ಉತ್ಸಾಹ ತುಂಬಲು ನೋಡಿದರು.

ಹಾಗೂಹೀಗೂ ಮದುವೆಯ ಮನೆ ತಲುಪಿದರು. ಎಲ್ಲರ ನೋಟವು ಇತ್ತಲೇ. ಗುಸುಗುಸು ಪಿಸಿಪಿಸಿಗಳೊಂದಿಗೆ ಅವಳತ್ತ ಕೈ ತೋರತೊಡಗಿದರು.

“ಹಲೋ....” ಮಧುಬಾಲ ಬಂದು ಅವಳ ಕೈ ಹಿಡಿದುಕೊಂಡಳು. ಅವಳೊಂದಿಗಿನ ಪರಿಚಯ ಅಷ್ಟಕಷ್ಟೆ. “ಹಲೋ....” ಎಂದಳು. ಅವಳ ಪಕ್ಕದಲ್ಲಿ ಬಂದು ನಿಂತ ಇನ್ನೊಬ್ಬಳು “ಹನಿಮೂನ್.... ಮುಗೀತಾ?” ಹುಬ್ಬು ಕುಣಿಸಿ ನಕ್ಕಳು ಜಾಲಿಯಾಗಿ.

ಅವರುಗಳತ್ತ ನೋಡಿದಳು ವಿಭಾ. ಎಲ್ಲ ಕಲಿತ ಯುವತಿಯರೇ. ಇಪ್ಪತ್ತನೆಯ ಶತಮಾನದ ಬೆಳವಣಿಗೆಯ ಬಗೆಗೆ ಚರ್ಚಿಸುವ ಸ್ತ್ರೀ ಸಮೂಹವೇ.

ಇನ್ನೊಬ್ಬಳು, ಮತ್ತೊಬ್ಬಳು ಒಂದೊಂದು ಕೇಳತೊಡಗಿದರು. ಮಧುಬಾಲ ಕಣ್ಣಲ್ಲಿಯೇ ಅವರನ್ನು ಗದರಿಸಿ ಸುಮ್ಮನಾಗಿಸಿದಳು ಕಡೆಗೆ.

“ಯಾಕೆ ಕಾಲೇಜ್ ಬಿಟ್ಟೆ? ನಾವೆಲ್ಲ ನಿನ್ನ ಜೊತೆಗೆ ಇದ್ವಿ...” ಏನೇನೋ ಹೇಳಿದಳು. ಅವೆಲ್ಲ ವಿಭಾಳಿಗೆ ಕೇಳಲಿಲ್ಲ. ಅವಳ ಮಸ್ತಿಷ್ಕದ ತುಂಬ ಗಲಿಬಿಲಿ.

ಗೋಪಾಲಕೃಷ್ಣ ಬಂದವರೇ ಒಂದು ಮಾತು ಹೇಳಿದರು. “ಆಗಾಗ ಪೇಪರ್‌ನಲ್ಲಿ ಕಾಲೇಜು ಯುವತಿಯರು ಆತ್ಮಹತ್ಯೆ ಮಾಡಿಕೊಂಡಿದ್ದು ಓದಿದ್ದೆ. ಅದ್ಕೆ ಹಲವು ಹತ್ತು ಕಾರಣಗಳು ಇರಬಹುದು. ಮುಖ್ಯವಾಗಿ ತೋಚಿದ್ದು ಬೇಕಾಬಿಟ್ಟಿ ಆಡುವ ಮಾತುಗಳೇ. ಮಾತು ಬದಲಾದರೂ ಅರ್ಥವೆಲ್ಲ ಒಂದೇ.”

ವಿಭಾನ ಕರೆದುಕೊಂಡು ಹೊರಗೆ ಬರುವುದಕ್ಕೂ ಶೈಲೇಂದ್ರ, ಅಭಿಷೇಕ್ ಹೀರೋ ಹೋಂಡಾದಿಂದ ಇಳಿಯುವುದಕ್ಕೂ ಸರಿಹೋಯಿತು.

ಚಲಿಸದೇ ನಿಂತ ಅಭಿಷೇಕ್. ಅವರುಗಳನ್ನು ಹೊತ್ತ ಆಟೋ ಮರೆಯಾಯಿತು.

ಕೈಯಲ್ಲಿದ್ದ ಪ್ರಸೆಂಟೇಷನ್ ಗೆಳೆಯನ ಕೈಗೆ ಕೊಟ್ಟು ವೆಹಿಕಲ್ ಹತ್ತಿದ.

ನರಹರಿ ಕಣ್ಣೊರೆಸಿಕೊಂಡರು. ಅಂದಿನ ಕುಂತಿ ಅಂಜಿದ್ದು ಜನರ ಮಾತಿಗೆ. ಆಮೇಲೆ ಆಕೆ ಕರ್ಣ ತನ್ನ ಮಗನೆಂದು ಹೇಳಿದರೂ ಸಮಾಜ ಒಪ್ಪದೆಂದೇ ಅವನು ರಾಧೆಯ ಮಗನಾಗಿಯೇ ಉಳಿದ. ತಪ್ಪು ಮಾಡಿದ್ದು ರಾವಣ ಶಿಕ್ಷೆಯನ್ನು ಸಮಾಜ ಸೀತೆಗೆ ವಿಧಿಸಿತು. ಇಂಥವು ನಿರಂತರವಾಗಿ ನಡೆದುಹೋಗುತ್ತೆ.

ಮನೆಗೆ ಬಂದ ವಿಭಾ ಮಂಡಿಯೊಳಗೆ ಮುಖ ಮುಚ್ಚಿ ಬಿಕ್ಕಿದಳು. ಆ ಕ್ಷಣ ನೋಡಿದ ಅಭಿಷೇಕ್ ಮುಖವನ್ನು ಎಂದೆಂದೂ ತನ್ನಿಂದ ಮರೆಯಲು ಸಾಧ್ಯವಿಲ್ಲವೇನೋ ಎನ್ನುವ ಭಯ ಅವಳನ್ನು ಕಾಡಿತು.

ನರಹರಿ ಮಂಕಾದರೆ ಗೋಪಾಲಕೃಷ್ಣ ತಲೆ ಕೆಡಿಸಿಕೊಂಡ್ಹಂಗೆ ಕಾಣಲಿಲ್ಲ! ಅಂಥ ಒಂದು ನಟನೆಯಲ್ಲಿ ಸಫಲರಾದರು!

ಪಕ್ಕದಲ್ಲಿ ಕೂತು ತಲೆ ಸವರಿದರು. "ನಂಗೆ ನಗು ಬಂತು. ವಠಾರದಲ್ಲಿನ ಗುಂಪುಗೂಡಿ ಅನಾವಶ್ಯಕವಾಗ ಇಂಥ ಮಾತುಗಳು ಆಡುವ ಅವಿದ್ಯಾವಂತ ಮಹಿಳೆಯರಿಗೂ, ಕಲಿತ ಯುವತಿಯರ ನಡುವೆಯೂ ಏನು ಅಂಥ ವ್ಯತ್ಯಾಸ ಕಾಣ್ಲಿಲ್ಲ. ಇಂದಿನ ಶಿಕ್ಷಣ ರೀತಿ, ನೀತಿಗಳೇ ಅರ್ಥವಾಗೋಲ್ಲ. ಮನುಷ್ಯ ಮನುಷ್ಯರೊಡನೆ ಹೊಂದಿಕೊಂಡು ಬಾಳುವ, ಪ್ರೀತಿ-ಪ್ರೇಮ ಕಲಿಸುವಂಥ ವಿಶ್ವವಿದ್ಯಾನಿಲಯಗಳ ಅಗತ್ಯ ತುರ್ತಾಗಿದೆ. ಅಳೋಕ್ಕೇನಿದೆ?" ಸಂತೈಯಿಸಿದರು.

ಮಾರನೆಯ ದಿನವೇ ಅಲ್ಲಿಂದ ವಿಭಾಳೊಂದಿಗೆ ಹೊರಟರು. ನರಹರಿ ತಮ್ಮ ಕೂಡಿಕೆಯ ಹಣವನ್ನು ಅವರ ಕೈಯಲ್ಲಿಟ್ಟರು.

"ಅವಳನ್ನು ಓದಿಸೋಂಥ ಪುಣ್ಯಕಾರ್ಯ ಆಗ್ಲಿಲ್ಲ. ವಿಭಾ ಮದ್ವೆಗೆ ಉಪಯೋಗವಾಗ್ಲಿ" ಗದ್ಗದಿತರಾದರು.

ಗೋಪಾಲಕೃಷ್ಣ ಹಿಂಜರಿದರು. "ಹಣದ ಅಗತ್ಯವೇನು ಇಲ್ಲ. ಅತ್ಗೆ ಸತ್ತ ಮೇಲೆ ಅಣ್ಣ ತಾನಾಗಿ ಒಂದು ಚೌಕ ಕೂಡ ಖರೀದಿಸಿಲ್ಲ. ಸಂಬಳ ತಂದು ನನ್ಕೈಯಲ್ಲಿ ಹಾಕಿಬಿಟ್ಟರೆ ಮುಗ್ದುಹೋಯ್ತು. ಅದ್ನೆಲ್ಲ ವಿಭಾ ಮದ್ವೇಗೆಂತಲೇ ಸಂಗ್ರಹಿಸಿಟ್ಟಿದ್ದೀನಿ. ನಿಮ್ಮ ಹತ್ರನೇ ಇರ್ಲಿ" ಎಂದರು.

ಅದನ್ನ ಹಿಂದಕ್ಕೆ ಪಡೆಯಲು ನರಹರಿ ಒಪ್ಪಲಿಲ್ಲ. ಇಂಥ ಕಲ್ಮಷರಹಿತ ನಿರಂತರ ಪ್ರೀತಿಯ ಸೇತುವೆಯ ಮೇಲೆ ಬೆಳೆಸಿದ್ದರು. ಅವಳ ಭಾವನೆಗಳು ತೀರಾ ಕೋಮಲವಾಗುವುದಕ್ಕೆ ಇದೂ ಒಂದು ಕಾರಣ.

ಗೋಪಾಲಕೃಷ್ಣ ನರಹರಿಯ ಕೈಗಳನ್ನು ಹಿಡಿದುಕೊಂಡರು. "ನೀವೇನು ಯೋಚ್ನೆ ಮಾಡ್ಬೇಡಿ. ಅಣ್ಣನ ಬದ್ಧಿನ ಶ್ರದ್ಧೆ ನಿರಂತರ ಪೂಜೆ ಪುನಸ್ಕಾರಗಳು ಕೋಟಿಗಟ್ಟಲೆಯ ಆಸ್ತಿಗಿಂತ ಕಡ್ಮೆ ಇಲ್ಲ. ವಿಭಾ ಸುಖವಾಗಿರ್ತಾಳೆ" ಭರವಸೆಯನ್ನಿತ್ತರು.

ಬಂದು ನಿಂತ ಆಟೋದಿಂದ ಮುಕ್ತಾ, ಅವಳ ತಮ್ಮ ಇಳಿದುಬಂದರು.

ಹೊಸ ಮದುಮಗಳ ಕಣ್ಣಂಚಿನಲ್ಲಿ ಕಂಬನಿ.

"ವಿಭಾ...." ಅಪ್ಪಿಕೊಂಡು ಬಿಕ್ಕತೊಡಗಿದಾಗ ಗೋಪಾಲಕೃಷ್ಣ "ಕೂತು ಮಾತಾಡಿ...." ಸೂಟುಕೇಸನ್ನು ಪಕ್ಕಕ್ಕಿಟ್ಟು ಹೊರಗೆ ಹೋದರು. "ಇವಳಿಂದ ನನ್ಮಗಳ ಓದು ನಿಂತು ತರಾತುರಿಯಾಗಿ ಮದ್ವೆ ಮಾಡ್ಬೇಕಾಯ್ತು" ಎನ್ನುವಂಥ ಭಾವದಿಂದ ವಿಭಾನ ನೋಡಿದ್ದರು ಅವಳ ಮನೆಯವರು.

ಅತ್ತು ಸಮಾಧಾನವಾದ ಮುಕ್ತಾ "ಪ್ಲೀಸ್, ಕ್ಷಮಿಸಿಬಿಡಮ್ಮ.... ನನ್ನಿಂದ್ಲೇ ಇದೆಲ್ಲ ಆಗಿದ್ದು. ನಾನು ಸ್ವಲ್ಪ ಬಾಯ್ಮುಚ್ಚಿಕೊಂಡು ಇದ್ದಿದ್ರೇ.... ಇಷ್ಟೇಲ್ಲ ರಾಮಾಯಣ ಆಗ್ತಾ ಇರ್ಲಿಲ್ವಲ್ಲ. ಆಗ ಅವನೊಬ್ಬ ಜೊತೆಯಲ್ಲಿದ್ದ!" ತಮ್ಮನನ್ನು ಬೈದುಕೊಂಡಳು.

"ಜನಕ್ಕೆ ಗೊತ್ತಾಯ್ತುಂತ ತಾನೇ ನೀನು ವಿಷಾದಿಸೋದು. ಘಟನೆಯೇನು ಸುಳ್ಳಾಗಿ ಹೋಗ್ತಾ ಇರ್ಲಿಲ್ವಲ್ಲ. ಸುಮ್ನೇ ಯಾಕೆ ತಲೆ ಕೆಡ್ಸಿಕೋತೀಯಾ" ಸಮಾಧಾನಿಸಿದಳು ವಿಭಾ.

ಅವಳನ್ನು ಪಕ್ಕಕ್ಕೆ ಕರೆದೊಯ್ದಳು. "ನೀನು ಪ್ರಿನ್ಸಿಪಾಲರಿಗೆ ಕಂಪ್ಲೇಂಟ್ ಕೊಡ್ದೇ ಇರೋಕೆ ಕೆಲವು ಲಕ್ಷ ಕೊಟ್ಟರಂತೆ ನಿಜ್ವಾ?" ಮುಕ್ತಾಳ ಕೇಳಿಕೆಗೆ ಅವಳು ದಂಗಾದಳು. ಎಂಥ ಕಲ್ಪನೆ, ಕಟ್ಟುಕತೆಗಳು!

ದೀರ್ಘವಾಗಿ ಉಸಿರೆಳೆದು ದಬ್ಬಿದಳು. "ನಮ್ತಂದೆ ಕೆಲವು ಲಕ್ಷಗಳಿಗೇನು ಹಲವು ಕೋಟಿಗಳಿಗಿಂತ ಹೆಚ್ಚು ಬೆಲೆ ಬಾಳ್ತಾರೆ. ಅವರನ್ನು ನಾನು ಕಳ್ದುಕೊಳ್ಳೋಕೆ ಇಷ್ಟಪಡ್ಲಿಲ್ಲ" ಕೆನ್ನೆಯ ಮೇಲೆ ಹರಿದ ಕಂಬನಿಯನ್ನು ಮುಖ ಪಕ್ಕಕ್ಕೆ ತಿರುಗಿಸಿ ತಡೆದುಕೊಂಡಳು.

ಎರಡು ನಿಮಿಷಗಳ ನಂತರ "ಅದೆಲ್ಲ ಬಿಡು. ಹ್ಯಾಪಿ ಮ್ಯಾರೇಜ್ ಲೈಫ್.... ಎಲ್ಲಿಗೆ ಹನಿಮೂನ್?" ವಿಭಾಗೆ ಆ ಮಾತುಗಳ ಪ್ರಸ್ತಾಪ ಬೇಡವಾಗಿತ್ತು.

ಆದರೆ ಮುಕ್ತಾ ಮತ್ತೆ ಮತ್ತೆ ಅದನ್ನೇ ಹೇಳಿದಳು.

"ಅಭಿಷೇಕ್, ತಾನೇ ಪನಿಷ್‌ಮೆಂಟ್ ವಿಧಿಸ್ಕೊಂಡು ಕಾಲೇಜಿಗೆ ಬರೋದ್ನ ನಿಲ್ಲಿಸದ್ನಂತೆ. ತುಂಬ ಒಳ್ಳೆಯವರೇ ಇರ್ಬೇಕು. ನೀನು, ಅಭಿಷೇಕ್ ಏನಾದ್ರೂ ಬೆಟ್ಸ್.... ಕಟ್ಟಿದ್ದರಾ? ಅಥ್ವಾ ಯಾವುದಾದ್ರೂ ರಿವೆಂಜ್?"

ವಿಭಾಗೆ ಈ ಮಾತುಗಳನ್ನು ಅರಗಿಸಿಕೊಳ್ಳಲು ಕಷ್ಟವಾಯಿತು.

"ಇಲ್ಲಿ ಸತ್ಯಕ್ಕೆ ಯಾವ್ದೇ ಬೆಲೆ ಇಲ್ಲ. ಇಷ್ಟ ಬಂದಂಗೆ ಮಾತಾಡಿಕೊಳ್ಳಲೀ ಬಿಡು. ಒಂದ್ನಿಮಿಷ ಬಂದೇ ಇರು" ಅವಳನ್ನು ಕೋಣೆಯಲ್ಲಿ ಕೂಡಿಸಿ ಹೊರಗೆ ಬಂದಳು.

ಅವಳತ್ತೆ ತಾಂಬೂಲ, ಅರಿಶಿನ, ಕುಂಕುಮದ ಜೊತೆ ತಟ್ಟೆಯಲ್ಲಿ ಕಣವನ್ನಿಟ್ಟಿದ್ದರು. "ಮದ್ವೆಯಾದ ಹುಡ್ಗೀ ನಗುನಗ್ತಾ ಹೋಗ್ಲೀ ಇದ್ನ ಕೊಡು" ಎಂದರು. ಅವಳು ಅಕ್ಷರಶಃ ಅವರ ಮಾತನ್ನು ಪಾಲಿಸಿದಳು.

ಹೊರಟು ಬಾಗಿಲವರೆಗೂ ಬಂದ ಮುಕ್ತಾ "ನಿಮ್ಮದ್ವೆ ವಿಷ್ಯ ಏನಾಯ್ತು?" ಕೇಳಿದಳು. "ಇನ್ವಿಟೇಷನ್ ಖಂಡಿತ ಕಳುಸ್ತೀನಿ. ಖಂಡಿತ ಬಾ" ವಿಭಾ ಅಷ್ಟು ಹೇಳುವ ವೇಳೆಗೆ ಸಾಕುಸಾಕಾದಳು.

ಇದೊಂದು ರೀತಿಯ ವಿಪರ್ಯಾಸವೆನಿಸಿತು ವಿಭಾಗೆ. ಸತ್ಯ ನಿಧಾನವಾಗಿ ಬರುತ್ತೆ. ಸುಳ್ಳು ಹಾರಿ ಬರುತ್ತೆ. ಅದು ಬರುವುದರೊಳಗೆ ಕಾಲ ಮಿಂಚಿ ಹೋಗಿರುತ್ತೆ.

* * *

ಮಾಮೂಲಾಗಿ ಅಭಿಷೇಕ್ ಟೆಕ್ಸ್‌ಟೈಲ್, ಬ್ಯಾಂಕ್, ಆಫೀಸ್ ಅದೂ ಇದೂಂತ ಓಡಾಡಿಕೊಂಡಿದ್ದರೂ ಅವನಲ್ಲಿನ ಬದಲಾವಣೆ ದಿನದಿಂದ ದಿನಕ್ಕೆ ಸ್ಪಷ್ಟವಾಗತೊಡಗಿತು. ಮೇಘನಾಥ್ ತಲೆ ಕೆಡಲಾರಂಭಿಸಿತು.

ಅಂದು ಆಫೀಸಿನಲ್ಲಿ ಒಂಟಿಯಾಗಿ ಕೂಡಿಸಿಕೊಂಡು ಅವನನ್ನು ಪ್ರಶ್ನಿಸಿದರು. "ಏನು ನಿನ್ನ ಸಮಸ್ಯೆ?" ನವಿರಾಗಿ ನಕ್ಕುಬಿಟ್ಟ. "ಅಂಥದೇನು ಇಲ್ವಲ್ಲ, ಇನ್‌ಕಮ್ ಟ್ಯಾಕ್ಸ್ ಬಗ್ಗೆ ನಮ್ಮ ಅಕೌಂಟೆಂಟ್ ಹತ್ರ ಡಿಸ್‌ಕಸ್ ಮಾಡ್ತಾ ಇದ್ದೆ" ಎಂದಾಗ ಮೇಘನಾಥ್ ಸೀಟು ಬಿಟ್ಟು ಎದ್ದು ಬಂದು ಅವನ ಪಕ್ಕದಲ್ಲಿ ನಿಂತರು.

"ನಾನು ತಂದೆಯಾಗಿ ಕೆಲವು ಮಾತುಗಳ್ನ ಹೇಳಬಹುದಲ್ಲ! ಡು ಯೂ ಅಗ್ರಿ?" ಮಗನ ಭುಜದ ಮೇಲೆ ಕೈಯಿಟ್ಟರು. ಕ್ಷಣ ಗಂಭೀರವಾದರೂ ತಲೆದೂಗಿದ. "ನೀವು ಹೇಳಬಹುದು. ನನ್ನಲ್ಲೇ ಕೆಲವು ಪ್ರಶ್ನೆಗಳಿಗೆ ಇನ್ನೂ ಉತ್ತರ ಸಿಕ್ಕಿಲ್ಲ. ನೀವೇನಾದ್ರೂ ಕೇಳಿದ್ರೆ....ನನ್ನಿಂದ ಸಮರ್ಪಕ....ಉತ್ತರ" ತಲೆಯಾಡಿಸಿ ನಿಟ್ಟುಸಿರು ಚಿಮ್ಮಿದ.

ಮೇಘನಾಥ್ ಒಬ್ಬ ಒಳ್ಳೆಯ ತಂದೆ. ಸೈಕಾಲಜಿ ಬಗೆಗೆ ಅವರಿಗೆ ಆಸಕ್ತಿ ಇದ್ದುದರಿಂದ ಅದಕ್ಕೆ ಸಂಬಂಧಪಟ್ಟ ಪುಸ್ತಕಗಳನ್ನು ಓದಿಕೊಳ್ಳುವುದರ ಜೊತೆಗೆ ಚರ್ಚಿಸಿದ್ದರು ಕೂಡ. ಅವನ ವಯಸ್ಸಿನಲ್ಲಿ ದೇಹ ಮತ್ತು ಮನಸ್ಸಲ್ಲಿ ಆಗುವ ಗೊಂದಲ, ಬದಲಾವಣೆಯ ಸೂಕ್ಷ್ಮವನ್ನು ಅರಿತವರು.

"ನಾನು ಕೇಳೋದರ ಮೇಲೆ ನಿನ್ನ ಸ್ಟೇ ಆರ್ಡರ್...." ನಕ್ಕು ಬಿಟ್ಟರು. "ಹೇಳೋದು, ಕೇಳೋದು ಎರಡೂ ಒಂದೇ ನಾಣ್ಯದ ಎರಡು ಮುಖಗಳು. ಅದ್ರಿಂದ ಎರ್ಡೂ ಇರುತ್ತೆ" ಭರವಸೆಯಿಂದ ಅವನ ಭುಜವನ್ನು ಅದುಮಿದರು.

ಅಭಿಷೇಕ್ ಮೌನ ವಹಿಸಿದ. ಅವರು ಹೇಳುವ ಮಾತುಗಳು, ಕೇಳಬೇಕಾದ ವಿಷಯದ ಪೂರ್ಣಪ್ರಜ್ಞೆ ಅವನಿಗಿತ್ತು.

"ಸೋ ಸಾರಿ ಮೈ ಸನ್...." ಏರ್ ಕಂಡೀಷನರ್ ಆಫ್ ಮಾಡಿ ತಮ್ಮ ಸೀಟಿನ ಮೇಲೆ ಕೂತುಕೊಂಡರು. "ವಿತ್ ಪರ್ಮಿಷನ್..." ಸಿಗರೇಟನ್ನು ಹೊರಗೆ ತೆಗೆದು ಅವನತ್ತ ನೋಡಿದರು. "ತೀರಾ ಟೆನ್‌ಷನ್ ಇದ್ದಾಗ ಸೇದೋದು. ಮನೆಯಲ್ಲಿ ನಿಷಿದ್ಧ. ನಿನ್ನ ಮಮ್ಮಿ ಹತ್ರ ಹೇಳೋದ್ಬೇಡ. ಇಡೀ ಜಗತ್ತು ಅಡಿ ಮೇಲಾದರೂ....ನನ್ನ ಗಂಡ ಮಾತ್ರ ಆರೋಗ್ಯವಾಗಿರ್ಲಿ ಅಂತ ಯೋಚ್ಸೋ ಹೆಣ್ಣುಗಳ ಪೈಕಿ ಅವ್ಳು.." ಸಿಗರೇಟಿನ ತುದಿಗೆ ಲೈಟರ್ ಸೋಕಿಸಿ ತುಟಿಗಳ ಮಧ್ಯೆ ಇಟ್ಟು ಒಮ್ಮೆ ಸೇದಿದವರು

ಆಷ್‌ಟ್ರೇನೊಳಕ್ಕೆ ಅದುಮಿದರು. "ದಿಸ್ ಈಸ್ ರಾಂಗ್. ನಾನು ನಾಳೆ ನೀನೇನಾದ್ರೂ ಸಿಗರೇಟು ಸೇದಿದರೆ ಬುದ್ಧಿಹೇಳೋ ಅಧಿಕಾರ ಕಳೆದುಕೊಳ್ತೀನಿ. ಈಗ್ಹೇಳು...ನೀನು ನಾರ್ಮಲ್ ಆಗಿಲ್ಲ. ನಿನ್ನ ಮಮ್ಮಿಯ ಜೊತೆ ನನ್ನ ಆರೋಪವೂ ಇದೆ" ಎಂದ ಕೂಡಲೇ ಅಭಿಷೇಕ್ ಜೋರಾಗಿ ನಕ್ಕುಬಿಟ್ಟ.

"ಡ್ಯಾಡಿ, ನೀವು ಕೇಳೋಕೆ ಮಾತ್ರ ಪರ್ಮಿಷನ್ ಕೇಳಿದ್ದು" ಈಗ ನಗುವ ಸರದಿ ಅವರದು ಆಯಿತು. "ಓ.ಕೆ. ಮೈ ಬಾಯ್....ಸದ್ಯಕ್ಕೆ ನಾನು, ನಿನ್ನ ಮಮ್ಮಿ ಸೊಸೆಯ ಯೋಚ್ನೆ ಮಾಡ್ತಾ ಇದ್ದೀವಿ. ಸಮ್ಮತಿಯ ಜೊತೆ ಹುಡ್ಗಿಯ ಸೆಲೆಕ್ಷನ್ ಕೂಡ ನಿಂದೇ" ಒತ್ತಿ ಹೇಳಿದರು.

ಆದಷ್ಟು ಸುಲಭವೆಂದು ಅಭಿಷೇಕ್‌ಗೆ ಅನ್ನಿಸಲಿಲ್ಲ. ಅವನಿಗೆ ಅಂಥ ಮೂಡ್ ಇರಲಿಲ್ಲ ಕೂಡ.

"ಎಕ್ಸ್‌ಕ್ಯೂಸ್ ಮಿ...ಸದ್ಯಕ್ಕೆ ಅಂಥ ಪ್ರಸ್ತಾಪವೇ ಇಲ್ಲ" ಎಂದವನು ಹೋಗಿ ಏರ್ ಕಂಡೀಷನರ್ ಆನ್ ಮಾಡಿದವನು ಅಲ್ಲೇ ನಿಂತ. "ಡ್ಯಾಡಿ, ಆ ಘಟನೆಯಿಂದ ನೀವು ಇಂಥ ಅಭಿಪ್ರಾಯಕ್ಕೆ ಬಂದಿರಬಹುದು. ಈಗ ನಿಮ್ಮ ನಿರ್ಧಾರಕ್ಕೆ ನಾನು ತಲೆ ಬಾಗಿಬಿಟ್ಟರೆ.... ಅದೊಂದು ಅನಾಹುತವಾಗುತ್ತೆ ನನ್ನ ಬದ್ಕಿನಲ್ಲಿ. ಮಮ್ಮಿಗೂ ಈ ಮಾತು ಹೇಳಿ" ಹೊರಹೋಗಿಬಿಟ್ಟ.

ಗಂಭೀರವಾದ ಮೇಘನಾಥ್ ಮುಖದ ಮೇಲೆ ಅಭಿಮಾನ, ಮೆಚ್ಚಿಗೆ ಇಣುಕಿದರೂ ಮುಂದೇನಾಗಬಹುದು ಎಂದು ಅಂಜಿದರು.

ಈಗಾಗಲೇ ವಿಚಾರಿಸಿಕೊಂಡಿದ್ದರೂ ಎಲ್ಲಾ ಮೂಲದಿಂದಲೂ, ವಿಭಾ, ಅಭಿಷೇಕ್ ಮಧ್ಯೆ ಕನಿಷ್ಠ ಸ್ನೇಹವೂ ಇರಲಿಲ್ಲ. ಇನ್ನು ದ್ವೇಷ....ಶೈಲೇಂದ್ರ ನಕ್ಕುಬಿಟ್ಟಿದ್ದ. ದ್ವೇಷಿಸುವಂಥ ಹೆಣ್ಣೇ ಅಲ್ಲ. ಕಾಲೇಜಿನಲ್ಲಿ ಯಾರೊಂದಿಗೂ ಹೆಚ್ಚು ಬೆರೆಯದ, ಯಾರೊಂದಿಗೂ ವಿರಸ ಕಟ್ಟಿಕೊಳ್ಳದ ವಿದ್ಯಾರ್ಥಿನಿ ಅವಳು. ಆಕೆಯ ಬಗ್ಗೆ ಅನುಮಾನ ಬೇಡ. ಅಷ್ಟು ತಿಳಿದ ಮೇಲೆ ಸಮಸ್ಯೆ ಇನ್ನಷ್ಟು ಜಟಿಲವಾಗಿತ್ತು.

ಹತ್ತು ನಿಮಿಷದ ನಂತರ ಮತ್ತೆ ಬಂದ ಅಭಿಷೇಕ್ "ಐಯಾಮ್ ಸಾರಿ ಡ್ಯಾಡಿ....ನನ್ನ ಎಜುಕೇಷನ್ ಮುಗ್ದ್ಮೇಲೆ ಅಂತ ಡಿಸೈಡ್ ಮಾಡಿದ್ದಿದ್ದು. ಅದೇ ಪೀರಿಯಡ್ ಅಂತ ಇಟ್ಕೊಳ್ಳಿ" ದಿಟ್ಟತನದಿಂದ ಹೇಳಿದ ಮಗನನ್ನೇ ನಿಟ್ಟಿಸಿದ ಮೇಘನಾಥ್ ಮುಗುಳ್ನಕ್ಕರು.

"ದಟ್ಸ್ ಓ.ಕೆ. ಆದ್ರೇ ನಿನ್ನಲ್ಲಿ ಬದಲಾವಣೆ ನಮ್ಮನ್ನು ಚಿಂತಿಸುವಂತೆ ಮಾಡಿದೆ. ಜನರೇಷನ್ ಗ್ಯಾಪ್ ....ನಾನಾ ಬದಲಾವಣೆಗಳನ್ನು ತಂದಿದೆ. ನಡ್ದು ಹೋದ ಘಟನೆ. ಆ ಬಗ್ಗೆ ರಿಗ್ರೇಟ್ ಮಾಡಿಕೊಂಡಿದ್ದೀಯಾ. ಅಷ್ಟಕ್ಕೆ ಮುಗೀತು. ಆ ಹೆಣ್ಣಿಗಿಂತ ನೀನೇ ಪರಿತಾಪ ಪಡುವಂತೆ ಕಾಣುತ್ತೆ" ಕೊನೆಯಲ್ಲಿ ಅವರ ಸ್ವರಕ್ಕೆ ಕಾವೇರಿತು.

ನೇರವಾಗಿ ತಲೆಯೆತ್ತಿ ತಂದೆಯ ಕಣ್ಣೊಳಗೆ ಕಣ್ಣಿಟ್ಟು ನೋಡಿದ. ಅವರ ಮುಂದೆ ಅವನ ಸಮಸ್ಯೆ ಇಟ್ಟರೂ ಬಹುಶಃ ನಕ್ಕು ಬಿಡಬಹುದು.

"ದೌರ್ಜನ್ಯ ನಡೆದ ವ್ಯಕ್ತಿ ಆ ಕ್ಷಣದಲ್ಲಿ ನೊಂದರೆ ಅದನ್ನು ಮಾಡಿದ ವ್ಯಕ್ತಿ ನಿರಂತರವಾಗಿ ನೋಯಬೇಕು. ಇದು ಮಾನವ ಧರ್ಮದ ಲಾಜಿಕ್.. ಇನ್ಮೇಲೆ ಸರ್ರ್ಯಾಗಿರ್ತೀನಿ" ಎಂದ ಅಭಿಷೇಕ್.

ಹತ್ತಿರಕ್ಕೆ ಬಂದ ಮೇಘನಾಥ್ ಮಗನ ಕೈ ಕುಲುಕಿದರು. ಆ ಹುಡುಗಿಯನ್ನೆ ನಾನು ಮದುವೆಯಾಗುತ್ತೇನೆಂದು ಹಠ ಮಾಡದಿದ್ದದ್ದು ಅವರಿಗೆ ನೆಮ್ಮದಿಯನ್ನು ತಂದಿತು. ಅವರು ಸಂತೋಷದಿಂದ ಒಪ್ಪಿಗೆ ಕೊಡಬಹುದು. ಆದರೆ ಅಭಿಷೇಕ್ ತಾಯಿಯ ಪೂರ್ಣ ವಿರೋಧ ಇದಕ್ಕೆ.

ಗಂಡನನ್ನು ಎಚ್ಚರಿಸಿದ್ದರು. "ಅವನು ಸದ್ಯಕ್ಕೆ ಮದ್ವೆಯಾಗದಿದ್ರೂ ಪರ್ವಾಗಿಲ್ಲ.... ಆ ಸಂಸ್ಕೃತ ಮೇಷ್ಟರ ಮಗಳು ಈ ಮನೆಗೆ ಸೊಸೆಯಾಗೋದ್ಬೇಡ. ಕನ್ನಡ, ಸಂಸ್ಕೃತದ ಜೊತೆ ಒಂದಿಷ್ಟು ಹಾಡು, ಹಸೆ, ಬತ್ತಿ ಹೊಸೆಯೋದು ಬರೋ ಹೆಣ್ಣನ್ನು ನನ್ನ ಮಗನ ಹೆಂಡತಿಯಾಗಿ ಸ್ವೀಕರಿಸಲಾರೆ. ಬೇಕಾದರೆ ಒಂದೈವತ್ತು ಸಾವಿರ ಕೊಡೋಣ" ಸುಲಭದ ಉಪಾಯ ಸೂಚಿಸಿದ್ದರು. ಮೇಘನಾಥ್ ಮುಖದ ಗೆರೆಗಳು ಮತ್ತಷ್ಟು ಆಳವಾದವು.

ಇಷ್ಟು ವರ್ಷ ಪ್ರೀತಿಯಿಂದ ಬೆರೆತಿದ್ದ ಜೀವಗಳು. ಈಗ ಹೇಗೆ ಹೆಂಡತಿಯನ್ನು ವಿರೋಧಿಸಿಯಾರು? ಹಾಗೆಂದು ಮಗನ ಭಾವನೆಗಳನ್ನು ತಿರಸ್ಕರಿಸುವುದು ಕೂಡ ಅವರಿಂದ ಸಾಧ್ಯವಿಲ್ಲ.

ಸಂಜೆಯ ವೇಳೆಗೆ ಅವರೊಂದು ನಿರ್ಣಯಕ್ಕೆ ಬಂದರು. ಮುಂಬಯಿಯ ಗೋಲ್ಡ್ ಶೂಕಂಪೆನಿಯ ಮಾಲೀಕರಾದ ಭಾವ ನರೇಂದ್ರನ್ ಅಭಿಷೇಕ್‌ನ ತಮ್ಮಲ್ಲಿಗೆ ಕಳುಹಿಸಿಕೊಡುವಂತೆ ಒಂದೆರಡು ಸಲ ಒತ್ತಾಯಿಸಿದ್ದರು. ಅದನ್ನು ಕ್ಯಾಷ್ ಮಾಡಿಕೊಳ್ಳಲು ಇದು ಸರಿಯಾದ ಸಂದರ್ಭವೆಂದುಕೊಂಡರು. ಜೊತೆಯಾಗಿ ಅವರೊಂದು ಅಡ್ವರ್ಟೈಸಿಂಗ್ ಕಂಪನಿ ತೆರೆದಿದ್ದರು.

ಆದರೂ ಮನಸ್ಸು ಘಾಸಿಗೊಂಡಿತು. ಒಬ್ಬನೇ ಮಗ ಸದಾ ತಮ್ಮ ಎದುರಿನಲ್ಲೇ ಇರಬೇಕೆಂಬ ಮನ ಈ ನಿರ್ಧಾರದಿಂದ ವಿಲಿವಿಲಿ ಒದ್ದಾಡಿತು.

ಮನೆಗೆ ಬಂದಕೂಡಲೇ ವಸುಂಧರೆಗೆ ವಿಷಯ ತಿಳಿಸಿದರು. ಷಾಕ್ ಹೊಡೆಸಿಕೊಂಡಂತೆ ಕೂತುಬಿಟ್ಟರು ಆಕೆ. ಆದರೆ ಒಂದೇ ಒಂದು ಸಮಾಧಾನಕರವಾದ ಅಂಶವೆಂದರೆ ಅಣ್ಣ ನರೇಂದ್ರನಿಗೆ ಒಬ್ಬ ಮಗಳು ಕೂಡ ಇದ್ದಳು. ತೊಡಕಿನ ಸಮಸ್ಯೆಗೆ ಒಂದು ಉತ್ತಮವಾದ ಪರಿಹಾರವು ಕೂಡ ಎನಿಸಿತು.

ಒಂದ್ಹತ್ತು ನಿಮಿಷ ಮೌನವಾಗಿ ಕೂತುಬಿಟ್ಟರು.

"ಈ ವಯಸ್ಸಿನ ಮಕ್ಕಳು ತಾಯ್ತಂದೆಯರಿಗೆ ಒಂದು ಸಮಸ್ಯೆ. ಈಗಿನ ಯುವ ಜನತೆ ಹೆಚ್ಚು ಹೆಚ್ಚು ಅವಿಧೇಯರಾಗುತ್ತಿದ್ದಾರೆ ಹಿರಿಯರಿಗೆ" ಭಾರವಾದ ಮನದಿಂದ ಹೇಳಿದಾಗ ಮೇಘನಾಥ್ ನಕ್ಕುಬಿಟ್ಟರು.

"ನನ್ನ ವಿಷ್ಯ ಬಂದಾಗ ನಮ್ಮ ತಂದೆ ಕೂಡ ಹೀಗೆಯೇ ಅನ್ನುತ್ತಿದ್ದರು. ಈಗ ಅನ್ನೋ ಸರದಿ ನಂದು. ನಾಳೆ ಅಭಿಷೇಕ್ ತನ್ನ ಮಕ್ಕಳ ಕಾಲದಲ್ಲಿ...." ಕೈಯಾಡಿಸಿಬಿಟ್ಟರು.

ಸದ್ಯಕ್ಕೆ ಇನ್ನು ಒಂದು ವಾರ ಈ ಪ್ರಸ್ತಾಪವೆತ್ತಬೇಡ ಎನ್ನುವ ತೀರ್ಮಾನಕ್ಕೆ ಬಂದರು.

* * *

ವಿಭಾಳ ಮದುವೆಯ ನಿಶ್ಚಿತಾರ್ಥ ಸರಳವೆನಿಸಿದರೂ ಹೆಚ್ಚು ಜನ ಸೇರಿರುವ ಶಾಸ್ತ್ರೋಕ್ತ ಸಮಾರಂಭ. ಆದರೂ ಬಿಳುಪೇರಿದ ಅವಳ ಮುಖವನ್ನು ಕೆಂಬಣ್ಣಕ್ಕೆ ತಿರುಗಿಸಲು ಯಾರಿಂದಲೂ ಸಾಧ್ಯವಾಗಿರಲಿಲ್ಲ. ಚಳಿಗಾಲದಲ್ಲೂ ಆಗಾಗ ಬೆವರುತ್ತಿದ್ದಳು.

ಒಳಗೆ ಬಂದ ಗೋಪಾಲಕೃಷ್ಣ ತಗ್ಗಿದ ಅವಳ ಮುಖವನ್ನು ಬೆರಳಿನಿಂದ ಮೇಲಕ್ಕೆತ್ತಿದರು. "ಸ್ವಲ್ಪ ಅರ್ಥ ಮಾಡ್ಕೋ ಮರೀ....ವಯಸ್ಸಿನ ಪ್ರಭಾವದಿಂದ ಅಣ್ಣನ ದೃಷ್ಟಿ ತಗ್ಗಿರಬಹುದು. ಆದರೆ ನೋಟದಲ್ಲಿ ಅತಿಯಾದ ಸೂಕ್ಷ್ಮತೆ ಇದೆ" ತಿಳಿ ಹೇಳಿದರು.

ಗೆಲುವಾಗಿರುವ ಪ್ರಯತ್ನ ಅವಳು ಕೂಡ ಮಾಡಿ ಸೋತಿದ್ದಳು. ಆ ಮುಖ ಬಿಸಿಯುಸಿರು, ಸೋಕಿದ ತುಟಿಗಳು ಬೆಚ್ಚಿ ಬೀಳಿಸುತ್ತಿತ್ತು. ಅವಳನ್ನು.

"ಕ್ಷಮಿಸಿ....ಚಿಕ್ಕಪ್ಪ...." ಅಂದಳು ಅಷ್ಟೇ.

ದಂತದ ಗೊಂಬೆಯಂತೆ ಕಾಣುವ ಅವಳನ್ನು ಬಹಳವಾಗಿ ಮೆಚ್ಚಿಕೊಂಡಿದ್ದರು ಗಂಡಿನ ಕಡೆಯವರು. ಕೊಡುಬಿಡುವುದು ಮಾತ್ರ ಕಮ್ಮಿಯಾಗಿರಲಿಲ್ಲ. ವ್ಯಾವಹಾರಿಕ ಜನ.

ಊಟದ ಹಂತಕ್ಕೆ ಬರುವ ವೇಳೆಗೆ ಯೋಗಿ ಬಂದು ಗೋಪಾಲಕೃಷ್ಣರನ್ನು ಹೊರಗೆ ಕರೆದೊಯ್ದ.

"ನಾನು ಸ್ವಲ್ಪ ವಿಭಾ ಹತ್ರ ಮಾತಾಡ್ಬೇಕು."

ಅವರ ತುಟಿಯಂಚಿನಲ್ಲಿ ನಗು ತೇಲಿತು "ಯಾರು ಬೇಡಾಂದ್ರು.... ಕೋಣೆಯಲ್ಲಿದ್ದಾಳೆ ಹೋಗಿ ಮಾತಾಡಿ" ಒಪ್ಪಿಗೆ ಸೂಚಿಸಿದರು. "ನೋ ನೋ.... ಹೊರ್ಗಡೆ ಕರ್ಕೊಂಡ್ಹೋಗ್ತೀನಿ" ಮಾತಿನಲ್ಲಿದ್ದ ಧಿಮಾಕನ್ನು ಕಂಡು ವಿಸ್ಮಿತರಾದರು. ಅರಿವಾಗದಂತೆ ಅವರ ಮುಖ ಕೆಂಪಾಯಿತು.

ಸ್ವಲ್ಪ ಯೋಚಿಸುವಂತಾಯಿತು. "ಒಂದ್ನಿಮಿಷ.... ಬರ್ತೀನಿ" ಒಳಗೆ ಹೋದರು. ಆರಂಭದಿಂದಲೂ ವಿಭಾಳನ್ನು ಗಮನಿಸುತ್ತಿದ್ದರು. ಬಾಯಿಬಿಟ್ಟು ಅವಳೇನು ಹೇಳದಿದ್ದರೂ ಉತ್ಸಾಹಿತಳಾಗೇನು ಇರಲಿಲ್ಲ. ಅದಕ್ಕೆ ಅವರು ಊಹಿಸಿದ್ದ ಕಾರಣವೇ ಬೇರೆ.

ಮೊದಲು ಹೆಂಡತಿಯನ್ನು ಕರೆದು ತಿಳಿಸಿದರು.

"ಇದೇನು ಹೊಸದಲ್ಲ, ತಪ್ಪಲ್ಲ. ಮದ್ವೆಗೆ ಮುನ್ನವೇ ಓಡಾಡಿ ಒಬ್ಬರನ್ನೊಬ್ಬರು ಅರ್ಥ ಮಾಡ್ಕೋತಾರೆ. ಆದರೆ.... ಈ ಹುಡ್ಗಿ...." ಎರಡನೆಯ ಸಲ ನಿರಾಕರಿಸುವುದು ಅಷ್ಟು ಸೂಕ್ತವಾಗಿ ಕಾಣಲಿಲ್ಲ ಅವರಿಗೆ. "ಈಗೇನು ಹೇಳೋದು? ವಿಭಾನ ನೀನೇ ಒಪ್ಪಿಸಲು ನೋಡು" ಹೆಂಡತಿಗೆ ಬಿಟ್ಟರು.

ಅರೆಮನಸ್ಸಿನಿಂದಲೇ ಕಾವೇರಮ್ಮ ಕೋಣೆಗೆ ಹೋದವರು ಹಿಂದಕ್ಕೆ ಬಂದರು. "ಭಾವನವರನ್ನು ಒಂದ್ಮಾತು ಕೇಳಲಾ?" ಬೇಡವೆಂದು ತಲೆಯಾಡಿಸಿದರು ಗೋಪಾಲಕೃಷ್ಣ.

ಇದನ್ನು ವಿಭಾಗೆ ತಿಳಿಸಿದಾಗ ತಳಮಳಿಸಿದಳು. "ನಾನೇನು ಮಾತಾಡ್ಲಿ ಚಿಕ್ಕಮ್ಮ?" ಆಕೆಯ ತುಟಿಯಂಚಿನಲ್ಲಿ ಮುಗುಳುನಗು ತೇಲಿತು. "ಒಳ್ಳೆ ಹುಡ್ಗೀ, ಯೋಗಿ ಚುರುಕಾಗಿದ್ದಾನೆ. ಮಾತು ಕಲಿಸ್ತಾನೆ."

ದಬ್ಬಿದವಳಂತೆ ವಿಭಾ ಅವನ ಜೊತೆ ಹೊರಗೆ ಬಂದಳು. ದಾರಿಯಲ್ಲಿ ಸಿಕ್ಕಿದ ಒಂದೊಂದು ಕಲ್ಲನ್ನು ಯೋಗಿ ಚಿಮ್ಮುತ್ತ ನಡೆಯುತ್ತಿದ್ದದ್ದು ಅವಳ ಗಮನಕ್ಕೆ ಬಂತು.

"ನನ್ನ ಪತ್ರಕ್ಕೆ ಉತ್ತರಿಸಿಲ್ಲ" ಅಸಹನೆಯ ನುಡಿ. ಬಹಳ ತಣ್ಣಗಿದ್ದಳು ವಿಭಾ. "ಮರ್ತೇ, ಆ ಪತ್ರ ಎಲ್ಲಿ ಇಟ್ಟೆನೋ ನೆನಪಾಗ್ಲಿಲ್ಲ" ಅವಳ ಸ್ವರವೇನು ಕಂಪಿಸಲಿಲ್ಲ.

"ಅಷ್ಟೊಂದು ನೆಗ್ಲೆಕ್ಟ್ ಈಗ್ಲೇ!" ಚುಚ್ಚಿದ.

'ಸಾರಿ' ಎನ್ನಲು ಕೂಡ ಅವಳಿಂದಾಗಲಿಲ್ಲ. ನಡೆಯುತ್ತಿದ್ದ ಯೋಗಿ ಪೂರ್ತಿ ಸನಿಹಕ್ಕೆ ಸರಿದಾಗ ಮತ್ತಷ್ಟು ಪಕ್ಕಕ್ಕೆ ಸರಿದಳು.

ಯೋಗಿ ಅವಳತ್ತ ನೋಡಿ ಕುಹಕ ನಗೆ ತೂರಿದ. "ಯಾಕೆ ಕಾಲೇಜು ಬಿಟ್ಟಿದ್ದು?" ಅವನ ಪ್ರಶ್ನೆಗೆ ವಿಭಾ ನಿಂತಳು. "ಇದನ್ನೆಲ್ಲ ನಮ್ಮ ಚಿಕ್ಕಪ್ಪನಲ್ಲಿ ಕೇಳಿ ತಿಳಿಯಬಹುದಿತ್ತು. ಈಗ್ಲೂ ವೇಳೆ ಮೀರಿಲ್ಲ. ನಿಮ್ಮ ಸಂದೇಶ, ಸಮಸ್ಯೆಗಳಿಗೆಲ್ಲ ಅವ್ರೆ ಸಮಾಧಾನ ನೀಡ್ತಾರೆ" ಅರಿವಿಗೆ ಬಾರದಂತೆ ಖಾರವಾಗಿ ನುಡಿದಳು.

ಮುಂದೆ ಮಾತನಾಡಲಿಲ್ಲ ಯೋಗಿ. ಅವನೇನೋ ಮನಸ್ಸಿನಲ್ಲಿ ಲೆಕ್ಕ ಹಾಕುತ್ತಿದ್ದ. ಎಲ್ಲಾ ತಿಳಿದೇ ಈ ಮದುವೆಗೆ ಒಪ್ಪಿಗೆ ನೀಡಿದ್ದ. ಅವನೊಂದು ರೀತಿ ಸ್ಯಾಡಿಸ್ಟ್. ಹೆಣ್ಣಿನ ಕಣ್ಣೀರು, ನೋವು ಆಕ್ರಂದನ ಅವನಿಗೆ ಇಷ್ಟ.

ಅದೇ ಮದುವೆಯಲ್ಲಿ ಅವನ ಗೆಳೆಯನೊಬ್ಬ ವಿಭಾ ಹಗರಣವನ್ನು ಅವನ ಕಿವಿಯ ಮೇಲೆ ಹಾಕಿದಾಗ ಅವನ ಮನ ಕುಣಿದು ಕುಪ್ಪಳಿಸಿತು. ಅದನ್ನು ಉಪಯೋಗಿಸಿಕೊಂಡು ಹೇಗೆ ಹೇಗೆ ಅವಳನ್ನು ಚಿತ್ರವಧೆ ಪಡಿಸಬೇಕೆಂದು ಒಂದು ಚಾರ್ಟನ್ನು ತಯಾರಿಸಿ ಇಟ್ಟಿದ್ದ.

ಒತ್ತಾಗಿ ಬೆಳೆದ ಹುಲ್ಲಿನ ಮೇಲೆ ಕೂತು ಅವಳತ್ತ ನೋಟ ಹರಸಿದ. ತೀರಾ ನವಿರಾದ, ಹೆಚ್ಚು ವೈವಿಧ್ಯ, ಹೂ ಬೆಳಗಿನ ಇಬ್ಬನಿಯಲ್ಲಿ ತೊಯ್ದು ಸಿಂಗಾರಗೊಂಡಂತೆ

ಕಂಡಿತು.

"ಕೂತ್ಕೋ....ವಿಭಾ" ಹೇಳಿದ.

ಇಂಥದ್ದೇ ಪಾರ್ಕ್, ಸಮಯವು ಕೂಡ ಇದೇ ಆಗಿರಬಹುದು. ಅವಳ ಮುಖದ ಮೇಲೆ ಬೆವರಿನ ಸೆಲೆಯೊಡೆಯತೊಡಗಿತು.

ಆಗ ಅವಳ ಇಡೀ ಕುಟುಂಬ ಕಣ್ಮುಂದೆ ತೇಲಿತು. 'ನನ್ನ' ಎನ್ನುವ ಬಗ್ಗೆ ಮಾತ್ರ ಯೋಚಿಸಿದ್ದರೆ ಅವಳು ದೂರ ಓಡಬಹುದಿತ್ತು. 'ನಮ್ಮ' ಎನ್ನುವ ಬಗೆಗೆ ಚಿಂತಿಸುವ ಮನಸ್ಸು ಅವಳದು.

ಮದುವೆಯ ದಿನ ಗೊತ್ತಾದ ಮೇಲೆ ಮನೆಯಲ್ಲಿ ಸಂಭ್ರಮದ ವಾತಾವರಣ. ಆಗಾಗ ನಿರ್ಲಿಪ್ತರಾಗಿದ್ದ ಗಣಪತಿಗಳು ಕೂಡ ತಮ್ಮನಿಗೆ ಸಲಹೆಗಳನ್ನು ಕೊಡುತ್ತಿದ್ದರು. ಇಂಥ ವಾತಾವರಣ ಹಠಾತ್ ಬದಲಾವಣೆಯಾದರೆ ಯಾವ ರೂಪ ತಾಳಬಹುದು? ಅದನ್ನು ಕಲ್ಪಿಸಿಕೊಳ್ಳಲು ಕೂಡ ಹೆದರುತ್ತಿದ್ದಳು.

ಒಂದಿಷ್ಟು ಅಂತರ ಬಿಟ್ಟೇ ಕೂತಳು.

ಯೋಗಿ ಮುಖದಲ್ಲಿ ಕಾಠಿಣ್ಯ ಮಿನುಗಿತು.

"ನಾವಿಬ್ರೂ..... ಎನಿಮಿಗಳಾ? ಅಷ್ಟು ದೂರ ಕೂತು ಮಾತನಾಡೋಕೆ ನಾನು ಕರ್ಕೊಂಡ್ಬರ್ಲಿಲ್ಲ" ಸಹಜವಾಗಿ ಹೇಳಿದರೂ ಅವಳಿಗೆ ರೇಗಿದ್ದಾನೆನಿಸಿತು. "ಸಾರಿ, ನಾನು ಬೆಳೆದ ವಾತಾವರಣವೇ ಅಂಥದ್ದು" ತನ್ನನ್ನು ಸಮರ್ಥಿಸಿಕೊಂಡಳು.

ಜೋರಾಗಿ ನಕ್ಕುಬಿಟ್ಟ ಯೋಗಿ. ಅವಳಿಗೆ ಕರ್ಕಶವೆನಿಸಿತು. ಎರಡು ಕೈಗಳು ಕಿವಿಗಳ ಮೇಲಕ್ಕೆ ಹೋದವು. ಬೆವರಿನ ಮಣಿಗಳು ಮುತ್ತುಗಳು ಅವಳ ಹಣೆಯನ್ನು ಅಲಂಕರಿಸಿದವು.

ತತ್‌ಕ್ಷಣ ಯೋಗಿಯ ನಗುವು ನಿಂತಿತು. ಅವನಲ್ಲಿ ಮೂಡಿದ್ದು ಸಹಾನುಭೂತಿಯಾಗಲಿ, ಗಾಬರಿಯಾಗಲಿ ಅಲ್ಲ. ಒಂದು ರೀತಿಯ ತೃಪ್ತಿ. ಅಂಥ ಸಮಯದಲ್ಲೂ ವಿಭಾ ಅವನ ಕಣ್ಣುಗಳಿಗೆ ಅತ್ಯಂತ ಸುಂದರವಾಗಿ ಕಾಣುತ್ತಿದ್ದಳು.

ಸ್ವಲ್ಪ ಸಾವರಿಸಿಕೊಂಡು ಮೇಲಕ್ಕೆದ್ದ ಅವಳ ಕೈಯನ್ನು ಹಿಡಿದುಕೊಂಡ ಭಯಂಕರ ಸಿಡಿದು ಅಪ್ಪಳಿಸಿದಂತೆ ಭಯಭೀತಳಾದಳು. ಕೈಯನ್ನು ಹಿಂದಕ್ಕೆಳೆದುಕೊಂಡಳು.

"ಎಕ್ಸ್‌ಕ್ಯೂಸ್ ಮಿ...." ಸರಿಯಾಗಿ ನಿಂತಳು.

ಯೋಗಿ ಮತ್ತೊಮ್ಮೆ ನಕ್ಕ. "ಇದೆಲ್ಲ ನಾಟ್ಕನಾ ವಿಭಾ?" ಅವನ ಪ್ರಶ್ನೆಗೆ ಉತ್ತರಿಸಲಾರದೆ ಹೋದಳು. ಏನಾಗಿದೆ ನನಗೆ? ಯೋಗಿ ಎದುರಿನಲ್ಲಿರುವುದೇ ಅವಳಿಗೆ ಉಸಿರುಗಟ್ಟುವ ಅನುಭವ.

ತುಟಿ ಸವರಿಕೊಂಡ ಯೋಗಿ ಹಸಿದ ಕಣ್ಣುಗಳಿಂದ ಅವಳತ್ತ ನೋಡಿದ.

"ಬಡ್ಡಿಸಮೇತ ಎಲ್ಲಾ ಮದ್ವೆ ಆದ್ಮೇಲೆ ವಸೂಲು ಮಾಡ್ಕೋತೀನಿ. ಅಷ್ಟರೊಳಗೆ

ನನ್ನ ಪತ್ರಕ್ಕೆ ಉತ್ತರ ಬೇಕು" ಗಡುಸಾಗಿ ನುಡಿದು ತಾನು ಮೇಲೆದ್ದ.

ಸ್ವಲ್ಪ ಸೂಕ್ಷ್ಮವಾಗಿ ಅವಲೋಕಿಸಿದ. ಅವನು ಬೇಕೆಂದೇ ವಿಭಾಳನ್ನು ಒಪ್ಪಿಕೊಂಡಿದ್ದ. ಒಂದು ಪ್ರಬಲವಾದ ಕಾರಣವನ್ನು ಹಿಡಿದುಕೊಂಡು ಸದಾ ಹಿಂಸೆಗೆ ಗುರಿಪಡಿಸುವಂಥ ಹೆಣ್ಣು ಬೇಕು. ಯೋಗಿಗೆ ಹೆಣ್ಣಿನ ಬಗ್ಗೆ ಪವಿತ್ರವಾದ ಭಾವನೆಯಾಗಲಿ, ಗೌರವವಾಗಲಿ ಇಲ್ಲ. ತನ್ನ ಹಾಗೆ ಅವಳು ಮನುಷ್ಯಳು ಎಂದು ಪುರಸ್ಕರಿಸಲು ಕೂಡ ಸಿದ್ಧವಿಲ್ಲ.

"ನನ್ನಡೆ ನೋಡು ವಿಭಾ" ಸ್ವರವನ್ನು ಸ್ವಲ್ಪ ನಯಗೊಳಿಸಿದ. ನೋಟ ಹರಿಸಿದಳು. ಯಾಕೋ ಆ ಮುಖವೇ ಅವಳಿಗೆ ಇಷ್ಟವಾಗಲಿಲ್ಲ. ತೀರಾ ಅಪರಿಚಿತವಾಗಿ ಕಂಡಿತು. "ಬ್ಯೂಟಿಫುಲ್ ಐಸ್...." ಉದ್ಗರಿಸಿದ. ಕಪ್ಪು ಅರಳುಗಣ್ಣಲ್ಲಿ ಎಷ್ಟು ಬಿಂದಿಗೆ ಕಂಬನಿ ಹರಿಸಲು ತನ್ನಿಂದ ಸಾಧ್ಯವೆಂದು ಲೆಕ್ಕ ಹಾಕುತ್ತಿದ್ದ.

"ಹೋಗೋಣ...." ಎಂದವಳ ಕೈ ಹಿಡಿದುಕೊಂಡು ಒಂಟಿ ಹರಳಿನ ಪಚ್ಚೆಯ ಉಂಗುರವನ್ನು ಬೆರಳಿಗೆ ತೊಡಿಸಿದ. "ನೀನು ಪರ್ಮಿಷನ್ ಕೊಟ್ಟರೆ...." ಮಾತು ಪೂರ್ತಿ ಮಾಡುವ ಮುನ್ನವೇ ಕೈಯನ್ನು ಹಿಂದಕ್ಕೆಳೆದುಕೊಂಡಳು.

ಯೋಗಿ ಹಲ್ಲುಮುಡಿ ಕಚ್ಚಿದ. 'ಈ ಹೆಣ್ಣಿಗೆ ಸರಿಯಾಗಿ ಬುದ್ಧಿ ಕಲಿಸದಿದ್ದರೇ ನನ್ನ ಹೆಸರು ಯೋಗಿನೇ ಅಲ್ಲ' ಮನದಲ್ಲಿಯೇ ಸವಾಲ್ ಎಸೆದ.

ಮನೆಗೆ ಬಂದಾಗ ಎಲ್ಲರೂ ಅವರಿಗಾಗಿಯೇ ಕಾದಿದ್ದರು. ವಿಭಾ ತನ್ನ ಕೋಣೆಗೆ ಹೋಗಿಬಿಟ್ಟಳು. ಉಂಗುರವಿಟ್ಟ ಬೆರಳು ಉರಿಯುತ್ತಿತ್ತು. ಅದನ್ನು ತೆಗೆದು ಟೇಬಲ್ ಮೇಲಿಟ್ಟು ನೋಡಿದಳು. ಬೆಲೆಬಾಳುವ ಪಚ್ಚೆ ಕಲ್ಲು ಕೂಡಿಸಿದ ಬಂಗಾರದ ಉಂಗುರ. ತಿರುಗಿಸಿ ತಿರುಗಿಸಿ ನೋಡಿ ಬೆರಳಿನತ್ತ ನೋಡಿಕೊಂಡಳು. ಉಂಗುರ ಕೂತಿದ್ದ ಅಷ್ಟು ಜಾಗವು ಇನ್ನೂ ಉರಿಯುತ್ತಿತ್ತು.

ಒಳಗೆ ಬಂದ ಕಾವೇರಮ್ಮನ ಮುಖ ಅರಳಿತು. "ಇದಕ್ಕಾ ಕರ್ಕೊಂಡ್ಹೋಗಿದ್ದುದು? ತುಂಬಾ ಚೆನ್ನಾಗಿದೆ. ಯಾಕೆ ತೆಗೆದೆ?" ಕೈಯಲ್ಲಿ ಹಿಡಿದು ಅದರ ತೂಕವನ್ನು ಕೂಡ ಲೆಕ್ಕ ಹಾಕಿಬಿಟ್ಟರು.

"ಈಗ್ಬೇಡ... ಬಿಡಿ ಚಿಕ್ಕಮ್ಮ" ನಿರಾಕರಣೆ ಸೂಚಿಸಿದಳು.

ಆಕೆ ಒಪ್ಪಲಿಲ್ಲ. ತಾವೇ ವಿಭಾ ಬೆರಳಿಗಿಟ್ಟರು. "ತುಂಬಾ ಚೆನ್ನಾಗಿ ಕಾಣುತ್ತೆ? ಜನ ಹೆಚ್ಚು ಸರಳ. ಸುಖವಾಗಿ ಇಟ್ಕೋತಾರೆ" ಎಂದರು. ಅದು ಯಾವುದೂ ಅವಳ ಮನಸ್ಸಿನಾಳಕ್ಕೆ ಇಳಿಯಲಿಲ್ಲ.

ವಿಪರೀತ ಜನ ಬಂದಿದ್ದರೂ ಮಾತುಗಳಲ್ಲಿ ಬಿಗುಮಾನ ತೋರಿರಲಿಲ್ಲ. ಈ ಮನೆಯವರನ್ನು ಬೆರಗುಗೊಳಿಸಲು ಅಷ್ಟು ಸಾಕಾಗಿತ್ತು.

ಎಲ್ಲರಂತೆ ಮಾತನಾಡದಿದ್ದರೂ ಗಣಪತಿಗಳು ಎಲ್ಲರ ನಡುವೆ ಇದ್ದರು ಎನ್ನುವುದೇ ಸಮಾಧಾನದ ಸಂಗತಿ.

ಹೊರಡುವುದಕ್ಕೆ ಮುನ್ನ ಯೋಗಿ ಅವಳ ಕೋಣೆಗೆ ಬಂದವನು ಎಲ್ಲಾ ಕಡೆ

ನೋಟ ಹರಿಸುವುದರ ಜೊತೆಗೆ ಟೇಬಲ್ ಮೇಲಿದ್ದ ಪುಸ್ತಕಗಳ ಪುಟಗಳನ್ನು ಮಗುಚಿದ. ದೀರ್ಘವಾಗಿ, ಆಳವಾಗಿ ನೋಡಿದ ಹಸಿರು ರೇಷ್ಮೆ ಸೀರೆಯುಟ್ಟ, ಮೈ ತುಂಬ ಆಭರಣಗಳನ್ನು ತೊಟ್ಟ ವಿಭಾ ಬಂಗಾರ ಪುತ್ಥಳಿಯಂತೆ ಕಂಡಳು.

"ನನ್ನ ಪತ್ರಕ್ಕೆ ಉತ್ತರ ಸಿಗುತ್ತಲ್ಲ?" ಎಂದ.

ಈಗ ಆತ್ಮವಿಶ್ವಾಸದಿಂದ ತಲೆಯೆತ್ತಿದಳು ವಿಭಾ. "ಸಿಗುತ್ತೋ ಇಲ್ಲವೋ ಹೇಳ್ಲಾರೆ. ಸಿಕ್ಕರೂ ನಾನು ಉತ್ತರಿಸದೇ ಇರ್ಬಹುದು. ಕೆಲವಕ್ಕೆ ಯಾವಾಗಲೂ ಉತ್ತರ ಸಿಗೋಲ್ಲ" ಸ್ಪಷ್ಟವಾಗಿ ಅಂದ ಮಾತುಗಳಿಗೆ ನಕ್ಕುಬಿಟ್ಟ.

"ನನಗೆ ಉತ್ತರ ಬೇಕು" ಅಷ್ಟು ನುಡಿದು ಹೊಸಲಿನವರೆಗೂ ಹೋಗಿ ಯೋಗಿ ನಿಂತು ಹಿಂದಿರುಗಿದ "ನನ್ನ ಹೆಚ್ಚು ನಿರಾಶೆಗೊಳಿಸಿದೆ ವಿಭಾ" ಎಂದು ಅವನ ನೋಟವನ್ನೆದುರಿಸಲಾರದೆ ಹೋದಳು.

ಎಲ್ಲರೂ ಖಾಲಿಯಾದ ಮೇಲೆ ಕಿಟಕಿಯಲ್ಲಿನ ಗಾಳಿಗೆ ಮುಖವೊಡ್ಡಿ ಕೂತಳು. ಯೋಗಿ ಮರೆಯಾದ ಕೂಡಲೇ ಅವನ ಮುಖವೇ ಮರೆತುಹೋಗುತ್ತಿತ್ತು. ಎಷ್ಟು ನೆನಪಿಸಿಕೊಂಡರೂ ಸಾಧ್ಯವಾಗುತ್ತಿರಲಿಲ್ಲ. ಅದೇ ಅಭಿಷೇಕ್ ಮುಖ ಸನಿಹವಾದದ್ದು ಕೆಲವು ಕ್ಷಣಗಳಾದರೂ ಒಂದಿಂಚೂ ಚಲಿಸಿರಲಿಲ್ಲ. ಅವನ ಬಿಸಿಯುಸಿರು ಈಗಲೂ ಕೆನ್ನೆಯನ್ನು ಪದೇಪದೇ ತೊಳೆದಿದ್ದಳು. ಕೋಲ್ಡ್‌ಕ್ರೀಂ ಹಚ್ಚಿದ್ದಳು. ಒರೆಸಿ ಒರೆಸಿ ಅಭಿಷೇಕ್ ಚುಂಬಿಸಿದ ಕೆನ್ನೆ ತುಟಿಗಳನ್ನು ಶುಭ್ರಗೊಳಿಸುತ್ತಿದ್ದಳು. ಆದರೆ..... ಆ ಮುಖ, ಅನುಭವ ಅವಳಿಂದ ದೂರವಾಗಿರಲಿಲ್ಲ.

ಗಾಳಿಯ ಬಿಸಿಯಾದ ಅನುಭವವಾಯಿತು.

ಒಳಗೆ ಬಂದ ಗೋಪಾಲಕೃಷ್ಣ ಛೇಡಿಸಿದರು. "ಯೋಗಿ ಒಳ್ಳೆಯ ಮಾತುಗಾರ. ಎಲ್ಲಾ ಮಾತು ಅವನೇ ಆಡಿರುತ್ತಾನೆ. ಎಲ್ಲಿ.... ಉಂಗುರ?" ಅವಳ ಕೈ ಹಿಡಿದುಕೊಂಡರು. ಬೆರಳಿನಲ್ಲಿ ಏನೂ ಇರಲಿಲ್ಲ. ಚಕಿತರಾದರು.

"ಯಾಕೆ.... ತೆಗೆದಿದ್ದು?" ಪರೀಕ್ಷಕ ನೋಟ ಬೀರಿದವರು "ಇಂಥ ಕ್ಷಣಗಳು ನೆನಪಿನ ವಜ್ರಗಳಾಗಿ ಮುಂದಿನ ಜೀವನಕ್ಕೆ ಉಳಿಯುತ್ತೆ. ಮೊದಲ ನೋಟ, ಮೊದಲ ಮಾತು, ಪ್ರಥಮ ಸ್ಪರ್ಶ.... ಹೆಣ್ಣು, ಗಂಡಿನ ಜೀವನದಲ್ಲಿ ಎಂದೆಂದೂ ಮರೆಯಲಾರದ್ದು. ಉಂಗುರ ಬಿಗಿನಾ?" ಅವರೇ ಕೇಳಿ ತೆಗೆದಿಟ್ಟಿದ್ದಕ್ಕೆ ಸಮಾಧಾನ ತೋರಿಸಿದಂತಾಯಿತು. ವಿಭಾ ಸಮಾಧಾನದ ಉಸಿರು ದಬ್ಬಿದಳು.

ಡ್ರಾಯರ್‌ನಲ್ಲಿದ್ದ ಉಂಗುರವನ್ನು ಅವರೇ ಕೈಗೆ ತೆಗೆದುಕೊಂಡು ನೋಡಿದರು. ಕಲ್ಲು ಕೂಡಿಸುವಿಕೆ ಅದರ ಸುತ್ತಲೂ ಮೂಡಿದ ಚಿತ್ತಾರದ ಕೆಲಸ ಎಲ್ಲವನ್ನೂ ಮೆಚ್ಚಿಕೊಂಡರು.

"ಇದು ಯೋಗಿಯ ಮೊದಲ ಉಡುಗೊರೆ ನಿನಗೆ. ಜೋಪಾನವಾಗಿ ಕಾಯ್ದುಕೊಳ್ಳಬೇಕು. ಬೆರಳಿನಲ್ಲೇ ಇರಲಿ" ತಾವೇ ಅವಳ ಬೆರಳಿಗೆ ತೊಡಿಸಿದರು. ಬಿಗಿಯೇನು ಇರಲಿಲ್ಲ. ಬೆರಳಿನ ಅಳತೆಗೆ ಹೊಂದಿಕೊಂಡಿತ್ತು.

ಮೆಲ್ಲಗೆ ನೋಟವೆತ್ತಿ ವಿಭಾ ಮುಖವನ್ನು ಅವಲೋಕಿಸಿದರು. ಮೇಲ್ನೋಟಕ್ಕೆ ಮುಖ ಕಳೆಕಳೆಯಾಗಿ ಕಂಡರೂ ಮನದ ಮಂಕುತನ ತೊಡೆದು ಹೋಗಿಲ್ಲವೆಂದು ಚಕೊಂಡರು.

"ಇದು ಸರಿಯಲ್ಲ ವಿಭಾ. ಇದ್ರಿಂದ ಸುಂದರವಾಗಬಹುದಾದ ದಾಂಪತ್ಯ ಛಿದ್ರವಾಗುತ್ತೆ. ಯೋಗಿ ವಿಶಾಲ ಮನಸ್ಸಿನವನು ಕೂಡ. ಮುಂದೆ ತಿಳಿದು ರಾದ್ಧಾಂತವಾಗೋದ್ಬೇಡಾಂತ ನಾನೇ ಎಷ್ಟು ತಿಳಿಸ್ಬೇಕೋ ಅಷ್ಟನ್ನು ತಿಳಿಸಿದ್ದೀನಿ. ಅವ್ನು ನಕ್ಕುಬಿಟ್ಟ" ಎಂದಾಗ ಅವಳೆದೆಯ ಭಾರವೇನು ಕಡಿಮೆಯಾಗದಿದ್ದರೂ ಯೋಗಿಯ ಪತ್ರ ಹುಡುಕಿ ಅದಕ್ಕೆ ಉತ್ತರಿಸಬೇಕಾದ ಅಗತ್ಯವಿಲ್ಲವೆಂದುಕೊಂಡಳು.

ಅವಳಿಗೆ ಪ್ರತಿಯೊಂದು ಗಲಿಬಿಲಿ. ತಪ್ಪು, ಸರಿಗಳ ವಿವೇಚನೆಯೇ ತನ್ನಲ್ಲಿ ಕಳೆದುಹೋಗಿದೆಯೆನ್ನುವ ಅನುಮಾನ.

"ನಾನು ಹೇಳೋದು ಸರಿ ತಾನೇ?" ಅವರೇ ಕೇಳಿದರು.

"ಸರಿಯಾಗಿಯೇ ಇರುತ್ತೆ" ಎಂದಳು.

ಗೋಪಾಲಕೃಷ್ಣ ಅವಳ ತಲೆ ಸವರಿ ಹೊರಗೆ ಬಂದರು. ವಿಭಾ "ಸರಿಯಾಗಿಯೇ ಇರುತ್ತೆ ಅಂದಳೇ ವಿನಾ ಸರಿ ಎಂದಿರಲಿಲ್ಲ" ಕ್ಷೋಭೆಗೆ ಗುರಿಯಾದರು.

ಎಲ್ಲವನ್ನು ಎದೆಯಾಳದಲ್ಲಿ ಬಚ್ಚಿಟ್ಟುಕೊಂಡಿದ್ದರು. ಅಯ್ಯಂಗಾರಿಯೇ ಒಮ್ಮೆ ಪ್ರಸ್ತಾಪಿಸಿದ್ದರು.

"ವಿಭಾ ಕಾಲೇಜಿನಲ್ಲಿ ಏನೋ ಗಲಾಟೆ ಮಾಡಿಕೊಂಡಿದ್ದಾಳೆ. ಅದ್ಕೆ ವಿದ್ಯಾಭ್ಯಾಸ ನಿಲ್ಲಿಸಿದ್ದು ಅಂತ ಸುಬ್ಬಣ್ಣನ ಮಗ ವಾಗೀಶ ಹೇಳಿದ್ನಲ್ಲ. ಏನು ವಿಷ್ಯ?"

ವಿಭಾ ನಿರಪರಾಧಿಯಾದರೂ ಆ ಕ್ಷಣ ತಮ್ಮನ್ನು ಭೂಮಿ ನುಂಗಬಾರದೆ ಎಂದು ಪರಿತಪಿಸಿದ್ದರು. ಏನೆಂದು ಹೇಗೆಂದು ತಿಳಿಸಿಯಾರು?

ಆಮೇಲೆ ಅಯ್ಯಂಗಾರಿಯೇ ನಗೆಯಲ್ಲಿ ತಳ್ಳಿ ಹಾಕಿದ್ದರು. "ಒಬ್ಬೊಬ್ಬರದು ಒಂದೊಂದು ಕಥೆ ಇರುತ್ತೆ. ಅದು ಹಾಳಾಗ್ಲಿ ಬಿಡಿ. ಕೇಳಿದಾಗ ದಬಾಯಿಸಿ ಬಿಡೋದು."

ಇನ್ನೊಂದು ರೀತಿಯ ಭಯ ಅವರಿಗೆ. ಘಟನೆಗೆ ಬಣ್ಣ ಬಳೆದು ಬೇರೆ ಯಾರಾದರೂ ತಿಳಿಸಿ ಆಘಾತಕ್ಕೆ ಕಾರಣವಾಗುವುದು ಬೇಡವೆಂದು ತಾವು ಯೋಗಿಗೆ ತಿಳಿಸಿದ್ದರು.

"ಆಯ್ತು ಬಿಡಿ. ನಮ್ಮ ಮನೆಯವರಿಗೇನು ತಿಳಿಸೋದ್ಬೇಡ. ನಾನೇ ಮ್ಯಾನೇಜ್ ಮಾಡ್ಕೋತೀನಿ" ಯೋಗಿ ತನ್ನ ಒಳ್ಳೆಯತನ ಪ್ರದರ್ಶಿಸಿ ಜೊತೆಗೆ ದೊಡ್ಡ ಜವಾಬ್ದಾರಿಯನ್ನು ಹೊತ್ತುಕೊಂಡಂತೆ ಕಂಡುಬಂದ.

ಒಂದು ದೊಡ್ಡ ಸಮಸ್ಯೆಗೆ ಪರಿಹಾರ ಸಿಕ್ಕಂತಾಗಿತ್ತು. ಆದರೆ ವಿಭಾ ಆ ಆಘಾತದಿಂದ ಚೇತರಿಸಿಕೊಂಡಿರಲಿಲ್ಲ.

ಗೋಪಾಲಕೃಷ್ಣ ಮನಬಿಚ್ಚಿ ಯಾರೊಂದಿಗಾದರೂ ಹೇಳಿಕೊಳ್ಳುವ ಅಥವಾ

ಸಲಹೆ ಕೇಳುವ ಸ್ಥಿತಿಯಲ್ಲಿರಲಿಲ್ಲ.

ಗಣಪತಿಗಳು ಬಂದಿದ್ದರಿಂದ ಸ್ವಲ್ಪ ತಮ್ಮ ಅನ್ಯಮನಸ್ಕತೆಯನ್ನು ಮರೆ ಮಾಡಿಕೊಂಡ ಗೋಪಾಲಕೃಷ್ಣ ಅವರನ್ನ ಹಿಂಬಾಲಿಸಿ ಕೋಣೆಗೆ ಹೋದರು.

ವಿಶ್ರಮಿಸಿಕೊಳ್ಳುವಂತೆ ಹಾಸಿಗೆಗೆ ಒರಗಿದ ಗಣಪತಿಗಳು ತಮ್ಮನನ್ನು ಕೂಡುವಂತೆ ಸನ್ನೆ ಮಾಡಿದರು.

"ಏನು ತೊಂದರೆ ಆಗಲಿಲ್ವಲ್ಲ?" ಅಷ್ಟು ಕೇಳಿದರು.

"ಏನಿಲ್ಲ, ಬಂದ ಜನಸಮೂಹ ನೋಡಿ ಹೆದರಿದ್ದೆ. ಹೇಗೆ ಇಷ್ಟೊಂದು ಜನಾನ ಸುಧಾರಿಸೋದೆಂದು. ಉತ್ತಮ ಸಂಸ್ಕಾರವಂತ ಜನ. ಗಂಡು ಹೆತ್ತವರೆಂಬ ದೊಡ್ಡತನದ ಪ್ರದರ್ಶನ ಮಾಡದೇ ಇಲ್ಲಿ ತಮ್ಮದೂ ಪಾಲು ಇದೆಯೆನ್ನುವಂತೆ ನಡೆದುಕೊಂಡರು" ಮನಃಪೂರ್ತಿ ಹೊಗಳಿದರು.

ಆದರೆ ಗಣಪತಿ ಮುಖದ ಗೆರೆಗಳು ಮತ್ತಷ್ಟು ಆಳವಾದವು. ಸದಾ ಧರ್ಮಗ್ರಂಥಗಳಲ್ಲಿಯೇ ಮಗ್ನವಾದ ಜೀವ. ಇಪ್ಪತ್ತನೆಯ ಶತಮಾನದಲ್ಲಿದ್ದರೂ ತ್ರೇತಾಯುಗ, ದ್ವಾಪರಯುಗದ ಘಟನೆಗಳನ್ನು ಅರ್ಥೈಸಿಕೊಳ್ಳುವತ್ತಲೇ ಗಮನ. ವಾಸ್ತವಕ್ಕೆ ಹೊರಳುತ್ತಿದ್ದುದು ಆಗಾಗ.

"ವಿಭಾಗೆ ಪೂರ್ತಿ ಒಪ್ಪಿಗೆ ಇದೆ ತಾನೆ?" ಅವರದೊಂದು ಪ್ರಶ್ನೆ ಗೋಪಾಲಕೃಷ್ಣರನ್ನು ಅಲುಗಾಡಿಸಿಬಿಟ್ಟಿತು. "ಒಪ್ಪಿಗೆ...." ಎಂದು ಉಸುರಿದವರು ಹೊರಗೆ ಬಂದು ಸುಧಾರಿಸಿಕೊಂಡರು. ಅವರಿಗೆ ಇದಕ್ಕಿಂತ ಬೇರೆ ದಾರಿ ಇರಲಿಲ್ಲ.

ಅಷ್ಟರಲ್ಲಿ ಗಣಪತಿಗಳ ಪ್ರಿಯ ಶಿಷ್ಯ ಬಂದಿದ್ದರಿಂದ ನಿರಾಳವಾಗಿ ಉಸಿರಾಡಿದರು.

ದೀರ್ಘದಂಡ ನಮಸ್ಕಾರದ ಜೊತೆ ಗಣಪತಿಗಳ ಪಾದಗಳನ್ನು ಮುಟ್ಟಿ ನಮಸ್ಕಾರ ಹಾಕಿದರು ಬೆಂಜಮಿನ್.

ಬಹಳ ಪ್ರೀತಿಯಿಂದ ವಿಚಾರಿಸಿದರು ಬೆಂಜಮಿನ್‌ರ ಮೇರಿ ಫಾರ್ಮಾಸುಟಿಕಲ್ ಬಗೆಗೆ. ಅವರ ಮನೆಯವರ ಯೋಗಕ್ಷೇಮ ಕೇಳಿದರು. ಒಂದೆರಡು ಗಂಟೆಗಳು ಆ ವ್ಯಕ್ತಿ ಉಳಿದಿದ್ದರಿಂದ ಗಣಪತಿಗಳ ಮುಂದೆ ಹೋಗುವ ಪ್ರಸಕ್ತಿ ಗೋಪಾಲಕೃಷ್ಣರಿಗೆ ಬರಲಿಲ್ಲ.

ಮರುದಿನ ವಿಭಾ ಬೆರಳಿನಲ್ಲಿ ಪಚ್ಚೆಯ ಉಂಗುರ ಇರಲಿಲ್ಲ. ಅಪಸ್ವರದ ಸೂಚನೆಯೆನಿಸಿತು. ಕೇಳಲು ಸಹ ಹಿಂಜರಿದರು.

ವಿಭಾ ಬಹಳ ಮಾನಸಿಕ ಕ್ಷೋಭೆ ಅನುಭವಿಸಿಯೇ ಉಂಗುರವನ್ನು ತೆಗೆದು ಡ್ರಾಯರ್‌ನ ಮೂಲೆಯೊಳಕ್ಕೆ ಹಾಕಿದ್ದಳು. ಅದು ಅವಳ ಬೆರಳಿನಲ್ಲಿದ್ದಷ್ಟು ಕಾಲ ಉರಿ, ಬೆರಳು ಕತ್ತರಿಸಿಹೋದಂಥ ನೋವು. ತನ್ನ ಬೆರಳೇ ಎಲ್ಲಿ ಇಲ್ಲವಾಗಿ ಹೋಗುವುದೋ ಎನ್ನುವ ಭಯ.

ಉಂಗುರ ಡ್ರಾಯರ್ ಸೇರಿದ ನಂತರ ಒಂದು ರೀತಿಯ ಶಾಂತತೆ ಮೂಡಿತು

ಅವಳ ಮನದಲ್ಲಿ. ಕೈಯನ್ನು ಕಿಟಕಿಯಿಂದ ತಣ್ಣನೆಯ ಗಾಳಿಗೊತ್ತಿ ನಿಂತಳು.

ಎರಡು ಪಕ್ಷಿಗಳು ಪಾರಿಜಾತದ ಗಿಡದ ಮೇಲೆ ಕೂತು ಸಂಭಾಷಿಸುತ್ತಿದ್ದವು. 'ಕಿಚ್, ಕಿಚ್' ಸದ್ದು ಕೂಡ ಅವಳಿಗೆ ಅಪ್ಯಾಯಮಾನವೆನಿಸಿತು. ಅವುಗಳ ಕೊಕ್ಕುಗಳ ತಿವಿತ, ಪ್ರೀತಿಯ ಸಮರ ಶುರುವಾದಾಗ.... ಸಮೀಪದ ತುಟಿಗಳು, ಬಿಸಿಯುಸಿರು, ಬಳಸಿದ ಬಾಹುಗಳು.

ಒಂದು ಕಾಣದ ಜಗತ್ತಿಗೆ ಅವಳನ್ನು ಒಯ್ದು ಕಂಗೆಡಿಸಿಬಿಟ್ಟಿತು.

ಗೋಪಾಲಕೃಷ್ಣ ನಿಶ್ಚಿಂತೆಯಿಂದ ಮದುವೆಯ ಸಂಭ್ರಮದಲ್ಲಿ ಮುಳುಗಿದ್ದರು. ಹೆಚ್ಚು ಬಳಗವಿರುವ ಜನಕ್ಕೆ ವಾಹನ ಒದಗಿಸುವ ಜವಾಬ್ದಾರಿಯನ್ನು ಇವರ ಮೇಲೆ ಹಾಕಿದ್ದರು. ಇದು ಅವರ ನಿರೀಕ್ಷೆಗೆ ಮೀರಿ ಖರ್ಚಿನ ವ್ಯಾಪ್ತಿ ಸೇರಿತ್ತು.

ಅಂದು ಮನೆಗೆ ಬರುವ ವೇಳೆಗೆ ಅಯ್ಯಂಗಾರಿ ಕಾದು ಕೂತಿದ್ದರು. "ಬೀಗರ ಸುದ್ದಿ ತಂದಿದ್ದೀನಿ" ಎಂದಾಗ ಸೋತವರಂತೆ ಅಲ್ಲಿ ಕೂತರು. "ಮತ್ತೇನಂತೆ?" ತಾಳ್ಮೆಯಿಂದಲೇ ಕೇಳಿದರು.

"ಎರಡು ಕಾರುಗಳ ಎಕ್ಸಟ್ರಾ ಏರ್ಪಾಡು ಒಂದು ವರ ಮತ್ತು ಅವನ ತಂದೆ ತಾಯಿಗಳಿಗೆ. ಇನ್ನೊಂದು ವಯಸ್ಸಾದ ಜನಕ್ಕೆ. ಬಸ್ಸು ವ್ಯಾನ್‌ನಲ್ಲಿ ಅವರಿಂದ ಬರಲಿಕ್ಕಾಗೊಲ್ಲವಂತೆ."

ಸೌಜನ್ಯ ಮೂರ್ತಿಯಂತಿದ್ದ ಗೋಪಾಲಕೃಷ್ಣರ ಮೈ ಮೇಲೂ ಕೋಪದಿಂದ ಮುಳ್ಳುಗಳು ಎದ್ದವು. ಇದುವರೆಗಿನ ಅವರ ಖರ್ಚು ಸಾಮರ್ಥ್ಯಕ್ಕೆ ಮೀರಿದ್ದು.

"ಅಷ್ಟೇನಾ?" ಕೋಪ ನುಂಗಿದರು.

ಅಯ್ಯಂಗಾರಿ ತಲೆ ಚಚ್ಚಿಕೊಂಡ. "ಅಂತು ಭಾರೀ ಜನಾನೇ! ಕ್ಯಾಷ್, ವೆಹಿಕಲ್ ಅಂತ ಕಾಡೋ ಜನಾನ ಕಂಡಿದ್ದೀನಿ. ಇವು ಬರೀ ಶಾಸ್ತ್ರ, ಸಂಪ್ರದಾಯ ಮುಂದೆ ಮಾಡಿಕೊಂಡು ಬೆಳ್ಳಿಯ ಸೊಡಲು ಇಷ್ಟೇ. ಗ್ರಾಮ್‌ದು ಇರ್ಬೇಕು, ದೀಪದ ಕಂಬಗಳು ಇಷ್ಟೇ ಎತ್ತರವಿರಬೇಕು. ಸರದ ತೂಕ ಇಷ್ಟೇ ಇರ್ಬೇಕು, ಬಂದ ನಮ್ಮವರಿಗೆಲ್ಲ ಇಂತಿಂಥ ಉಡುಗೊರೆನೆ ಕೊಡ್ಬೇಕು. ಇದು ಎಲ್ಲಿ ಮುಟ್ಟುತ್ತೋ?" ಅವರ ದನಿಯಲ್ಲಿ ಕೂಡ ಭಯವಿತ್ತು.

ಮೊದಲ ಸಲ ಯೋಚಿಸುವಂತಾಯಿತು ಗೋಪಾಲಕೃಷ್ಣರಿಗೆ. ವಿಭಾ ಸುಖವಾಗಿರಬೇಕು. ಯಾವ ಕಳಂಕವು ಅವಳ ಭವಿಷ್ಯಕ್ಕೆ ಆಪತ್ತು ಆಗಬಾರದೆಂದು ಚಡಪಡಿಸುತ್ತಿದ್ದರು.

"ನೋಡೋಣ...." ಎದ್ದು ಬಿಟ್ಟರು.

ಅಯ್ಯಂಗಾರಿಗೆ ಕಕ್ಕಾಬಿಕ್ಕಿಯಾಯಿತು.

"ನೋಡೋಣಾಂದ್ರೆ ಹೇಗೆ? ಹಣ ಕಳುಹಿಸಿಕೋಡೋದೋ ಅಥ್ವಾ..." ಬರೀ ತಲೆದೂಗಿದರು ಅಷ್ಟೇ. ಇಂಥದ್ದೆ ಸರಳುಗಳು ಮದುವೆಯ ದಿನ ತಮ್ಮನ್ನು

ಆವರಿಸಿ ಎಲ್ಲಿ ಕಕ್ಕಾಬಿಕ್ಕಿ ಮಾಡುತ್ತದೆಯೋ ಎಂದು ಹೆದರಿದರು ಗೋಪಾಲಕೃಷ್ಣ.

ಮದುವೆಯ ದಿನದ ವೇಳೆಗೆ ಅವರು ತೀರಾ ಮೆತ್ತಗಾಗಿಬಿಟ್ಟರು. ಆದರೂ ಹಿಂಜರಿಯಲಿಲ್ಲ.

ವರಪೂಜೆಯ ಗಂಡು ಒಂದು ಬೇಡಿಕೆ ಮುಂದಿಟ್ಟ.

"ಸ್ವಲ್ಪ ವಿಭಾನ ನನ್ನ ಕೋಣೆಗೆ ಕಳ್ಸಿ."

ಹೆಂಗಳೆಯರ ಮುಂದೆ ಹೀಗೆ ಕೇಳಿದಾಗ ಕಾವೇರಮ್ಮನಿಗೆ ಅಳುವುದೊಂದು ಬಾಕಿ ಇತ್ತು. ಹಿಂದಕ್ಕೆ ತಿರುಗಿ ನೋಡಿದರು. ಗಣಪತಿಗಳು ಬಹಳ ವರ್ಷಗಳ ನಂತರ ರೇಶಿಮೆಯ ಶಲ್ಯವನ್ನು ಹೊದ್ದುಕೊಂಡು ಪರಿಚಿತರೊಂದಿಗೆ ಮಾತನಾಡುತ್ತಿದ್ದರು. ಅವರ ಆಯುಸ್ಸಿನಲ್ಲಿ ಇದೊಂದು ಅಮೃತಗಳಿಗೆ.

ಗಂಡನನ್ನು ಹುಡುಕಿಕೊಂಡು ಅಡಿಗೆಯ ಶಾಲೆಗೆ ಹೋದರು. ಬಂದ ಜನಾನ ಸುಧಾರಿಸುವಲ್ಲಿ ಅವರಿಗೆ ಸಾಕಾಗಿತ್ತು.

ಏನೋ ಸಲಹೆ ನೀಡುತ್ತಿದ್ದ ಗೋಪಾಲಕೃಷ್ಣ ಮಡದಿಯತ್ತ ಧಾವಿಸಿ ಬಂದರು.

"ಈಗ ವಿಭಾನ ನನ್ನ ಕೋಣೇಗೆ ಕಳ್ಸಿ ಅಂತಾನೆ ಯೋಗಿ. ಇದೇನು ವಿಪರೀತ? ಹೇಗೂ ನಾಳೆ ಮಾಂಗಲ್ಯ ಕುತ್ತಿಗೆಗೆ ಬಿದ್ದ ಮೇಲೆ ಅವನವಳು ಆಗ್ತಾಳೆ. ಅಷ್ಟರಲ್ಲಿ ಇದೆಂಥ ಆತುರ? ಹೆಣ್ಣು ಅಂದರೆ ಇಷ್ಟೊಂದು ನಿಕೃಷ್ಟವೇ?" ಅವಮಾನದಿಂದ ಆಕೆಯ ಸ್ವರ ಕಂಪಿಸುತ್ತಿತ್ತು.

ಇಂದಿಗೂ ಆ ಮನೆಯಲ್ಲಿ ಆಕೆಗೆ ಪರಿಪೂರ್ಣ ಗೌರವ, ಗಣಪತಿಗಳು ಒಂದು ಮಾತು ಕೂಡ ಆಡರು ನಾದಿನಿಯ ಮುಂದೆ.

"ಕಾವೇರಮ್ಮನ ಕೇಳು" ಅಷ್ಟೇ ಅವರು ಹೇಳುತ್ತಿದ್ದುದ್ದು. ಗೋಪಾಲಕೃಷ್ಣ ಹೆಂಡತಿಯ ಬೆನ್ನು ತಟ್ಟಿ ನೇರವಾಗಿ ಯೋಗಿಯ ಅಪ್ಪನನ್ನು ಹುಡುಕಿಕೊಂಡು ಬಂದರು. ನಿಶ್ಚಿಂತೆಯಿಂದ ಇಸ್ಪೀಟು ಕಲೆಸುತ್ತಿದ್ದ ಇವರನ್ನೇ ತಾವು ಹೊಗಳಿದ್ದು?

"ಕೂತು ಬಿಟ್ರಲಾ....ಬನ್ನಿ" ತೋಳು ಹಿಡಿದುಕೊಂಡರು. ಇವರತ್ತ ತಿರುಗದೆಯೇ "ಇರಲೀ, ಸ್ವಲ್ಪ ಯೋಗಿನ ಹೋಗಿ ನೋಡಿ. ಅವನೇನೋ ಅದು ಇದೂಂತ ಪಟ್ಟು ಹಿಡಿದಿದ್ದಾನೆ. ಆಗಬೇಕಾದ್ದು ಎಷ್ಟೋ ಇದೆ, ಹೋಗಿ ನೋಡಿ" ಉದಾಸೀನವಾಗಿ ಅಂದು ತಮ್ಮ ಕೆಲಸದಲ್ಲಿ ಮಗ್ನವಾಗಿ ಬಿಟ್ಟರು.

ತೀರಾ ಅವಮಾನಿತರಾದಂತೆ ಗೋಪಾಲಕೃಷ್ಣ ಕೋಣೆಯಿಂದ ಹೊರಗೆ ಬಂದರು. ಕೋಣೆಯ ಹೊರಗೆ ನಿಂತ ಯೋಗಿ ಇವರ ದಾರಿ ಕಾಯುವಂತೆ ಕಂಡ. ಚಪ್ಪಾಳೆ ತಟ್ಟಿ ಕೈಸನ್ನೆ ಮೂಲಕ ಕರೆದ.

ಅವರಿಗೆ ಹೃದಯ ಕಿತ್ತು ಬಾಯಿಗೆ ಬಂದಂತಾಯಿತು. ಒಳ್ಳೆಯವರಿಗೆ ಕೋಪ ಬಂದರೆ ಆಗುವ ಅನಾಹುತವು ದೊಡ್ಡದೆ. ಆದರೆ ಅವರನ್ನು ತಡೆಯುತ್ತಿದ್ದುದು ಗಣಪತಿಗಳು, ಇದನ್ನೆಲ್ಲ ತಡೆದಾರೆ ಎನ್ನುವ ಭಯ.

ಅವನತ್ತ ಹೋದವರು ಮುಖ ಒಂದು ತರಹ ಮಾಡಿದರು. "ಇದೆಲ್ಲ ಸರಿಯಲ್ಲ. ಮಾನ, ಮರ್ಯಾದೆಯೇ ಸಮಸ್ತವೂ ಎನ್ನುವಂಥ ಮಧ್ಯಮ ದರ್ಜೆಯ ಜನ ನಾವು. ಇಲ್ಲಿ ಬಂದು ಸೇರಿರುವ ಬಂಧುಬಳಗದವರು ಆ ವರ್ಗದವರೇ. ನಿಂಗೆ ಅಷ್ಟು ವಿಭಾ ಹತ್ರ ಮಾತನಾಡಬೇಕೆನಿಸಿದ್ರೆ.... ನೀನೆ ಕೋಣೆಗೆ ಹೋಗಿ ಮಾತನಾಡ್ಸಿ ಬಾ, ಹೆಣ್ಣು, ಗಂಡುಗಳ ಸಮ್ಮಿಲನ ಒಂದು ಪವಿತ್ರ ದೀಕ್ಷೆ" ಬುದ್ಧಿ ಹೇಳಿದರು.

ಯೋಗಿ ನಕ್ಕ. ಅವನ ಅಕ್ಕಪಕ್ಕದಲ್ಲಿದ್ದವರು ಕೂಡ ದನಿಗೂಡಿಸಿದರು. "ವಿಭಾನ ಸ್ವಲ್ಪ ಕಳ್ಸಿ!" ಮತ್ತೆ ಅದೇ ಹೇಳಿದ.

ಅವನ ಉದ್ದೇಶ ಸರಿಯಾದುದಲ್ಲವೆಂದು ಅರ್ಥವಾಗಲು ಅವರಿಗೆ ತಡವಾಗಲಿಲ್ಲ. ತುಟಿ ಕಚ್ಚಿ ಅವನನ್ನು ಪಕ್ಕಕ್ಕೆ ಕರೆದೊಯ್ದರು.

"ಸಹನೆಗೂ ಒಂದು ಮಿತಿ ಇರುತ್ತೆ. ನಿಮ್ಗೆ ಏನು ಅಲ್ಲದ ವಿಭಾ ಮೇಲೆ ಅಂಥ ಅಧಿಕಾರ ಚಲಾವಣೆ ನಿಮ್ದು. ಅಕ್ಷತೆ ಹಾಕಿ ಆಶೀರ್ವಾದ ಮಾಡೋಕೆ ಬಂದ ಹಿರಿಯರು ಇದ್ದಾರೆ ಇಲ್ಲಿ" ವಿವೇಕ ಹೇಳಿದರು.

"ನಂಗೆ ಮಾತ್ರನ ಈ ಉಪದೇಶ? ಅಲ್ಲೇ ಹುಟ್ಟಿ ನಿಮ್ಮ ಕೈ ಕೆಳಗೆ ಬೆಳ್ದ ವಿಭಾಗೆ ಇಂಥ ಬುದ್ಧಿವಾದವೆಲ್ಲ ಹೇಳಿಲ್ವಾ?" ಪರಿಹಾಸ್ಯ ಮಾಡಿದಂತಿತ್ತು ಯೋಗಿಯ ದನಿ.

ಈಗ ಗೋಪಾಲಕೃಷ್ಣರಿಗೆ ಮನದಟ್ಟಾಯಿತು ಅವಳಿಗೆ ಚಿತ್ರವಧೆ ನೀಡಲೇ ಹಸೆಮಣೆ ಮೇಲೆ ನಿಂತಿದ್ದಾನೆ. ಮುಂದಿನ ಪರಿಣಾಮ....?

"ಅವ್ಳು ಬರೋಲ್ಲ...." ನಡೆದೇ ಬಿಟ್ಟರು.

ಸೀದಾ ಹಣ್ಣು, ಕಾಯಿ ಹಾಕಿದ್ದ ಕೋಣೆಗೆ ಹೋಗಿ ತಲೆಯ ಮೇಲೆ ಕೈ ಹೊತ್ತು ಕೂತುಬಿಟ್ಟರು. ಎಲ್ಲೋ ಅವಿತಿದ್ದ ಭಯ ಭೂತವಾಗಿ ಅವರನ್ನು ಬೆದರಿಸತೊಡಗಿತು.

ಈ ಹೊತ್ತಿನವರೆಗೂ ವಿಭಾ ಯೋಗಿಯ ಪಚ್ಚೆಯುಂಗುರವನ್ನು ಬೆರಳಿಗೆ ಹಾಕಿಕೊಂಡಿರಲಿಲ್ಲ. ಒಮ್ಮೆ ಹೆಂಡತಿ ಅವರ ಮುಂದೆ ತಂದು ಹಿಡಿದಿದ್ದರು.

"ಇದು ವಿಭಾ ಬೆರಳಿಗೆ ಹಾಕಿದ್ರೆ ಉರಿ, ನೋವು ಎಲ್ಲಾ ಶುರುವಾಗುತ್ತೆ. ಬಂಗಾರದ್ದೋ, ಕಲ್ಲಿನದೋ ಏನಾದ್ರೂ ದೋಷ ಇರ್ಬೇಕು. ಒಂದು ಸ್ವಲ್ಪ ತೋರ್ಸಿಕೊಂಡ್ಬನ್ನಿ."

ಅವರಿಗೆ ಆಶ್ಚರ್ಯವಾಗಿತ್ತು. ಹೊಂಬಣ್ಣದಿಂದ ಫಳಫಳ ಹೊಳೆಯು ಉಂಗುರವನ್ನು ತಿರುಗಿಸಿ ತಿರುಗಿಸಿ ನೋಡಿದರು. ಕಡೆಗೆ ಅಕ್ಕಸಾಲಿಗರವರಲ್ಲಿಗೆ ಒಯ್ದು ತೋರಿಸಿದರು.

"ಶುದ್ಧವಾದ ಚಿನ್ನ, ಒಳ್ಳೆ ಪಚ್ಚೆ.....ದೋಷವೇನು ಇಲ್ಲ" ಅಂದಾಗ ಚಿಂತಿಸಿದರೂ ಅನಂತರ ಮರೆತುಬಿಟ್ಟರು ಅಂದು.

ಅದೊಂದು ರೀತಿಯ ವಿಭಾಳ ಮನಸ್ಸಿನ ಮಾನಸಿಕ ವಿಕಲ್ಪ. ಯೋಗಿಯ

ಉಂಗುರವನ್ನೇ ಅವಳ ಮನ ಅಷ್ಟು ನಿರಾಕರಿಸಬೇಕಾದರೆ, ಇನ್ನು ಅವನನ್ನು ಸ್ವೀಕರಿಸಿಯಾಳೇ?

ಗಾಬರಿಯಿಂದ ಎದ್ದು ಬರುವ ವೇಳೆಗೆ ಆ ಕೋಣೆಯ ಮುಂಭಾಗದಲ್ಲಿ ಹಲವು ಹಿರಿಯರು ಸೇರಿಬಿಟ್ಟಿದ್ದರು. ವಿಷಯ ಇದೇ ಅಂತ ಗೊತ್ತಾಗದಿದ್ದರೂ ಗಣಪತಿಗಳ ಕಿವಿಯವರೆಗೂ ಹೋಗಿಬಿಟ್ಟಿತ್ತು.

"ಏನಿದೆಲ್ಲ.... ಬದ್ಕಿನಲ್ಲಿ ಸಾಮರಸ್ಯ ಮುಖ್ಯ" ಅವರ ಮಾತಿಗೆ ಗೋಪಾಲಕೃಷ್ಣರ ಸ್ವರ ಉಡುಗಿಹೋಯಿತು. "ಅದಲ್ಲ...." ಹೇಳಲಾರದ ಸ್ಥಿತಿ ಅವರದು. ಸುಮ್ಮನಾದರು.

ಸಂಪ್ರದಾಯದಲ್ಲಿ ಅಪಾರವಾದ ಶ್ರದ್ಧೆ ಇದ್ದ ಗಣಪತಿಗಳು ಒಬ್ಬ ಶಿಷ್ಯನ ಮದುವೆಗಾಗಿ ಚರ್ಚ್‌ಗೆ ಹೋದವರು ಬೈಬಲ್‌ನ್ನು ಕೂಡ ತರಿಸಿಕೊಂಡು ಓದಿದ್ದರು.

ವರಪೂನೆ, ಊಟವೆಲ್ಲ ಮುಗಿದ ಮೇಲೆಯೇ ವಿಭಾನ ನೋಡಲು ಅವರಿಗೆ ಸಾಧ್ಯವಾದುದು.

ಕಿವಿಗೆ ಓಲೆ, ಜುಮುಕಿಯ ಜೊತೆ ಕೆನ್ನೆಯ ಸರಪಣಿ, ಮೂಗಿನಲ್ಲಿ ವಜ್ರದ ನತ್ತು. ಎರೆದ ತುಂಬುಗೂದಲು ಹಾವಿನ ಹೆಡೆಯಂತೆ ಬೆನ್ನನ್ನು ಅಲಂಕರಿಸಿತ್ತು. ಶುಭ್ರ ಬಿಳಿಯ ಬಣ್ಣ. ತಿದ್ದಿದಂಥ ಮುಖಭಾವ.... ಆಗ ಅವರಿಗೆ ನೆನಪಾಗಿದದ್ದು ಅತ್ತಿಗೆ.

ಗೋಪಾಲ್ಕೃಷ್ಣರ ಕಣ್ಣಂಚು ಒದ್ದೆಯಾಯಿತು.

ವಿಭಾ ಸನಿಹದಲ್ಲಿ ಹೋಗಿ ಕೂತವರು ಬೆರಳಿನತ್ತ ನೋಟ ಹರಿಸಿದರು. ಆ ಜಾಗ ಖಾಲಿಯಾಗಿತ್ತು. ಕ್ಷಣ ಅವರೆದೆಯ ಉಸಿರಾಟ ಸ್ತಬ್ಧವಾದಂತಾಯಿತು.

"ಮಲಿಕ್ಕೋ, ಬೆಳಿಗ್ಗೆ ಬೇಗ ಏಳಬೇಕಲ್ಲ" ಭುಜ ತಟ್ಟಿ ಹೊರಗೆ ಬಂದವರು ಗೋಡೆಯಂಚಿಗೆ ನಿಂತು ಕಣ್ಣೊರೆಸಿಕೊಂಡರು. 'ಎಲ್ಲವನ್ನು ಕಿತ್ತೊಗೆದು ಪ್ರತಿಯೊಂದಕ್ಕೂ ಬೆಟ್ಟು ಮಾಡುವ ಸಮಾಜವನ್ನು ಧಿಕ್ಕರಿಸಿ ಬಹುದೂರ ಓಡಿಬಿಟ್ಟರೇ'..... ಈ ಕ್ಷಣ ನೋವು ಎಂದೂ ಅನುಭವಿಸಿಯೇ ಇಲ್ಲವೆಂದುಕೊಂಡರು.

ರಾತ್ರಿ ಬೆಳಗ್ಗಿನ ಸಿದ್ದತೆಗಳಿಗಾಗಿ ಸಾಕಷ್ಟು ಕೆಲಸಗಳು ಇದ್ದುದರಿಂದ ನಿದ್ರಿಸುವ ಹಾಗಿರಲಿಲ್ಲ. ಈ ರಾತ್ರಿ ಒಂಟಿಯಾಗಿ ಕೂತರೆ ಆ ಮಾನಸಿಕ ಕ್ಷೋಭೆಯನ್ನು ಅನುಭವಿಸಲಾರರು.

ಬೆಳಗಿನ ಮಂಗಳವಾದ್ಯಗಳ ಜೊತೆ ಸಂಭ್ರಮ, ಸಡಗರ ವಿಭಾಳಲ್ಲಿ ಯಾವ ಬದಲಾವಣೆಯನ್ನೂ ತಂದಂತೆ ಕಾಣಲಿಲ್ಲ.

ಗೌರಿಪೂಜೆಗೆ ಕೂತಾಗ ಹಠಾತ್ತನೆ ಅದೇ ಉಡುಪಿನಲ್ಲಿ ಕೆಲವು ಗೆಳೆಯರನ್ನು ಕರೆದುಕೊಂಡು ಹೋಗಿ ಅವಳ ಕೋಣೆಗೆ ಬಂದಾಗ ಅಲ್ಲಿದ್ದ ಮುತ್ತೈದೆಯರು ಕೂಡ ಗಾಬರಿಗೊಂಡರು.

"ವಿಭಾ, ನನ್ನ ಫ್ರೆಂಡ್ಸ್‌ಗೆಲ್ಲ ನಿನ್ನ ಕಾಲೇಜಿನ ಹಗರಣದ ಸುದ್ದಿ ಗೊತ್ತು. ಅದ್ರಲ್ಲಿ

ನಿನ್ನ ತಪ್ಪೆಷ್ಟು ಇದೇಂತ ಹೇಳು. ನಂಗೆ ಸತ್ಯ ಬೇಕು. ಇವ್ರೆಲ್ಲ ಮುಂದೆ ಹಾಸ್ಯ ಮಾಡಬಾರ್ದು" ಸವಾಲ್ ಹಾಕಿ ನಿಂತಂತೆ ಕಂಡಿತು.

ಗುಸುಗುಸು, ಪಿಸಿಪಿಸಿಗಳ ನಡುವೆ ಒಬ್ಬ ಹಿರಿಯ ಮುತ್ತೈದೆ ಬುದ್ಧಿ ಹೇಳುವ ಧೈರ್ಯ ಮಾಡಿದರು.

"ಏನಿದೆಲ್ಲ, ಹೇಳೋ ಸಂದರ್ಭವೇ! ಶ್ರದ್ದೆಯಿಂದ ಗೌರಿಪೂಜೆ ಮಾಡ್ಲಿ. ಇವರನ್ನೆಲ್ಲ ಕರ್ಕೊಂಡ್ ಹೊರ್ಗಡೆ ಹೋಗು."

ಎಲ್ಲರೂ ಒಟ್ಟಿಗೆ ಘೊಳ್ಳೆಂದು ನಕ್ಕರು.

ಬಂದ ಗೋಪಾಲಕೃಷ್ಣ ವಿಭಾ, ಯೋಗಿಯ ಮಧ್ಯೆ ನಿಂತರು. ಅವರ ಕಣ್ಣುಗಳಲ್ಲಿ ಬೆಂಕಿ ಜ್ವಲಿಸುತ್ತಿತ್ತು. "ಏನು ವಿಷ್ಯ?" ಅವರ ಕಣ್ಣುಗಳಲ್ಲಿ ಶಕ್ತಿ ಇದ್ದಿದ್ದರೆ ಸುಟ್ಟು ಭಸ್ಮ ಮಾಡಿಬಿಡುತ್ತಿದ್ದರು. ಕೋಪದಿಂದ ಅವರ ಅಂಗಾಂಗಗಳು ಸೆಟೆದುಕೊಂಡವು.

"ನಡ್ದ ಸತ್ಯ ಹೇಳ್ಬೇಕು. ಮುಂದೆ ಎಂದೂ ಅಭಿಷೇಕ್ ಮುಖ ನೋಡೋಲ್ಲಾಂತ ಮಾತು ಕೊಡ್ಬೇಕು. ಆಮೇಲೆ ಕುತ್ತಿಗೆಗೆ ತಾಳಿ. ಅವ್ಳ ಕನ್ಯತ್ವ ಸಾಭೀತಾದ್ಮೇಲೆ ನನ್ನ ರೂಮಿನೊಳಕ್ಕೆ ಪ್ರವೇಶ" ಹುಬ್ಬು ಕುಣಿಸಿ ಹೇಳಿದ ಯೋಗಿ.

ಮೈಯ ಭೀಮ ಬಲ, ಕೋಪ ಒಟ್ಟುಗೂಡಿತು ಗೋಪಾಲಕೃಷ್ಣರ ರಟ್ಟೆಗಳಲ್ಲಿ. ತಲೆಯ ಮೇಲಿನ ಜರಿಯ ಪೇಟಾ, ಕತ್ತಿನಲ್ಲಿದ್ದ ಹಾರ ಅವರ ಬಲವಾದ ಹೊಡೆತಗಳಿಗೆ ಚೆಲ್ಲಾಡಿದವು.

"ಇಷ್ಟೊಂದು ಅವಮಾನ...." ಪೆಟ್ಟುಗಳ ಮೇಲೆ ಪೆಟ್ಟುಗಳು. ಅವನ ಗೆಳೆಯರು ಹೊರಗೆ ಓಡಿಬಿಟ್ಟರು.

ಇಡೀ ಮದುವೆಯ ಮನೆಯವರೆಲ್ಲ ಬಂದು ಸೇರಿದರೂ ಗೋಪಾಲಕೃಷ್ಣರ ರೌದ್ರಾವತಾರ ಕಮ್ಮಿಯಾಗಲಿಲ್ಲ. ಯೋಗಿಯ ಬಡಬಡಿಕೆ ನಿಂತುಹೋಯಿತು. ಆಮೇಲೆ ಯಾರೆಷ್ಟು ಸಮಾಧಾನ ಮಾಡಿದರೂ ಗೋಪಾಲಕೃಷ್ಣ ರಾಜಿಗೆ ಬರಲಿಲ್ಲ.

"ಸಾಧ್ಯವೇ ಇಲ್ಲ. ಇಂಥ ಲಂಪಟ ಮಗನನ್ನು ನಮ್ಮ ವಿಭಾ ಮದ್ವೆಯಾಗೋದು.... ಸಾಧ್ಯವೇ ಇಲ್ಲ" ಎಂದವರೇ ವಿಭಾಳ ಕತ್ತಿನಲ್ಲಿದ್ದ ಹಾರ, ಬಾಸಿಂಗ ಕಿತ್ತೆಸೆದರು. "ಅವ್ನಿಗೆ ಹೇಳಿ, ವಿಭಾಳ ಪವಿತ್ರವಾದ ಕಾಲುಗಳನ್ನು ಕೂಡ ಸೋಕೋಕೆ ಬಿಡೋಲ್ಲ. ಇನ್ನು ಕುತ್ತಿಗೆಗೆ ....ಮಾಂಗಲ್ಯ" ಅವರ ಆವೇಶ ಇನ್ನೂ ತಗ್ಗಿರಲಿಲ್ಲ. ವಿವೇಕ ಅಲ್ಲಿ ಪೂರ್ತಿ ಮರೆಯಾಗಿತ್ತು.

ಅವಳು ಪಡುವ ಹಿಂಸೆ ನೋಡಬೇಕೆಂಬ ಹಟ ಯೋಗಿಗೆ ಇತ್ತೇ ವಿನಃ ಮದುವೆ ತಪ್ಪಿಹೋಗುವುದು ಬೇಕಿರಲಿಲ್ಲ. ಪೆಟ್ಟುಗಳು ತಿಂದರೂ ಚೇತರಿಸಿಕೊಂಡ.

ಪ್ರೇಕ್ಷಕರಂತೆ ನಿಂತಿದ್ದ ಗಣಪತಿಗಳು ಕುಸಿದರು. ಕೈ ಎಡಪಾರ್ಶ್ವದ ಎದೆಯ ಮೇಲಕ್ಕೆ ಹೋಯಿತು. ಸುತ್ತಮುತ್ತಲಿದ್ದವರು ಧಾವಿಸಿದರು.

"ಇಟ್ ಈಸ್ ಎ ಹಾರ್ಟ್ ಅಟ್ಯಾಕ್" ಯಾರೋ ಒಬ್ಬರು ಉಸುರಿದರು.

ಗೋಪಾಲಕೃಷ್ಣ ಅನಾಮತ್ತಾಗಿ ತಮ್ಮೆದೆಗೆ ಒರಗಿಸಿಕೊಳ್ಳಲು ನೋಡಿದವರು "ಸ್ವಲ್ಪ ಸಹಾಯ ಮಾಡಿ...." ಅತ್ತಿತ್ತ ನೋಡಿದರು. ತಾಯಿಯ ಇಂಥ ಸ್ಥಿತಿಗೆ ಸಣ್ಣ ಕರು ಹಂಬಲಿಸುವಂತಿತ್ತು ಅವರದು.

ಒಡನೆಯೇ ಆಸ್ಪತ್ರೆಗೆ ಸಾಗಿಸಿದರು. ಮದುವೆಯ ಮನೆಯಲ್ಲಿ ಸ್ಮಶಾನಮೌನ. ತಮ್ಮ ತಮ್ಮ ಸ್ವಭಾವಗಳಿಗೆ ಅನುಗುಣವಾಗಿ ಜನ ನಡೆದುಕೊಂಡರು.

ಗೋಪಾಲಕೃಷ್ಣರ ಭಯಕ್ಕೆ ಅನುಗುಣವಾಗಿತ್ತು. ಅವರ ಆರೋಗ್ಯ, ಮೈಯಲ್ಲೆಲ್ಲ ಸೂಜಿ, ಟ್ಯೂಬ್‌ಗಳು, ಆಕ್ಸಿಜನ್ ಮಾಸ್ಕ್‌ನೊಡನೆ ಮಲಗಿರುವ ಗಣಪತಿಗಳನ್ನು ನೋಡಿದಾಗ ಅವರ ಹೃದಯ ಕಿತ್ತು ಬಾಯಿಗೆ ಬಂದಂತಾಯಿತು.

ಕಾರ್ಡಿಯಾಲಜಿಸ್ಟ್ "ನೋಡೋಣ, ಸದ್ಯಕ್ಕೆ ಯಾರೂ ಡಿಸ್ಟರ್ಬ್ ಮಾಡೋದ್ಬೇಡ" ಎಂದವರು ಐ.ಸಿ.ಯೂನಿಂದ ವಾರ್ಡ್ ಕಡೆಗೆ ನಡೆದರು.

ಜನರೆಲ್ಲ ಚದುರಿ ಅವರು ಮೂವರು ಉಳಿದಾಗ ಒಬ್ಬರ ಮುಖವನ್ನು ಒಬ್ಬರು ನೋಡಿಕೊಂಡರು. ವಿಭಾ ಮೌನವಾಗಿ ಬಿಕ್ಕುತ್ತಿದ್ದಳು.

"ವಿಭಾ.... ಮಗು. ತಾಯಿ" ಗಣಪತಿಗಳ ಬಾಯಿಂದ ಬರುತ್ತಿದ್ದ ತುಂಬು ಮಮತೆಯ ಪದಗಳಿಗೆ ಬೆಲೆ ಕಟ್ಟಲಾರದೆ ಹೋಗಿದ್ದಳು.

ಅವಳ ಮೊರೆ ಎದೆಯ ಬಡಿತಕ್ಕಿಂತ ಜೋರಾಗಿತ್ತು. ತಂದೆ ತನ್ನ ಬಗೆಗೆ ಏನೆಂದು ತಿಳಿಯಬಹುದು? ಇಲ್ಲ.... ಇಲ್ಲ ಎಂದು ಚೀರಬೇಕೆನಿಸಿತು. ಎಷ್ಟೋ ಆಸೆ....ಆಕಾಂಕ್ಷೆಗಳು, ತಂದೆಯ ಮಡಿಲಲ್ಲಿ ತಲೆಯಿಟ್ಟು ಎದೆಯಾಳದ ನೋವನ್ನು ತೋಡಿಕೊಳ್ಳಬೇಕು. ತನ್ನ ತಪ್ಪೇನು ಇಲ್ಲವೆಂದು ಅವರಿಗೆ ಮನದಟ್ಟು ಮಾಡಿಕೊಡಬೇಕು. ಇದೆಲ್ಲ ಸಾಧ್ಯವೇ? ಭಯ ಅವಳನ್ನು ಆವರಿಸಿತು.

"ಚಿಕ್ಕಪ್ಪ...." ಗೋಪಾಲಕೃಷ್ಣರ ತೆಕ್ಕೆಗೆ ಬಿದ್ದು ಅಳತೊಡಗಿದಳು. "ನನ್ನ ವಿಷ್ಯದಲ್ಲಿ ಅಪ್ಪ...." ಬೆರಳಿನಿಂದ ಕಣ್ಣೀರು ತೊಡೆದು "ನಿನ್ನ ಬಗ್ಗೆ ಅನುಮಾನ.....! ಅವ್ರು ಪೂಜಿಸೋ ದೇವರ ಮೇಲಿನಷ್ಟೇ ನಂಬ್ಕೆ. ಸುಮ್ನೆ ತಲೆ ಕೆಡಿಸ್ಕೋಬೇಡ" ಬೆನ್ನು ಸವರಿದರು.

ವಿಭಾಗಿಂತ ಭಿನ್ನವಾದ ಸ್ಥಿತಿಯಲ್ಲೇನು ಇರಲಿಲ್ಲ ಅವರು. ಬದುಕಿನಲ್ಲಿ ಮಾಡಿದ ಒಂದು ದೊಡ್ಡ ತಪ್ಪು ಇದೊಂದೇ. ಇದನ್ನು ಕ್ಷಮಿಸುವಷ್ಟು ಧಾರಾಳ ಹೃದಯ ಅವರಿಗಿತ್ತು. ಕೇಳುವ ಅವಕಾಶದ ವಿಷಯದಲ್ಲಿಯೇ ಇವರಿಗೆ ಅನುಮಾನ.

ನರಹರಿ ಹೆಂಡತಿಯೊಂದಿಗೆ ಆಸ್ಪತ್ರೆಗೆ ಬಂದಾಗ ಅವರ ಕಾಲುಗಳು ಕಂಪಿಸುತ್ತಿದ್ದವು. ಅವರಿಗೆ ಇಂದು ಜನರ ಮತ್ತೊಂದು ಮುಖದ ಪರಿಚಯವಾಗಿತ್ತು. ಸಿಕ್ಕಸಿಕ್ಕದ್ದನ್ನೆಲ್ಲ ಬಾಚಿಕೊಂಡು ಹೋಗಿದ್ದರು ಬಂಧುಬಳಗ, ಅವರು ಭದ್ರ ಮಾಡಿದ್ದು ಸ್ವಲ್ಪವನ್ನೆ.

"ಮತ್ತೆ ಮದ್ವೆಯಾದಾಗ ನೋಡಿಕೊಳ್ಳೋಣ. ನಾವು ಕೊಟ್ಟ ಒಡ್ವೆ, ಸೀರೆಗಳನ್ನು

ಕೊಟ್ಟುಬಿಡಿ" ಯೋಗಿಯ ಕಡೆ ಬಂಧುಗಳು ಜೋರು ಮಾಡಿದ್ದರು.

ಇದೂ, ಅದೂ ಎಲ್ಲಾ ತಮ್ಮದೇ ಎನ್ನುವಂತೆ ಗಂಟು ಕಟ್ಟಿಕೊಂಡಿದ್ದರು. ಹತ್ತಿ ಉರಿಯುತ್ತಿದ್ದರೂ ನೋಡುವ ವೀಕ್ಷಕನ ಸ್ಥಿತಿಯಾಗಿತ್ತು ನರಹರಿ ದಂಪತಿಗಳದು. ಇವರ ಬಳಗ ಅವರ ಬಂಧುಗಳ ಮಧ್ಯದ ಜಗಳವನ್ನು ಬಿಡಿಸುವುದರಲ್ಲಿಯೇ ಅವರ ಕಾಲದ ವ್ಯಯವಾಗಿತ್ತು.

"ಭಾವ ಹೇಗಿದ್ದಾರೆ?" ಗೋಪಾಲಕೃಷ್ಣರ ಪಕ್ಕದಲ್ಲಿ ಬಂದು ನಿಂತರು. "ಅಪಾಯದಿಂದ ಇನ್ನು ಪಾರಾಗ್ಬೇಕಾಗಿದೆ. ಒಂದ್ಸಲ ಅವ್ರಿಗೆ ಪ್ರಜ್ಞೆ ಬಂದುಬಿಟ್ಟರೇ ಸಾಕು" ದುಃಖ ತಡೆಯಲಾರದೆ ಹೋದರು.

ಆ ವೇಳೆಗೆ ಯೋಗಿಯ ತಂದೆ ಇನ್ನಿಬ್ಬರ ಜೊತೆ ಬಂದರು. ವಿಭಾ ಅವರು ಹಾಕಿದ್ದ ಬಳೆ, ಸರನ ತೆಗೆದು ಅವರ ಮುಂದೆ ಹಿಡಿದಳು.

ಹಿಂದೆ ಬಂದ ಯೋಗಿ "ಏನೋ ನಡೆದದ್ದು ನಡೆದುಹೋಯ್ತು. ಅದೊಂದು ಕೆಟ್ಟ ಗಳಿಗೆ. ಅವ್ರು ಹುಷಾರಾದ ಕೂಡಲೇ ಮದ್ವೆ ಮಾಡ್ಕೋತೀನಿ. ಮತ್ತೆ ಅದೆಲ್ಲ ಖರ್ಚು ಅನಿಸಿದರೆ ರಿಜಿಸ್ಟರ್ ಆಫೀಸಿನಲ್ಲಿ ದಂಪತಿಗಳು ಆಗೋಣ. ಅಥ್ವಾ ಇಲ್ಲೇ ತಾಳಿ ಕಟ್ಟೊಂದ್ರು ನಾನು ರೆಡಿ" ಪೆಟ್ಟುಗಳನ್ನು ಮರೆತಂತೆ ಹೇಳಿದ.

"ತುಂಬಾ ಥ್ಯಾಂಕ್ಸ್, ಅಂಥ ಸಂದರ್ಭ ಯಾವಾಗ್ಲೂ ಬರೋಲ್ಲ" ಎಂದಳು ವಿಭಾ ಅವನ ಪತ್ರಕ್ಕೆ, ಪ್ರಶ್ನೆಗಳಿಗೆ ಇವೇ ಉತ್ತರ ಎನ್ನುವಂತಿತ್ತು.

ಯೋಗಿ ನೇರವಾಗಿ ಅವಳನ್ನು ನೋಡಿದ. ನಿರ್ಧಾರ ಎಂದೂ ಬದಲಿಸಳೆನಿಸಿತು. ಯಾಕೋ ಅವಳಲ್ಲಿ ಸೆಳೆತ. ಹತ್ತಿರದಲ್ಲಿರಿಸಿಕೊಂಡು ಇಂಚಿಂಚೂ ನೋಯಿಸಬೇಕೆನಿಸುವ ಸ್ಯಾಡಿಸ್ಟ್ ಮನೋಭಾವ.

"ಪ್ಲೀಸ್.... ವಿಭಾ...." ಏನೋ ಹೇಳಲು ನೋಡಿದ. "ದಯವಿಟ್ಟು ಕ್ಷಮಿಸಿ..." ಒಡವೆಗಳನ್ನು ಅವನ ತಂದೆಯ ಕೈಯಲ್ಲಿಟ್ಟು ಮುಂದಕ್ಕೆ ನಡೆದು ಹೋದಳು. ಅವರಿಗೆ ಅಲ್ಲಿ ನಿಲ್ಲಲು ಕೂಡ ಇಷ್ಟವಾಗಲಿಲ್ಲ.

ಜಗಳ, ಕದನ, ತಂಟೆ, ತಕರಾರಿನಿಂದ ದೂರವಾಗಿದ್ದ ಕುಟುಂಬ ನೆರೆಯ ಜನರ ಮುಂದೆ ಅವಮಾನಕ್ಕೆ ಒಳಗಾಗಬೇಕಾಯಿತು. ಇದೊಂದು ರೀತಿಯಲ್ಲಿ ನಿರಂತರ. ತ್ರೇತಾಯುಗದ ಸೀತೆ, ದ್ವಾಪರ ಯುಗದ ದ್ರೌಪದಿ ಕೂಡ ಇದರಿಂದ ಪಾರಾಗಲಾಗಲಿಲ್ಲ.

ಕೆನ್ನೆಯ ಮೇಲೆ ಹರಿದ ಕಂಬನಿಯನ್ನು ತೊಡೆದುಕೊಂಡು ಹೊರಗೆ ನೋಡತೊಡಗಿದಳು ವಿಭಾ.

ಟಕಟಕ ಬೂಟಿನ ಸದ್ದು. ಹಿಂದಕ್ಕೆ ತಿರುಗಿದಳು. ಬಂದ ಯೋಗಿ ಅವಳ ಬಳಿಯಲ್ಲಿ ನಿಂತ.

"ಈಗ ಹನ್ನೊಂದು ನಲವತ್ತೈದು. ಈ ವೇಳೆಯಲ್ಲಿ ನಿನ್ನ ಕುತ್ತಿಗೆಯಲ್ಲಿ ನಾ

ಕಟ್ಟಿದ ಮಾಂಗಲ್ಯವಿರುತ್ತಿತ್ತು. ನಾವಿಬ್ರೂ ದಂಪತಿಗಳಾಗಿ ಬಿಡ್ತಾ ಇದ್ವಿ" ಉಸುರಿದ.

ಒಂದುಕ್ಷಣ ವಿಭಾಳ ಎದೆಯಬಡಿತ ನಿಂತಂತಾಯಿತು. ಅದೊಂದು ಕ್ಷಣ ಮುಗಿದುಹೋಗಿದ್ದರೆ ಬದುಕಿನ ಎಲ್ಲಾ ಅರ್ಥಗಳು ಪಾತಾಳ ಸೇರಿ ಹೋಗುತ್ತಿದ್ದವು. ಭಯದಿಂದ ನಡುಗಿಹೋದಳು.

ಅರಸಿನ ದಾರದಲ್ಲಿ ತೂಗುವ ಮಾಂಗಲ್ಯ.... ತನ್ನ ಕೊರಳಿಗೆ ಸರಪಣಿ ಹಾಕಿ ಹಗ್ಗವನ್ನು ಯೋಗಿಯ ಕೈಗೆ ಕೊಡುತ್ತಿತ್ತು. ಆಗ ಕೊಂಡ ಹಸುವನ್ನು ಎಳೆದೊಯ್ದಂತೆ ತನ್ನನ್ನು ಎಳೆದೊಯ್ಯುತ್ತಿದ್ದ.

ತತ್‌ಕ್ಷಣ ಸುಧಾರಿಸಿಕೊಂಡಳು. ಕಡೆ ಗಳಿಗೆಯಲ್ಲಿ ಕಾವೇರಮ್ಮ ಅವಳ ಬೆರಳಿಗೆ ಯೋಗಿಯ ಉಂಗುರ ತೊಡಿಸಿದ್ದಳು. ಈ ಗಲಾಟೆಯಲ್ಲಿ ಅದರ ನೋವು, ಉರಿತ ಮರೆತುಹೋಗಿತ್ತು.

"ತಗೊಳ್ಳಿ...." ತೆಗೆದು ಅವನ ಮುಂದೆ ಹಿಡಿದಳು.

"ನನ್ನ ಬೆರಳಿಗೆ ಬಹಳ ಹಿಂಸೆ ಕೊಡುತ್ತಿತ್ತು. ಬೇಗ ತಗೊಳ್ಳಿ...." ಎಂದವಳು ಕಿಟಕಿಯ ಮೇಲಿಟ್ಟು ತಿರುಗಿಯೂ ಸಹ ನೋಡದೇ ದೂರ ಓಡಿಬಿಟ್ಟಳು.

ನಿಂತಲ್ಲಿಯೇ ವಿಗ್ರಹವಾದ ಯೋಗಿ. ಅವನದು ವಿಲಕ್ಷಣ ಸ್ವಭಾವ. ಕಾಲೇಜಿನ ಹಗರಣದ ವಿಷಯ ತಿಳಿದ ಮೇಲೆ ನಾಲ್ಕು ಮೂಲೆಯಿಂದಲೂ ವಿಚಾರಿಸಿದ್ದ.

"ನೋ.... ನೋ... ಅಭಿಷೇಕ್ ವಿಭಾ ಲವರ್ಸ್ ಮಾತ್ರವಲ್ಲ, ಫ್ರೆಂಡ್ಸ್ ಕೂಡ ಅಲ್ಲ. ಅವ್ನ ಕಿಸ್ ಮಾಡಿದ್ದು ಬರೀ ಆಕಸ್ಮಿಕ. ಕಾರಣ ಅವನೊಬ್ಬನಿಗೆ ಮಾತ್ರ ಗೊತ್ತು" ಹೇಳಿದ್ದರು.

ಇದನ್ನು ಬಳಸಿಕೊಂಡು ಹೂವಿನಂಥ ಮೃದು ವಿಭಾನ ಗೋಳು ಹೊಯ್ದುಕೊಳ್ಳುವ ಲೆಕ್ಕಾಚಾರ ಪೂರ್ತಿ ತಲೆಕೆಳಕಾಗಿತ್ತು. ರೋಷದಿಂದ ಕೂದಲನ್ನು ಕಿತ್ತುಕೊಳ್ಳಬೇಕೆನಿಸಿತು.

ಹೆಣ್ಣು ನೊಂದರೆ, ಕಣ್ಣೀರು ಮಿಡಿದರೆ, ಗೋಳಾಡಿದರೆ ಯೋಗಿಗೆ ಎಂಥದ್ದೋ ತೃಪ್ತಿ. ಕೆಲವು ನೂರುಗಳೇನು. ಲಕ್ಷ ರೂಪಾಯಿಗಳು ಕೂಡ ಅಂಥ ಸಂತೋಷವನ್ನು ಒದಗಿಸಲಾರದು.

ಸಾಕಷ್ಟು ಗೆಳತಿಯರನ್ನು ಹೊಂದಿದ ಕಲರ್‌ಫುಲ್ ವ್ಯಕ್ತಿ. ಹೋಟೆಲ್‌ಗೆ ಕರೆದೊಯ್ದು ಬೆಟ್ಸ್ ಕಟ್ಟಿ ಕಣ್ಣಂಚಿನಲ್ಲಿ ನೀರು ಬಂದು ಅವನ ಕಾಲು ಹಿಡಿಯೋವರೆಗೂ ತಿನ್ನಿಸುತ್ತಿದ್ದ.

"ಐಸ್‌ಕ್ರೀಂ ಕೊಡಿಸ್ತೀಯಾ?" ಎಂದು ಕೇಳಿದ ಅವನ ಕಾಲೇಜು ಮೇಟ್ ಜ್ಯೂಲಿ ಮತ್ತೊಮ್ಮೆ ಐಸ್‌ಕ್ರೀಮ್ ತಿನ್ನದಂತೆ ಮಾಡಿದ್ದ. ಈಗಲೂ ಎದುರಾದಾಗ "ಜ್ಯೂಲಿ, ಐಸ್‌ಕ್ರೀಮ್...." ಎಂದರೆ ಓಡಿಬಿಡುತ್ತಿದ್ದಳು. ಇದೊಂದು ರೀತಿಯ ಅನಾರೋಗ್ಯ ಬೆಳವಣಿಗೆ ಅವನಲ್ಲಿ.

ಹಿಂದಕ್ಕೆ ಬಂದ ಯೋಗಿ ಗೋಪಾಲಕೃಷ್ಣರ ಪಕ್ಕ ಕೂತ. "ಸೋ ಸಾರಿ, ನಾನು ಬಹಳ ದೊಡ್ಡ ತಪ್ಪು ಮಾಡ್ಬಿಟ್ಟೆ" ನೊಂದವನಂತೆ ನುಡಿದ.

ಬೆಂಕಿಗೆ ಸೋಕಿದ ಬೆಣ್ಣೆಯಂತೆ ಕರಗಿಹೋದರು ಅವರು. "ನಾನು ಮೃಗವಾಗ್ಬಿಟ್ಟೆ ಇದನ್ನೆಲ್ಲ ಮನಸ್ಸಿನಲ್ಲಿ ಇಟ್ಕೋಬೇಡ" ಸಮಾಧಾನ ಹೇಳಿದರು.

ಉಂಗುರವನ್ನು ಅವರಿಗೆ ತೋರಿಸಿದ. "ವಿಭಾ, ತುಂಬಾ ಬೇಜಾರು ಮಾಡಿಕೊಂಡಿದ್ದಾಳೆ. ಅಭಿಷೇಕ್ ಅಂಥ ರೋಗ್‌ನ ಹಾಗೆ ಬಿಡ್ಬಾರ್ದಿತ್ತು" ಕಣ್ಣು ಕೆಂಪಗೆ ಮಾಡಿದ.

ನೋವಿನ ನಗೆ ಅವರ ತುಟಿಯಂಚಿನಲ್ಲಿ ಸುಳಿಯಿತು. "ರಾವಣ ಸೀತೆಯನ್ನು ಒಯ್ದರೂ, ಅದ್ಕಿಂತ ಹೆಚ್ಚಿನ ಹಿಂಸೆ ಆಮೇಲೆ ಜನ ಕೊಟ್ಟರು. ಇದೊಂದು ರೀತಿಯ ವಿಚಿತ್ರವಾದ ರೀತಿನೀತಿಗಳು...." ನಿಡುಸುಯ್ದರು.

ನರಹರಿ ಬಂದು ಯೋಗಿಯ ಭುಜದ ಮೇಲೆ ಕೈಯಿಟ್ಟರು. ನಾವುಗಳು ಮಾತಾಡೋ ಸ್ಥಿತಿಯಲ್ಲಿಲ್ಲ. ದಯವಿಟ್ಟು ಹೋಗ್ಬನ್ನಿ. ನಮ್ಮ ಭಾವ ಒಬ್ರು ಉಳಿದುಕೊಂಡರೆ ಈ ನಷ್ಟ, ಅವಮಾನವನ್ನೆಲ್ಲ ಮರೆತುಬಿಡ್ತೀವಿ. ತಮ್ಮ ಮನೆಯವರು ಕಾಯ್ತಾ ಇದ್ದಾರೆ" ಎಂದರು. ಆಸ್ಪತ್ರೆಯ ತೆರೆದ ಮುಂಭಾಗದ ಗೇಟಿನ ಕಡೆ ಕೈ ತೋರಿದಂತಾಯಿತು.

ಎದ್ದ ಯೋಗಿ ಗೋಪಾಲಕೃಷ್ಣರ ಎರಡು ಕೈಗಳನ್ನು ಹಿಡಿದುಕೊಂಡು "ನಾನು ಹುಡುಗ, ಮಾಡಿರೋ ತಪ್ಪನ್ನು ಕ್ಷಮಿಸಿಬಿಡಿ. ನಾನು ವಿಭಾನ ಮದುವೆ ಆಗ್ತೀನಿ. ಅವಳ ಮನಸ್ಸು ಸರಿಯಾಗಿಲ್ಲ. ಈ ಉಂಗುರ ಕೂಡ ಅವಳಿಗೆ" ರಿಂಗ್‌ನ ಅವರ ಮುಂದೆ ಹಿಡಿದ.

ಒಂದು ತರಹ ಮುಖ ಮಾಡಿದ ಗೋಪಾಲಕೃಷ್ಣ "ನಿಮ್ಮ ಉಂಗುರ ವಿಭಾ ಬೆರಳಿಗೆ ಅಲರ್ಜಿ. ಮನಸ್ಸಿಗೆ ಆಗದ ಪದಾರ್ಥಗಳನ್ನು ಅವಯವಗಳು ನಿರಾಕರಿಸುತ್ತೆ. ನಂಗೆ ನಿಧಾನವಾಗಿ ಅರ್ಥವಾಯ್ತು. ಈ ಉಂಗುರ ಎಂದು ಅವಳ ಬೆರಳಿಗೆ ಆಗೋಲ್ಲ. ನಿಮ್ಮ ಬಾಳಲ್ಲಿ ಬರೋ ಸಂಗಾತಿಯ ಬೆರಳಿಗಿಟ್ಟು ಸುಖವಾಗಿರಿ" ಹಾರೈಸಿಬಿಟ್ಟರು ಕೂಡ. ಮತ್ತೆ ಮತ್ತೆ ವಿಭಾ ಪ್ರಸ್ತಾಪವನ್ನೆತ್ತಿಕೊಂಡು ಬರುವುದು ಅವರಿಗೆ ಇಷ್ಟವಾಗಲಿಲ್ಲ.

"ಮತ್ತೆ.... ಬರ್ತೀನಿ" ಯೋಗಿ ಹೊರಟ.

ಅವುಡುಗಳು ಬಿಗಿದುಕೊಂಡು ಕೋಪದಿಂದ ತಳಮಳಿಸುತ್ತಿದ್ದ. ಅವನು ಕಂಡ ಎಲ್ಲಾ ಹೆಣ್ಣುಗಳಿಗಿಂತ ಬಹಳಷ್ಟು ಬೇರೆಯಾಗಿ ಕಂಡಿದ್ದಳು ವಿಭಾ. ಅವಳೊಂದಿಗಿನ ಬದುಕು ಕೂಡ ಹೆಚ್ಚು 'ಥ್ರಿಲ್' ಆಗಿರುತ್ತೆ ಎಂದು ನಿರೀಕ್ಷಿಸಿದ್ದ.

ಗಣಪತಿಗಳಿಗೆ ಸಾಕಷ್ಟು ಪ್ರಜ್ಞೆ ಬಂದಿದ್ದು ರಾತ್ರಿ ಒಂದು ಗಂಟೆ ಹೊತ್ತಿಗೆ. ಕಾದು ಕೂತಿದ್ದ ಜನರನ್ನು ನೋಡಿದ ಡ್ಯೂಟಿ ಡಾಕ್ಟರ್ ಬಸವಪ್ಪ ಕನ್ನಡಕ ತೆಗೆದು ಅಭಿಮಾನದಿಂದ ನೋಡಿದರು.

"ರಿಯಲೀ ಗ್ರೇಟ್. ನಿಮ್ಮ ದುಃಖ, ಕಾತರ ಒರಿಜಿನಲ್. ವಯಸ್ಸಾದವ್ರು ಈ ಸ್ಥಿತಿಯಲ್ಲಿ ಆಸ್ಪತ್ರೆ ತಲುಪಿದರೆ ಅವ್ರ ಆರೋಗ್ಯಕ್ಕಿಂತ ವಿಲ್ ಬಗ್ಗೆ ಯೋಚಿಸ್ತಾರೆ. ಕರ್ತವ್ಯವೆಂದು ಯಾವುದಾದ್ರೂ ನರ್ಸಿಂಗ್ ಹೋಂನಲ್ಲಿ ಬಿಸಾಕಿ ಹೋಗ್ತಾರೆ. ರಿಯಲೀ.... ಗ್ರೇಟ್....." ಮತ್ತೊಮ್ಮೆ ಮೆಚ್ಚುಗೆ ಸೂಚಿಸಿ ಕಾರಿಡಾರ್‌ನ ಉದ್ದಕ್ಕೂ ನಡೆದುಹೋದರು.

ಧಾವಿಸಿದರೂ ತಮ್ಮ ದುಃಖ ನುಂಗಿ ನಿಶ್ಯಬ್ದವನ್ನು ಕಾಯ್ದುಕೊಂಡರು. ನಿಧಾನವಾಗಿ ಕಣ್ತೆರೆದರು ಗಣಪತಿಗಳು. ಒಬ್ಬೊಬ್ಬರನ್ನ ಗುರ್ತಿಸಿದರು. ಅವರ ದೃಷ್ಟಿಯನ್ನೆದುರಿಸಲಾರದಷ್ಟು ಅಪರಾಧ ಪ್ರಜ್ಞೆ ಒಬ್ಬೊಬ್ಬರಿಗೂ.

"ಅಣ್ಣ....." ಗೋಪಾಲಕೃಷ್ಣರದು ದುಃಖ ಹತ್ತಿಕ್ಕಲಾರದ ಸ್ಥಿತಿ. ಸಿಸ್ಟರ್ ಅವರನ್ನ ಹೊರಗೆ ಕರೆದೊಯ್ದಳು. "ಅವ್ರು ಇರೋ ಪರಿಸ್ಥಿತಿಯಲ್ಲಿ ಇವೆಲ್ಲ ಕೂಡದು" ಎಚ್ಚರಿಸಿ ಕಳುಹಿಸಿಕೊಟ್ಟಳು.

ಗಣಪತಿಗಳ ದೃಷ್ಟಿ ವಿಭಾ ಮೇಲೆ ನಿಂತುಹೋಯಿತು. ನೋಟದಲ್ಲಿಯೇ ತಲೆ ಸವರಿದರು. ಅಲ್ಲೇ ನಿಂತ ನೋಟ ಅತ್ತಿತ್ತ ಚಲಿಸದೇ ಕೊನೆಗೆ ನಿರ್ಜೀವಗೊಂಡಿತು.

ಗ್ಲೂಕೋಸ್ ಬದಲಿಸಲು ಬಂದ ಸಿಸ್ಟರ್ ಹೋಗಿ ಡಾಕ್ಟರನ್ನು ಕರೆ ತಂದಳು. ಎಲ್ಲರ ಹೃದಯದ ಬಡಿತಗಳು ಒಮ್ಮೆಲೆ ನಿಂತಂತಯಿತು.

ಬಂದ ಡಾಕ್ಟರ್ ಎಲ್ಲ ಕೊಳವೆಗಳನ್ನು ತೆಗೆಯಲು ನರ್ಸ್‌ಗೆ ತಿಳಿಸಿ "ಐಯಾಂ ಸಾರಿ" ಎಂದವರು ನಡೆದುಬಿಟ್ಟರು.

ಒಮ್ಮೆಲೆ ಕತ್ತಲು ಮುಸುಕಿದಂತಾಯಿತು ಅವರುಗಳಿಗೆ.

ಮುಂಬಯಿಯಿಂದ ಹಿಂತಿರುಗಿದ ಅಭಿಷೇಕ್, ಮಧುಬಾಲಳನ್ನು ಹುಡುಕಿಕೊಂಡು ಬಂದ. ಅಂದೇಕೋ ದಾಸ್ ಬಂಗ್ಲೇ ಬಿಕೋ ಎನ್ನುತ್ತಿತ್ತು. ಸದಾ ಗಜಿಬಿಜಿಯೆನ್ನುತ್ತಿದ್ದುದ್ದೇ ಅದರ ಸ್ಪೆಷಾಲಿಟಿ.

"ಯಾರೂ ಇಲ್ವಾ?" ಬಿಳಿ ಯೂನಿಫಾರಂನಲ್ಲಿ ಶಿಸ್ತಾಗಿ ಬಂದ ಆಳನ್ನು ವಿಚಾರಿಸಿದ. "ದೊಡ್ಡ ಯಜಮಾನರು ಮೀಟಿಂಗ್‌ಗೆ ಹೋಗಿದ್ದಾರೆ. ಚಿಕ್ಕಮ್ಮ ಟೆನ್ನಿಸ್ ಮ್ಯಾಚ್‌ಗೆ. ದೊಡ್ಡ ಅಮ್ಮಾವ್ರು ಯಾವುದೋ ಮ್ಯಾರೇಜ್‌ಗೆ ಹೋಗಿದ್ದಾರೆ. ಇನ್ನೊಬ್ರು ಕಾಲೇಜಿಗೆ, ಕಡೆಯವ್ರು ಕಾನ್ವೆಂಟಿಗೆ. ಬಾಲಮ್ಮನೋರು ಮನೆಯಲ್ಲಿದ್ದಾರೆ" ಜೇಬಿನಿಂದ ಒಂದು ಪ್ಯಾಕೇಟ್ ತೆಗೆದು ವಿವರಗಳನ್ನು ಒದಗಿಸಿದ.

ಅಭಿಷೇಕ್ ಸುಸ್ತಾದವನಂತೆ ಕೂರುವ ವೇಳೆಗೆ ಮಧುಬಾಲ ಬಂದಳು. "ಸರ್‌ಪ್ರೈಜ್, ನಿನ್ನ ನೋಡಿ ಯುಗವಾಯಿತೇನೋ ಅನ್ನಿಸುತ್ತೆ. ಮುಂಬಯಿ ಮಾವನ ಮಗಳ ಸೆಳೆತದಿಂದ ಹೇಗೆ ಪಾರಾಗಿ ಬಂದೆ?" ಅವಳ ಬಡಬಡಿಕೆಗೆ ಉತ್ತರಿಸಲು ಹೋಗಲಿಲ್ಲ.

ಮೇಲಿನ ತನ್ನ ಕೋಣೆಗೆ ಕರೆದೊಯ್ದ ಮಧುಬಾಲ "ಒಂದು ವಿಷ್ಯ ನಿನ್ನ

ಫಿಯಾನ್ಸಿ ವಿಭಾ ಮದುವೆ ಆಯ್ತು. ನಿಂಗೂ ಇನ್ವಿಟೇಷನ್ ಕಳಿಸಿದ್ಲು" ಜಾಲಿಯಾಗಿ ಉಸುರಿದಳು.

ತೀರಾ ಸನಿಹದಲ್ಲಿ ದೊಡ್ಡ ಆಸ್ಫೋಟವಾದ ಅನುಭವವಾಯಿತು ಬೆಚ್ಚಿಬಿದ್ದ. ತುಟಿ, ನಾಲಿಗೆ, ಗಂಟಲು ಒಣಗಿತು. ಇದು ಕೂಡ ಆಕಸ್ಮಿಕವೇ.

ಕೂತು ಸುಧಾರಿಸಿಕೊಳ್ಳಬೇಕಾಯಿತು. "ನೀರು.... ಕೊಡು....." ಕಷ್ಟಪಟ್ಟು ಉಸುರಿದ. ಜೋರಾಗಿ ಚಪ್ಪಾಳೆ ತಟ್ಟಿದಳು ಮಧುಬಾಲ. "ನಿಮ್ಮಿಬ್ಬರಲ್ಲಿ ಲವ್ ಅಫೇರ್ ಇದೇಂತಲೇ ಸುಳಿವು ಕೊಟ್ಟಿರಲಿಲ್ಲ" ಎನ್ನುತ್ತಲೇ ಗಾಜಿನ ಹೂಜಿಯಲ್ಲಿದ್ದ ನೀರನ್ನು ಬಗ್ಗಿಸಿಕೊಂಡು ಬಂದು ಅವನ ಮುಂದೆ ಹಿಡಿದಳು. ಕುಡಿದಿಟ್ಟ ಅಭಿಷೇಕ್ ತಾನೇ ಎದ್ದು ಹೋಗಿ ಫ್ಯಾನ್ ಸ್ವಿಚ್ ಅದುಮಿದ. ಆ ಗಾಳಿಯ ಕೂಡ ಆಸ್ಫೋಟದ ಬೇಗೆಯನ್ನು ಕಡಿಮೆ ಮಾಡಲು ಸಮರ್ಥವಾಗಲಿಲ್ಲ.

"ನೀನು ಮದ್ವೆಗೆ ಹೋಗಿದ್ಯಾ?" ಕೇಳಿದ.

ಇಲ್ಲವೆನ್ನುವಂತೆ ತಲೆಯಾಡಿಸಿದಳು. "ವಿಭಾ ನನಗೇನು ಅಂಥ ಫ್ರೆಂಡ್ ಅಲ್ಲ. ವಿದ್ಯಾರ್ಥಿನಿಯರ ಲೀಡರ್ ಅಂತ ಕೊಟ್ಟಿರಬೇಕಷ್ಟೆ. ಗಂಡು ಯಾರು ಗೊತ್ತಾ? ನನ್ನಣ್ಣನ ಕ್ಲಾಸ್‌ಮೇಟ್ ಯೋಗಿ. ವಿಲಕ್ಷಣ ಪರ್ಸನಾಲಿಟಿ ಅವನದು. ನೋಡೇ ಒಂದೆರಡು ವರ್ಷಗಳು ಆಗಿದ್ವು. ಇನ್ವಿಟೇಷನ್ ಕೊಡೋ ನೆಪದಲ್ಲಿ ಬಂದಿದ್ದ. ಅಣ್ಣ ಇದ್ದಿದ್ರೆ ಹೋಗ್ತಾ ಇದ್ದನೇನೋ...." ಅವನ ಪಕ್ಕದಲ್ಲಿಯೇ ಕೂತಳು.

"ನಿನ್ನ ಮದ್ವೆ ಯಾವಾಗ?" ಅವನ ಕ್ರಾಪ್ ಕೆದರಿದಳು.

ಅಭಿಷೇಕ್ ಮೇಲೆದ್ದ. "ನಿಂಗಂತು ಇನ್ವಿಟೇಷನ್ ಬರುತ್ತೆ. ಬೈ, ಸೀ ಯೂ...." ಬಾಗಿಲತ್ತ ನಡೆದವನನ್ನು ತೋಳು ಹಿಡಿದು ನಿಲ್ಲಿಸಿದಳು. "ನಿನ್ನ ಪಕ್ಕ ಇನ್ವಿಟೇಷನ್‌ನಲ್ಲಿ ಹೆಸರು ಹಾಕಿಸಿಕೊಳ್ಳೋಕು ಇಷ್ಟ. ಎರ್ಡು ಮನೆಯವರದೂ ವಿರೋಧ ಇಲ್ಲ: ಹುಬ್ಬು ಕುಣಿಸಿದಳು.

"ನಿನ್ನ ಸುಕುಮಾರ್ ಗತಿ?" ಎಂದ.

ಮಧುಬಾಲ ಘೊಳ್ಳನೆ ನಕ್ಕಳು. "ಅವನೊಂದು ಬುಕ್ ವರ್ಮ್. ಅವ್ನ ಜೊತೆ ತಿರುಗಾಡಿದ್ದೀನಿ. ಮದ್ವೆಯಾಗುವ ಸಲುವಾಗಿ ತಿರುಗಾಡಿದರೇನೇ ....ಮಹತ್ವ, ಈಗ ನೀನೇನು ಹೇಳ್ತೀಯಾ?" ಮೆಲ್ಲಗೆ ಕೈಬಿಡಿಸಿಕೊಂಡ. "ಸಾರಿ..... ಅಂತೀನಿ" ನಡೆದೇಬಿಟ್ಟ.

ಮೈ ಮನಸ್ಸಿನ ಸಂಪೂರ್ಣ ಉತ್ಸಾಹವೇ ಬತ್ತಿ ಹೋಗಿದೆಯೆನ್ನುವಂಥ ಖಿನ್ನತೆ ಅವನನ್ನು ಆವರಿಸಿತು. ಒಂದು ವಿಚಿತ್ರ ಸುಳಿಯ ನಡುವೆ ಅವನಿದ್ದ.

ಒರಟಾಗಿಯೇ ಕಾರಿನ ಡೋರ್ ತಳ್ಳಿ ಬಾಲ್ಕನಿಗೆ ಬರುವ ವೇಳೆಗೆ ಎದ್ದುರಾಗಿದ್ದು ಮೇಘನಾಥ್.

ನರೇಂದ್ರನ್ ಕೂಡ ಫೋನ್‌ನಲ್ಲಿ ಅದೇ ಅಭಿಪ್ರಾಯ ವ್ಯಕ್ತಪಡಿಸಿದ್ದರು.

"ಅವ್ನ ಡಿಪ್ರೆಷನ್ ಇಲ್ಲಿಗೆ ಬಂದ್ಮೇಲೆ ಜಾಸ್ತಿ ಆಯಿತಷ್ಟೆ. ಮದ್ವೆಯಿಂದ ಇದ್ಕೆ ಪರಿಹಾರ ಸಿಗಬಹುದೇನೋ? ರೋಮನ ಅವ್ನು ಮಾಡಿಕೊಂಡರೆ ಸಂತೋಷ" ಮೇಘನಾಥ್ ಭಾರವಾದ ಉಸಿರೆಳೆದು ದಬ್ಬಿದರು. 'ಲೆಟ್ ಅಸ್ ಫರ್‌ಗೆಟ್' ಇಲ್ಲಿಂದ ಕಳುಹಿಸಿದಾಗ ಹೇಳಿದ್ದರು. ಇವನಿಗೆ ಏನಾಗಿದೆ? ಕೋಪದಿಂದ ಕೆನ್ನೆಗಪ್ಪಳಿಸಿ ಕೇಳಬೇಕೆನಿಸಿತು.

ಅವನ ರೂಮಿಗೆ ಬಂದಾಗ ಎಲ್ಲಾ ಕಿತ್ತು ಹಾಕಿ ನೋಡುತ್ತಿದ್ದ. ಬೀರು ಡ್ರಾಯರ್‌ನಲ್ಲಿದ್ದ ಪೇಪರ್, ಬಟ್ಟೆ ಅಸ್ತವ್ಯಸ್ತವಾಗಿ ಬಿದ್ದಿತ್ತು.

"ಏನಾದ್ರೂ ಹುಡುಕ್ತಾ ಇದ್ದೀಯಾ?" ಕೇಳಿದರು.

ಅಭಿಷೇಕ್ ಹ್ಯಾಂಗರ್‌ನಲ್ಲಿದ್ದ ಮತ್ತಷ್ಟು ಬಟ್ಟೆಗಳನ್ನು ಕಿತ್ತು ಮಂಚದ ಮೇಲೆ ಹಾಕಿದ. ಅವನ ವಿವೇಕ ಮಂಕಾದಂತಿತ್ತು.

"ಒಂದು ಇಂಪಾರ್ಟೆಂಟ್ ಬುಕ್ ಮಮ್ಮಿ. ಡ್ರಾಯರ್‌ನಲ್ಲಿ ಹಾಕಿದ್ದೆ. ಈಗ ಕಾಣ್ತಾ ಇಲ್ಲ" ಅಸಹನೆಯಿಂದ ನುಡಿದ. ಆಕೆ ನಕ್ಕುಬಿಟ್ಟರು. "ಡ್ರಾಯರ್‌ನಲ್ಲಿಟ್ಟ ಬುಕ್ ವಾರ್ಡ್‌ರೋಬ್‌ನ ಹ್ಯಾಂಗರ್‌ಗಳ ಮೇಲೆ ಇರುತ್ತಾ? ನಾನೇ ಆಗಾಗ ಎದುರು ನಿಂತು ಕ್ಲೀನ್ ಮಾಡಿಸ್ತಾ ಇದ್ದೆ. ಒಂದು ಪೇಪರ್ ಕೂಡ ಎಸೆದದ್ದಿಲ್ಲ. ಇರುತ್ತೆ ನೋಡು" ಎಂದರು.

ಎಲ್ಲಿಂದಲ್ಲಿಯೇ ಬಿಟ್ಟು ಅಭಿಷೇಕ್ ಟೆರೇಸ್ ಮೇಲೆ ಹೋಗಿ ನಿಂತ. ಎಂಟು ತಿಂಗಳಲ್ಲಿ ಆ ಕ್ಷಣ, ಆ ಮುಖವನ್ನು ಮರೆಯಲು ಪ್ರಯತ್ನಿಸಿ ಸೋತುಹೋಗಿದ್ದ. ಕೆಲವೊಮ್ಮೆ ಅವನಿಗೆ ಇದು ಹೆಚ್ಚು ವಿಲಕ್ಷಣವೆನಿಸುತ್ತಿತ್ತು. ಸೈಕಿಯಾಟ್ರಿಸ್ಟ್‌ನ್ನು ಕೂಡ ಹೋಗಿ ಕಂಡುಬಂದಿದ್ದ. 'ದಿಸೀಸ್ ಸಿಂಪಲ್. ಯುವ ಲವ್ಡ್‌ಹರ್' ಎಂದಿದ್ದರು. ಅದನ್ನು ಕೂಡ ಮನದಿಂದ ತಳ್ಳಿ ಹಾಕಲು ಪ್ರಯತ್ನಿಸಿದ್ದ.

"ಅಭಿ....." ವಸುಂಧರ ಮನಗ ತೋಳನ್ನು ಮುಟ್ಟಿದ್ದರು. ಪಕ್ಕಕ್ಕೆ ತಿರುಗಿ "ಮಮ್ಮಿ, ನನ್ನ ಒಂಟಿಯಾಗಿರೋಕೆ ಬಿಡಿ. ಕೆಲವನ್ನು ನಿಮ್ಮ ಮುಂದೆ ಕೂಡ ಹಂಚಿಕೊಳ್ಳೋಕ್ಕಾಗೊಲ್ಲ. ಪ್ಲೀಸ್...." ಎಂದ. ಆಕೆ ತಲೆತಗ್ಗಿಸಿಕೊಂಡು ಹೊರ ನಡೆದುಬಿಟ್ಟರು.

ಮಧುಬಾಲಳೇ ವಿಭಾಗೆ ಮದುವೆಯಾದ ಸುದ್ದಿ ತಿಳಿಸಿದ್ದಳು. ಆ ಪ್ರಕರಣವನ್ನು ಬೇರೆ ರೀತಿಯಲ್ಲಿ ಬಳಸಿಕೊಂಡು ಪ್ರಯೋಜನ ಪಡೆಯಲಿಚ್ಛಿಸುವ ದೊಡ್ಡ ಜನ ಅವರು. ನೋಡದ ಅವಳ ವಿಷಯದಲ್ಲಿ ಕೂಡ ಅವರಿಗೆ ಕೋಪವಿರಲಿಲ್ಲ. ಹೆಚ್ಚು ಸಮಸ್ಯೆಯಾದದ್ದು ಅಭಿಷೇಕ್.

ರಾತ್ರಿಯ ಊಟಕ್ಕೆ ಕೂಡ ಅಭಿಷೇಕ್ ಕೋಣೆಯಿಂದ ಹೊರಗೆ ಬರಲಿಲ್ಲ. ತಟ್ಟೆಯ ಮುಂದೆ ಕೂತ ಮೇಘನಾಥ್, ವಸುಂಧರ ತುತ್ತು ಎತ್ತಲಾರದೆ ಹೋದರು. "ದಯವಿಟ್ಟು ಅವನ್ಹತ್ರ ಸ್ವಲ್ಪ ಮಾತಾಡಿ. ಹೆತ್ತ ತಾಯಿ ನನ್ಮುಂದೆ ಕೂಡ ಹೇಳಿಕೊಳ್ಳೋಕ್ಕಾಗೋಲ್ಲ..... ಎಂದ್ಬಿಟ್ಟ" ಅಹವಾಲನ್ನು ಗಂಡನ ಮುಂದೆ ಮಂಡಿಸಿದರು.

ಮತ್ತೆರಡು ದಿಂಬುಗಳನ್ನು ಮೇಘನಾಥ್ ತಲೆಯ ಕೆಳಗೆ ಹಾಕಿಕೊಂಡು ಸೀಲಿಂಗ್ ದಿಟ್ಟಿಸತೊಡಗಿದರು. ಮಾತು ಬೇಡವೆನಿಸಿ ಮೌನ ಹೆಚ್ಚು ಪ್ರಿಯವೆನಿಸಿಸತು.

"ಈಗೇನು ಮಾಡೋದು?" ವಸುಂಧರ ತಾಳ್ಮೆ ಕಳೆದುಕೊಂಡರು "ಆರಾಮಾಗಿ ಮಲಕ್ಕೋ. ಪರಿಸ್ಥಿತಿಯನ್ನು ಬಂದ ಹಾಗೇ ಎದುರಿಸೋಣ. ಈಗ ಆರಾಮಾದ ನಿದ್ದೆ ಒಳ್ಳೆಯದು" ಕಣ್ಣುಚ್ಚಿಕೊಂಡರು.

ಮಗನ ಬೆಳವಣಿಗೆಯ ಎಲ್ಲಾ ಹಂತಗಳಲ್ಲಿನ ವಿಶೇಷಗಳನ್ನು ನೆನಪಿಗೆ ತಂದುಕೊಳ್ಳತೊಡಗಿದರು. ಟ್ಯಾಲೆಂಟೆಡ್, ಅಗತ್ಯವಾದಷ್ಟು ಓಬಿಡಿಯಂಟ್ ಕೂಡ. ಹೆಚ್ಚು ಸ್ನೇಹಮಯಿ. ಎಲ್ಲರೆಡೆ ಒಡೆದು ಕಾಣುತ್ತಿತ್ತು ಅವನ ಸುಂದರ ವ್ಯಕ್ತಿತ್ವ. ಹೆಚ್ಚು ನಯವಾಗಿ, ನಾಜೂಕಾಗಿ, ನಾಗರಿಕವಾಗಿಯೂ ಇರುತ್ತಿತ್ತು. ಎಲ್ಲರೊಡನೆ ಅವನ ನಡತೆ. ಪಬ್ಲಿಕ್‌ನಲ್ಲಿ ಅಂದರೆ ಪಾರ್ಕ್, ಸಾರ್ವಜನಿಕರು ಓಡಾಡುವ ಸ್ಥಳದಲ್ಲಿ ಒಬ್ಬ ಯುವತಿಯನ್ನು 'ಕಿಸ್' ಮಾಡಿದ ಅಂದರೆ ಅವರಿಗೆ ಇಂದಿಗೂ ನಂಬಲಸಾಧ್ಯವಾಗಿತ್ತು. ಜೋಕಾ, ಪುಕಾರಾ ಅಥವಾ ಇವನ್ನೆಲ್ಲ ಸಮರ್ಥಿಸಿಕೊಳ್ಳಬೇಕೆಂದು ಯಾರೊಂದಿಗಾದರೂ ಬೆಟ್ಸ್ ಕಟ್ಟಿದ್ದಾನ? ಅದು ಇಂಥ ವಿಷಯದಲ್ಲಿ.... ಒಂದು ಹೆಣ್ಣಿನ ಅಂಗೀಕಾರವಿಲ್ಲದೆ ಮುತ್ತಿಡುವುದು ಕೂಡ ಘೋರ ಅಪರಾಧ.

ನಿದ್ದೆ ಮಾಡುತ್ತಿದ್ದ ಹೆಂಡತಿಯನ್ನು ತಟ್ಟಿ ಎಬ್ಬಿಸಿದರು. "ಅಂದಿನ ಘಟನೆಯನ್ನು ನೀನು ನಂಬ್ತೀಯಾ?" ಆಕೆ ಕಕ್ಕಾಬಿಕ್ಕಿಯಾದರು. "ಯಾವ ವಿಷ್ಯ...." ಮೇಘನಾಥ್ ವಿವರಿಸಿದ ಕೂಡಲೇ ವಸುಂಧರ ನಿದ್ದೆ ಓಡಿಹೋಯಿತು.

"ನಾನಂತು ನೋಡ್ಲಿಲ್ಲ. ಅವ್ನೇ ಒಪ್ಪಿಕೊಂಡಿದ್ದಾನೆ."

ಮಲಗುವಂತೆ ಸೂಚಿಸಿದರು. ವಸುಂಧರ ಎದ್ದು ಹೋಗಿ ತಮ್ಮ ಬೀರುವಿನಲ್ಲಿ ಭದ್ರವಾಗಿದ್ದ ವಿಭಾ ವೆಡ್ಡಿಂಗ್ ಕಾರ್ಡನ್ನು ಗಂಡನ ಮುಂದಿಟ್ಟರು.

ಇದೇ ಎಳೆ ಹಿಡಿದು ಅವಳನ್ನೇ ಹುಡುಕಿಕೊಂಡು ಹೋದಾರೆಂದು ಆಕೆಯ ಭಯ.

ಒಂದು ಆಶಾಕಿರಣವು ನಂದಿ ಹೋದಂತಾಯಿತು ಮೇಘನಾಥ್‌ರಿಗೆ. "ಛೇ, ಅಂದೇ ನಾನು ಹೋಗಿ ವಿಭಾ ಮನೆಯವರನ್ನು ಕಂಡುಬರಬೇಕಿತ್ತು" ಪಶ್ಚಾತ್ತಾಪವಿತ್ತು ಅವರ ದನಿಯಲ್ಲಿ.

"ಇದ್ನ ನೋಡಿದ್ಮೇಲೆ ಅವ್ನು ಮಾಮೂಲಿ ಆಗ್ತಾನೆ. ಈಗ ಮಲಕ್ಕೊಳ್ಳಿ."

ಮರುದಿನ ರೆಡಿಯಾಗಿ ತಂದೆಯ ಜೊತೆ ಗೆಲುವಾಗಿಯೇ ಹೊರಟ. ಅಂದು ಆಫೀಸ್‌ನಲ್ಲಿ ಮಾಡಬೇಕಾದ ಬದಲಾವಣೆಯ ಬಗ್ಗೆ ಕೆಲವು ಸಲಹೆಗಳನ್ನಿತ್ತ. ಮಧ್ಯಾಹ್ನ ಜೋಕ್ ಮಾಡುತ್ತ ಊಟ ಮಾಡಿದ ಕೂಡ.

ಸಂಜೆ ಅವರು ಕಬ್ಲ್‌ಗೆ ಹೋದಾಗ ಅವನ ಅನ್ವೇಷಣೆ ಪ್ರಾರಂಭವಾಗಿತ್ತು.

ಅವನು ಕೈ ಕಂಪಿಸಿತು. ಹೌದು, ವಿಭಾ ಮದುವೆ ಯೋಗಿಯೊಂದಿಗೆ

ನಡೆದುಹೋಗಿದೆ ಒಮ್ಮೆಲೆ ಅವನ ಸುತ್ತಲೂ ಕತ್ತಲು ಆವರಿಸಿದಂತಾಯಿತು. ಅದರ ನಡುವೆ ಅವನ ಹೃದಯ ಹೂಂಕರಿಸಿತು.

ವಿಲಿವಿಲಿ ಒದ್ದಾಡಿದ ಇಡೀ ರಾತ್ರಿ. ವಿಭಾ ಜೊತೆ ಪ್ರತ್ಯೇಕವಾಗಿಯೇನು ಸಾರ್ವಜನಿಕವಾಗಿಯೂ ಕೂಡ ಎಂದು ಮಾತಾಡಿರಲಿಲ್ಲ. ಅಂದಿನ ತನ್ನ ಮನದ ಒತ್ತಡಗಳೇನು? ವಿಪರೀತ ಅರ್ಥಗಳ ನಡುವೆ ನವೆದುಹೋದ.

ತೀರಾ ಆಕಸ್ಮಿಕವಾಗಿ ಶೈಲೇಂದ್ರ ಅವನು ಹೊರಗೆ ಬರುವ ವೇಳೆಗೆ ಕಾದು ಕೂತಿದ್ದ ಬೆಳಿಗ್ಗೆಯೇ.

"ಹಲೋ.... ಅಭಿ...." ಅಪ್ಪಿಕೊಂಡುಬಿಟ್ಟ. "ಅಂತೂ ಮುಂಬಯಿಯ ಸಮುದ್ರದ ಭೋರ್ಗರೆತ ಎಲ್ಲಿ ತನ್ನ ಮೋಹದಲ್ಲಿ ಕೆಡವಿಕೊಳ್ಳುತ್ತೋ ಎಂದು ಹೆದರಿದ್ದೆ" ಹಾಸ್ಯ ಮಾಡಿದ ಕೂಡ.

ಒಂದು ಕೆಲಸಕ್ಕೆ ಮೇಘನಾಥರಿಂದ ರೆಕಮಂಡೇಷನ್ ಲೆಟರ್ ಪಡೆದುಕೊಂಡು ಹೋಗಲು ಬಂದಿದ್ದ.

ಗೆಳೆಯರಿಬ್ಬರು ಜೊತೆಯಲ್ಲಿಯೇ ಬ್ರೇಕ್‌ಫಾಸ್ಟ್ ಮುಗಿಸಿ ಜಾಲಿಯಾಗಿ ಹೀರೋ ಹೋಂಡಾ ಮೇಲೆ ಹೊರಬಿದ್ದರು. ಸಂಜೆಯವರೆಗೂ ಸಿಕ್ಕಿಸಿಕ್ಕಿದ ಕಡೆಯಲ್ಲೆಲ್ಲ ಓಡಾಡಿ ದಣಿದರು.

ಅದೇ ಪಾರ್ಕ್ ಮುಂದೆ ಅಭಿಷೇಕ್ ವೆಹಿಕಲ್ ನಿಲ್ಲಿಸಿದ. "ನನ್ನ ನೆನಪಿನಲ್ಲಿ ಅಚ್ಚಳಿಯದೇ ಉಳಿದ ಸ್ಥಳ" ಮೋಡಿಗೆ ಒಳಗಾದವನಂತೆ ನುಡಿದಾಗ ಶೈಲೇಂದ್ರ ಬೆಚ್ಚಿಬಿದ್ದ. ಪೂರಾ ಮರೆತಿರುತ್ತಾನೆಂದುಕೊಂಡಿದ್ದ. ಇಬ್ಬರೂ ಹುಲ್ಲುಹಾಸಿನ ಮೇಲೆ ಕೂತರು. ಸ್ವಲ್ಪ ಗಂಭೀರವಾದ ಅಭಿಷೇಕ್.

"ಕೆಲವನ್ನು ಮರುಬಿಡೋದು ಒಳ್ಳೇದು. ನೀನು ಅಷ್ಟೊಂದು ಇಂಪ್ರೆಸಿವ್ ಆಗ್ತೀಯಾ ಅಂದ್ಕೊಂಡಿರ್ಲಿಲ್ಲ" ಎಂದ ಶೈಲೇಂದ್ರ ಮಾತು ಬದಲಾಯಿಸಿದ. "ಮಾವನ ಅಡ್ವರ್ಟೈಸ್ ಕಂಪೆನಿ ಬಗ್ಗೆ ಹೇಳು. ತುಂಬ ಇಂಟರೆಸ್ಟಿಂಗ್ ಆಗಿರುತ್ತಲ್ಲ."

"ನಂಗೇ.... ಬೋರಾಯ್ತು!" ಹೆಲ್ಮೆಟ್ ಪಕ್ಕಕ್ಕೆ ಸರಿಸಿ ನಿಡಿದಾಗಿ ಕಾಲುಗಳನ್ನು ನೀಡಿದ. "ಡ್ಯಾಡಿಗೂ, ಅಲ್ಲಿಗೆ ಕಳಿಸೋ ಉದ್ದೇಶವೇನೂ ಇರಲ್ಲಿಲ್ಲ. ಅಂಥ ಅಗತ್ಯ ತಾನೇ ಏನಿದೆ? ನನ್ನ ಮೂಡ್ ಇಂಥ ಬದಲಾವಣೆಯಿಂದ ಚೇಂಜ್ ಆಗುತ್ತೆ ಅನ್ನಿಸಿರಬೇಕು. ನೋ, ಅದು ಇನ್ನಷ್ಟು ಗಟ್ಟಿಯಾಯ್ತು. ವಿಭಾ ನನ್ನಲ್ಲಿ ಆರಾಮಾಗಿ ನಿಂತು ಬಿಟ್ಟಳು. ಇನ್ನು ಇಪ್ಪತ್ತು ವರ್ಷವಾದ್ರೂ.... ಅವಳ ಸೊಬಗಿನ ಮಾರ್ದವತೆಯ ಮುಖವನ್ನು ನಾನೆಂದು ಮರೆಯೋಕ್ಕಾಗೋಲ್ಲ" ಸ್ಪಷ್ಟವಾಗಿ ಉಸುರಿದ.

ಶೈಲೇಂದ್ರನಿಗೆ ಷಾಕ್. ಇದೊಂದು ಅಪರೂಪದ ಪ್ರಕರಣವೆನಿಸಿತು.

"ನಿಮ್ಮಲ್ಲಿ ಲವ್ ಆಫೇರ್ಸ್?" ಅನುಮಾನಗೊಂಡ.

ಮುಖ ಮೇಲೆತ್ತಿ ಅಭಿಷೇಕ್ ಉಸಿರು ದಬ್ಬಿದ. "ಇದೆ ಅಂದರೆ ತಪ್ಪು. ಇಲ್ಲ

ಅಂದುಕೊಳ್ಳುವುದೇ ಸರಿಯಲ್ಲ ವರ್ಷಾನುಗಟ್ಟಲೆ ಒಡನಾಟವಿದ್ದರೂ ತಾವೇನು ಅಲ್ಲವೇ ಎಂದು ಸರಿದುಹೋಗುವವರು ಸಾಕಷ್ಟು. ಕೆಲವರು ಹತ್ತಿರವಿದ್ದರೂ ಏನು ಅಲ್ಲ, ಕೆಲವರು ದೂರ ನಿಂತರೂ ಹೃದಯಕ್ಕೆ ಬೇಕಾದವರು. ಅಂಥ ಸಂಬಂಧ ನಮ್ಮಿಬ್ಬರದು. ಜೀವನದಲ್ಲಿ ನನ್ನ ಪಾಲಿಗೆ ಒಬ್ಬಳೇ ಹೆಣ್ಣು" ಆವೇಗಗೊಳ್ಳದೇ ಹೇಳಿದ.

ಅಂಥ ತಣ್ಣನೆಯ ವಾತಾವರಣದಲ್ಲೂ ಬೆದರುವ ಹಣೆಬರಹ ಶೈಲೇಂದ್ರನದು. ಇದು ಹೇಗೆ ಸಾಧ್ಯ ಎನ್ನುವಂತೆ, ಹೇಗೆ ಅಸಾಧ್ಯ ಎನ್ನುವುದುದರ ಬಗ್ಗೆ ಯೋಚಿಸಿದ.

"ಅಭಿ, ಇದು ಫೂಲಿಶ್‌ನೆಸ್. ಮಧುಬಾಲ, ಸುಕುಮಾರ್ ಸಂಬಂಧ ಹಾಸಿಗೆವರೆಗೂ ನಡೆದಿತ್ತು. ಈಗ ಒಬ್ಬರ ಕಂಡರೆ ಮತ್ತೊಬ್ಬರು ಸಿಡಿದು ಬೀಳ್ತಾರೆ. ಅಂಥದ್ದರಲ್ಲಿ ಇದೇನಿದು ಹುಚ್ಚಾಟ? ಪ್ಲೀಸ್ ಮರ್ತುಬಿಡು. ವಿಭಾಗೆ ಮದುವೆ ಆಯ್ತು ಕೂಡ. ಆರಾಮಾಗಿರೋ ಅವಳ ಬದುಕಿಗೆ ದಳ್ಳೂರಿಯಾಗೋದ್ಬೇಡ. ಹೇಗೂ ಮಾವನ ಮಗಳು ರೆಡಿಯಾಗಿದ್ದಾಳೆ. ಹನಿಮೂನ್ ಮುಗಿಯುವ ವೇಳೆಗೆ ಎಲ್ಲಾ ಮರೆತುಹೋಗಿರುತ್ತೆ" ಬುದ್ಧಿ ಹೇಳಿದ.

ನೋಟವೆತ್ತಿ ಸಣ್ಣನೆಯ ನಗೆ ಬೀರಿದ ಅಭಿಷೇಕ್. "ಮರೆಯೋ ಪ್ರಯತ್ನ ಬರೀ ಹಿಂಸೆ, ನೆನಪೊಂದೇ ನನ್ನ ಜೀವನಕ್ಕೆ ಇನ್ಸ್‌ಪಿರೇಷನ್. ಜಗತ್ತಿನಲ್ಲಿ ಪ್ರೀತಿ, ಪ್ರೇಮ, ಅತ್ಯಂತ ಸಹಜ. ಬಲವಂತವಾಗಿ ಯಾರನ್ನೂ ಪ್ರೀತಿಸಲು ಸಾಧ್ಯವಿಲ್ಲವೋ.... ಹಾಗೆ" ಮೇಲೆದ್ದವನು ಹೆಲ್ಮೆಟ್ ಕೈಗೆತ್ತಿಕೊಂಡ.

ತುಂಬ ನೊಂದುಕೊಂಡ ಶೈಲೇಂದ್ರ "ವಿಭಾ ಮದುವೆ ನಡೆದುಹೋಗಿರೋದು ಮಧುಬಾಲ ಅಣ್ಣನ ಫ್ರೆಂಡ್ ಯೋಗಿ ಜೊತೆ. ಅವನೊಬ್ಬ ರ್‍ಯಾಸ್ಕಲ್, ರೋಗ್...." ಮತ್ತಷ್ಟು ಹೇಳಿದ.

ತೀರಾ ಗಾಬರಿಗೊಂಡ ಅಭಿಷೇಕ್‌ನ ಮೈ ಅವಯವಗಳು ಬಿಗಿದುಕೊಂಡವು. ಮುಷ್ಟಿ ಹಿಡಿದು ರೋಷದಿಂದ ಹೇಳಿದ "ಇಂಥ ಕೆಟ್ಟ ಆಟಗಳು ವಿಭಾಳೊಂದಿಗೆ ಆಡಿದರೆ ಈ ಅಭಿಷೇಕ್ ಕೈ ಕಟ್ಟಿ ಕೂಡೋಲ್ಲ."

ಎರಡೂ ಕೈಜೋಡಿಸಿ ಶೈಲೇಂದ್ರ ಮೇಲೆ ನೋಡಿದ. ಎಲ್ಲಾ ಅಯೋಮಯ ವೆನಿಸಿತು. ಅವನೆಷ್ಟೋ ಪ್ರೇಮ, ಪ್ರೀತಿ ಸಿನಿಮಾಗಳನ್ನು ನೋಡಿದ್ದ. ಸಾಕಷ್ಟು ಪ್ರೇಮ ಸಾಹಿತ್ಯವನ್ನು ಓದಿದ್ದ. ಇಂಥ ಮಟ್ಟಕ್ಕೆ ಅವು ಯಾವುವೂ ಏರಿರಲಿಲ್ಲವೆನಿಸಿತು. ಅವರ ಪ್ರೇಮಕ್ಕೆ ಸಾಕಷ್ಟು ಹಿನ್ನೆಲೆಗಳು ಇದ್ದವು.

"ಅಭೀ.... ಫೆಂಟಾಸ್ಟಿಕ್!" ಕೈ ಕುಲುಕಿದವನು ಮತ್ತೊಂದು ಮಾತು ಹೇಳಿದ "ನೀನು, ಯೋಗಿ ಎಂದೂ ಮುಖಾಮುಖಿಯಾಗದಿರಲೆಂದೇ ನನ್ನ ಹಾರೈಕೆ" ದೀರ್ಘವಾಗಿ ಅವನನ್ನು ನೋಡಿದ. ಅವನ ಮಾತುಗಳಲ್ಲಿ ಯಾವ ಉತ್ಪ್ರೇಕ್ಷೆಯೂ ಇಲ್ಲವೆನಿಸಿತು.

ಪಾರ್ಕ್‌ನಿಂದ ಇಬ್ಬರು ಹೊರಬಿದ್ದರು. ಶೈಲೇಂದ್ರನ ಹೃದಯ ತನ್ನ ಕ್ರಿಯೆಯನ್ನು ಕೆಲವು ಕ್ಷಣ ನಿಲ್ಲಿಸಿತು. ಯಾರೊಂದಿಗೋ ಹೋಗುತ್ತಿದ್ದ ಯೋಗಿ ಕೈಯಾಡಿಸಿ

ಇವನತ್ತ ಬಂದ.

"ಹಾಯ್....ಶೈಲು...." ಅತಿಯಾಗಿ ಬೆಳೆಸಿದ್ದ ಜೊಂಪೆ ಕೂದಲನ್ನು ಹಿಂದಕ್ಕೆ ತಳ್ಳುತ್ತ ಅವನ ಮುಂದೆ ನಿಂತಿದ್ದ ಕೆಲವೇ ಕ್ಷಣಗಳಲ್ಲಿ "ಹಲೋ....ಏನಿಲ್ಲಿ!" ಅವನನ್ನು ಸ್ವಲ್ಪ ದೂರ ಎಳೆದುಕೊಂಡು ಹೋದ ಶೈಲೇಂದ್ರ.

"ನನ್ನ ಮ್ಯಾರೇಜ್...." ಶುರು ಮಾಡಿದ ಕೂಡಲೇ "ಡ್ರಾಪ್ ದಟ್ ಮ್ಯಾಟರ್. ನಂಗೆ ಅಂಥ ಮಾಮೂಲು ವಿಷ್ಯಗಳ ಬಗ್ಗೆ ಕ್ರೇಜ್ ಇಲ್ಲ. ಇನ್ನೊಂದ್ಸಲ ಮಾತಾಡೋಣ. ಸೀ ಯೂ ಇನ್ ದಿ ಈವ್ನಿಂಗ್" ಹಿಂದಕ್ಕೆ ತಿರುಗಿ ಅಭಿಷೇಕ್‌ನತ್ತ ಓಡಿಬಿಟ್ಟ.

"ಹರಿಅಪ್ ಅವನು ನನ್ತಲೆ ಬಿಸಿ ಮಾಡಿಬಿಡ್ತಾನೆ" ಚಡಪಡಿಸಿದ. "ನೀನು ಇದೇನು ಮಾರ್ನಿಂಗ್ ಅಂತ ತಿಳ್ಕೊಂಡ್ ಈವ್ನಿಂಗ್ ನೋಡ್ತೀನಿ ಅಂದೆ" ಹಾಸ್ಯ ಮಾಡುತ್ತಲೇ ವೆಹಿಕಲ್ ಸ್ಟಾರ್ಟ್ ಮಾಡಿದ.

ಯೋಗಿ ಮತ್ತು ಅಭಿಷೇಕ್ ನಡುವೆ ಮುಖ ಪರಿಚಯವಿಲ್ಲದಿದ್ದರೂ ರೈವಲ್ಸ್ ಅರಿವಿಗೆ ಬಾರದಂತೆ ಆದ ಪ್ರತಿಸ್ಪರ್ಧಿಗಳು.

ಅಂದು ಅಭಿಷೇಕ್‌ನ ಮನೆಯಲ್ಲಿಯೇ ಉಳಿದ ಶೈಲೇಂದ್ರ. ಊಟದ ನಂತರ ಗೆಳೆಯರು ಟೆರೇಸ್‌ನಲ್ಲಿ ಕೂತು ಕಾಲೇಜಿನ ವಿಷಯಗಳನ್ನು ಹರಟಿದರು.

"ಯಾರು ಹೊಸ ಫ್ರೆಂಡ್?" ಅಭಿಷೇಕ್ ಜ್ಞಾಪಿಸಿಕೊಂಡ. ಎಚ್ಚರ ವಹಿಸಿದ ಶೈಲೇಂದ್ರ "ಹೊಸಬ ಏನು ಅಲ್ಲ. ಹಳೆ ಪರಿಚಯ. ಸ್ನೇಹ ಬೆಳೆಸೋ ಅಂಥ ವ್ಯಕ್ತಿಯಲ್ಲ. ಒಂದು ರೀತಿ ಕ್ರೂರಿ. ಅವನಿಗೆ ಹೆಣ್ಣುಗಳನ್ನು ಆಕರ್ಷಿಸುವ ಕಲೆ ಗೊತ್ತಿದೆ. ಅದೇ ರೀತಿಯಲ್ಲಿ ಹಿಂಸಿಸ್ತಾನೆ. ಯುವತಿಯ ಕಣ್ಣೀರು ಅವನಿಗೆ ಇಷ್ಟ. ಅವನೊಬ್ಬ ಸ್ಯಾಡಿಸ್ಟ್. ಅದಕ್ಕೆ ಅವನ ಪರಿಚಯ ನಿಂಗೆ ಮಾಡಿಕೊಡಲು ಇಚ್ಛಿಸಲಿಲ್ಲ" ಅಂದ. ಆಗ ಅವನಿಗೆ ವಿಭಾಳ ನೆನಪು ಬಾರದೇ ಹೋಗಲಿಲ್ಲ. ಒಳಗೊಳಗೆ ನೊಂದ.

ಅವನ ಹಾರೈಕೆ ಕೆಲವೇ ನಿಮಿಷಗಳಲ್ಲಿ ಸುಳ್ಳಾಗಿ ಅಭಿಷೇಕ್, ಯೋಗಿ ಮುಖಾಮುಖಿಯಾಗುವ ಸಂದರ್ಭ ಬಂತಲ್ಲ ಎನ್ನುವ ಚಡಪಡಿಕೆ ಕೂಡ ಅವನದು.

"ಅಭಿಷೇಕ್, ಪ್ಲೀಸ್ ನೀನು ವಿಭಾನ ಮರ್ರುಬಿಡು. ಸುಮ್ನೆ ನಿನ್ನ ಭವಿಷ್ಯ ಹಾಳಾಗುತ್ತೆ. ಹೆಚ್ಚು ಸಫರ್ ಆಗುವವರು ನಿನ್ನ ತಾಯ್ತಂದೆ. ಸ್ವಲ್ಪ ಯೋಚಿಸು" ರಿಕ್ವೆಸ್ಟ್ ಮಾಡಿಕೊಂಡ.

"ಐ ವಿಲ್ ಫರ್‌ಗೆಟ್ ದಿ ಹೋಲ್ ವರ್ಲ್ಡ್. ವಿಭಾನ ಮರೆಯೋ ಮಾತು ಮಾತ್ರ ಹೇಳ್ಬೇಡ" ಅಭಿಷೇಕ್ ಗೆಳೆಯನ ಬಾಯನ್ನು ಮುಚ್ಚಿಸಿದ ಶೈಲೇಂದ್ರ ಮೌನವಾಗಿ ಕೂತುಬಿಟ್ಟ.

* * *

ಗಣಪತಿಗಳ ಸಾವು ಕುಟುಂಬಕ್ಕೆ ದೊಡ್ಡ ಹೊಡೆತವಾಗಿತ್ತು. ಕತ್ತಲಿನಲ್ಲಿ ತಡವರಿಸುವ ಸ್ಥಿತಿ ಅವರದು. ಅಣ್ಣ ಇಲ್ಲವೆಂದುಕೊಳ್ಳುವುದೇ ಗೋಪಾಲಕೃಷ್ಣನಿಗೆ ಆಗದು. ಅದರ

ಜೊತೆ ಮದುವೆಯಲ್ಲಿ ಹೋದ ವಸ್ತುಗಳನ್ನು ಪಟ್ಟಿ ಮಾಡದಾಗಿದ್ದರು. ಮಾಡಿದ ವೆಚ್ಚ ನೀರಿನಲ್ಲಿ ಕದಡಿದಂತಾಗಿತ್ತು. ಮಧ್ಯಸ್ಥಗಾರ ಅಯ್ಯಂಗಾರಿಯ ಮೂಲಕ ಸಾಕಷ್ಟು ಹಣ ಹೀರಿದ್ದರೂ ವಾಹನ ವೆಚ್ಚ, ಬಟ್ಟೆ ಬರೆ ಇತ್ಯಾದಿ. ಒಂದು ರೀತಿಯ ಆರ್ಥಿಕ ದಿಗ್ಬಂಧನವನ್ನು ಕೂಡ ಮಾಡಿಕೊಂಡಾಗಿತ್ತು.

ಹೋಗುವಾಗ ನರಹರಿಗಳು ಗೋಪಾಲಕೃಷ್ಣರ ಸಂತಾನವನ್ನು ತಮ್ಮೊಂದಿಗೆ ಕರೆದೊಯ್ದರು. ಈಗ ಮನೆಯಲ್ಲಿ ಉಳಿದವರು ಮೂವರೇ. ದೂರದ ಚಿಕ್ಕಮಗಳೂರಿಗೆ ಅವರ ಟ್ರಾನ್ಸಫರ್ ಆಗಿತ್ತು.

ವಿಭಾ ಪೂರ್ತಿ ಸೊರಗಿಹೋಗಿದ್ದಳು. ಹೊಡೆತಗಳ ಮೇಲೆ ಹೊಡೆತ. ಪೂರ್ಣ ಪರಿಸ್ಥಿತಿ ಅವರ ಗಮನಕ್ಕೂ ಬಂದಿತ್ತು.

ಗಣಪತಿಗಳ ತಿಂಗಳ ತಿಥಿಯ ಮರುದಿನ ಬೆಂಜಮಿನ್ ಬಂದರು. ಗೆಳೆಯರೊಂದಿಗೆ ಸವಾಲು ಹಾಕಿ ಬಂದು ಸಂಸ್ಕೃತ ಕಲಿತಿದ್ದರು. ಗುರುಗಳ ಬಗೆಗೆ ಅಪಾರವಾದ ಅಭಿಮಾನ. ಆಗ ಪುಟ್ಟ ಹುಡುಗಿಯಾಗಿದ್ದ ವಿಭಾ ಮೇಲೆ ವಿಪರೀತ ಪ್ರೀತಿ. 'ಲಿಟಲ್ ಡಾಲ್' ಎಂದೇ ಇಂದಿಗೂ ಕರೆಯುತ್ತಿದ್ದರು.

"ಹೇಗಿದ್ದೀರಿ, ಗೋಪಾಲಕೃಷ್ಣ?" ಅವರ ಪ್ರಶ್ನೆಗೆ ಇವರಲ್ಲಿ ಉತ್ತರವಿಲ್ಲ. "ತೀರಾ ಮುಖ್ಯವಾದದ್ದು ಮಾತಾಡೋಕೆ ಬಂದೆ..... ಎಲ್ಲಿ ನಮ್ಮ ಲಿಟಲ್ ಡಾಲ್?" ಸುತ್ತಲೂ ನೋಟ ಹರಿಸಿದರು.

"ಒಳ್ಗಡೆ ಇದ್ದಾಳೆ" ಬಾಯಿಬಿಟ್ಟರು.

ಉಭಯ ಕುಶಲೋಪರಿ, ಗಣಪತಿಗಳ ಗುಣಗಾನ, ಮದುವೆಯಲ್ಲಿ ನಡೆದ ಹಗರಣದ ನಂತರ ಒಂದು ವಿಷಯವನ್ನು ಗೋಪಾಲಕೃಷ್ಣರ ಮುಂದೆ ಇಟ್ಟರು.

"ವಿಭಾನ ಮನೆಯಲ್ಲಿ ಇಟ್ಟುಕೊಳ್ಳೋದು ಬೇಡ. ಇನ್ನಷ್ಟು ಮಾನಸಿಕ ಸ್ಥಿತಿ ಕುಸಿಯುತ್ತೆ. ಅಂದೇ ನೀವು ತಪ್ಪು ಮಾಡಿದ್ರಿ....ಕುತ್ತಿಗೆ ಹಿಡಿದಿದ್ರೇ ಆ ಈಡಿಯಟ್ ತಾಳಿ ಕಟ್ಟಿ ಜೊತೆಯಲ್ಲಿ ಕರ್ಕೊಂಡ್ಹೋಗ್ತಾ ಇದ್ದ."

ಅವರ ದನಿಯಲ್ಲಿದ್ದ ಆವೇಶ ಗುರ್ತಿಸಿದರು. "ಇನ್ನಷ್ಟು ಶಿಕ್ಷೆ ಆಗ್ತಾ ಇತ್ತು ವಿಭಾಳ ಪಾಲಿಗೆ. ಚರ್ಚೆ, ಬರವಣಿಗೆ ಎಲ್ಲಾ ಸುಲಭ. ವಾಸ್ತವವಾಗಿ ಪರಿಸ್ಥಿತಿಯನ್ನೆದರಿಸಿದಾಗಲೇ ಅನ್ಯಾಯದ ಕಡೆ ಯಾರಿರುತ್ತಾರೆಂದು ಗೊತ್ತಾಗುವುದು. ಆ ಘಟನೆ ಜನತೆಯ ಇನ್ನೊಂದು ಮುಖವನ್ನು ತೋರಿಸಿತು. ಸ್ವಲ್ಪ ಆವೇಶಪಟ್ಟಿದ್ದರೇ ಅಂದೇ ಅಣ್ಣನ ಜೊತೆ ವಿಭಾಳನ್ನು ಕಳೆದುಕೊಳ್ಳಬೇಕಿತ್ತು" ನಡೆದುಹೋದುದನ್ನು ನೆನೆಸಿಕೊಂಡು ಬಾಧೆಪಟ್ಟರು ಗೋಪಾಲಕೃಷ್ಣ.

ಬೆಂಜಮೀನ್‌ರ ಒತ್ತಾಯ, ವಿಭಾಳ ಸ್ಥಿತಿಯನ್ನು ನೆನೆಸಿಕೊಂಡೇ ಒಂದು ನಿರ್ಧಾರಕ್ಕೆ ಬಂದರು.

"ನನ್ನ ಆಫೀಸಿಗೆ ಒಬ್ಬ ರೆಸೆಪ್ಷನಿಸ್ಟ್ ಬೇಕು. ವಿಭಾಗೆ ಕೊಡ್ತೀನಿ ಆ ಪೋಸ್ಟ್,

ನನ್ನ ಗುರುಗಳ ಮಗಳು ಅಲ್ಲಿ ಓನರ್ ಇದ್ದಂತೆಯೇ" ದೊಡ್ಡ ನಗೆನಕ್ಕರು.

ಗೋಪಾಲಕೃಷ್ಣ, ಕಾವೇರಮ್ಮ ಹಿಂಜರಿದರು. ಅವರನ್ನು ಒಪ್ಪಿಸಲು ಬಹಳಶ್ರಮ ಪಡಬೇಕಾಯಿತು, ಬೆಂಜಮಿನ್.

ಮೇರಿ ಫಾರ್ಮಾಸೂಟಿಕಲ್ ಕಂಪೆನಿಯ ಪ್ರಧಾನ ಆಫೀಸಿಗೆ ವಿಭಾ ರಿಸೆಪ್ಷನಿಸ್ಟ್ ಆದಳು. ಹಿಂಜರಿಕೆ, ನೋವು ಭೀತಿಯನ್ನು ಮೆಟ್ಟಿ ನಿಂತಿದ್ದು ಪರಿಸ್ಥಿತಿ.

ಮೊದಮೊದಲ ಕಷ್ಟವೆನಿಸಿದರೂ ಮೇಲ್ಮುಖವಾಗಿ ಹೊಂದಿಕೊಳ್ಳುವುದು ಅನಿವಾರ್ಯವೆನಿಸಿತು.

* * *

ಹನ್ನೆರಡರ ಸುಮಾರಿಗೆ ಚಿಟಿಚಿಟಿ ಎಂದು ಸುರುವಾದ ಮಳೆ ನಾಲ್ಕರ ಹೊತ್ತಿಗೆ ಜೋರಾಯಿತು. ಬೆಂಜಮಿನ್ ಒಳಗೆ ಇದ್ದುದರಿಂದ ಮಿಕ್ಕವರು ತಮ್ಮ ಸೀಟಿಗೆ ಕಚ್ಚಿಕೊಂಡು ಕೂತಿದ್ದರು.

ವಿಭಾ ರಿಸೆಪ್ಷನಿಸ್ಟ್ ಸೀಟಿನಲ್ಲಿ ಕೂತಿದ್ದರೂ ಕೆಲವು ಕಾನ್‌ಫಿಡೆನ್ಷಿಯಲ್ ಫೈಲ್‌ಗಳನ್ನು ಕೂಡ ಬೆಂಜಮಿನ್ ರವಾನಿಸುತ್ತಿದ್ದರು. ಅವಳು ಪೂರ್ತಿ ಚೇತರಿಸಿಕೊಳ್ಳಬೇಕು. ಇದು ಅವರು ಗಣಪತಿಗೆ ನೀಡುವ ಗುರುದಕ್ಷಿಣೆ.

ಏನೋ ನೋಟ್ ಮಾಡುತ್ತಿದ್ದವಳು ಸದ್ದಿಗೆ ನೋಟ್ ಎತ್ತುವ ಮುನ್ನವೇ "ವಾಟ್ ಕೆನ್ ಐ ಡೂ ಫಾರ್ ಯು ಸರ್?" ಎಂದೇ ತಲೆ ಎತ್ತಿದ್ದು. ಮನದ ರೂಪ ಎದುರಿನಲ್ಲಿ ನಿಂತಿತ್ತು.

ಅಭಿಷೇಕ್‌ನ ನೋಟವನ್ನೆದುರಿಸಲಾರದೆ ತಲೆ ತಗ್ಗಿಸಿದಳು.

"ಐ ವಾಂಟ್ ಮೀಟ್ ಮಿ. ಬೆಂಜಮಿನ್" ಎಂದ.

ಅವಳಿಗೆ ಏನು ಹೇಳಲಾಗಲಿಲ್ಲ. ಫೋನೆತ್ತಿ ಅವರನ್ನು ಸಂಪರ್ಕಿಸುವ ವೇಳೆಗೆ ಅಂಗೈ ಬೆವರಿನಿಂದ ತೊಯ್ದುಹೋಯಿತು. "ಯು ಕೆನ್ ಗೋ ಇನ್‌ಸೈಡ್ ಸರ್" ಇಟ್ಟು ಸುಧಾರಿಸಿಕೊಂಡಳು. ಆದರೆ ಅವನೆದೆಯಲ್ಲಿ ವೀಣೆಯ ಮಿಡಿತ.

ಬೇರೊಬ್ಬರನ್ನು ಕೂಡಿಸಿ ತನ್ನ ಸೀಟ್ ಬಿಟ್ಟು ಎದ್ದು ಹೋದಳು.

ಹತ್ತು ನಿಮಿಷದ ನಂತರ ಅಭಿಷೇಕ್ ಹೊರಗೆ ಬಂದಾಗ ವಿಭಾ ಸೀಟಿನಲ್ಲಿ ಇರಲಿಲ್ಲ. ಉತ್ಸಾಹದಿಂದ ಹೊರಗೆ ನಡೆದ. ಒಮ್ಮೆ ಅವಳನ್ನು ನೋಡುವ ಅವಕಾಶ ಸಿಕ್ಕ ಆ ದಿನವನ್ನು 'ಲಕ್ಕಿಡೇ' ಎಂದು ಅಂದು ಡೈರಿಯಲ್ಲಿ ಗುರುತು ಮಾಡಿದ.

ಎಂದಿಗಿಂತ ವಿಭಾ ಇಂದು ಮನೆಗೆ ಬಂದಾಗ ಸ್ವಲ್ಪ ತಡವಾಗಿತ್ತು. ಸುರಿಯುವ ಮಳೆಯಲ್ಲಿ ಅವಳೊಬ್ಬಳನ್ನೇ ಕಳಿಸದೇ ಬೆಂಜಮಿನ್ ತಾವೇ ಬಂದು ಡ್ರಾಪ್ ಮಾಡಿ ಹೋಗಿದ್ದರು.

"ನಾನು ಹೊರಟಿದ್ದೆ...." ಗೋಪಾಲಕೃಷ್ಣ ಎದೆಯ ಮೇಲೆ ಕೈಯಿಟ್ಟುಕೊಂಡರು. "ಅವ್ರೆ ಇರಿಸ್ಕೊಂಡ್..... ತಂದು ಬಿಟ್ಟೋದ್ರು. ಹೆದರೋದೇನು ಬೇಡ ಚಿಕ್ಕಪ್ಪ.

ಅಲ್ಲಿಯ ಜನ ತುಂಬ ಒಳ್ಳೆಯವ್ರು" ಅವಳ ಮಾತಿಗೆ ಅವರ ತುಟಿಯಂಚಿನಲ್ಲಿ ನಗು ಮೂಡಿತು. 'ಆ ಒಳ್ಳೆಯತನವೇ ನಮ್ಮನ್ನು ಇಲ್ಲಿ ತಂದು ನಿಲ್ಲಿಸಿತು' ನಾಲಿಗೆಯವರೆಗೂ ಬಂದ ಮಾತುಗಳನ್ನು ನುಂಗಿಕೊಂಡರು.

ಅಂದು ಎಂದಿಗಿಂತ ಚಿಕ್ಕಪ್ಪ, ಚಿಕ್ಕಮ್ಮನ ಜೊತೆ ನಾಲ್ಕು ಮಾತು ಹೆಚ್ಚಿಗೆ ಆಡಿದಳು. ತಂದೆಯ ನೆನಪು ಬಂದರೇ ಅಲ್ಲೋಲಕಲ್ಲೋಲವಾಗಿ ಬಿಡುತ್ತಿತ್ತು ಅವಳ ಮನ.

ಮಲಗಿದಾಗ ಅಭಿಷೇಕ್‌ನ ಮುಖ ನೆನಪಾಯಿತು. ಅವನು ಹಾಗೇಕೆ ತನ್ನೊಂದಿಗೆ ವರ್ತಿಸಿದ? ಅವನೊಬ್ಬ ಜಾಲಿ ಸ್ಟೂಡೆಂಟ್, ಪುಂಡುಪೋಕರಿಗಳ ಲಿಸ್ಟ್‌ನಲ್ಲಿ ಅವನ ಹೆಸರು ಇರಲಿಲ್ಲ.

ಹೊರಳಾಡಿ ಎದ್ದು ಕೂತಳು. ಕಣ್ಣಂಚು ಒದ್ದೆಯಾಯಿತು. ಎಂಥ ಸುಂದರವಾದ ದಿನಗಳು! ಗಣಪತಿ ಪಠಿಸುತ್ತಿದ್ದ ಶ್ಲೋಕಗಳು, ಊದುಕಡ್ಡಿಯ ಪರಿಮಳದಂತೆ ಮನೆಯಲ್ಲೆಲ್ಲ ವ್ಯಾಪಿಸಿರುತ್ತಿತ್ತು. ಸಡಗರ, ಸಂಭ್ರಮದ, ಶಾಂತಿಯ ತಾಣವಾಗಿದ್ದ ಈ ಮನೆಯಲ್ಲಿ ಮತ್ತೆಂದಾದರೂ ಅದು ನೆಲೆಸಲು ಸಾಧ್ಯವೇ?

ಮೌನವಾಗಿ ಕಣ್ಣೀರು ಸುರಿಸಿದಳು. ತಂದೆಯ ಕೋಣೆಗೆ ಎದ್ದು ಹೋದಳು. ಅವರ ಎಲ್ಲಾ ವಸ್ತುಗಳು ಅಲ್ಲಲ್ಲೇ ಇದ್ದವು. 'ಅಪ್ಪ....' ಅವರು ಮಲಗುತ್ತಿದ್ದ ಮಂಚದ ಬಳಿ ಕುಸಿದಳು. "ಭಯಂಕರ ಶಿಕ್ಷೆ ವಿಧಿಸಿಬಿಟ್ಟ ಅಭಿಷೇಕ್.'

ಇಡೀ ರಾತ್ರಿ ಅಲ್ಲಿಯೇ ಕಳೆದಳು. ಬೆಳಗಿನ ಜಾವ ಗೋಪಾಲಕೃಷ್ಣ ಎಬ್ಬಿಸಿಕೊಂಡು ಹೋದರು.

"ನಾವೆಲ್ಲ ಇದ್ದೀವಿ ಅನ್ನೋದ್ನ ಮರುತುಬಿಟ್ಟಿದ್ದೀಯ. ಮನಸ್ಸಿಗೆ ತುಂಬ ನೋವಾಗುತ್ತೆ ವಿಭಾ" ಅವರೆದೆಯ ತುಮುಲ ಸ್ವರಕ್ಕೆ ಸೇರಿದಾಗ, ಅಪ್ಪಿಕೊಂಡು ಬಿಕ್ಕಿದಳು. "ಅಪ್ಪನ ಸಾವಿಗೆ ಪರೋಕ್ಷವಾಗಿ ನಾನೇ ಕಾರಣವಾಗ್ಬಿಟ್ಟೆ!" ಮೊದಲ ಸಲ ತನ್ನ ಭಾವನೆಗಳನ್ನು ಹೊರಗೆ ಚೆಲ್ಲಿದಳು.

"ಖಂಡಿತ ಇಲ್ಲ. ಇದ್ರಲ್ಲಿ ನಿನ್ನ ತಪ್ಪೇನಿದೆ? ಕೊನೆಯ ಗಳಿಗೆಯಲ್ಲಿ ಅಣ್ಣನ ಕಣ್ಣಲ್ಲಿ ಮಿನುಗಿದ ಕಾಂತಿ ನೋಡಿದ್ಯಾ? ಅವರೆಂದು ನಮ್ಮನ್ನು ಅಪರಾಧಿ ಸ್ಥಾನದಲ್ಲಿ ನಿಲ್ಲಿಸಲಾರರು. ಆಯುಸ್ಸು ಅಷ್ಟಿತ್ತು. ಅಷ್ಟೆ" ಸಮಾಧಾನಿಸಿದರು.

ಹಿಂದಿನ ದಿನದ ಮಳೆ ಇಂದು ಕೂಡ ಮುಂದುವರಿದಂತೆ ಕಂಡಿತು. ಕೊಡೆ ಹಿಡಿದೇ ಹೊರಬೀಳಬೇಕಾಯಿತು ವಿಭಾ. ಆತ್ಮವಿಶ್ವಾಸ ಹೆಚ್ಚಿದರೂ ಒಂಟಿಯಾಗಿದ್ದಾಗ ಭಯ ಅವಳನ್ನ ಆವರಿಸಿಬಿಡುತ್ತಿತ್ತು.

ಬಸ್‌ಸ್ಟಾಪ್‌ನಲ್ಲಿ ಯೋಗಿ ಸಿಕ್ಕ. ಆಸ್ಪತ್ರೆಯಿಂದ ಹೊರಟವನನ್ನು ಮತ್ತೆ ಸಂಧಿಸಿರಲಿಲ್ಲ. ಅವಳೆದೆಯ ಬಡಿತ ಏರಿತು. ಪರಿಚಯವಿಲ್ಲದವಳಂತೆ. ಹೆಜ್ಜೆಗಳನ್ನು ಮುಂದಕ್ಕೆ ಎತ್ತಿಡತೊಡಗಿದಳು.

"ವಿಭಾ...." ಧಾವಿಸಿ ಬಂದ. ನಿಂತು ಅವನತ್ತ ನೋಟ ಹರಿಸಿದಳು. ಎದೆ ಬಡಿತ ಏರಿತು. ಕೇಳುವ ಮುನ್ನ "ಓ.ಕೆ. ಫೈನ್.... ನೀವು ಹೇಗಿದ್ದೀರಾ?" ಪರಿಚಿತರನ್ನು ವಿಚಾರಿಸುವಂತಿತ್ತು.

"ನೋಡೋಣಾಂತ್ಬಂದೆ. ಎಲ್ಲೋ ಹೊರಟಿದ್ದೀಯಲ್ಲ" ಕುತೂಹಲ ವ್ಯಕ್ತಪಡಿಸಿದ. ತಿಳಿಸುವ ಅಗತ್ಯ ಕಾಣಲಿಲ್ಲ ಅವಳಿಗೆ. "ಮನೆಯಲ್ಲಿ ಚಿಕ್ಕಪ್ಪ ಇದ್ದಾರೆ" ಆಟೋಗೆ ಕೈ ತೋರಿಸಿದಳು.

ಬಂದ ಆಟೋವನ್ನು ಕಳಿಸುವಂಥ ಧೈರ್ಯ ಮಾಡಿದ ಯೋಗಿ "ಮಾತಾಡೋದಿದೆ" ಗಟ್ಟಿಯಾಗಿ ಹೇಳಿದ.

"ಬಹುಶಃ ಏನಿಲ್ಲ. ಯಾಕೆ ಸುಮ್ನೇ ಡಿಸ್ಟರ್ಬ್ ಮಾಡ್ತೀರಾ? ಅಂಕಲ್..." ಕಾರಿನತ್ತ ಕೂಗಿದಳು. ನಿಂತ ಕಾರಿನ ಡೋರ್ ತೆರೆಯಿತು. ಹತ್ತಿ ಕೂತಳು. ಅದರ ಕಲರ್ ಮತ್ತು ನಂಬರ್ ಅವಳನ್ನು ಮೋಸಗೊಳಿಸಿತ್ತು.

ಹೆಚ್ಚುತ್ತಿದ್ದ ಕಾರಿನ ವೇಗ ಗಮನಿಸಿ ವಿಭಾ ಗಾಬರಿಯಾದಳು. "ದಯವಿಟ್ಟು ನಿಲ್ಸಿ. ನಾನು ಮಿಸ್ ಮಾಡ್ಕೊಂಡೆ. ಮೇರಿ ಫಾರ್ಮಾಸೂಟಿಕಲ್ಸ್ ಕಾರೂಂತ ತಿಳಿದೆ" ಬಡಬಡಿಸಿದಳು.

ಡ್ರೈವರ್ ಸೀಟಿನಲ್ಲಿ ಕೂತಿದ್ದ ವ್ಯಕ್ತಿಯನ್ನು ಗಮನಿಸಿದ ಮೇಲೆಯೇ ಅವಳಿಗೆ ಅರಿವಾದದ್ದು.

"ಮಿಸ್ಟರ್ ಅಭಿಷೇಕ್. ದಯವಿಟ್ಟು ಕಾರು ನಿಲ್ಸಿ. ಕೂಗಾಡಿ ಜನರ ಗಮನ ಸೆಳೆಯಬೇಕಾಗುತ್ತೆ...." ಎಂದಳು ಕಂಪಿಸುವ ಸ್ವರದಲ್ಲಿ.

ಅವನ ತುಟಿಯಂಚಿನಲ್ಲಿ ನಗು ಮಿನುಗಿತು ಅಷ್ಟೇ. ಅಂದು ಚುಂಬಿಸಿದ ಕೆನ್ನೆಯ ಒಡತಿ ತನ್ನ ಕಾರಿನಲ್ಲಿದ್ದಾಳೆ ಎನ್ನುವ ಉತ್ಸಾಹ ಎಲ್ಲವನ್ನು ಮರೆಸಿಬಿಟ್ಟಿತು.

ಒಂದು ಕಡೆ ಕಾರು ನಿಂತಿತು. ಮೊದಲು ಇಳಿದ ಅಭಿಷೇಕ್ ಹಿಂದಿನ ಡೋರ್ ತೆರೆದ.

"ಸ್ವಲ್ಪ ನಿನ್ಹತ್ರ ಮಾತಾಡ್ಬೇಕು ವಿಭಾ. ಕೆಳಗಡೆ ಇಳಿಯೋದಯೆ ತೋರ್ಸಿ" ಎಂದ. ಸ್ವಲ್ಪ ಹಿಂಜರಿದಳು ವಿಭಾ. "ಸ್ವಲ್ಪ ನೀವು ದೂರ ಹೋಗಿ" ಅಭಿಷೇಕ್ ನಕ್ಕು ಹಿಂದೆ ಸರಿದು ನಿಂತ.

ಅತ್ತಿತ್ತ ನೋಡಿ ಇಳಿದ ವಿಭಾ ಸ್ವಲ್ಪ ದೂರದಲ್ಲಿ ಅಂದರೆ ಮೈನ್‌ರೋಡಿನಲ್ಲಿ ಓಡಾಡುವ ವಾಹನಗಳನ್ನು ಗಮನಿಸಿದಳು. ಅಲ್ಲಿಗೆ ಓಡಿ ತಲುಪಲು ತನಗೆ ಎಷ್ಟು ಕಾಲಾವಕಾಶ ಬೇಕು?

"ನನ್ನ ಯಾಕೆ ಕರ್ಕೋಂಡ್ಬಂದ್ರಿ?" ನಡುಗುವ ಸ್ವರದಲ್ಲಿನ ಆಂದೋಳನ ಗುರ್ತಿಸಿದ ಅಭಿಷೇಕ್. "ಬಿ ಕಾಮ್ ವಿಭಾ, ಕೆಲವಕ್ಕೆ ಕಾರಣಗಳು ಹಲವು ಪ್ರಶ್ನೆಗಳಿಗೆ ಉತ್ತರ ಸಿಗೋದಿಲ್ಲ. ಯಾಕೆ? ನಂಗೆ ಖಂಡಿತ ಗೊತ್ತಿಲ್ಲ."

ಅವಳು ಈಗ ಯಾವುದೇ ಮಾತುಗಳನ್ನು ಅರ್ಥಮಾಡಿಕೊಳ್ಳುವ ಸ್ಥಿತಿಯಲ್ಲಿರಲಿಲ್ಲ. ಅಂದಿನ ಘಟನೆಯ ನಂತರದ ಪ್ರಕರಣ, ಹಗರಣಗಳೆಲ್ಲ ಅವಳ ಮುಂದಿತ್ತು.

"ನನ್ನ ನಿರಂತರವಾಗಿ ಕಾಡೋ ಪ್ರಶ್ನೆಗೆ ಈಗೀಗ ಉತ್ತರ ಫ್ಲಾಷ್ ಆಗ್ತಾ ಇದೆ. ನೀನು ಸ್ವಲ್ಪ ಹಿಂದೆ ಸಿಕ್ಕಿದ್ದರೆ ಕ್ಷಮಾಪಣೆ ಕೇಳಿ ಪನಿಷ್‌ಮೆಂಟ್ ಬಗ್ಗೆಯೂ ನಿನ್ನ ಸಲಹೆ ಪಡೆದುಕೊಳ್ತಾ ಇದ್ದೆ. ಈಗ...." ಭಾರವಾದ ಉಸಿರೆಳೆದು ದಬ್ಬಿದ.

"ಯಾವ್ದೇ ಮಾತುಗಳು ನಂಗೆ ಕೇಳೋಕೆ ಇಷ್ಟವಿಲ್ಲ...." ಎಂದವಳು ಅತ್ತಿತ್ತ ನೋಡಿ ಮೈನ್‌ರೋಡಿನತ್ತ ಓಡಿಯೇಬಿಟ್ಟಳು. ಸರಿ ಇಲ್ಲದ ದಾರಿ. ಮುಂದಿನ ಅನಾಹುತಕ್ಕೆ ಅಂಜಿದ. "ವಿಭಾ.... ನಿಂತ್ಕೋ....." ಕೂಗಿದವನು ಅವಳ ಹಿಂದೆ ಓಡಿ ನಿಲ್ಲಿಸಿದ.

ಅಭಿಷೇಕ್‌ನ ಕೈಯಲ್ಲಿದ್ದ ಅವಳ ಕೈ ನಡುಗುತ್ತಿತ್ತು. ಆ ಕ್ಷಣ ಅವನ ಎಲ್ಲ ಪ್ರಶ್ನೆಗಳಿಗೂ ಉತ್ತರ ಸಿಕ್ಕಿತು. ಯಾವುದೇ ಹೆಣ್ಣಿನ ಸನಿಹ ಕೂಡ ಅವನಲ್ಲಿ ಏರಿಳಿತವನ್ನುಂಟುಮಾಡಿರಲಿಲ್ಲ. ಈಗ ಅವನೆದೆಯಲ್ಲಿ ಮೋಹಕ ರಾಗಗಳೆದ್ದವು.

ಪರಿಸ್ಥಿತಿ ಅರಿವಿಗೆ ಬಂದಾಗ ಕೈ ಬಿಟ್ಟು ತನ್ನನ್ನು ನಿಯಂತ್ರಿಸಿಕೊಂಡ. "ಓ.ಕೆ. ನಾನು ಕಾಯ್ತೀನಿ. ನಿನ್ನತ್ರ ನನ್ನ ಭಾವನೆಗಳನ್ನು ಹಂಚಿಕೊಳ್ಳದ ಹೊರತು ಕ್ಷಮೆ ಕೇಳೋಲ್ಲ. ಬಾ ಕೂತ್ಕೋ. ನಿನ್ನನ್ನು ಹತ್ತಿಸಿಕೊಂಡ ಜಾಗದಲ್ಲಿಯೇ ಬಿಡ್ತೀನಿ. ಡೋಂಟ್ ಫಿಯರ್....." ಎಂದು ನುಡಿದ ಅವಳಿಗೆ ಬೆನ್ನು ಹಾಕಿಯೇ ಕಾರಿನತ್ತ ನಡೆದ.

ವಿಭಾ ಮನ ಒಪ್ಪಲಿಲ್ಲ. ಈ ಸಮಾಜ ಎಂಥದ್ದು ಅದರ ಕಲ್ಪನೆಯ ವೇಗವೆಷ್ಟೆಂದು ಮುಕ್ತಾ ಮದುವೆಯ ಮನೆಯಲ್ಲಿ ಅರಿವಾಗಿತ್ತು. ಅಂದು ಆಡಿದವರೆಲ್ಲ ವಿದ್ಯಾವಂತರು. ಬದಲಾವಣೆಗೆ ಸಿದ್ಧರಾದ ಯುವತಿಯರು. ಚರ್ಚಾಗೋಷ್ಠಿಗಳಲ್ಲಿ ಇಡೀ ಗಂಡು ಸಮೂಹವನ್ನು ಟೀಕಿಸಿ ಹೆಣ್ಣಿನ ಮೇಲಾಗುವ ದೌರ್ಜನ್ಯದ ಬಗ್ಗೆ ರೋಷಾವೇಷವಾಗಿ ಮಾತಾಡುವಂಥವರು.

ಕಾರಿಗೆ ಒರಗಿನಿಂತ ಅಭಿಷೇಕ್ ಅವಳತ್ತಲೇ ನೋಡಿದ. ಆ ಮುಖ ಅಪರಿಚಿತವೆಂದಾಗಲಿ, ವಿಭಾಳನ್ನು ಬೇರೊಬ್ಬ ಹೆಣ್ಣೆಂದಾಗಲೀ ಭಾವಿಸುವುದು ಅವನಿಂದಾಗಲಿಲ್ಲ. ಅವನ ಕಣ್ಣುರೆಪ್ಪೆಗಳು ಒಂದು ಹಂತದಲ್ಲಿ ನಿಂತವು. ಅವನ್ನು ಚಲಿಸಲು ಕೂಡ ಶಕ್ತನಾಗಲಿಲ್ಲ. 'ವಿಭಾ ಮದ್ವೆ ಯೋಗಿಯೊಂದಿಗೆ ನಡೆಯಿತು. ಅವನೊಬ್ಬ ಸ್ಯಾಡಿಸ್ಟ್' ಶೈಲೇಂದ್ರ ಹೇಳಿದ ಮಾತುಗಳು ನೆನಪಾದವು.

ಎದೆಯಲ್ಲಿ ತಿದ್ದಿಯೊತ್ತಿದಂಥ ನೋವು. ಕಾರಿನ ಹಿಂಬದಿಯ ಡೋರ್ ತೆರೆದು "ಬಾ ವಿಭಾ, ಏನು ಭಯವಿಲ್ಲ" ಹೇಳಿದ ಯಾವುದೋ ಸಂಮೋಹನಕ್ಕೆ ಒಳಗಾದವಳಂತೆ ಅಡಿಯ ಮೇಲೆ ಅಡಿಯಿಡುತ್ತ ಬಂದು ಕೂತಳು.

ಡೋರ್ ಹಾಕಿದ ಮೇಲೆಯೇ ಅಭಿಷೇಕ್ ಸ್ಟೀರಿಂಗ್ ವ್ಹೀಲ್ ಮುಂದೆ ಕೂತಿದ್ದು. "ಅದೇ ಬಸ್‌ಸ್ಟಾಪಿನಲ್ಲಿ ಇಳಿಸಲಾ? ಅಥ್ವಾ ನೀನು ಕೆಲ್ಸ ಮಾಡೋ ಆಫೀಸ್ ಹತ್ತಿರ ಇಳಿಸಲಾ?" ಸ್ಟಾರ್ಟ್ ಮಾಡುತ್ತ ಪ್ರಶ್ನಿಸಿದ.

ವಾಚ್‌ನತ್ತ ನೋಡಿದಳು. ಇದುವರೆಗೆ ಅವಳು ತಲುಪಿರಬೇಕಿತ್ತು. "ಆಫೀಸ್ ಹತ್ರ....." ಎಂದಳು. ಕಾರಿನ ಚಕ್ರಗಳು ಉರುಳಿದವು.

ಅಷ್ಟು ದೂರ ಆಫೀಸ್ ಇದೆಯೆನ್ನುವಾಗಲೇ ಕಾರು ನಿಲ್ಲಿಸಿ ತಾನೇ ಇಳಿದು ಹಿಂದಿನ ಡೋರ್ ತೆಗೆದ. "ಬಹಳ ಮಾನಸಿಕ ವಿಶ್ಲೇಷಣೆಯ ನಂತರ ಸಿಕ್ಕ ಉತ್ತರಗಳು, ಕಾರಣಗಳ ಬಗ್ಗೆ ತಿಳಿಸಬೇಕೆಂದಿದ್ದೆ. ಈಗ ಅದಕ್ಕೊಂದು ತೊಡಕು. ಅವೆಲ್ಲ ನನ್ನಲ್ಲಿಯೇ ಉಳಿದುಹೋಗುತ್ತೇನೋ...." ಅವನ ದನಿಯಲ್ಲಿ ಮಿನುಗಿದ ವಿಷಾದಕ್ಕೆ ಚಕಿತಳಾದಳು. ಆಗಾಗ ನೋಡಿದ್ದೆ ವಿನಃ ಅವನ ನೈಜಸ್ವಭಾವದ ಕಿಂಚಿತ್ ಪರಿಚಯವೂ ಇರಲಿಲ್ಲ. ಅವಳಿಗೆ.

ಆಫೀಸ್ ಗೇಟಿಗೆ ಬಂದು ಅರಿವಾಗದಂತೆ ಹಿಂದಕ್ಕೆ ತಿರುಗಿದಳು. ಅಭಿಷೇಕ್ ಅಲ್ಲಿಯೇ ನಿಂತಿದ್ದ. ಸರಸರನೇ ಒಳಗೆ ನಡೆದುಬಿಟ್ಟಳು.

ಹಿಂದಿನ ಹೆದರಿಕೆಯನ್ನು ಸುಳ್ಳು ಮಾಡಿ ಅಭಿಷೇಕ್ ಬಹಳ ನವಿರಾಗಿ ನಡೆದುಕೊಂಡಿದ್ದ. ಅಂದು ಯಾಕೋ ಮನಸ್ಸಿಟ್ಟು ಕೆಲಸದಲ್ಲಿ ಮಗ್ನವಾಗಲು ಸಾಧ್ಯವಾಗಲಿಲ್ಲ. ಒಮ್ಮೆ ಅವನು ಎಬ್ಬಿಸಿದ ತುಮಲಕ್ಕೆ ಅವಳ ವಿದ್ಯಾಭ್ಯಾಸ ಹಾಳಾಗುವುದರ ಜೊತೆಗೆ ಸಮಾಜ ನಿಂದೆ, ಜೊತೆಗೆ ತಂದೆಯ ಸಾವು ಎಲ್ಲಾ ಒಟ್ಟಾಗಿಯೇ ಬಂದಿತ್ತು. ಈಗ ಬಲಿಯಾದರೆ ತಾನೊಬ್ಬಳೆ.

ಹೊರಡುವಾಗ ಎದುರಾದ ಬೆಂಜಮಿನ್ ಹುಬ್ಬೇರಿಸಿದ್ದರು. "ಯಾಕೆ ಒಂದು ತರಹ ಇದ್ದೀ? ಏನೀ ಪ್ರಾಬ್ಲಮ್? ಓಡಾಟದ ತೊಂದರೆ ಏನಾದರೂನ?" ಕಳಕಳಿಯಿಂದ ಕೇಳಿದರು.

"ಏನಿಲ್ಲ ಒಂದಿಷ್ಟು ತಲೆನೋವು ಅಷ್ಟೇ" ಎಂದಳು.

ಬಸ್‌ಸ್ಟಾಪ್‌ಗೆ ಬಂದಾಗ ನಿಜವಾಗಿಯೂ ತಲೆನೋವು ಬಂದಂತಾಗಿತ್ತು. ಒಮ್ಮೆ ಕ್ಯಾಂಟೀನ್‌ನಲ್ಲಿ ಮಧುಬಾಲ ಹೇಳುತ್ತಿದ್ದದ್ದು ಇಂದು ಅವಳಿಗೆ ನೆನಪಿಗೆ ಬಂತು. 'ಶ್ರೀಮಂತರ ಒಬ್ಬನೇ ಮಗ. ಆರಾಮಾಗಿ ಹೂವೆರಚಿದಂತೆ ಹಣ ಖರ್ಚು ಮಾಡ್ತಾನೆ. ಇವತ್ತು ಮಧ್ಯಾಹ್ನ ಡಿನ್ನರ್ ಅವ್ನ ಹಣದಲ್ಲಿ ಗಿಟ್ಟಿಸಬೇಕು.' ಅಂದು ಈ ಮಾತುಗಳ ಬಗೆಗೆ ಆಸಕ್ತಿ ವಹಿಸಿರಲಿಲ್ಲ. ಆದರೆ ಇಂದು ಚಿಂತಿಸುವಂತಾಗಿತ್ತು.

ಬದುಕು ತೀರಾ ಆಕಸ್ಮಿಕ ಹಗರಣಗಳಾಗಿಬಿಟ್ಟರೇ ಹೇಗೆ? ಅವಳೊಬ್ಬ ತಂದೆಗೆ ವಿಧೇಯ ಮಗಳು. ಪ್ರೇಮ, ಪ್ರೀತಿ, ಯುವಕರ ಜೊತೆಗಿನ ಓಡಾಟದ ಬಗ್ಗೆ ಅವಳೆಂದೂ ಯೋಚಿಸಿರಲಿಲ್ಲ. ಸರಾಗವಾಗಿ ಹರಿದುಹೋಗಬಹುದಾದ ಬದುಕಿಗೆ ಅಡ್ಡಗಟ್ಟೆ ಹಾಕಿದವನು ಅಭಿಷೇಕ್. ಕಾರಣ ಊಹಿಸುವುದೂ ಕೂಡ ಅವಳಿಂದಲೂ ಸಾಧ್ಯವಿಲ್ಲ.

ಅವಳಿದ್ದ ಅನುರಾಗಪುರಕ್ಕೂ, ಸಿಟಿಗೂ ಹದಿನೆಂಟು ಕಿಲೋಮೀಟರ್. ಅದು ಅವಳ ಸೋದರತ್ತೆಯ ತವರೂರು ಕೂಡ ಹೌದು. ಮೊದಮೊದಲು ಬೆಂಜಮಿನ್ ಅವಳ ಓಡಾಟಕ್ಕೆ ಕಾರು ನಿಯೋಜಿಸಿದ್ದರು. ಸಂಕೋಚದಿಂದ ಆಮೇಲೆ ಅವಳೇ ಬೇಡವೆಂದಿದ್ದಳು.

ಅಂದು ಬೆಂಜಮಿನ್, ಗೋಪಾಲಕೃಷ್ಣರಿಗೆ ಹೇಳಿದ್ದರು. "ವಿಭಾ ಕಾರು ಬೇಡ, ಬಸ್ಸಿನಲ್ಲಿ ಬರ್ತೀನಿ ಅಂತ ಇದ್ದಾಳೆ. ಇದು ವೆಲ್‌ಕಮ್ ಮಾಡಬೇಕಾದ ವಿಷಯವೇ. ಧೈರ್ಯದ ಜೊತೆ ಒಂದಿಷ್ಟು ಆತ್ಮವಿಶ್ವಾಸ ಬೆಳ್ಸಿಕೊಳ್ಳೋಕೆ ಈ ಓಡಾಟ ಅನ್ಕೂಲವಾಗುತ್ತೆ."

ಮೊದಲು ಬೆಚ್ಚಿದರೂ ಆಮೇಲೆ ಸರಿಯೆನಿಸುತ್ತಿತ್ತು. ಅವಳು ಒಂಟಿಯಾಗಿದ್ದಾಗ ಮನುಷ್ಯರನ್ನು ಮಾತ್ರವಲ್ಲ, ಸಣ್ಣ ಬೆಕ್ಕನ್ನು ಕಂಡರೂ ಹೆದರುತ್ತಿದ್ದಳು. ಈ ನರ್ವಸ್ ಈಚೆಗೆ ಕಮ್ಮಿಯಾಗಿದೆಯೆಂದು ಅವರ ಅಭಿಪ್ರಾಯ.

ಕೆಲವೊಮ್ಮೆ ಒಂದಲ್ಲ ಒಂದು ನೆಪ ಹಾಕಿಕೊಂಡು ಅವಳನ್ನು ಕರೆದೊಯ್ದು ಬಿಟ್ಟು ಬರುತ್ತಿದ್ದರು. ಆಗಾಗ ಬಂದು ಕರೆದೊಯ್ಯುತ್ತಿದ್ದರು. ವಿಭಾಳನ್ನು ಎಷ್ಟೇ ಜೋಪಾನ ಮಾಡಿದರೂ ಅವರಿಗೆ ಸಾಲದು.

ಕಡೆಗೆ ಅದನ್ನು ತಳ್ಳಿ ಹಾಕಿ ಸಿಟಿಯಲ್ಲಿಯೇ ಮನೆ ಮಾಡಿದ್ದರು. ಈಗ ಅವರೇ ಅನುರಾಗಪುರಕ್ಕೆ ಓಡಾಡುತ್ತಿದ್ದರು.

ವಿಭಾ ಮನೆಗೆ ಬಂದಾಗ ಕಾವೇರಮ್ಮ ತಲೆ ಬಾಗಿಲಿನಲ್ಲಿಯೇ ನಿಂತಿದ್ದರು. ತನ್ನ ಮಕ್ಕಳ ಮೇಲಿಗಿಂತ ವಿಭಾಳಲ್ಲಿ ಅವರಿಗೆ ಅಕ್ಕರೆ.

"ಇನ್ನೂ ಚಿಕ್ಕಪ್ಪ ಬಂದಿಲ್ವಾ?" ನಿಂತು ಕೇಳಿದಳು.

"ಇವತ್ತು ತಡವಾಗುತ್ತೆ ಅಂದಿದ್ರು. ಯೋಗಿ ಸಿಕ್ಕಿದ್ನಾ?" ಮನದ ಕಾತರ ಹತ್ತಿಕ್ಕಲಾರದೇ ಪ್ರಶ್ನಿಸಿಬಿಟ್ಟರು. ಆಮೇಲೆ ತಾನು ದುಡುಕಿದೆನೇನೋ ಎಂದು ತಳಮಳಿಸಿದರು.

"ಇಲ್ಲ..." ಎಂದಳು ಅಷ್ಟೆ.

ಬಟ್ಟೆ ಬದಲಾಯಿಸಿ ಬಂದು ಕೂತ ಅವಳ ಮುಂದೆ ತಿಂಡಿ ತಂದಿಟ್ಟರು. "ತುಂಬ ನೊಂದುಕೊಂಡ. ಜನ ಏನೇನೋ ಹೇಳಿ ಅವ್ನ ತಲೆಕೆಡಿಸಿದ್ದರಂತೆ. ನಿಮ್ಮ ಚಿಕ್ಕಪ್ಪ ಹೊಡೆದಿದ್ದು ಮರೆತು ನಂದೇ ತಪ್ಪು ಅಂದ. ಮದ್ವೆ ಬಗ್ಗೆ ಅವ್ನೇ ಮಾತಾಡಿದ.

ಬರೀ ಕೇಳಿದಳು. ತೀರಾ ಸಜ್ಜನ ವ್ಯಕ್ತಿಯಾದ, ಜಗತ್ತನ್ನೆಲ್ಲ ಒಳ್ಳೆಯ ದೃಷ್ಟಿಯಿಂದ ನೋಡುತ್ತ ಕುಸಿದ ಗಣಪತಿಗಳ ಸಾವಿಗೆ ಯಾರು ಹೆಚ್ಚು ಕಾರಣರು?

ತತ್‌ಕ್ಷಣ ಒಳಗೆಬಂದ ಗೋಪಾಲಕೃಷ್ಣ ತಾಳ್ಮೆ ಕಳೆದುಕೊಂಡು ರೇಗಿದರು. "ಆ ವಿಷ್ಯವಾಗಿ ಮಾತಾಡಲು ಬಂದಿದ್ದು ಅವನ ತಪ್ಪೆ ಇದ್ದರೂ, ಅದನ್ನ ವಿಭಾ ಮುಂದೆ ಹೇಳೋಕೆ ಹೊರಟ ನಿನ್ನ ತಪ್ಪೇ ದೊಡ್ಡದು. ಆ ದಿನದ ನೆನಪೇ ಬೇಡ ಅವಳಿಗೆ. ಆರಾಮಾಗಿರೋಕೆ ಬಿಡು" ಎಂದವರು ಮಗುವಿನಂತೆ ಅತ್ತುಬಿಟ್ಟರು. ಕಡೆಗೆ ವಿಭಾಳೇ ಸಮಾಧಾನ ಮಾಡಬೇಕಾಯಿತು.

ಯೋಗಿ ಆಪಾದನೆಗಳನ್ನು ನೆನೆದರೆ ಇಂದು ಕೂಡ ಅವರ ಮೈ ಬೆಂಕಿಗಾಹುತಿಯಾಗುತ್ತಿತ್ತು. "ಅವಳ ಕನ್ಯತ್ವ ಸಾಬೀತು ಆದನಂತರವೇ ನನ್ನ

ರೂಮಿನೊಳಕ್ಕೆ ಪ್ರವೇಶ."

ಎರಡೂ ಕೈಯಲ್ಲಿ ತಲೆಹಿಡಿದುಕೊಂಡು ಕೂತುಬಿಟ್ಟರು ಗೋಪಾಲಕೃಷ್ಣ ತಾಳ್ಮೆಯ ಅವತಾರವೆಂದುಕೊಂಡಿದ್ದರು ತಿಳಿದ ಜನ. ಇಂಥ ನೆನಪುಗಳಿಂದ ರೌದ್ರಾವೇಶ ತಾಳುತ್ತಿದ್ದರು.

ಸದ್ದಿಲ್ಲದೇ ಕಾವೇರಮ್ಮ ಎದ್ದು ಹೋದರು.

"ಹಾಲಿನ ಬಣ್ಣ ಕಪ್ಪು ಆದರೂ ನಂಬಿ ಬಿಡ್ತೀನಿ. ವಿಭಾಳನ್ನು ಏನಾದ್ರೂ ಅಂದರೆ...ನಾನು ಮನುಷ್ಯನಾಗಿ ಉಳಿಯೋ ಸಾಧ್ಯತೆಯೇ ಇಲ್ಲ" ರೇಗಾಡಿಬಿಟ್ಟರು.

* * *

"ಚಿಕ್ಕಪ್ಪ...." ವಿಭಾ ದನಿ ಕೇಳಿದಾಗ ತಣ್ಣಗಾಗಿ ಬಿಟ್ಟರು. "ಏನಾಗಿದೆ....ನಂಗೆ?" ಅವಳ ಕೆನ್ನೆ ತಟ್ಟಿ ಎದ್ದು ಹೋದರು.

ಮಧುಬಾಲ ಬಂದಾಗ ವಸುಂಧರಾ ಒಬ್ಬರೇ ಕೂತಿದ್ದರು. ಅಭಿಷೇಕ್ ಕೋಣೆಯಿಂದ ಜೋರಾಗಿ ಸ್ಟೀರಿಯೋದಿಂದ ರಫೀ ಹಾಡಿದ ಹಿಂದಿಯ ಪ್ರೇಮ ಗೀತೆ ಕೇಳಿಸುತ್ತಿತ್ತು.

ವಸುಂಧರಾ ನಸುನಕ್ಕರು. "ತುಂಬ ಅಪರೂಪವಾಗಿಬಿಟ್ಟೆ. ನಿಮ್ಮ ಮಮ್ಮಿ ಲೇಡಿಸ್ ಕ್ಲಬ್‌ನಲ್ಲಿ ಕೂಡ ಕಾಣ್ಣಿಲ್ಲ" ಮಾಮೂಲಾಗಿ ಕೇಳಿದರು.

"ಬಿ.ಪಿ. ಹೆಚ್ಚಾಗಿದೆ ಆಂಟೀ. ಫುಲ್ ಬೆಡ್ ರೆಸ್ಟ್ ಕಾಲುಗಳಿಗೆ ಸರಪಣಿ ತೊಡಿಸಿದಂತಾಗಿದೆ ಮಮ್ಮಿಗೆ. ಅಭೀನ....ನೋಡ್ತೀನಿ" ಅವನ ಕೋಣೆಗೆ ನುಗ್ಗಿದಳು.

ಸ್ಟೀರಿಯೋ ಸ್ವಿಚ್ ಆಫ್ ಮಾಡಿದ ಅಭಿಷೇಕ್. "ನೀನು ಇಲ್ಲಿರೋಷ್ಟು ಹೊತ್ತು ಯಾವ್ದೇ ಮ್ಯೂಸಿಕ್ ಅಗತ್ಯವಿಲ್ಲ. ನಿನ್ಮಾತು ಪೂರ್ವ–ಪಶ್ಚಿಮಗಳ ಸಂಗಮದಂತಿರುತ್ತೆ. ಏನು ವಿಷ್ಯ?" ಎಂದ.

"ಬೋರ್..........." ಎಂದಳು.

ದಿಂಬನ್ನೆತ್ತಿಕೊಂಡು ತೊಡೆಯ ಮೇಲೆ ಹಾಕಿಕೊಂಡ. "ನೀನು ಕೆಲ್ಸ ಮಾಡೋ ಪೈಕಿಯಲ್ಲ. ಒಂದು ಸೋಮಾರಿ ಸಂಘವನ್ನು ಸಂಘಟಿಸಿ, ಹೆಚ್ಚು ಸೋಮಾರಿಯಾಗಿರೋನ ಮದ್ವೆ ಆಗ್ಬಿಡು. ನನ್ನಂಥವ್ರಿಗೆ ಆರಾಮ್...." ಛೇಡಿಸಿದ. ಇನ್ನೊಂದು ದಿಂಬೆತ್ತಿ ಅವನ ತಲೆಯ ಮೇಲೆ ಹೊಡೆದಳು. "ಯೂ ನಾಟಿ...." ಕ್ರಾಪೆಲ್ಲ ಕೆದರಿದಳು.

ಮೇಲೆದ್ದ ಅಭಿಷೇಕ್ ಅವಳ ತಲೆಗೊಂದು ಮೊಟಕಿ, "ಇದು ಅಪಾಯದ ಸೂಚನೆ. ಮಮ್ಮಿ ಹೊರ್ಗಡೆ ಇದ್ದಾರೆ. ನಿನ್ನ ಕಾಯಿಲೆಗೆ ಏನಾದ್ರೂ ಪರಿಹಾರ ಸೂಚಿಸ್ತಾರೇನೋ ನೋಡ್ಯೋಣ....ಬಾ" ಹಿಡಿದು ಎಳೆದೊಯ್ದು ವಸುಂಧರಾ ಮುಂದೆ ಕೂಡಿಸಿದ.

“ಇವ್ನಿಗೊಂದಿಷ್ಟು ಸಲಹೆ, ಸೂಚನೆ ಕೊಡು ಮಮ್ಮಿ” ಒಂದಿಷ್ಟು ದೂರದಲ್ಲಿ ಕೂತು ಕೈಯಿಂದ ಕ್ರಾಪ್ ಸರಿಮಾಡಿಕೊಂಡ. “ನಿನ್ನ ಕೈಗೆ ಸಿಗೋ ಗಂಡಿಗೆ ಖಂಡಿತ ತಲೆಯಲ್ಲಿ ಕೂದಲು ಇರಬಾರ್ದು. ಇಲ್ಲಿದ್ರೆ ಬಚಾವ್ ಆಗೋದು ಕಷ್ಟ. ಇಲ್ಲ ನೀನು ಸಿಕ್ಕಾಗೆಲ್ಲ ಕೈಹಾಕಿ ಅವ್ನ ತಲೆಗೂದಲು ಖಾಲಿ ಮಾಡ್ಬಿಡ್ತೀಯಾ. ಅದ್ರ ಮೇಲಿನಾದ್ರೂ ವಿಪರೀತ ಮಮತೆ ಇದ್ದರೆ ಕಡೆಯಲ್ಲಿ ತಾಳ ತಂಬೂರಿ ತಗೋತಾನೆ” ಎಂದ ಕೂಡಲೆ ಮತ್ತೆ ಮಧುಬಾಲ ಕ್ರಾಪ್ ಕೆದರಿದಳು ನಸು ಮುನಿಸಿನಿಂದ.

“ಅಳಿಯನನ್ನ ಹುಡುಕೋಕೆ ಮೊದ್ಲು ದಾಸ್‌ಗೆ ಸಲಹೆ ಕೊಡ್ಬೇಕು” ವಸುಂಧರಾ ಕೂಡ ನಕ್ಕರು.

ತೀರ ಮುನಿದವಳಂತೆ ಒಂದು ಕಡೆ ಕೂತು ಅಭಿಷೇಕ್‌ನತ್ತ ದುರುದುರು ನೋಡಿದಳು. “ಆಂಟೀ, ನಾನು ಅಭಿಷೇಕ್‌ನ ಮದ್ವೆಯಾಗಿ ಅವ್ನ ತಲೆಗೂದಲೆಲ್ಲ ಖಾಲಿ ಮಾಡ್ತೀನಿ. ವಿಪರೀತ ಕೂದಲು ಇರೋದ್ರಿಂದ ನಂಗೆ ಕೆಲವು ವರ್ಷಗಳೇ ಹಿಡಿಸ್ಬಹ್ದು” ಎಂದವಳು ಅವನನ್ನು ಅಣಕಿಸಿದಳು.

ಕ್ರಾಪ್ ಮುಟ್ಟಿ ನೋಡಿಕೊಂಡ ಅಭಿಷೇಕ್, “ಅಂಥ ಸಂದರ್ಭ ಬರೋದೆ ಇಲ್ಲ. ಹೆಚ್ಚು ಕೂದಲು ಇರೋ ನನ್ನಂಥವನನ್ನ ಹುಡ್ಕಿ ಅವ್ನ ಕೂದಲಿಗೆ ನಾನೇ ಇನ್ಸೂರೆನ್ಸ್ ಮಾಡಿಸ್ತೀನಿ” ನಗಾಡಿದ.

ಅಷ್ಟರಲ್ಲಿ ಮೇಘನಾಥ್ ಬಂದರು. ನಗೆಯ ವಾತಾವರಣ ಆಹ್ಲಾದಕರವಾಗಿತ್ತು.

ಸಲುಗೆಯಿಂದ ಅವರ ತೋಳು ಹಿಡಿದ ಮಧುಬಾಲ “ಅಭಿಷೇಕ್ ನನ್ನ ತುಂಬ ಗೋಳು ಹೊಯ್ದುಕೋತಾನೆ ಅಂಕಲ್. ನಂಗೆ ನೀವೊಂದಿಷ್ಟು ಹೆಲ್ಪ್ ಮಾಡಿ” ಕೇಳಿಕೊಂಡಳು.

“ಎಂಥ ಹೆಲ್ಪ್?” ನಗುತ್ತಾ ಕೇಳಿದರು.

“ಅವ್ನ ಕ್ರಾಪ್ ಹಿಡಿಯೋ ಅಧಿಕಾರ ಅಂದರೆ ನನ್ನ ಕುತ್ತಿಗೆಗೆ ಅವ್ನು ತಾಳಿ ಕಟ್ಟಲಿ. ನಂಗೆ ಅನಾಯಾಸವಾಗಿ ಆ ಅಧಿಕಾರ ಬರುತ್ತೆ. ಪ್ಲೀಸ್, ಈ ವಿಷ್ಯದಲ್ಲಿ ನಂಗೆ ನಿಮ್ಮ ಹೆಲ್ಪ್ ಬೇಕು” ದೈನ್ಯ ನಟಿಸಿದಳು. ಅವಳಿಗೆ ಇಷ್ಟವಿದ್ದರೂ ಅಭಿಷೇಕ್ ಅವಳನ್ನೆಂದೂ ಮದುವೆಯಾಗನೆಂದು ಅವಳಿಗೆ ಗೊತ್ತಿತ್ತು. ಇವೆಲ್ಲ ಜೋಕ್‌ಗೋಸ್ಕರ.

“ಷೂರ್, ಡೆಫನೆಟ್ಲಿ.... ನಿನ್ನಂಥ ಸೊಸೆ ಮನೆಗೆ ಬಂದರೆ ನಗೆಯ ಹೊನಲು ಮನೆಯಲ್ಲೆಲ್ಲ ತುಂಬಿರುತ್ತೆ” ಎಂದಾಗ ಅಭಿಷೇಕ್ ಮೇಲೆದ್ದ.

“ಮಧುನ ಮನೆಗೆ ಬಿಟ್ಟರ್ತೀನಿ ಡ್ಯಾಡಿ. ಇವ್ಳು ಬಹಳ ಹೊತ್ತು ಇಲ್ಲಿದ್ರೆ ನಗೆಯ ಹೊನಲಲ್ಲಿ ನಾವೆಲ್ಲ ಎಲ್ಲಿಗೋ ತೇಲಿಹೋಗಿ, ಆಮೇಲೆ ನಮ್ಮ ಅಸ್ತಿತ್ವದ ಹುಡುಕಾಟ ನಡ್ಸಬೇಕಾಗುತ್ತದೆ” ಬಟ್ಟೆ ಬದಲಾಯಿಸಲು ಕೋಣೆಗೆ ಹೊರಟುಬಿಟ್ಟ. ಎಲ್ಲ ವಿಷಯಗಳನ್ನ ಅಭಿಷೇಕ್ ಕೂಡ ಮಾತನಾಡುತ್ತಿದ್ದ ಪರ್ಸ್‌ನಲ್‌ಗೆ ಬಂದಾಗ ಜಾಗ ಖಾಲಿ ಮಾಡುತ್ತಿದ್ದ.

ಹರಟುತ್ತಿದ್ದ ಮಧುಬಾಲನ ಅವನೇ ರಟ್ಟೆ ಹಿಡಿದು ಎಬ್ಬಿಸಿಕೊಂಡು ಹೋದ.

ದಾರಿಯಲ್ಲಿ ಒಂದು ಪ್ರಶ್ನೆ ಹಾಕಿದ. "ನಿಂಗೆ ಯೋಗಿ ಎಷ್ಟು ಗೊತ್ತು?" ತುಂಟಾ ಮಿನುಗಿತು ಅವಳ ತುಟಿಯಂಚಿನಲ್ಲಿ. "ಹತ್ತು ಕಿಲೋಮೀಟರ್ ಅಂದ್ಕೋ. ಅವ್ನ ವಿಷ್ಯದಲ್ಲಿ ನಿಂಗ್ಯಾಕೆ ಇಂಟರೆಸ್ಟ್?" ಅಣಕಿಸಿದಳು.

"ಜಸ್ಟ್ ಕ್ಯೂರಿಯಾಸಿಟಿ ಅಂದ್ಕೋ. ಆ ಯೋಗಿ ಹೇಗಿದ್ದಾನೆ?" ಅವನ ಕೇಳಿಕೆಗೆ ಬಿದ್ದುಬಿದ್ದು ನಕ್ಕಳು. "ಮೈ ಗಾಡ್, ನಿನ್ನ ಕ್ಯೂರಿಯಾಸಿಟಿ ನೋಡಿದರೆ ವಿಭಾನ ಮರೆತಿರೋ ಹಾಗೆ ಕಾಣೋಲ್ಲ. ನಂಗೆ ಇದೇ ಅರ್ಥವಾಗದ್ದು. ಯಾವ ಹೆಣ್ಣಿನ ಮೇಲೂ ಇಲ್ಲದ ಪ್ರೇಮ ಅವಳ ಮೇಲೆ ಯಾಕೆ? ಕನಿಷ್ಟ ಓಡಾಡಿದ್ದು, ಮಾತಾಡಿದ್ದು ಕೂಡ ನಾನು ನೋಡಿಲ್ಲ. ನಿಮ್ದು ಸಿಕ್ರೇಟ್ ಲವ್? ಅವ್ನು ಇಲ್ ಮ್ಯಾನರ್ಡ್ ಮನುಷ್ಯ. ನಿನ್ನ ಕ್ಯೂರಿಯಾಸಿಟಿ ಅವ್ನ ಕುತ್ತಿಗೆಗೆ ಉರುಳಾಗುತ್ತೆ ಕೀಪ್ ಕ್ವಯಿಟ್. ನಾನು ತಿಳ್ದ ಹಾಗೆ ವಿಭಾ ಕೆಟ್ಟ ಹುಡುಗಿಯಲ್ಲ. ಬಹುಶಃ ರಿವೇಂಜ್?" ಅವಳಲ್ಲಿ ಅನುಮಾನ ಮೂಡಿತು.

ಯಾಕೋ ಲವ್ ರಿವೇಂಜ್ ಬಗೆಗೆ ಇವನು ಮಾತನಾಡಲು ಇಚ್ಛಿಸಲಿಲ್ಲ. ಅಷ್ಟಿಷ್ಟು ವಿಚಾರಿಸಿಕೊಂಡ. ಯೋಗಿಯದು ದೊಡ್ಡ ಕುಟುಂಬ. ನಾಲ್ಕು ಅನುಕೂಲಸ್ಥ ಅಣ್ಣತಮ್ಮಂದಿರಲ್ಲಿ ಇವನು ಮೂರನೆಯವರ ಮಗ. ಅವರಲ್ಲಿ ಇಬ್ಬರಿಗೆ ಮಕ್ಕಳಿಲ್ಲ. ಇನ್ನೊಬ್ಬರಿಗೆ ಎರಡು ಹೆಣ್ಣುಮಕ್ಕಳು. ಅಂತೂ ಆ ಮನೆಯ ವಂಶೋದ್ಧಾರಕ. ಹೆಚ್ಚು ಪ್ರೀತಿ, ಸ್ನೇಹ ಸಲುಗೆಯ ಜೊತೆಗೆ ಅವನ ಮಾತನ್ನು ಮನ್ನಿಸುವಂಥ ಸ್ಥಿತಿ.

"ನೀನ್ಯಾಕೆ ಯೋಗಿ ಮದ್ವೆಗೆ ಹೋಗಿಲ್ಲ?" ಅವಳನ್ನೇ ಕೇಳಿದ.

"ಭೋಡ್ಡೋ, ಅವ್ನು ಅಣ್ಣನ ಫ್ರೆಂಡ್. ಆರ್ಮಿಗೆ ಅಣ್ಣ ಜಾಯಿನ್ ಆದ್ಮೇಲೆ ಆಗಾಗ್ಬಂದ್ರೂ....ತಾನೆ ಅವನನ್ನು ಇಷ್ಟಪಡೋಲ್ಲ. ಅವನನ್ನು ಕಂಡರೆ ನಂಗಿಷ್ಟವಿಲ್ಲ" ಮತ್ತೆ ಮತ್ತೆ ಅದೇ ಅಭಿಪ್ರಾಯ ಅವನ ಬಗೆಗೆ. ಮಧುಬಾಲ ಯಾರ ವಿಷಯದಲ್ಲೂ ಕೆಟ್ಟ ಅಭಿಪ್ರಾಯ ವ್ಯಕ್ತಪಡಿಸಿದವಳಲ್ಲ.

ಅಭಿಷೇಕ್ ಹೃದಯ ವಿಲಿವಿಲಿ ಒದ್ದಾಡಿತು. ಆವೇಶ, ಆಕ್ರಂದನ ತಡೆಯಲಾರದೇ ಹೋದ. 'ವಿಭಾ ಅವನವಳು.....' ಇದನ್ನು ಯಾರು ಬೇಕಾದರೂ ಇಲ್ಲ ಅನ್ನಲೀ, ಆದರೆ ಅವನು ಪುರಸ್ಕರಿಸುವದು ಹೃದಯದ ಮಾತನ್ನು ಮಾತ್ರ.

ಮಧುಬಾಲನ ಮನೆಗೆ ಸೇರಿಸಿ ತನ್ನ ವೆಹಿಕಲ್‌ನ ವಿರುದ್ಧ ದಿಕ್ಕಿಗೆ ತಿರುಗಿಸಿದ. ಸಮಸ್ತ ಜನರ ಮಾತನ್ನು ಧಿಕ್ಕರಿಸುವಂಥ ಮನಃಶಕ್ತಿಯನ್ನು ದೇವರು ದಯ ಪಾಲಿಸುತ್ತಾನೆ. ಅಲ್ಲಿ ಲಾಭ-ನಷ್ಟ, ಕಷ್ಟ-ಸುಖಗಳ ಪರಿವೆ ಇರೋಲ್ಲ.

ಪಾರ್ಕಿಂಗ್ ಮಾಡಿ ನಾಲ್ಕು ಹೆಜ್ಜೆ ಮುಂದಕ್ಕೆ ಬರುವ ವೇಳೆಗೆ ವಿಭಾ ಆಫೀಸ್ ಮೆಟ್ಟಿಲು ಇಳಿಯುತ್ತಿದ್ದಳು. ಅಂಜಿಕೆ, ಅಳುಕು, ಕನಿಷ್ಟ ಸಂಕೋಚವು ಅವನಲ್ಲಿ ಇಲ್ಲವಾಯಿತು.

"ಹಲೋ..." ಎಂದ.

ಬೆಚ್ಚಿದಂತೆ ನೋಡವತ್ತಿದಳು. ಅವಳು ಗಣಪತಿಗಳ ಮಗಳು. "ಹಲೋ" ಎಂದಳು. ಒಂದು ಮಾತು ಕೇಳಿಬಿಡಬೇಕೆನಿಸಿತು ಅವಳಿಗೆ. "ತಪ್ಪು ಮಾಡಿದ್ದು ನೀವಾದ್ರೂ, ಪನಿಷ್‌ಮೆಂಟ್ ನನ್ನ ಕುಟುಂಬದ ಪಾಲಾಯ್ತು. ಎಕ್ಸಕ್ಯೂಸ್ ಮಿ" ತಲೆ ತಗ್ಗಿಸಿಕೊಂಡು ಹೊರಟುಬಿಟ್ಟಳು.

ಅಭಿಷೇಕ್ ಬಿಡಿಸಲಾರದ ಒಗಟಾಗಿದ್ದ. ಅವಳಿಗೆ ತಲೆಬುಡ ಒಂದೂ ಅರ್ಥವಾಗಲಿಲ್ಲ. ಹಿಂಡುಹಿಂಡಾಗಿ ಹುಡುಗಿಯರು ಅವನ ಹಿಂದೆ ಬೀಳುತ್ತಿದ್ದರು. ಈಗ ಇವನಿಗೇನಾಗಿದೆ? ಬಹುಶಃ..... ಹುಚ್ಚು.... ಎಂದುಕೊಂಡಕೂಡಲೇ ಅವಳ ಗಂಟಲಲ್ಲಿನ ಪಸೆಯಾರಿತು. 'ಛೇ....ಬೇಡ' ಹೆಜ್ಜೆಯ ವೇಗವನ್ನು ಹೆಚ್ಚಿಸಿದಳು.

ಆದಾದ ಮೂರನೆಯ ದಿನ ಮಾರ್ಕೆಟಿಂಗ್ ಸೆಂಟರ್‌ನಲ್ಲಿ ಸಿಕ್ಕ. ಹತ್ತಿರಕ್ಕೆ ಬಂದವನು ಮುಖ ಗಂಟಿಕ್ಕಿದ. ಎರಡು ಭಾರವಾದ ಬ್ಯಾಗುಗಳನ್ನು ಹಿಡಿದಿದ್ದಳು. ನಾಲ್ಕು ದಿನದಿಂದ ಗೋಪಾಲಕೃಷ್ಣ ಮಲಗಿದ್ದರಿಂದ ಅವಳೇ ಸಾಮಾನಿಗೆ ಬಂದಿದ್ದಳು. ಅಂದು ಅವಳ ಆಫೀಸಿಗೆ ರಜ ಇತ್ತು.

"ಕಂಜ್ಯೂಸ್‌ತನನಾ.... ಕೆಲವು ವಿಷಯದಲ್ಲಿ ತೀರಾ ಕಾಂಪ್ರಮೈಸ್ ಆಗೋದು ಸರಿಯಲ್ಲ!" ಅವಳ ಕೈಯಲ್ಲಿನ ಬ್ಯಾಗುಗಳನ್ನು ಕಸಿದುಕೊಂಡ. ಸ್ವರದಲ್ಲಿ ಅಪಾರವಾದ ಕಳಕಳಿ, ನೋವು ಇತ್ತು. ಅವಳಿಗೊಂದು ತರಹ ಗಾಬರಿ. "ನಂಗೆ ಅರ್ಥವಾಗೋಲ್ಲ!"

ಕೈಯಲ್ಲಿನ ಬ್ಯಾಗ್‌ಗಳನ್ನು ತೂಕವನ್ನು ಲೆಕ್ಕ ಮಾಡಿದ. "ಏನಾಗಿದೆ ನಿಮ್ಮ ಮನೆಯವ್ರಿಗೆ? ನೀನು ಪ್ರೈವೇಟ್ ಕಂಪನಿಯಲ್ಲಿ ದುಡಿದು ಅವ್ರಗಳ ಶ್ರೀಮಂತಿಕೆ ಹೆಚ್ಚಿಸಬೇಕಾ? ಟೂ ಮಚ್...." ಅಲ್ಲಿಯೇ ಇದ್ದ ಒಬ್ಬ ಆಳನ್ನು ಕರೆದುಕೊಟ್ಟ.

ಆಟೋದಲ್ಲಿ ಅವನು ತಂದಿಟ್ಟಾಗ ಕೂಲಿ ಅವಳೇ ಕೊಟ್ಟಳು. "ಅವ್ರು...ಕೊಡ್ತಾರೆ!" ಎಂದ ಜೇಬಿನಲ್ಲಿ ಇಟ್ಟುಕೊಳ್ಳುತ್ತ ವಿಭಾ ಮಾತಾಡಲಿಲ್ಲ.

ತಿಳಿದಾಗ ಅವನೇನು ಬೇಸರಿಸಲಿಲ್ಲ.

ಅಂದು ಮನೆಗೆ ಬಂದಾಗ ತೀರಾ ಅವನಿಗೆ ತಲೆ ಕೆಟ್ಟಂತಾಗಿತ್ತು. ವಿಭಾ ಅವನ ಪ್ರಾಣ. ಅವಳಿಗೆಲ್ಲಿ ತಾಕಿದರೂ ನೋವು ಅವನದಾಗಿತ್ತು.

ರಾತ್ರಿಯ ಊಟದ ನಂತರ ಮೇಘನಾಥ್ ಮಗನ ಕೋಣೆಗೆ ಬಂದರು. ಅವರ ಎಲ್ಲಾ ಕೆಲಸಗಳ ಜವಾಬ್ದಾರಿಯನ್ನು ತಗ್ಗಿಸಿ ಮಿಲ್, ಆಫೀಸ್ ಎಲ್ಲಾ ಅವನೇ ನೋಡಿಕೊಳ್ಳುತ್ತಿದ್ದ. ಆದರೂ ಅವನಲ್ಲಿನ ಖಿನ್ನತೆ ಅವರನ್ನು ಕಾಡುತ್ತಿತ್ತು.

ಅಕೌಂಟ್ ಫೈಲ್ ನೋಡುತ್ತಿದ್ದವನು ಇಟ್ಟು ಮೇಲಕ್ಕೆದ್ದ. "ಮಾತಾಡೋದಿದೆ ಅಂದ್ರೆ.... ನಾನೇ ನಿಮ್ಮ ಕೋಣೆಗೆ ಬರ್ತಾ ಇದ್ದೆ" ಎಂದ. ಅವರು ಮುಗುಳ್ನಕ್ಕರು.

"ನಂಗೆ ನಾನೇ ಬರೋದು ಸರಿಯೆನಿಸಿತು. ತಂದೆ ಮಗನ ಮಧ್ಯೆ ಇರಬೇಕಾದ್ದು ಬರೀ ಪ್ರೀತಿ, ವಿಶ್ವಾಸಗಳು. ಕೂತ್ಕೋ..." ಅವನ ಬೆನ್ನು ತಟ್ಟಿದರು.

ಕೆಲವು ಕ್ಷಣ ಮೌನ ವಹಿಸಿದರು ಮೇಘನಾಥ್. ವಿಭಾಗೆ ಮದುವೆಯಾದ ವಿಷ್ಯ ವೆಡ್ಡಿಂಗ್ ಕಾರ್ಡ್ ತೋರಿಸಿಯೇ ಹೇಳಿದ್ದರು ವಸುಂಧರಾ. ಅಂದರೆ... ಆ ಕಡೆಯ ಬಾಗಿಲು ಸಂಪೂರ್ಣವಾಗಿ ಮುಚ್ಚಿದಂತೆಯೇ.

ತಂದೆ ಏನೋ ಮಾತಾಡಲು ಇಚ್ಛಿಸಿದ್ದಾರೆಂದು ಸುಲಭವಾಗಿ ಊಹಿಸಿದ. ಅವನಲ್ಲಿನ ಸ್ಪಷ್ಟವಾದ ಅಭಿಪ್ರಾಯ ಉಸಿರಲು ಸಿದ್ಧವಾದ.

"ನರೇಂದ್ರ ಫೋನ್ ಮಾಡ್ದ" ಶುರು ಮಾಡಿದರು.

"ನಾನು ಬರೋವಾಗ ಅವ್ರಿಗೆ ತಿಳಿಸಿಯೇ ಬಂದಿದ್ದೇ ನಮ್ಮ ಉದ್ದಿಮೆಯನ್ನು ಇನ್ನಷ್ಟು ಇಂಪ್ರೂ ಮಾಡಿಕೊಳ್ಳೋದು ನನ್ನಿಷ್ಟ. ನಾನು ಅಲ್ಲಿಗೆ ಹೋಗೋಲ್ಲ."

ಮಗನ ವಿಷಯದಲ್ಲಿ ಮೆಚ್ಚುಗೆ ಮೂಡಿತು ಮೇಘನಾಥ್‌ಗೆ. "ದಟ್ಸ್ ಓಕೇ. ಆ ಬಗ್ಗೆ ತಕರಾರಿಲ್ಲ. ಅವರದ್ದು ಕೂಡ ವಿರೋಧವಿಲ್ಲ. ರೋಮಾನ ನಿನಗೆ ಮಾಡಿಕೊಳ್ಳಬೇಕೆನ್ನುವುದರ ಬಗೆಗೆ ನಮ್ಮಿಬ್ಬರ ಸಮ್ಮತವಿದೆ. ನೀನು ವಿರೋಧಿಸೋದು ಬೇಡ" ನೀನು ಒಪ್ಪಲೇಬೇಕು ಎನ್ನುವ ಅಧಿಕಾರವಿತ್ತು ಅವರ ಸ್ವರದಲ್ಲಿ.

ಎದ್ದ ಅಭಿಷೇಕ್ ಅಡ್ಡಾಡಿದ. ಕಡೆಗೆ ಬಂದು ಅವರ ಮುಂದೆ ಕೂತ.

"ಈ ಮದ್ವೆ ಬಿಗಿತವಾಗುತ್ತೇ ವಿನಃ ಬಂಧನವಾಗೋಲ್ಲ. ರೋಮಾ ಬಗ್ಗೆ ನಂಗೆ ಪ್ರೀತಿಯಿದೆ. ಅದರ ಅರ್ಥವೇ ಬೇರೆ. ಮನಸ್ಸು, ಹೃದಯ, ಭಾವನೆಗಳು, ದೇಹವನ್ನು ಕೂಡ ಹಂಚಿಕೊಳ್ಳಲಾರೆ."

ಬಿದ್ದ ಬಾಂಬ್ ಎಷ್ಟು ಭಯಂಕರವಾಗಿತ್ತೆಂದರೆ ಎಲ್ಲಾ ಸುಟ್ಟು ಹೊಗೆ ಮಾತ್ರ ಮೇಘನಾಥ್ ಅವರನ್ನು ಆವರಿಸಿತ್ತು. ನಿಶ್ಚೇಷ್ಟಿತರಾಗಿಬಿಟ್ಟರು.

ಟೆಕ್ಸ್‌ಟೈಲ್‌ನಿಂದ ಬೇರೆಯಾಗಿ ಸಣ್ಣದಾಗಿ ಪ್ರಾರಂಭ ಮಾಡಿದ ಉದ್ದಿಮೆಗೆ ಬಹಳಷ್ಟು ಬಾಲಾರಿಷ್ಟಗಳ ಜೊತೆ ಸವಾಲ್‌ಗಳನ್ನು ಎದುರಿಸಿದ್ದರು. ನೆನಪಿನಲ್ಲಿಡುವಂಥ ಪೆಟ್ಟುಗಳನ್ನು ತಿಂದಿದ್ದರೂ ಇಂದು ಬಿದ್ದ ಹೊಡೆತ ಭಾರಿಯಾಗಿತ್ತು.

"ಅಭಿಷೇಕ್....ನೀನೇನು ಹೇಳ್ತಾ ಇರೋದು?" ತಣ್ಣಗೆ ಅವರ ಸ್ವರ ಕೊರೆಯುತ್ತಿತ್ತು.

"ಇದು ನಿಜವಾದ ಸತ್ಯ. ವಿಭಾ ಬಿಟ್ಟು ಬೇರೊಂದು ಹೆಣ್ಣಿಗೆ ನನ್ನ ಬದ್ಕಿನಲ್ಲಿ ಸ್ಥಾನವೇ ಇಲ್ಲ. ಇದು ಬರೀ ಒಂದು ದಿನದ ನಿರ್ಧಾರವಲ್ಲ" ಒತ್ತಿ ಹೇಳಿದ.

"ನಿಮ್ದು..." ಎಂದು ನಿಲ್ಲಿಸಿದರು ಮೇಘನಾಥ್.

"ನಾವು ಜೊತೆ ತಿರ್ಗಾಡಿಲ್ಲ. ಒಂದೆಡೆ ಕೂತು ಮಾತಾಡಿಲ್ಲ. ಎಂದೂ ನನ್ನ ವೆಹಿಕಲ್ ಹತ್ತಿದ್ದಿಲ್ಲ. ನಾಲ್ಕಾರು ಸಲ ಕಾಲೇಜು ಕ್ಯಾಂಪಾಸ್‌ನಲ್ಲಿ ಎದುರುಬದುರಾಗಿ ಓಡಾಡಿರ್ಬಹುದ್ದು. ಒಂದೆರಡು ಫಂಕ್ಷನ್‌ನಲ್ಲಿ ವಿಭಾ ಹಾಡಿದ್ದು. ಜೊತೆಜೊತೆ ಓಡಾಡಿದ ಹೆಣ್ಣುಗಳಲ್ಲಿ ಕಾಣದ ಮಾರ್ದವತೆ, ಹೆಣ್ತನ ಅವಳಲ್ಲಿ ಪಾರ್ಕ್‌ನಲ್ಲಿ ಮೊದಲ ಸಲ ಕಂಡೆ. ಇದೆಲ್ಲ ನಿಮ್ಗೇ ಏನು ಬೇರೆಯವರಿಗೆ ವಿಲಕ್ಷಣವಾಗಿ ಕಾಣ್ಬಹುದ್ದು. ಅದ್ಕೇ ನಾನೇನು ಮಾಡ್ಲಿ?" ಹಿಂಜರಿಯದೇ ಹೇಳಿದ.

ಅವರು ಸುಸ್ತಾದರು. ಒಂದು ಲೋಟ ನೀರು ಬಗ್ಗಿಸಿ ಕೊಟ್ಟ.

"ಅಂತೂ ನನಗೆ ನೀರು ಕುಡಿಯೋ ಹಂಗೆ ಮಾಡ್ಬಿಟ್ಟೆ" ಗ್ಲಾಸ್ ಖಾಲಿ ಮಾಡಿಟ್ಟರು. "ಈಗ ವಿಭಾ ಮದ್ವೆ ಆಗಿಹೋಗಿದೆ. ನಿನ್ನ ಪ್ರೀತಿ, ಪ್ರೇಮಕ್ಕೆ ಯಾವ್ದೇ ಪುರಸ್ಕಾರ ಸಿಗದು" ಎಂದಾಗ ಅವರ ಕಣ್ಣೊಳಗೆ ಇಣುಕಿದ.

ಮಗನ ಸ್ವಂತ ಪತ್ರಗಳು, ಇನ್ವಿಟೇಷನ್‌ಗಳನ್ನು ನೋಡುವ ಅಭ್ಯಾಸ ಅವರಿಗಿರಲಿಲ್ಲ. ಅರಿತವರಂತೆ ನುಡಿದರು.

"ನಮ್ಗೂ ಮಗನ ಭವಿಷ್ಯತ್‌ನ ಚಿಂತೆ ಇರುತ್ತೆ. ಈ ಕೇಸ್‌ನಲ್ಲಿ ಒಂದಿಷ್ಟು ಕುತೂಹಲ ಕೂಡ. ಅವರಾಗಿ ಫಿರ್ಯಾದು ಜೊತೆ ಬಂದಿದ್ದರೆ ಒಂದಿಷ್ಟು ಹಣ ಕೊಟ್ಟು ಸಂತೈಸುವ ಮನಸ್ಸಿತ್ತು...." ಭಾರವಾಗಿ ನಿಟ್ಟುಸಿರು ದಬ್ಬಿದರು.

"ವಾಹ್....." ಅಭಿಷೇಕ್ ನಕ್ಕುಬಿಟ್ಟ ವ್ಯಂಗ್ಯವಾಗಿ.

"ನಿಮ್ಮ ಹಣವೇನು ಅವ್ರಿಗಾದ ಅನ್ಯಾಯ ತುಂಬಿಕೊಡೋಲ್ಲ. ಒಂದು ಆದರ್ಶ, ಸಂಪ್ರದಾಯದ ಪರಿಸರದಲ್ಲಿ ಹುಟ್ಟಿ ಬೆಳೆದ ವಿಭಾ ಆ ಆಘಾತಕ್ಕೆ ಆತ್ಮಹತ್ಯೆ ಮಾಡಿಕೊಳ್ಳದಿರುವುದೇ ಹೆಚ್ಚು. ಪ್ಲೀಸ್, ಅವ್ಳ ಬಗ್ಗೆ ಹಗುರವಾಗಿ ಮಾತಾಡೋದ್ಬೇಡ" ಟೆರೆಸ್‌ಗೆ ಹೋಗಿಬಿಟ್ಟ.

ಜಗತ್ತಿನ ಅದ್ಭುತವಾದ ವಿಷಯಗಳು ಒಂದಾದಮೇಲೊಂದರಂತೆ ಬಿತ್ತರಗೊಂಡಂತಾಯಿತು. ಯೋಚನೆಯ ಆಳಕ್ಕೆ ಇಳಿದಂತೆ ಹೆಚ್ಚು ಇಷ್ಟವೂ ಆಯಿತು.

ಸ್ವಾರ್ಥ, ಪ್ರತಿಷ್ಠೆಗಳನ್ನು ಮರೆತು ನವಿರಾದ ಸಂಬಂಧಗಳನ್ನು ಹೊಂದುವುದು ಎಷ್ಟು ಆಹ್ಲಾದಕರ! ಒಬ್ಬರ ಬಗ್ಗೆ ಮತ್ತೊಬ್ಬರು ಯೋಚಿಸುವ, ಗೌರವಿಸುವ ಮಾನವ ಸಂಬಂಧಗಳು ಎಷ್ಟೊಂದು ಅರ್ಥಪೂರ್ಣ.

ಅಭಿಷೇಕ್ ಕೋಣೆಯ ಒಳಗೆ ಬಂದು ಲೈಟುಗಳನ್ನು ಆರಿಸುವವರೆಗೂ ಹಾಗೆಯೇ ಕೂತಿದ್ದರು ಮೇಘನಾಥ್.

"ಎಕ್ಸ್‌ಕ್ಯೂಸ್ ಮಿ ಡ್ಯಾಡಿ. ನಮ್ಮ ಟೆಕ್ಸ್‌ಟೈಲ್‌ನ ಮತ್ತಷ್ಟು ಬೆಳೆಸ್ತೀನಿ. ಇಷ್ಟು ಭರವಸೆ ನನ್ಮೇಲೆ ನೀವಿಡಬಹುದು" ಕತ್ತಲಲ್ಲಿಯೇ ನುಡಿದು ಹೋಗಿ ಮಲಗಿಬಿಟ್ಟ.

ಮೇಘನಾಥ್‌ಗೆ ನಗುಬಂತು. ಆದರೆ ಜೋರಾಗಿ ನಗಲಿಲ್ಲ. ಹತ್ತು ನಿಮಿಷ ಅಲ್ಲೇ ಅದೇ ಸ್ಥಿತಿಯಲ್ಲೇ ಕೂತು ಆಮೇಲೆ ತಮ್ಮ ಕೋಣೆಗೆ ಹಿಂತಿರುಗಿದರು.

ಎದ್ದೇ ಇದ್ದ ವಸುಂಧರಾ ಕೇಳಿದರು "ಏನಾಯ್ತು...ವಿಷ್ಯ?" ಉತ್ತರಿಸದೇ ಸುಮ್ಮನೆ ಮಲಗಿಬಿಟ್ಟರು. ಮಗ ಹೇಳಿದ ಸಮಾಚಾರ ತಿಳಿಸಿ ಬೆಚ್ಚಿಬಿಳಿಸುವುದು ಬೇಡವಾಗಿತ್ತು.

"ಏನು ಹೇಳ್ದ?" ಮತ್ತದೇ ಪ್ರಶ್ನೆ.

"ನಮ್ಮಮ್ಮನಿಗೆ ಅತ್ತೆಯಾಗುವಷ್ಟು ವಯಸ್ಸಾಗಿಲ್ಲ. ಆ ವಯಸ್ಸು ಬಂದಾಗ ನೋಡೋಣಾಂದ. ಗುಡ್‌ನೈಟ್" ಎದೆಯವರೆಗೂ ಹೊದ್ದುಕೊಂಡು ಕಣ್ಮುಚ್ಚಿಕೊಂಡರು.

ಹುಟ್ಟು ಆಕಸ್ಮಿಕ, ಸಾವು ಸ್ವಾಭಾವಿಕ. ಮಧ್ಯದ ತಿರುವುಗಳು ತೀರಾ ದೈವಿಕ ಅಂದುಕೊಂಡರು. ಎಷ್ಟೋ ಹೊತ್ತಿನ ಮೇಲೆ ಅವರಿಗೆ ನಿದ್ದೆ ಹತ್ತಿದ್ದು.

* * *

ಮೊದಲು ಸಾಮಾನ್ಯ ಜ್ವರವಾಗಿ ಶುರುವಾದದ್ದು ಟೈಫಾಯಿಡ್ ಆಗಿ ಗೋಪಾಲಕೃಷ್ಣ ಮಲಗಿಬಿಟ್ಟರು. ಮನೆಗೆ ಅಂಟಿಕೊಂಡಿದ್ದ ಕಾವೇರಮ್ಮ ಎಲ್ಲಿಗೂ ಹೋಗರು. ಪೂರ್ಣ ಒತ್ತಡ ವಿಭಾ ಮೇಲೆ ಬಿತ್ತು. ಮೈಚಳಿ ಬಿಟ್ಟು ಹೊರಗೆ ತಿರುಗಿದರೂ ಸಹ ಅವಳ ಸಹಜ ಸ್ವಭಾವವೇನೂ ಬದಲಾಗದು.

ಯಾವುದೋ ಫೈಲ್ ಅವಳಲ್ಲಿ ಬೆಂಜಮಿನ್ ಕೊಟ್ಟು ಹೋದ್ದರಿಂದ ಆಫೀಸ್ ವೇಳೆಗಿಂತ ಅರ್ಧ ಗಂಟೆ ಹೆಚ್ಚಿಗೆ ಕಾದು ಕಡೆಗೆ ಫೋನ್ ಮಾಡಿ ಅಕೌಂಟೆಂಟ್ ವಶಕ್ಕೆ ಒಪ್ಪಿಸಿ ಹೊರಬಿದ್ದಾಗ ಅವಳಿಗೆ ಸುಸ್ತೆನಿಸಿತು.

ಏನು ಹೇಳದಿದ್ದರೂ ಅಲ್ಪಸ್ವಲ್ಪ ವಿದ್ಯಮಾನಗಳು ಅವಳ ಅರಿವಿಗೆ ಬಂದಿತ್ತು. ಅನುರಾಗಪುರದಲ್ಲಿದ್ದ ಜಮೀನು, ತಂದೆಯ ಸಂಪಾದನೆ, ಚಿಕ್ಕಪ್ಪನ ಸಂಬಳದಿಂದ ಉಳಿಸಿದ್ದರೇ ದೊಡ್ಡ ಗಂಟಾಗುತ್ತಿತ್ತೇನೋ? ಅದು ಅವರುಗಳ ಸ್ವಭಾವಕ್ಕೆ ಬಂದಿರಲಿಲ್ಲ. ಕಷ್ಟ ಹೇಳಿ ಯಾಚಿಸಿ ಬಂದವರಿಗೆ ತಮ್ಮ ಕೈಯಲ್ಲಾದಷ್ಟು ಹಣ, ಊಟದ ಹೊತ್ತಿಗೆ ಬಂದ ಯಾರನ್ನೂ ಅತಿಥಿಗಳಂತೆ ಸತ್ಕರಿಸುತ್ತಿದ್ದರು. ಇಂಥ ಶ್ರೀಮಂತಿಕೆಯಿದ್ದ ಕುಟುಂಬ ಅವರದು. ಹೆಚ್ಚಿಗೆ ಆರ್ಥಿಕವಾಗಿ ಅವರನ್ನ ದುರ್ಬಲರನ್ನಾಗಿ ಮಾಡಿದ್ದು ಮದುವೆ ನಡೆಯದೇ ಅನವಶ್ಯಕವಾಗಿ ಖರ್ಚಾದ ಹಣ, ಗಣಪತಿಗಳ ಸಾವು.

ಮನೆಗೆ ಬರುವ ವೇಳೆಗೆ ಯೋಗಿ, ಅವನವರಾದ ಸ್ವಲ್ಪ ಜನ ಬಂದಿದ್ದರು. ಇವಳು ಸುಮ್ಮನೆ ಮನೆಯೊಳಕ್ಕೆ ಹೋದಳು.

ಅಡಿಗೆಮನೆಯಲ್ಲಿದ್ದ ಕಾವೇರಮ್ಮ ಪಿಸುಗುಟ್ಟಿದರು. "ನಾವು ಹಾಕಿದ್ದ ಒಡ್ವೆ ಕೊಡೀಂತ ಪಟ್ಟು ಹಿಡಿಕೊಂಡ್ ಬಂದಿದ್ದಾರೆ. ಅಂದೇ ಕೊಟ್ಟೆವಲ್ಲ, ಕೊಟ್ಟು ಕಳೆದುಕೊಂಡವರು ನಾವು. ಜ್ವರದ ತಾಪ, ಸುಸ್ತು, ಸಂಕಟದಿಂದ ಅವ್ರು ನರಳ್ತಾ ಇದ್ದಾರೆ. ಹೇಳಿ ಕಳಿಸೋರು ಯಾರು?" ಕಣ್ಣೀರುಗರೆಯಲು ಶುರು ಮಾಡಿದರು.

ವಿಭಾ ಎಲ್ಲರಿಗೂ ಕಾಫಿ ತಂದುಕೊಟ್ಟಳು.

"ಹೋಗಿದ್ದು ಬನ್ನಿ. ನಮ್ಮ ಚಿಕ್ಕಪ್ಪ ಸ್ವಲ್ಪ ಹುಷಾರಾಗ್ಲಿ. ಪದೇ ಪದೇ ಬರೋ ಮುಂಗೋಪಕ್ಕಿಂತ ಅಪರೂಪಕ್ಕೆ ಬರೋ ಕೋಪ ತುಂಬ ಶಕ್ತಿಯಾಗಿರುತ್ತೆ."

ಎಲ್ಲರಿಗೂ ಅವಳ ಮಾತಿನ ಅರ್ಥವೇನೂ ಆಗಲಿಲ್ಲ.

ಯೋಗಿಯ ತಂದೆ ಕಡೆ ನೋಡಿದಳು. ತೆಗೆದ ಒಡವೆಗಳನ್ನು ಬೊಗಸೆಯಲ್ಲಿ ಹಿಡಿದು ಅವರ ಕೈಯಲ್ಲಿ ಇಟ್ಟಿದ್ದಳು. ನೈತಿಕವಾಗಿ ಅವಳ ನೋಟವನ್ನೆದುರಿಸಲಾರದೆ ಹೋದರು.

"ಮತ್ತೆ ಬಂದು ನೋಡೋಣ!" ಯೋಗಿಯ ತಂದೆ ಎದ್ದರು. "ಒಂದ್ನಿಮ್ಷ...."

ಒಳಗೆಹೋದ ವಿಭಾ ಕಣ್ಮುಚ್ಚಿ ಮಲಗಿದ್ದ ಗೋಪಾಲಕೃಷ್ಣರತ್ತ ನೋಡಿದಳು. ಎಬ್ಬಿಸಲಾರದೆ ಹಿಂದಕ್ಕೆ ಬಂದಳು.

ಆಗಾಗ ಬಂದು ಇಂಥ ಪುನರಾವರ್ತನೆಗಳು ಗೋಪಾಲಕೃಷ್ಣರನ್ನು ಕುಸಿಯುವಂತೆ ಮಾಡುತ್ತಿವೆಯೆಂದು ಅವಳಿಗೆ ಮನದಟ್ಟಾಯಿತು.

"ಬಂಧುಗಳಂತೆ ಆಗಾಗ ಬಂದು ಕ್ಷೇಮ ಸಮಾಚಾರ ವಿಚಾರಿಸೋಕೆ ಸ್ವಾಗತ. ಕೊಡು, ತೆಗೆದುಕೊಳ್ಳುವ ವಿಷ್ಯ ಅಂದೇ ಮುಗ್ದುಹೋಯ್ತು. ಮತ್ತೆ ಅದಕ್ಕಾಗಿ ನೀವು ಬರ್ಬೇಡಿ ಬರಕೂಡದು. ಚಿನ್ನಕ್ಕೆ ಬೆಲೆಕೊಟ್ಟ ಮನೆತನ ಇದಲ್ಲ. ಬರೀ ಮನುಷ್ಯರಾಗಿ ಬದುಕೋ ಪ್ರಯತ್ನ ಮಾತ್ರ ನಾವು ಮಾಡಿದ್ದು" ಸರಳವಾಗಿ ಹೇಳಿದಳು ವಿಭಾ.

ಅವರುಗಳಿಗೆ ಮಾತನಾಡಲಾಗಲಿಲ್ಲವೇನೋ... ಎದ್ದು ಹೊರಟುಬಿಟ್ಟರು. ಯೋಗಿಯೊಬ್ಬ ಉಳಿದ.

"ಸಾರಿ, ವಿಭಾ....ಅವ್ರ ಮಾತುಗಳಿಗೆ ಒಂದು ಕಾರಣ ಇದೆ..." ಸಮಜಾಯಿಷಿ ನೀಡಲು ಹೊರಟಿದ್ದನ್ನು ತಡೆದಳು. "ಅದ್ರ ಚರ್ಚೆಯ ಅಗತ್ಯವಿಲ್ಲ..." ಒಳಗೆ ನಡೆದಳು.

ಐದು ನಿಮಿಷದ ನಂತರವಾದರೂ ಯೋಗಿ ಹೊರಗೆಹೋದ. ಕಾವೇರಮ್ಮ ಅಡಿಗೆಯ ಮನೆಯಲ್ಲಿ ಕೂತು ಸದ್ದಾಗದಂತೆ ಅಳತೊಡಗಿದರು.

ಈಗ ಅವಳ ಕಣ್ಮುಂದೆ ಸುಳಿದಿದ್ದು ಅಭಿಷೇಕ್. 'ಛೇ' ಹೊರಗೆ ಬಂದು ಕೂತಳು. ಮಂಡಿಯ ಮೇಲೆ ತಲೆಯಿಟ್ಟು ಮೌನವಾಗಿ ಕೂತಳು.

"ಡಾಕ್ಟ್ರು ಬಂದಿಲ್ಲ ವಿಭಾ" ಕಾವೇರಮ್ಮನ ದನಿ ಅವಳನ್ನು ಎಚ್ಚರಿಸಿತು. ಪೇಷಂಟ್‌ಗಳು ಎಲ್ಲಿ ಮರೆತರೋ?" ಪರ್ಸ್ ಹಿಡಿದು ಬಾಗಿಲಿಗೆ ಬಂದವಳು ನಿಂತಳು.

ಆಕೆ ತಡೆದರು. "ನಾನ್ಬರ್ತೀನಿ. ಬಬ್ಬೇ ಹೋಗೋದ್ಬೇಡ. ಪೂರ್ತಿ ಕತ್ತಲಾಗಿದೆ. ನರಹರಿಗೆ ಪತ್ರ ಬರ್ದು ಹುಡುಗರನ್ನ ಕರೆಸ್ಕೋಬೇಕು. ಒಬ್ಬೇ ಓಡಾಡೋದದೂಂದ್ರೆ...ಕಷ್ಟ" ಆಕೆ ಹೆದರಿದರು.

"ಕ್ಲಿನಿಕ್ ಏನು ದೂರ ಇಲ್ಲ. ಡಾಕ್ಟ್ರು ಗೊತ್ತಿರೋರೆ ತಾನೇ?" ಎಂದು ಹೊರಗೆ ನಡೆದಳು.

ಆಕೆಯ ಹೃದಯ ತುಂಬಿಬಂತು. ಇಷ್ಟು ವಿಧೇಯರಾಗಿ ತಮ್ಮ ಪ್ರಭಾ, ಶಾಲಿನಿ ಕೂಡ ಇರುತ್ತಾರೆಂಬ ನಂಬಿಕೆ ಇಲ್ಲ.

ನಾಲ್ಕು ಹೆಜ್ಜೆ ಮುಂದಕ್ಕೆ ಬರುವ ವೇಳೆಗೆ ಚಿಟಿಚಿಟಿ ಮಳೆ ಶುರುವಾಯಿತು ಹಿಂತಿರುಗುವಂತಿರಲಿಲ್ಲ. ವಿಭಾ ಹೆಜ್ಜೆ ವೇಗವನ್ನು ದುಪ್ಪಟ್ಟು ಹೆಚ್ಚಿಸಿದಳು.

ಎದುರಾದ ಹೆಡ್‌ಲೈಟು ಬೆಳಕು ನಿಧಾನವಾಯಿತು. ಬಹುಶಃ ನಿಲ್ಲುವ ಹಂತಕ್ಕೆ ತಲುಪಿದಾಗ ಪಕ್ಕಕ್ಕೆ ಸರಿದು ಇನ್ನೊಂದು ತಿರುವಿಗೆ ನುಗ್ಗಿ ನಡೆದುಬಿಟ್ಟಳು. ಅದರೊಳಗಿದ್ದ ಅಭಿಷೇಕ್‌ನ ಅವಳು ನೋಡಲಿಲ್ಲ.

ದಿಗ್ಭ್ರಾಂತನಾಗಿದ್ದ. ಯೋಗಿ ಕೆಟ್ಟ ಸ್ವಭಾವದ ಬಗ್ಗೆ ಮಧುಬಾಲ, ಶೈಲೇಂದ್ರ ಹೇಳಿದ್ದರು. ಬಡತನ, ಇಷ್ಟೊಂದು ನಿಕೃಷ್ಟ ಸ್ಥಿತಿಯಲ್ಲಿ ಅವಳನ್ನ ನೋಡುವುದೇ? ಹಲ್ಲುಗಳನ್ನು ರೋಷದಿಂದ ಕಚ್ಚಿ ಹಿಡಿದ. ತನಗೆ ಮೋಸ ಮಾಡಿದ್ದು ಯಾರು?

ಕಾರಿನ ವೇಗ ಒಂದೇಸಮನೆ ಹೆಚ್ಚಿತು. ಮತ್ತೆ ಹಿಂದಕ್ಕೆ ತಗೊಂಡು ಬಂದ. ಮಳೆ ಸ್ವಲ್ಪ ಜೋರಾಗಿತ್ತು. ಕ್ಲಿನಿಕ್‌ನಿಂದ ಹೊರಗೆ ಬಂದ ವಿಭಾ ಸುರಿಯುವ ವೇಳೆಯಲ್ಲಿಯೇ ನಡೆದು ಹೋದಳು. ಅವನ ಕೈಗಳು ಪೂರ್ತಿ ಶಕ್ತಿಹೀನವಾದವು ಎಷ್ಟೋ ಹೊತ್ತಿನ ತನಕ.

ಅಂದು ಅವನು ಮನೆಗೆ ಬಂದಿದ್ದು ವೇಳೆ ಮೀರಿಯೇ. ಶೈಲೇಂದ್ರ ಮೇಘನಾಥ್ ಅವರಲ್ಲಿ ಮಾತಾಡುತ್ತ ಸಿಟ್ಟಿಂಗ್ ರೂಮಿನಲ್ಲಿಯೇ ಕೂತಿದ್ದ.

ವಸುಂಧರಾ ತೀವ್ರವಾಗಿ ವ್ಯಾಕುಲಚಿತ್ತರಾಗಿದ್ದವರು ಅವನನ್ನು ನೋಡಿದ ಕೂಡಲೇ ದಿಗ್ಗನೇ ಎದ್ದರು.

"ಯಾಕೋ, ಇಷ್ಟೊಂದು ಲೇಟ? ನಿನ್ನ ಫ್ರೆಂಡ್ ಬಂದಿದ್ದಾನೆ. ಅವ್ನು ಊಟ ಮಾಡ್ದೇ ಕಾಯ್ತಾ ಇದ್ದಾನೆ. ಅವ್ನ ಜೊತೆ ನಿನ್ನ ಡ್ಯಾಡಿ..." ಎಂದಾಗ ಅವನೇ ಪೂರ್ತಿ ಮಾಡಿದ. "ಅವರಿಗಾಗಿ....ನೀನು! ನಮ್ಮೆಲ್ಲರಿಗಾಗಿ ಕಾಯ್ತಾ ಇದ್ದೆ" ನಕ್ಕು ತನ್ನ ಕೋಣೆಯತ್ತ ನಡೆದ.

ಹತ್ತು ನಿಮಿಷದಲ್ಲಿ ಬಟ್ಟೆ ಬದಲಾಯಿಸಿಕೊಂಡು ತಾನೇ ಸಿಟ್ಟಿಂಗ್ ರೂಮಿಗೆ ಹೋದ.

"ಹಲೋ...ಶೈಲು" ಎಂದವನು ತಂದೆಯತ್ತ ತಿರುಗಿದ. "ನನಗೋಸ್ಕರ ನೀವ್ಯಾಕೆ ಊಟ ಮಾಡ್ದೇ ಕಾಯ್ತಾ ಇದ್ದೀರಾ?" ಅವನ ಪ್ರಶ್ನೆಗೆ ಉತ್ತರಿಸದೇ "ಡೈನಿಂಗ್ ಹಾಲ್‌ನಲ್ಲಿ ಉತ್ತರ ಹೇಳೋಕೆ ಸಾಧ್ಯವಾಗುತ್ತೇನೋ ನೋಡ್ತೀನಿ" ಹೊರಹೋದರು.

"ಎಲ್ಲೋಗಿದ್ದೆ...?" ಶೈಲೇಂದ್ರನ ಪ್ರಶ್ನೆಗೆ ನಕ್ಕುಬಿಟ್ಟ ಅಭಿಷೇಕ್. "ಎಂಥಾ ಪ್ರಶ್ನೆ! ನನ್ನ ಮಮ್ಮಿ, ಡ್ಯಾಡಿ ಕೂಡ ಕೇಳೋಕೆ ಹಿಂಜರಿತಾರೆ. ಅದಿರಲಿ.... ಬರೋಕೆ ವಿಶೇಷವೇನು?" ಮುಲಾಜಿಲ್ಲದೆ ಕೇಳಿದ.

"ಕೆಲ್ಸವಿದ್ದಾಗ ಬರೋ ಜನಾನೇ ನಾವು. ನಿನ್ನ ತಂದೆಯ ಹೆಲ್ಪ್ ಇನ್ನೊಂದಿಷ್ಟು ಬೇಕು. ಎಲ್ಲಾ ಮಾತಾಡಿ ಮುಗಿಸ್ದೇ! ನೀನು..." ಕೊನೆಯ ಪದದ ನಂತರ ಮತ್ತಷ್ಟು ಪದಗಳು ಜೋಡಣೆಯಾಗಿ ವಾಕ್ಯವಾಗುವುದನ್ನು ಇಚ್ಛಿಸದೇ ಅಭಿಷೇಕ್ ಅವನನ್ನು ಊಟಕ್ಕೆ ಕರೆದೊಯ್ದ.

ಊಟ ಮುಗಿಸಿ ಗೆಳೆಯರು ಕೋಣೆ ಸೇರಿದಾಗ ಅವನ ವೆಡ್ಡಿಂಗ್ ಕಾರ್ಡನ್ನು ಶೈಲೇಂದ್ರ ಕೊಟ್ಟ.

"ಖಂಡಿತ ಮದ್ವೆಗೆ ಬರ್ಬೇಕು. ಮದ್ವೆಯ ಅಗತ್ಯಕ್ಕಿಂತ ಇಲ್ಲಿ ದುಡ್ಡು ಬೇಕಾಗಿತ್ತು. ಮೂರು ಜನ ತಂಗಿಯರನ್ನಿಟ್ಟುಕೊಂಡ ನಾನು ಪ್ರೀತಿ, ಆದರ್ಶ ಅಂಥ ಪದಗಳನ್ನು

ಕೂಡ ಬಳಸೋಕಾಗೋಲ್ಲ. ನನ್ನದಿರಲೀ, ನಿನ್ನ ವಿಷ್ಯ ಹೇಳು."

ಓದಿ ತೆಗೆದಿಟ್ಟ ಅಭಿಷೇಕ್. "ನಮ್ಮ ವಸ್ತುಗಳಿಗೆ ಮಾರ್ಕೇಟ್‌ನಲ್ಲಿ ಬೇಡಿಕೆ ಹೆಚ್ಚಿದೆ. ಫ್ರಾನ್ಸ್‌ನಿಂದ ಕೂಡ ಕೆಲವು ಮೆಷಿನರಿಗಳ್ನ ಇಂಪೋರ್ಟ್ ಮಾಡಿಕೊಂಡಿದ್ದೀವಿ. ಇನ್ನು ಮಿಕ್ಕದ್ದೆಲ್ಲ ಮಾಮೂಲಿ...." ಅಭಿಷೇಕ್‌ನ ಮಾತುಗಳಲ್ಲೇನು ಉತ್ಸಾಹ ಇಣುಕಲಿಲ್ಲ.

ಇಲ್ಲಿ ವಿಭಾ ಜೊತೆ ಯೋಗಿಯು ಮುಖ್ಯವಾಗಿಬಿಟ್ಟ.

"ಆ ಬ್ಲಡಿ ಬಾಸ್ಟರ್ಡ್‌ಗೆ ಏನಾಗಿದೆ? ಹೂವಿನಂಥ ವಿಭಾನ ಅಷ್ಟೊಂದು ನೋಯಿಸ್ತಾ ಇದ್ದಾನೆ. ಐ ವಿಲ್ ಕಿಲ್ ಹಿಮ್" ಆವೇಶದಿಂದ ಅಭಿಷೇಕ್ ಕೂಗಿದ. ಮಳೆಯಲ್ಲಿ ದಾಪುಗಾಲು ಹಾಕುತ್ತ ಹೋಗುತ್ತಿದ್ದ ವಿಭಾ ಚಿತ್ರ ಇನ್ನು ಅವನ ಕಣ್ಮುಂದೆ ಇತ್ತು.

ಶೈಲೇಂದ್ರ ಹಣೆಯೊತ್ತಿ ಕೊಂಡ.

ಡೋಂಟ್ ಟೇಕ್ ಇಟ್ ಸೀರಿಯಸ್‌ಲಿ.... ಅದು ನಿಂಗೆ ಸಂಬಂಧಪಟ್ಟ ವಿಷ್ಯವಲ್ಲ. ಅನವಶ್ಯಕವಾಗಿ ಮೇಲೆ ಹಾಕಿಕೊಳ್ಳೋದು ಹಂಡ್ರೆಡ್ ಪರ್ಸೆಂಟ್ ಜಾಣತನವಲ್ಲ. ಲೆಟ್ ಅಸ್ ಫರ್‌ಗೆಟ್ ಇಟ್–ಅದ್ರಿಂದ ಇಬ್ಬರು ಸೇಫ್" ಸಮಾಧಾನಿಸಲು ನೋಡಿದ. ಅಭಿಷೇಕ್ ಒಂದು ಹಂತವನ್ನು ಮೀರಿಹೋಗಿದ್ದ.

"ತಣ್ಣಗಿನ ಮಾತುಗಳು ಕೆಲವು ಸಲ ನಂಗೆ ಇಷ್ಟವಾಗೋಲ್ಲ. ಅಂದು ಬಹಳ ವಿಶ್ವಾಸದಿಂದ ಮಾತಾಡಿಸಿದ್ನಲ್ಲ ಫ್ರೆಂಡ್. ಯಾವ ಅನಾಹುತ ಆಗಬಾರ್ದೂಂತ ಅಂದ್ಕೊಂಡಿದ್ರೆ.... ಮೊದ್ಲು ಹೋಗಿ ಯೋಗಿಗೆ ಎಚ್ಚರಿಕೆ ಕೊಡು. ವಿಭಾಗೆ ಏನಾದ್ರೂ ಆದ್ರೆ...." ಅವನ ಮುಖದಲ್ಲಿ ಮಿನುಗಿದ ಕೋಪಕ್ಕೆ ಶೈಲೇಂದ್ರ ಬೆಚ್ಚಿದ.

ಆಮೇಲೆ ನಿಧಾನವಾಗಿ ಅಭಿಷೇಕ್ ಬಾಯಿ ಬಿಡಿಸಿದ. ಅವಳು 'ಮೇರಿ ಫಾರ್ಮ್ಯಾ ಸೂಟಿಕಲ್' ಕಂಪೆನಿಯ ಪ್ರಧಾನ ಕಚೇರಿಯಲ್ಲಿ ರಿಸೆಪ್ಷನಿಸ್ಟ್ ಆಗಿರೋದು, ಭಾರವಾದ ಬ್ಯಾಗ್‌ಗಳನ್ನು ಹೊತ್ತು ತರುವ, ಮನೆಯಲ್ಲಿ ಕ್ಲಿನಿಕ್‌ಗೆ ಓಡಾಡುವ ಪ್ರತಿಯೊಂದು ಚಿತ್ರವನ್ನು ಅವನ ಮುಂದೆ ಬಿಡಿಸಿಟ್ಟ.

"ಅದಕ್ಕೆ ಬಹಳಷ್ಟು ಕಾರಣ ನೀನೇ!" ಆರೋಪಿಸಿದ ಶೈಲೇಂದ್ರ. "ಕಾಲೇಜು ಬಿಡ್ಸಿ ಅಷ್ಟು ತರಾತುರಿಯಾಗಿ ಯಾಕೆ ಮದ್ವೆ ಮಾಡ್ತಾ ಇದ್ದರಾ ಅವರು? ಕಿಸ್ ಕೊಟ್ಟ ನಿಂಗೆ ಹೆಣ್ಣು ಕೊಡಲು ಜನ ಕ್ಯೂ ನಿಲ್ಲಬಹುದು. ಅದ್ಕೆ ತುತ್ತಾದ ಅವಳನ್ನು ಜನ ಒಂದು ತರಹ ನೋಡ್ತಾರೆ."

ಅದನ್ನೆಲ್ಲ ಅಭಿಷೇಕ್ ಅಲ್ಲಗಳೆಯಲಿಲ್ಲ. "ಓ.ಕೆ. ಐ ಅಗ್ರಿ...ಅದು ಮುಗ್ದು ಹೋದ ಕಥೆ. ಈಗಿನ ಅನ್ಯಾಯ ಮಾತ್ರ ನನು ನೋಡ್ತಾ ಸುಮ್ನೇ ಕೂಡೋಲ್ಲ..." ಅವನ ನಿರ್ಧಾರ ಬಂಡೆಯಂತೆ ಅಚಲವಾಗಿತ್ತು.

"ಈಗ ನಾನೇನು ಮಾಡ್ಬೇಕು?" ಶೈಲೇಂದ್ರ ರಾಜಿಗೆ ಬಂದ. "ವಿಭಾನ ನೋಯಿಸ್ದೇ ಸರ್‍ಯಾಗಿ ನೋಡಿಕೊಳ್ಳೋಕೆ ಹೇಳು. ಇಲ್ಲದಿದ್ರೆ ಪರಿಣಾಮ ನೆಟ್ಟಗಾಗೋಲ್ಲ..."

ಅಭಿಷೇಕ್ ಮಾತಿಗೆ ಶೈಲೇಂದ್ರ ಒಪ್ಪಿಕೊಂಡ.

"ಡೋಂಟ್ ವರೀ.... ಎರ್ಡು ದಿನ ನಿಂತರೂ ಪರ್ವಾಗಿಲ್ಲ. ಯೋಗಿನ ಹಿಡ್ದು... ಆಮೇಲೆ ಏನ್ಮಾಡಿದ್ರೆ ಸರಿಹೋಗ್ತಾನೋ ನೋಡ್ತೀನಿ" ಶೈಲೇಂದ್ರ ಪೂರ್ತಿ ಜವಾಬ್ದಾರಿಯನ್ನು ಹೊತ್ತುಕೊಂಡ.

ಇಡೀರಾತ್ರಿ ಶೈಲೇಂದ್ರ ನಿದ್ರಿಸಲಿಲ್ಲ. ಯೋಗಿ ಅವನಿಗಿಂತ ಸೀನಿಯರ್ ವಿದ್ಯಾರ್ಥಿ. ಕೆಲವನ್ನು ನೋಡಿ ತಿಳಿಯದಿದ್ದರೇ ಕೆಲವನ್ನ ಕೇಳಿ ತಿಳಿದಿದ್ದ. ಕಾಲೇಜಿನಲ್ಲಿ ನಡೆದ ವಿಭಾಳ ಹಗರಣ ಕೂಡ ಗುಟ್ಟಾಗಿಲ್ಲ. ಅದನ್ನೆ ಪ್ಲಸ್ ಪಾಯಿಂಟ್ ಮಾಡಿ ಮಡದಿಯನ್ನು ಗೋಳು ಹೊಯ್ದುಕೊಳ್ಳುತ್ತಿರಬಹುದು. ಅಂದು ಅಭಿಷೇಕ್‌ನ ಕೆನ್ನೆಗೆ ತಟ್ಟದೆ, ಗಾಬರಿಯಾದ ಅವಳು ಪ್ರಿನ್ಸಿಪಾಲರವರೆಗೆ ದೂರನ್ನು ಒಯ್ಯದೇ ಮನೆಯಲ್ಲಿ ಉಳಿದವಳು. ಆದರೆ ಮಾನಸಿಕವಾಗಿ ದುರ್ಬಲಳು. ಇದು ಯೋಗಿಗೆ ಮತ್ತಷ್ಟು ಅನುಕೂಲ ಮಾಡಿಕೊಟ್ಟಿರಬೇಕು.

ಬೆಳಗಿನ ಜಾವವೇ ಎದ್ದ ಶೈಲೇಂದ್ರ ಸ್ನಾನ ಕೂಡ ಮಾಡದೇ ಯೋಗಿಯನ್ನು ಹುಡುಕಿಕೊಂಡು ಹೊರಟ. ಈ ಸಿಟಿಯಲ್ಲಿ ಅವನದು ಎರಡು ಮನೆಯಾದರೆ ಊರಲ್ಲಿ ಇಬ್ಬರು ಚಿಕ್ಕಪ್ಪಂದಿರು ಇದ್ದರು. ಅಲ್ಲಿಇಲ್ಲಿ ಓಡಾಡಿಕೊಂಡಿದ್ದ. ಶೈಲೇಂದ್ರನಿಗೆ ಗೊತ್ತಿದ್ದದ್ದು ಅವನಪ್ಪನ ಮನೆ ಮಾತ್ರ.

ನೇರವಾಗಿ ಅಲ್ಲಿಗೆ ಹೋದ.

"ಯೋಗಿ ಆ ಮನೆಯಲ್ಲಿ ಇರ್ಬೇಕು. ರಾತ್ರಿ ಬರ್ತೀನಿ ಅಂದಿದ್ದ.... ಬರ್ಲಿಲ್ಲ. ಮಧ್ಯಾಹ್ನ ಅವ್ನ ಚಿಕ್ಕಪ್ಪನ ಮಂಡಿಗೆ ಹೋಗಿ ಸಂಜೆ ಬರಬಹ್ದು" ಯೋಗಿಯ ತಾಯಿ ಹೇಳಿದರು.

ಅವರಿಂದ ಆ ಮನೆಯ ವಿಳಾಸ ಪಡೆದು ಅಲ್ಲಿ ತಲುಪುವ ವೇಳೆಗೆ "ಈಗ ತಾನೇ ಹೋದ. ಜನತಾ ಮೆಡಿಕಲ್ ಸೆಂಟರ್ ಬಳಿ ಸಿಗ್ಬಹ್ದು" ಎಂದರು.

ಆಗ ಅಂದುಕೊಂಡ, ತಾನು ಅಭಿಷೇಕ್‌ನ ಟೂವೀಲರ್ ಆದರೂ ತರಬೇಕಿತ್ತೆಂದು. ಆಟೋ ಹಿಡಿದು ಅಲ್ಲಿಗೆ ಹೋದ.

ಅಲ್ಲಿದ್ದ ಸೇಲ್ಸ್‌ಮ್ಯಾನ್ "ಕಾಫಿಗೆ ಹೋಗಿದ್ದಾರೆ. ಈಗ್ಬಂದು ಬಿಡ್ತಾರೆ" ಎಂದಾಗ ಅಲ್ಲಿಯೇ ಕೂತ.

ಹತ್ತು ನಿಮಿಷವೇನು, ಅರ್ಧ ಗಂಟೆಯಾದರೂ ಆಸಾಮಿಯ ಪತ್ತೆ ಇಲ್ಲ. ಸರಿಯಾಗಿ ನಲವತ್ತೈದು ನಿಮಿಷಗಳ ನಂತರ ಎದ್ದ.

"ಯಾವ ಹೋಟೆಲ್‌ಗೆ ಹೋಗಿರೋದು?" ಕೇಳಿದ.

"ಹೇಳೋದು ಕಷ್ಟ ಸಾರ್. ಹತ್ತು ನಿಮಿಷದ ಒಳ್ಗೇ ಬಂದರೆ ಹತ್ತಿರದ ಜನತಾ ಹೋಟೆಲ್ ಎಂದೂ, ಅರ್ಧಗಂಟೆ ತಗೊಂಡರೆ ಚಿತ್ರಾ ಭವನ್, ಗಂಟೆಯ ನಂತರ ಬಂದರೆ ಅಪೇರಾ ರೆಸ್ಟೋರೆಂಟ್, ಅಕಸ್ಮಾತ್ ಬರಲೇ ಇಲ್ಲವೆಂದುಕೊಂಡರೇ....

ಊಹಿಸೋದು ಕಷ್ಟ" ಎಂದ ಸವಿವರವಾಗಿ. ಶೈಲೇಂದ್ರ ನಕ್ಕುಬಿಟ್ಟ.

ವಾಚ್‌ನತ್ತ ನೋಡಿದ. ತಾನು ಇಲ್ಲಿಗೆ ಬಂದು ನಲವತ್ತೇಳು ನಿಮಿಷಗಳು ಕಳೆದುಹೋಗಿವೆ. ಅಂದ್ರೆ 'ಅಪೆರಾ ರೆಸ್ಟೊರೆಂಟ್'ನಲ್ಲಿರಬಹುದು.

"ರೆಸ್ಟೊರೆಂಟ್‌ನಲ್ಲಿ ನೋಡ್ತೀನಿ" ಅವನಿಗೆ ಬೇಸರವಾಗಿತ್ತು. ಅವನು ನಕ್ಕುಬಿಟ್ಟ. "ಅಲ್ಲಿ ಸಿಕ್ಕಿಲ್ಲಾಂದ್ರೆ..." ಹೇಳಲು ಷುರು ಮಾಡಿದವನು ನಿಲ್ಲಿಸಿದ.

ಅಲ್ಲಿ ತಲುಪುವ ವೇಳೆಗೆ ಹತ್ತು ನಿಮಿಷ ಜಾಸ್ತಿಯೇ ಆಯಿತು. ಫ್ಯಾಮಿಲಿ ರೂಂ, ಸ್ಪೆಷಲ್ ರೂಮ್, ಎ.ಸಿ. ರೂಮ್ ಎಲ್ಲವನ್ನು ಹುಡುಕಾಡಿದ. ಅವನಿಗೆ ಸಂಕೋಚವೆನಿಸಿತೇ ವಿನಾ ಯೋಗಿಯೇನು ಸಿಕ್ಕಲಿಲ್ಲ.

ಒಂದು ಕಡೆ ಆರಾಮಾಗಿ ಕೂತು ತಿಂಡಿ ತರಿಸಿ ತಿಂದ. ಯೋಗಿಯ ಆರಾಮ ಬದುಕು ಎಷ್ಟು ಜನಕ್ಕುಂಟು? ಈ ಕುಲಪುತ್ರನ ಅಗತ್ಯ ಪೂರೈಸಲು ನಾಲ್ಕು ಜನ ಕಂಕಣಬದ್ಧರು.

ಗೊಣಗುತ್ತಲೇ ಬಿಲ್ ತೆತ್ತು ಹೊರಗೆ ಬಂದ. ಮೆಡಿಕಲ್ ಶಾಪ್‌ಗೆ ಪಬ್ಲಿಕ್ ಟೆಲಿಫೋನ್ ಬೂತ್‌ನಿಂದ ಫೋನ್ ಮಾಡಿದ. ಎರಡು ಮನೆಗಳ ನಂಬರ್ ಜೊತೆಗೆ ಇವರುಗಳು ಹೇಳಿದ ನಂಬರ್‌ಗಳಲ್ಲಿ ಅವನನ್ನು ಸಂಪರ್ಕಿಸಲು ಪ್ರಯತ್ನಪಟ್ಟು ಸೋತ. ಯೋಗಿ... ಇಲ್ಲ!

ಮತ್ತೆ ಅವನ ಮನೆಗೆ ಫೋನ್ ಮಾಡಿದ "ಸಂಜೆ ಬಂದರೆ ಯೋಗಿ ಸಿಕ್ತಾನಾ?" ಅವನಮ್ಮ ಒಂದುಕ್ಷಣ ಸುಮ್ಮನಿದ್ದು. "ಈಗ ಫೋನ್ ಮಾಡ್ದ. ರಾತ್ರಿ ಬರ್ಬಹುದು" ಇವನು ಮತ್ತೇನಾದರೂ ಕೇಳುವ ಮುನ್ನ ರಿಸೀವರ್ ಇಟ್ಟ ಸದ್ದು ಕೇಳಿಸಿತು.

ಸಂಜೆಯವರೆಗೂ ಅಲ್ಲಲ್ಲಿ ಕಳೆದು ಆರರ ವೇಳೆಗೆ ಯೋಗಿಯ ಮನೆಯ ಬಳಿ ಬಂದ. ಆತ್ಮೀಯ ಸ್ನೇಹಿತನಲ್ಲದಿದ್ದರಿಂದ ಇವನಿಗೆ ಸಂಕೋಚ.

ಅಷ್ಟಕ್ಕೆ ಸರಿಯಾಗಿ ಹೊರಬಂದ ಯೋಗಿ. "ಹಲೋ ಶೈಲೇಂದ್ರ...." ನಗುತ್ತ ಬಂದು ಅವನ ಬೆನ್ನಿಗೊಂದು ಗುದ್ದಿದ. ಸಮಾಧಾನದಿಂದ ಎದೆಯ ಮೇಲೆ ಕೈಯಿಟ್ಟುಕೊಂಡ.

"ಬೆಳಿಗ್ಗೆಯಿಂದ ಹುಡುಕ್ದೇ. ಅಪ್ಪನ ಮನೆ, ಚಿಕ್ಕಪ್ಪನ ಮನೆ, ಮತ್ತೆ ನಿನ್ನನೆ ಎಲ್ಲಿದೆ?" ಕುತೂಹಲದಿಂದ ಪ್ರಶ್ನಿಸಿದ.

ಅವನ ಭುಜವನ್ನು ಬಳಸಿ ಎಳೆದೊಯ್ದ ಒಳಕ್ಕೆ.

"ಈಗ್ಲೇ ಅಲ್ಲಿಂದ ಇಲ್ಲಿಗೆ, ಇಲ್ಲಿಂದ ಅಲ್ಲಿಗೆ ಓಡಾಡಿ ಸಾಯ್ತಾ ಇದ್ದೀನಿ. ಇನ್ನೊಂದ್ಮನೆ.... ದೇವರೇ ನನ್ನನ್ನು ಕಾಪಾಡ್ಬೇಕಾಗುತ್ತೆ..." ಸೋಫಾ ಮೇಲೆ ಕೂಡಿಸಿ ಒಳಗೆ ಹೋದ.

ಚಿಂತೆಗೀಡಾದ ಶೈಲೇಂದ್ರ. ಇವನು ನಾಲ್ಕು ಮನೆಯ ಕೂಸು. ಸಹಭಾಗಿನಿ ಅನ್ನಿಸಿಕೊಂಡ ವಿಭಾ ಇರೋದು ಎಲ್ಲಿ? ಕೆಲಸ.... ಕ್ಲಿನಿಕ್ ...ಬರೀ ಅವನ ತಲೆ ಕೆಟ್ಟಿತು ಅಷ್ಟೆ.

ಅವನೇ ದೊಡ್ಡ ಗ್ಲಾಸ್‌ಗಳಲ್ಲಿ ಹಣ್ಣಿನ ರಸ ಹೊತ್ತು ತಂದ. "ನೀನು ನನ್ನ ಹುಡ್ಕಿಕೊಂಡು ಬರೋದೂಂದ್ರೆ... ಸರ್‌ಪ್ರೈಜ್. ಏನು ವಿಷ್ಯ?" ಕೇಳಿದ.

ನಿಧಾನವಾಗಿ ಹಣ್ಣಿನ ರಸ ಕುಡಿದಿಟ್ಟ ನಂತರ ತನ್ನ ಮದುವೆಯ ವೆಡ್ಡಿಂಗ್ ಕಾರ್ಡನ್ನು ಅವನಿಗೆ ಕೊಟ್ಟ. ಒಂದಿಷ್ಟು ಸಲಿಗೆ ಬೆಳಿಸಿಕೊಳ್ಳಬೇಕಿತ್ತು.

"ಖಂಡಿತ.... ಬರ್ಬೇಕು" ಹೇಳಿದ.

"ಶ್ಯೂರ್....ಡೆಫಿನೇಟ್ಲಿ.... ಇನ್ವಿಟೇಷನ್ ಕೊಟ್ಟಾದ್ಮೇಲೂ ನಿನ್ನ ಗೆಳೆಯರ ಬಳಗಕ್ಕೆ ಸೇರ್ಸಿಕೊಂಡಿದ್ದೀಯ. ಖಂಡಿತ ತಪ್ಪಿಸಿಕೊಳ್ಳೋಲ್ಲ" ವಿಶ್ವಾಸ ವ್ಯಕ್ತಪಡಿಸಿದ.

ಈಗ ಶೈಲೇಂದ್ರ ಚುರುಕಾದ. "ಒಬ್ನೇ ಅಲ್ಲ, ಜೊತೆಯಾಗಿ ಬರ್ಬೇಕು. ನಾನು ನಿನ್ನ ಮದ್ವೆಗೆ ಬರ್ಲಿಲ್ಲಾಂತ ಬೇಜಾರು ಬೇಡ" ಎಂದ.

ಇವನ ಸಮಜಾಯಿಸಿಯನ್ನು ತಳ್ಳಿ ಹಾಕಿದ.

"ಬರ್ಲಿಲ್ಲಾ ಅನ್ನೋದು ಅಪರಾಧವೇ ಆದ್ರೂ... ನಂಗೇನು ಕೋಪವಿಲ್ಲ. ಜೊತೆಯಾಗಂತೂ ಬರೋಕೆ ಸಾಧ್ಯವಿಲ್ಲ. ಅಂದು ಮದ್ವೇನೆ ನಡೆಯಲಿಲ್ಲ!"

ಸ್ತಬ್ಧ ಚಿತ್ರವಾದ ಶೈಲೇಂದ್ರ.

"ನಿನ್ನ ಪಿರಿಯಡ್‌ನಲ್ಲೇ ನಡೆದ ಗಲಾಟೆಯಲ್ವಾ! ಆ ಬಗ್ಗೆ ಮಾತುಕತೆ ಅಷ್ಟರಲ್ಲೇ ಮುಕ್ತಾಯವಾಗ್ತ ಇತ್ತು. ವಿಭಾ ತಂದೆ ಗಣಪತಿಗಳಿಗೆ ಹಾರ್ಟ್ ಅಟ್ಯಾಕ್ ಆಯ್ತು. ಬೇರೆಯವರಾಗಿದ್ರೆ ಅವ್ರನ್ನ ಆಸ್ಪತ್ರೆಗೆ ಸೇರ್ಸಿ ನಿಶ್ಚಿಂತೆಯಿಂದ ಲಗ್ನ ಮುಗಿಸಿಬಿಡ್ತಾ ಇದ್ರು. ಇವ್ರು ಆ ಪೈಕಿಯಲ್ಲ" ಎಂದವನು ಮಾತಿನ ನಡುವೆ ಅಲ್ಲಿ ನಡೆದ ಪ್ರತಿಯೊಂದು ಮಾತುಕತೆಯನ್ನು ಉಸುರಿಬಿಟ್ಟ ಯೋಗಿ.

ಕಡೆಯಲ್ಲಿ ಇವನನ್ನೇ ಕೇಳಿದ "ಯಾರು ಆ ಅಭಿಷೇಕ್?" ಇದುವರೆಗೆ ವಿಚಾರಿಸಿಕೊಂಡಿದ್ದರೂ ಮತ್ತಷ್ಟು ಶೈಲೇಂದ್ರನ ಬಾಯಿಂದ ಹೊರಡಿಸಬೇಕೆಂದುಕೊಂಡ.

ಶೈಲೇಂದ್ರ ಮೇಲೆದ್ದ. "ಬರೀ ರೂಮರ್ ಅಂದ್ಕೊಂಡ್ವಿ. ಅದು ಕಾಲೇಜು ಕ್ಯಾಂಪಾಸ್‌ನಲ್ಲಿ ನಡೆದದ್ದು ಅಲ್ಲ. ಅಭಿಷೇಕ್ ಕ್ಯಾರೆಕ್ಟರ್ ಬಗ್ಗೆ ಒಂದು ಕೆಟ್ಟ ಮಾತಿಲ್ಲ. ಪ್ರಿನ್ಸಿಪಾಲರಿಗೂ ಯಾರು ದೂರು ಕೊಡ್ಲಿಲ್ಲ" ಎದೆಯ ಮೇಲಿನ ದೊಡ್ಡ ಭಾರವನ್ನು ಇಳಿಸಿಕೊಂಡಂತಾಗಿತ್ತು. ಅವನಿಗೆ.

ರೋಡಿನವರೆಗೂ ಬಂದು ಯೋಗಿ ಮತ್ತಷ್ಟು ಹೇಳಿದ. ಅವನ ಮತ್ತು ವಿಭಾ ಮದುವೆ ಇನ್ನು ಕೆಲವೇ ದಿನಗಳಲ್ಲಿ. ತನ್ನ ತಂದೆಯ ಸಾವಿಗೆ ಕಾರಣನಾದ ಅಭಿಷೇಕ್ ಮೇಲೆ ಅವಳಿಗೆ ವಿಪರೀತ ರೋಷವೆಂಬುದು ಕೂಡ ಆತನ ಬಾಯಿಯಿಂದಲೇ ಹೊರಬಿತ್ತು.

ಈಗಲೂ ಅಭಿಷೇಕ್ ಮತ್ತು ಯೋಗಿ ರೈವಲ್ಸ್.... ಪ್ರತಿಸ್ಪರ್ಧಿಗಳು. ಇದನ್ನು ಹೇಗೆ ತಪ್ಪಿಸುವುದೆಂದು ಶೈಲೇಂದ್ರ ಯೋಚಿಸತೊಡಗಿದ.

ಇವನು ಬಂದಾಗ ಅವನಿಗಾಗಿ ಕಾಯುವಂತೆ ಅಭಿಷೇಕ್ ಮನೆಯಲ್ಲೇ ಇದ್ದ. ತುಟಿಗಳ ಮುನ್ನ ಕಣ್ಣುಗಳೇ ಪ್ರಶ್ನಿಸಿದಂತೆ ಕಂಡಿತು. ಸಂಯಮದ ಉಗುಳು ನುಂಗಿದ ಶೈಲೇಂದ್ರ.

ಕೋಣೆಗೆ ಎಳೆದೊಯ್ದವನೇ ಎರಡು ಗ್ಲಾಸ್ ಹಣ್ಣಿನ ರಸ ತರಿಸಿ ಅವನ ಮುಂದಿಟ್ಟ ಅಭಿಷೇಕ್. "ಬಹಳ ದಣಿದಂಗೆ ಕಾಣ್ತೀಯ? ಏನು ವಿಷ್ಯ? ಸಿಕ್ಕಿದ್ನ ಆ ರೋಗ್?" ಒರಟಾಗಿಯೇ ಪರಿಚಯವಿಲ್ಲದ ಯೋಗಿಯನ್ನು ಬಯ್ದ.

"ಹ್ಯಾವ್ ಪೇಷನ್ಸ್...." ಎಂದ ಶೈಲೇಂದ್ರರ ಹಣ್ಣಿನ ರಸವನ್ನು ಕುಡಿದಿಟ್ಟ. "ಇವತ್ತಿನ ನನ್ನ ಡ್ಯೂಟಿಗೆ ನೀನೆಷ್ಟು ಕೊಟ್ಟರೂ ಸಾಲ್ದು" ಅವನನ್ನು ಹುಡುಕಲು ತಾನು ಪರಿದಾಡಿದ್ದನ್ನು ಹೇಳಿದ.

"ಪ್ಲೀಸ್, ನನ್ನ ತಾಳ್ಮೆಗೆ ಸವಾಲ್ ಬೇಡ. ಹೇಗಿದೆ ಮನೆಯಲ್ಲಿ ವಿಭಾ ಸ್ಥಿತಿ?" ದನಿಯೇರಿಸಿದ ಅಭಿಷೇಕ್.

ಅಚ್ಚರಿಯಿಂದ ಅಭಿಷೇಕ್‌ನ ದಿಟ್ಟಿಸಿದ. "ನಾನು ನಿನ್ನ ಪ್ರಕಾರ ಏನೆಲ್ಲ ಪ್ರಸ್ತಾಪಿಸಿದ್ದರೆ, ಅವನು ನನ್ನ ಕೈಕಾಲು ಮುರ್ದು ಕಳುಸ್ತಾ ಇದ್ದ. ಅವನು ವಿಭಾಗೆ ಯಾವ್ದೇ ಚಿತ್ರವಧೆ ಕೊಡ್ತಾ ಇಲ್ಲ. ಅವರಿಬ್ರ ಮದುವೆ ನಡೆದೇ ಇಲ್ಲ" ಸತಾಯಿಸದೇ ಹೇಳಿಬಿಟ್ಟ.

ಅಂದು ಎಸೆದ ಬಾಂಬ್‌ನಷ್ಟೇ ಪರಿಣಾಮ ಬೀರಿತು ಅಭಿಷೇಕ್ ತಲೆಯಲ್ಲಿ. ಪರಿಣಾಮ ಮಾತ್ರ ಸ್ವಲ್ಪ ವಿಭಿನ್ನವಾಗಿತ್ತು.

ಮದುವೆಯ ಮುಂದೆ ಮತ್ತು ಅಂದು ನಡೆದ ಹಗರಣ, ಗಣಪತಿಗಳ ಹಾರ್ಟ್ ಅಟ್ಯಾಕ್, ನಂತರ ಅವರ ಸಾವು ಎಲ್ಲವನ್ನು ಸಂಕ್ಷಿಪ್ತವಾಗಿ ವಿವರಿಸಿದ.

"ಯೋಗಿ ಸ್ಯಾಡಿಸ್ಟ್ ಆದ್ರೂ ನಿನ್ನ ರೋಗ್ ಅಂದ ವಿಭಾ ಅವನ ಮದುವೆ ಸದ್ಯದಲ್ಲಿಯೇ ನಡೆಯಲಿದೆಯಂತೆ. ನಿನ್ನ ವಿಭಾ ಮಧ್ಯೆ ಇರೋದು ಲವ್-ಹೇಟ್ ರಿಲೇಷನ್‌ಷಿಪ್. ಅವಳ ತಂದೆ ಸಾವು, ಮಾನಸಿಕ ಕೋಲಾಹಲಕ್ಕೆ ಕಾರಣನಾದ ನಿನ್ನನ್ನು ಅವಳೆಂದು ಕ್ಷಮಿಸೋಲ್ಲ" ಇದನ್ನೆಲ್ಲ ಹೇಳಿದ್ದು ಯೋಗಿ" ಆವೇಶದಿಂದಲೇ ಹೇಳಿ ಮುಗಿಸಿದ ಶೈಲೇಂದ್ರ ಸುಸ್ತಾದವನಂತೆ ವಾಟರ್‌ಜಗ್‌ನಲ್ಲಿದ್ದ ನೀರನ್ನು ಗ್ಲಾಸಿಗೆ ಬಗ್ಗಿಸಿಕೊಂಡು ಕುಡಿದ.

ಪೇಪರ್ ವೆಯಿಟ್‌ನ್ನು ಮೇಲಕ್ಕೆಸೆದು ಹಿಡಿದ. "ನಾನು ಕೂಡ ವಿಭಾನ ಕೇಳೋದು ಕ್ಷಮೆಯಲ್ಲ, ಶಿಕ್ಷೆ ದಟ್ಸಾಲ್...."

"ಇನ್ನು ಅವಳ ಧ್ಯಾನ ನಿಲ್ಸಿ....ಅಪ್ಪ, ಅಮ್ಮನ ಮಾತು ಕೇಳು. ಪೇರೆಂಟ್ಸ್ ಮಾತು ವಿರೋಧಿಸೋದು ಒಳ್ಳೆದಲ್ಲ, ಪ್ಲೀಸ್..." ಶೈಲೇಂದ್ರ ಅವನ ಕೈ ಹಿಡಿದುಕೊಂಡ. ಭಾರವಾದ ಉಸಿರೆಳೆದು ದಬ್ಬಿದ ಅಭಿಷೇಕ್.

ಕೆಲವು ನಿಮಿಷಗಳ ನಿಶ್ಯಬ್ದ ಯುದ್ಧದ ಮೊದಲು ಭೀತಿಯ ಸ್ಥಿತಿಯನ್ನು

ನೆನಪಿಸುವಂತಿತ್ತು.

"ಮೇಲ್ಮುಖದ ಪರಿಣಾಮಕ್ಕೆ ನಾನು ಕಾರಣನಾದರೂ ಎಲ್ಲದರ ಹೊಣೆ ಅವಳದೇ. ನಂಗೆ ಎಂದೂ ಪ್ರೀತಿ, ಪ್ರೇಮದ ಇಂಟರೆಸ್ಟ್ ಇರ್ಲಿಲ್ಲ. ಸ್ನೇಹದಿಂದ ಓಡಾಡುವ ಕಾಲೇಜು ವಿದ್ಯಾರ್ಥಿ, ವಿದ್ಯಾರ್ಥಿನಿಯರ ಹಣೆಪಟ್ಟಿಗೆ ಇಂಥ ಲೇಬರ್ ಹಚ್ಚುವುದನ್ನು, ಹಚ್ಚಿಕೊಳ್ಳುವುದನ್ನು ವಿರೋಧಿಸುತ್ತಿದ್ದವನು ನಾನು. ಅಂಥದ್ದರಲ್ಲಿ...." ಮುಖ ಕಿವಿಚಿ ತಲೆಗೂದಲನ್ನು ಕಿತ್ತವನ ಮುಖ ಕೆಲವೇ ಕ್ಷಣಗಳಲ್ಲಿ ಮಾಮೂಲಿಗೆ ತಿರುಗಿತು. "ನನ್ನೆದೆ ಪ್ರೀತಿ ತಾನಾಗಿ ಆತ್ಮಹತ್ಯೆ ಮಾಡಿಕೊಳ್ಳದು. ಬೇರೆಯವರನ್ನ ಕೊಲ್ಲಲು ಬಿಡದು. ಒಂದುರೀತಿ ಮೃತ್ಯುಂಜಯ ಪ್ರೇಮ" ನಕ್ಕುಬಿಟ್ಟ.

ಈ ಮಾತುಗಳು ಅವರಿಬ್ಬರ ನಡುವೆ ಉಳಿಯದೇ ಮುಖ್ಯವಾದ ಮೂರನೆ ವ್ಯಕ್ತಿಯ ಕಿವಿ ತಲುಪಿಹೋಗಿತ್ತು.

* * *

ಹುಷಾರಾದ ಗೋಪಾಲಕೃಷ್ಣ ಒಂದೆರಡು ದಿನಗಳಿಂದ ಅನುರಾಗಪುರಕ್ಕೆ ಹೋಗಿಬರುತ್ತಿದ್ದರು. ಅಂದು ಹೋದವರು ಮಧ್ಯಾಹ್ನವೇ ಮರಳಿ ಬಂದರು.

ಅಯ್ಯಂಗಾರಿ ಬಂದು ಕೂತಿದ್ದರು. ಅವರು ಮದುವೆಯ ಬ್ರೋಕರ್. ಬರೀ ಜಾತಕಗಳನ್ನು ಹಿಡಿದು ತಿರುಗುವುದೇ ಅವರ ಕೆಲಸ.

ಇಂದೇಕೋ ಗೋಪಾಲಕೃಷ್ಣರಿಗೆ ಅವರು ಬಂದಿದ್ದು ಸರಿಹೋಗಲಿಲ್ಲ. "ಆರೋಗ್ಯವಾ?" ಅವರ ಬಳಿಯಲ್ಲಿಯೇ ಕೂತವರು. "ಸದ್ಯಕ್ಕೆ ಯಾವುದೇ ಮದುವೆ ಪ್ರಸ್ತಾಪ ಬೇಡ. ಮುಂದೆ ನೋಡೋಣ" ಅವರು ಪೀಠಿಕೆ ಶುರು ಮಾಡುವ ಮುನ್ನವೇ ತಿಳಿಸಿದರು.

ಸ್ವಲ್ಪ ಹೊತ್ತು ಸುಮ್ಮನೆ ಕೂತ ಅಯ್ಯಂಗಾರಿ "ಈ ವರ್ಷ...." ಎಂದಕೂಡಲೇ ತಡೆದರು. "ಶಾಸ್ತ್ರ, ಸಂಪ್ರದಾಯಕ್ಕಿಂತ ನಂಗೆ ಮನಸ್ಸೇ ಮುಖ್ಯ. ನಾವಿನ್ನು ಕತ್ತಲಿನಲ್ಲಿ ಇದ್ದೀವಿ. ಸದ್ಯಕ್ಕೆ ನಮ್ಮನ್ನ ಸುಮ್ನೇ ಬಿಡಿ" ಎದ್ದು ಹೋಗಿಬಿಟ್ಟರು.

ಬಂದ ವೇಳೆ ಸರಿಯಾಗಿಲ್ಲವೆಂದು ತಮ್ಮ ರಾಯಭಾರ ಅಲ್ಲಿಗೆ ಮುಕ್ತಾಯಗೊಳಿಸಿ ಮರಳಿದರು ಅಯ್ಯಂಗಾರಿ.

ಊಟ ಮುಗಿದು ಗೋಪಾಲಕೃಷ್ಣ ವಿಶ್ರಾಂತಿಗಾಗಿ ಮಲಗಿದ್ದಾಗ ಕಾವೇರಮ್ಮ ಬಳಿ ಬಂದು ಕೂತರು.

"ಹೆಚ್ಚು ಖರ್ಚು ಬೇಡ. ದೇವಸ್ಥಾನದಲ್ಲಿ ಬೇಕಾದ್ರೆ ಧಾರೆಯೆರೆದು ಕೊಡ್ಲೀಂತ ಯೋಗಿ ತಂದೆ ಹೇಳಿಕಳಿಸಿದ್ದಾರೆ. ಸಾಕಷ್ಟು ಖರ್ಚಾಯಿತು. ಈ ಹಗರಣಗಳ ನಂತರ ವಿಭಾಗೆ ಗಂಡು ಸಿಗೋದು ಕಷ್ಟ. ನಾವ್ಯಾಕೆ ಯೋಚ್ನೆ ಮಾಡ್ಬಾರ್ದು?"

ಗೋಪಾಲಕೃಷ್ಣ ತಲೆಯಾಡಿಸಿಬಿಟ್ಟರು.

"ಅಣ್ಣ, ಬಲಿಯಾಗಿ ಹೋದ್ರೂ ಅನ್ನೋದು ಬಿಟ್ಟರೇ.... ಆ ಮದುವೆ ತಪ್ಪಿದ್ದೇ

ಒಳ್ಳೆಯದು. ಯೋಗಿ ತಂದ ಉಂಗುರವನ್ನು ಅವಳ ಬೆರಳೇ ನಿರಾಕರಿಸಿದರೇ, ಅವನೊಂದಿಗಿನ ಅವಳ ಬದುಕೆಷ್ಟು ಸುಖಮಯ? ಅಂದೇ ಆ ವಿಷಯಕ್ಕೆ ತಿಲಾಂಜಲಿ ಬಿಟ್ಟಂತಾಯಿತು. ಬೇರೆ ಪ್ರಯತ್ನ ಮಾಡೋಣ. ಅವಳು ಇನ್ನಷ್ಟು ಚೇತರಿಸಿಕೊಳ್ಳಿ" ಅವರ ತೀರ್ಮಾನ ಸ್ಪಷ್ಟವಾಗಿತ್ತು. ಕಾವೇರಮ್ಮ ಸುಮ್ಮನಾದರು. ಗಂಡ ಹೆಂಡಿರ ಮಧ್ಯೆ ಅಷ್ಟೊಂದು ಸಾಮರಸ್ಯವಿತ್ತು.

ಒಂದು ಗಂಟೆ ಬಿಟ್ಟು ಮೇಲೆದ್ದವರು "ವಿಭಾ ಆಫೀಸ್ ಕಡೆ ಅಡ್ಡಾಡಿಕೊಂಡು ಅವಳನ್ನು ಕರೆದುಕೊಂಡು ಬರ್ತೀನಿ" ಗೋಪಾಲಕೃಷ್ಣ ಹೊರಟರು.

ಮಧ್ಯದಲ್ಲಿಯೇ ಸಿಕ್ಕ ಸ್ನೇಹಿತರು ಅವರನ್ನು ಮಗಳ ಮದುವೆಗೆ ಸೀರೆಗಳನ್ನ ಆಯ್ಕೆ ಮಾಡಲು ಭೇಟಿಯಾಗುವ ಅವಕಾಶ ತಪ್ಪಿಹೋಯಿತು.

ಲಂಚ್ ನಂತರವೇ ಬೆಂಜಮಿನ್ ಇನ್ನೊಬ್ಬರ ಜೊತೆ ಆಫೀಸಿಗೆ ಬಂದಿದ್ದು. ಹತ್ತು ನಿಮಿಷದ ನಂತರ ಅವಳಿಗೆ ಬುಲಾವ್ ಬಂತು. "ನಿಮ್ಮ ಸೀಟ್‌ನಲ್ಲಿ ನಾನಿರ್ತೀನಿ" ಟೈಪಿಸ್ಟ್ ಶೀಲಾ ಅವಳನ್ನು ಒಳಗೆ ಕಳಿಸಿದಳು. ಇದೇನು ವಿಭಾಗೆ ಅಪರೂಪವಲ್ಲ. "ಸದ್ಯಕ್ಕೆ ಈ ಸೀಟ್‌ನಲ್ಲಿ ನೀವೆ. ನಾನು ಒಂದ್ಗಂಟೆ ಮೊದಲು ಪರ್ಮಿಷನ್ ತಗೊಂಡ್ ಮನೆಗೆ ಹೋಗ್ತೀನಿ" ಎಂದವಳು ಬಾಸ್ ಛೇಂಬರ್‌ನತ್ತ ನಡೆದಳು.

"ಮೇ ಐ ಕಮಿನ್ ಸಾರ್" ಬಾಗಿಲಲ್ಲಿ ನಿಂತಳು.

'ಯೆಸ್....ಯೆಸ್...ಯೆಸ್..." ಮೂರು ಸಲ ಅಂದವರು ಒಳಗೆ ಬಂದಕೂಡಲೇ "ವಿಭಾ, ನನ್ನ ಗುರುಗಳಾದ ಗಣಪತಿಯವರ ಮಗಳು. ಇವರು ಮೇಘನಾಥ್....ಅಂತ" ಅಷ್ಟೇ ಪರಿಚಯಿಸಿದ್ದು.

"ನಮಸ್ತೆ...." ಕ್ಷಣ ಕೈಜೋಡಿಸಿದರೂ ಅವಳೇನು ಅವರ ಬಗ್ಗೆ ಕುತೂಹಲ ವ್ಯಕ್ತಪಡಿಸಲಿಲ್ಲ. "ಹೇಳಿ.... ಕಳಿಸಿದ್ರಿ...." ಎಂದಾಗ ಕೂಡುವಂತೆ ಸನ್ನೆ ಮಾಡಿದರು ಬೆಂಜಮಿನ್.

ಮೇಘನಾಥ್ ಕಣ್ಣರಳಿಸಿ ನೋಡಿದರು. ಪರಿಪೂರ್ಣ ಸೌಂದರ್ಯದ ಅಮೋಘ ಕಲಾಕೃತಿಯಂತೆ ಕಂಡಳು.

"ಕೂತ್ಕೋ.... ವಿಭಾ...." ನಿಂತವಳಿಗೆ ಮತ್ತೊಮ್ಮೆ ಹೇಳಿ ಒಂದು ಫೈಲನ್ನು ಅವಳ ಮುಂದಿಟ್ಟರು. "ಸ್ವಲ್ಪ ನೋಡು" ಎಂದರು. ಅವಳು ತನ್ನ ಕೆಲಸದಲ್ಲಿ ಪೂರ್ಣವಾಗಿ ಮಗ್ನಳಾಗಿಬಿಟ್ಟಳು.

ನೇರವಾಗಿ, ಓರೆಯಾಗಿ ಎಲ್ಲಾ ಕೋನಗಳಿಂದಲೂ ಅಳೆದರು ವಿಭಾನ. ತೀರಾ ಹೆಚ್ಚು ನೋಟ ಆಳವಾದಂತೆ ಅರ್ಥವಾಗದ ಅನುಭೂತಿ ಅವರಲ್ಲಿ ಉದಯವಾಯಿತು.

ಹೊರಟ ವಿಭಾನ ಬೆಂಜಮಿನ್ ಕೂಗಿ ತಡೆದರು. "ಕಾಫಿ ತಗೊಂಡ್ ಹೋಗು" ನಿಂತವಳು ಅವರತ್ತ ತಿರುಗಿದಳು. "ಥ್ಯಾಂಕ್ಯೂ, ಸಾರಿ ಅಂಕಲ್..." ನಡೆದುಬಿಟ್ಟಳು.

ಆಮೇಲೆ ಹತ್ತು ನಿಮಿಷದ ನಂತರವೇ ಮೇಘನಾಥ್ ಅವರ ಕೋಣೆಯಿಂದ

ಹೊರಗೆ ಬಂದಿದ್ದು. ಅವರ ನೋಟ ವಿಭಾ ಮೇಲೆ ಕೇಂದ್ರೀಕೃತವಾಯಿತು. ಓರೆಯಾಗಿ ನಿಂತಿದ್ದ ಅವಳ ಉದ್ದದ ಜಡೆಯ ಸೊಂಪು ಇಡೀ ಬೆನ್ನನ್ನು ಆವರಿಸಿದಂತಾಗಿತ್ತು. ಮಟ್ಟಸವಾದ ನಿಲುವು, ಆಕರ್ಷಕವಾದ ಗೊಂದಲವಿಲ್ಲದ ಶಾಂತ ಕಣ್ಣುಗಳು, ಶುಭ್ರವರ್ಣ, ಎಲ್ಲಕ್ಕೂ ಮೀರಿದ, ಯಾರಿಗೂ ಸ್ಪಷ್ಟವಾಗಿ ತಿಳಿಯದ ವಿಶೇಷವಾದ ಕಳೆ ಅವಳಲ್ಲಿ ಅಡಗಿದೆಯೆನಿಸಿತು.

ವಿಶೇಷ ಮೆಚ್ಚುಗೆಯಿಂದ ಅವರ ಮುಖಭಾವ ತುಂಬಿಹೋಯಿತು. ಸನಿಹಕ್ಕೆ ಹೋದರು. ಏನಾದರೂ ಅವಳ ದನಿಯಲ್ಲಿಯೇ ಕೇಳಬೇಕೆನಿಸಿತು.

"ಯುವರ್....ನೇಮ್" ಎಷ್ಟು ಮೆಲುವಾಗಿ, ಎಷ್ಟು ಮೃದುವಾಗಿ ಸಾಧ್ಯವೋ ಆ ಮಟ್ಟಕ್ಕೆ ತಗ್ಗಿತು ಅವರ ಸ್ವರ. ತಟ್ಟನೆ ಅವರತ್ತ ತಿರುಗಿದಳು. "ವಿಭಾ...ಸರ್" ಆ ಸ್ವರ ಕೂಡ ಅವರಿಗೆ ಇಷ್ಟವಾಯಿತು.

ತುಟಿಯಂಚಿನಲ್ಲಿ ನಗೆ ಲೇಪಿಸಿ ತಲೆದೂಗಿ ನಡೆದುಬಿಟ್ಟರು. ವಿಭಾ ಏನು ತಲೆ ಕೆಡಿಸಿಕೊಳ್ಳಲು ಹೋಗಲಿಲ್ಲ.

ಕಾರು ಹತ್ತಿದ ಮೇಘನಾಥ್ ಮನೆಯತ್ತ ತಿರುಗಿಸಲು ಡ್ರೈವರ್‌ಗೆ ಹೇಳಿದರು. ತಾವು ಆಯ್ದಿದ್ದರೂ ಇಂಥ ಅಪೂರ್ವವಾದ ಹೆಣ್ಣು ತಮ್ಮ ಮಗನಿಗೆ ಸಿಗಲು ಸಾಧ್ಯವಿರಲಿಲ್ಲವೆಂದುಕೊಂಡರು.

ಬಹಳ ದಿನಗಳ ನಂತರ ಹಗುರವಾಗಿ ಉಸಿರಾಡಿದರು. ಮಗನ ಸಂತೋಷಕ್ಕಾಗಿ ತಮ್ಮ ಪ್ರತಿಷ್ಠೆ, ತಾಳ್ಮೆಗಳನ್ನು ಕಳೆದುಕೊಳ್ಳಲು ಅವರು ಸಿದ್ಧರಿದ್ದರು.

ಎಲ್ಲಾ ಕೇಳಿದ ಬೆಂಜಮಿನ್ ಒಂದು ಮಾತು ಹೇಳಿದ್ದರು. "ಅವರ ಮನದ ಶ್ರೀಮಂತಿಕೆಗೆ ಕೂಡ ನೀವುಗಳು ಸಮವಾಗೋದು ಕಷ್ಟ. ಗಣಪತಿಗಳು ಬಹು ದೊಡ್ಡ ಮನುಷ್ಯರು. ಶ್ರೀಮಂತ, ಬಡವರ ಮಧ್ಯದ ಅಂತರ, ಜಾತಿ, ಭೇದ, ಮತ ಗಣಿಕೆಯನ್ನು ಮರೆತ ಮಹಾನುಭಾವರು. ತೀರಾ ಸಂಪ್ರದಾಯವಾದಿಗಳು. ಸ್ನಾನ, ಸಂಧ್ಯಾವಂದನೆ, ಪೂಜೆ, ಪುನಸ್ಕಾರವಿಲ್ಲದೇ ತೊಟ್ಟು ನೀರನ್ನು ಸೇವಿಸದಂಥ ಸಂಯಮವಾದಿ. ಕೈಜೋಡಿಸುವಂಥ ಸಾತ್ವಿಕ ವ್ಯಕ್ತಿ. ಅಷ್ಟೇ ಮಾನಾಭಿಮಾನಗಳ ಒಲವು. ತೀರಾ ಸ್ವಾಭಿಮಾನಿಗಳು ಕೂಡ. ಅಂಥವರ ಮಗಳು ವಿಭಾ. ಡೋಂಟ್ ಮೈಂಡ್. ಇಷ್ಟೆಲ್ಲ ಹೇಳುವ ಅಗತ್ಯ ಕಂಡುಬಂತು. ವಿಭಾಗೆ ಒಳ್ಳೆಯದಾಗುವುದಾದರೆ ನನ್ನ ಹೆಲ್ಪ್ ನಿಮಗೆ ಇದ್ದೇ ಇರುತ್ತೆ" ಭರವಸೆಯನ್ನು ಸೇರಿಸಿದ್ದರು.

ಅವರ ಇಷ್ಟು ಮಾತುಗಳು ಮನುಷ್ಯ ಹೇಗೆ ಬದುಕಿದರೆ ಚೆನ್ನ ಎನ್ನುವ ಮಾತಿಗೆ ಸಮನಾಗುತ್ತದೆಯೆಂದುಕೊಂಡರು.

ಬಾಲ್ಕನಿ ದಾಟುತ್ತಿದ್ದಾಗಲೇ ನಗು, ಮಾತು ಕೇಳಿಸಿತು. ಹೊರಗೆ ನಿಂತಿದ್ದ ಕಾರನ್ನ ಯಾರದೆಂದು ಗಮನಿಸಿರಲಿಲ್ಲ.

ಕೂತಿದ್ದ ಮಧುಬಾಲ, "ಹಲೋ ಅಂಕಲ್?" ಅಲ್ಲಿಂದಲೇ ಕೂಗಿಬಿಟ್ಟಳು.

"ಹಲೋ., ಹೌ ಆರ್ ಯು?" ನಿಂತರು. ಈಗ ಎದ್ದು ಬಂದಳು. "ಸಾರಿ ಅಂಕಲ್, ಎದ್ದು ಎಲ್ಲಿಗೆ ಬರಲಾರದಂಥ ಸೋಮಾರಿತನ" ನಗುನಗುತ್ತಲೇ ಆ ಮಾತನ್ನು ಸೇರಿಸಿದಳು.

ಬರೀ ಅವಳ ತಂದೆ ದಾಸ್ ಬಗ್ಗೆ ವಿಚಾರಿಸಿದರು.

"ಜಸ್ಟ್ ಎ ಮಿನಿಟ್...." ತಮ್ಮ ಕೋಣೆಗೆ ನಡೆದರು. ಬೀರುವಿನಲ್ಲಿ ಏನೋ ಹುಡುಕುತ್ತಿದ್ದ ವಸುಂಧರಾ "ಅಭಿಷೇಕ್ ಎರ್ಡು ಸಲ ಫೋನ್ ಮಾಡಿದ್ದ. ಇನ್‌ಕಮ್ ಟ್ಯಾಕ್ಸ್ ಫೈಲ್‌ಗೆ ನಿಮ್ಮ ಸಿಗ್ನೇಚರ್ ಬೇಕಿತ್ತಂತಲ್ಲ" ಎಂದರು.

ಆ ಮಾತುಗಳಿಗೆ ಕೂಡ ಗಮನ ಕೊಡದೇ ಮನದಲ್ಲಿ ಏನೋ ತರ್ಕಿಸುತ್ತಿದ್ದರು.

"ದ್ವೇಷಿಸೋಕೆ ತಿಳಿಯದ ಜನ ಅವರಿರಬಹುದು. ಆದರೆ ವಿಭಾನ ಅಭಿಷೇಕ್‌ಗೆ ಕೊಟ್ಟು ಮದ್ವೆ ಮಾಡರು. ಚಿಕ್ಕಪ್ಪ, ಚಿಕ್ಕಮ್ಮನ ಮಾತಿಲ್ಲದೇ ಒಂದು ಹೆಜ್ಜೆ ಈ ಕಡೆ ವಿಭಾ ಎತ್ತಿಡಳು. ಇದು ಒಬ್ಬರಿಗೊಬ್ಬರು ಪ್ರೀತಿಸಿದ ಪ್ರಕರಣವಲ್ಲ. ಅದ್ರಿಂದ ಸ್ವಲ್ಪ ಯೋಚ್ಸಿ ಮುಂದುವರಿಯಬೇಕು" ಬೆಂಜಮಿನ್ ಪರಿಸ್ಥಿತಿಯ ಪೂರ್ಣ ಚಿತ್ರವನ್ನು ಅವರಿಗೆ ಒದಗಿಸಿದ್ದರು.

ನೋಟದಲ್ಲಿ ಮೂಡಿದ ಅವಳ ಚಿತ್ರವನ್ನು ಮುಂದೆ ಬಿಡಿಸಿಕೊಂಡರು. ಅಳೆದು ಸುರಿದು ಅವಳ ವ್ಯಕ್ತಿತ್ವದ ಪೂರ್ಣ ರೂಪವನ್ನು ಅವಲೋಕಿಸತೊಡಗಿದರು.

ಬಂದ ವಸುಂಧರಾ ಗಂಡನ ಸನಿಹದಲ್ಲಿಯೇ ಕೂತರು. "ಕನಸು ಕಾಣೋ ಹಂಗೆ ಕಾಣುತ್ತೆ!" ತಮಾಷೆ ಮಾಡಿದರು. ಎಂದಿನಂತೆ ಇಂದು ನಗಲಿಲ್ಲ. "ಕನಸು ಕಾಣದಿರೋ ವ್ಯಕ್ತಿಗಿಂತ ಕನಸು ಕಾಣೋ ವ್ಯಕ್ತಿ ಬದ್ಕಿನಲ್ಲಿ ಏನಾದ್ರೂ ಸಾಧಿಸಿಯಾನು. ಮಧುಬಾಲನ ಒಂಟಿಯಾಗಿ ಕೂಡ್ಸಿ ನೀನ್ನೆಲ್ಲಿ ಹೋದೆ?"

"ಫ್ರೆಂಡ್ ಜೊತೆ ಅಭಿಷೇಕ್‌ನ ನೋಡೋಕೆ ಬಂದಿದ್ದು. ಬರಬಹುದೂಂತ ಅವ್ಳಿಗಾಗಿ ಕಾಯ್ತಾ ಇದ್ದಾಳೆ. ದಾಸ್ ಕೂಡ ಬೆಳಗಿನಿಂದ ಎರ್ಡು ಸಲ ಫೋನ್ ಮಾಡಿದ್ರು. ಏನು ವಿಶೇಷ?" ಆಕೆಯಲ್ಲಿ ಗೊಂದಲವಿದ್ದಂತೆ ಕಂಡಿತು.

"ಫ್ರೀಯಾಗಿದ್ದಾಗ ಎಲ್ಲರ ಯೋಗಕ್ಷೇಮ ವಿಚಾರಿಸೋದು ಅವರ ಹಾಬಿ. ಒಂದು ದಿಕ್ಕಿಲು ಬಾಗಿಲು ಮುಚ್ಚಿ ಹೋಗಿತ್ತು. ಇನ್ನು ಮಧುಬಾಲ ಈಗ್ಲೂ ಅದೇ ಇರ್ಬಹ್ದು. ಅದಕ್ಯಾಕೆ ವಿಶೇಷದ ಪಟ್ಟಿ?" ಶಾರ್ಪಾಗಿ ಹೇಳಿದರು. ವಸುಂಧರಾ ಸುಮ್ಮನಾದರು.

ಆಕೆಯ ಅಣ್ಣ ನರೇಂದ್ರ ಫೋನಿಗೆ ಮೇಘನಾಥ್ ಅವರಿಂದಲೂ ಉತ್ತಮ ಪ್ರತಿಕ್ರಿಯೆ ಸಿಕ್ಕಿರಲಿಲ್ಲ. ಅದಕ್ಕೆ ಕಾರಣ ಏನು? ವಿಭಾ ಮದುವೆ ಆಗಿಹೋಗಿದ್ದರಿಂದ ವಿಷಯದ ಬಗೆಗೆ ಭಯ.

"ಮತ್ತೆ ಅಣ್ಣ ಫೋನ್ ಮಾಡಿದ್ದ!" ಈಗ ವಸುಂಧರಾ ಹೇಳಿದ್ದು ಸುಳ್ಳು. "ಇರೋ ವಿಷ್ಯ ನೀಟಾಗಿ ಹೇಳಿಬಿಡಬೇಕಿತ್ತು. ಹೇಗೂ ಅವ್ರ ಸೋದರಳಿಯನ್ನ ಅಲ್ಲೇ

ಕಳ್ಸಿಕೊಟ್ಟಿದ್ದೇವಲ್ಲ. ತಂದೆತಾಯಿಗಳು ಹಿಡಿದಿಟ್ಟುಕೊಳ್ಳಬಹುದಿತ್ತು. ಆಗ ನಾವು ಆಬ್‌ಜಕ್ಷನ್ ಮಾಡುತ್ತಿರಲಿಲ್ಲ. ಈಗ ಮತ್ತೆ ಮತ್ತೇ ಫೋನ್ ಮಾಡಿ ಯಾಕೆ ಹಿಂಸಿಸೋದು?" ಜಿಗುಪ್ಸೆಯಿಂದ ನುಡಿದರು. ಈಗ ಅವರು ಯೋಚಿಸುತ್ತಿದ್ದುದು ಅಭಿಷೇಕ್‌ನ ಭವಿಷ್ಯವನ್ನು ಮಾತ್ರ.

ಮಗನ ದನಿ ಕೇಳಿ ವಸುಂಧರಾ ಹೊರಗೆದ್ದು ಹೋದರು. ಈಗ ಅಭಿಷೇಕ್ ಕೂಡ ಅವರ ನಡುವೆ ಕೂತು ಮಾತನಾಡುತ್ತಿದ್ದ. ಅವರ ನಡುವೆ ಹೋಗಲು ಆಕೆಗೆ ಇಷ್ಟವಾಗಲಿಲ್ಲ.

ಒಳಗೆ ಬಂದು ಗಂಡನಿಗೆ ಹೇಳಿದರು "ನಾವು ಆದಷ್ಟು ಬೇಗ ಅಭಿಷೇಕ್‌ಗೆ ಮದ್ವೆ ಮಾಡೋದು ಉತ್ತಮ. ದಾಸ್ ಸಂಬಂಧ ನಂಗಿಷ್ಟವಿಲ್ಲ. ತಿಳ್ದೂ ತಿಳ್ದೂ ಯಾಕಿಷ್ಟು ಉದಾಸೀನ ಮಾಡ್ತೀರಾ?" ಆರೋಪಣೆ ಅವರನ್ನ ಚುಚ್ಚಿದಂತಾಯಿತು.

"ಅವ್ನ ಹತ್ರ ನೀನೇ ಮಾತಾಡು!" ಬೇಸರಗೊಂಡರು.

ಮರುದಿನ ಮೇಘನಾಥ್ ಕಾರು ಬಂದು ಬಸ್‌ಸ್ಟಾಪ್‌ನ ಮುಂದೆ ನಿಧಾನಗೊಂಡಿತು. ಡ್ರೈವರ್‌ಗೆ ಹೇಳಿದವರು ಅವರೇ ಮತ್ತೆ "ನಡೀ...." ಎಂದರು ತಮ್ಮ ನಿರ್ಣಯ ಬದಲಾಯಿಸುತ್ತ.

ಆಫೀಸಿಗೆ ಹೋದವರು ಒಂದು ಕವರ್‌ನ ಸಿದ್ಧಪಡಿಸಿ ತಾವೇ ಬೆಂಜಮಿನ್ ಅಡ್ರೆಸ್ ಬರೆದು ಮಗನಿಗಾಗಿ ಕಾದರು. ಫ್ಯಾಕ್ಟರಿಯೊಳಕ್ಕೆ ಹೋದವನು ತಂದೆಯ ಛೇಂಬರ್‌ಗೆ ಅಭಿಷೇಕ್ ಬಂದಿದ್ದು. ಈ ಪತ್ರನ ಬೆಂಜಮಿನ್ ಅಂದರೆ 'ಮೇರಿ ಫಾರ್ಮಾಸೂಟಿಕಲ್ಸ್' ಮ್ಯಾನೇಜಿಂಗ್ ಡೈರೆಕ್ಟರ್‌ಗೆ ಕೊಟ್ಟು ಬಾ ಕವರ್‌ನ ಅವನತ್ತ ತಳ್ಳಿದರು.

ಅವನಿಗೆ ಆಶ್ಚರ್ಯವಾಯಿತು. ತಂದೆಯ ಎಲ್ಲಾ ವ್ಯವಹಾರಗಳ ಜೊತೆ ಸ್ನೇಹಿತರು, ಕ್ಲಬ್‌ನ ಫ್ರೆಂಡ್ಸ್, ಇನ್ನು ಉಳಿದ ಎಲ್ಲ ಆತ್ಮೀಯರ ಪರಿಚಯವು ಅವನಿಗಿತ್ತು. ಅವರ ಯಾರ ಪೈಕಿಯೂ ಅಲ್ಲ ಬೆಂಜಮಿನ್. ಅದು ತನ್ನನ್ನು ಕಳಿಸುವುದೆಂದರೆ ಅವನ ಸಂಕುಚಿತ ಹುಬ್ಬುಗಳು ಸಡಿಲವಾಗಲಿಲ್ಲ.

ಅರ್ಥಮಾಡಿಕೊಂಡವರಂತೆ ಮುಗುಳ್ನಕ್ಕರು ಮೇಘನಾಥ್. "ಇದೊಂದು ಹೊಸ ವ್ಯವಹಾರ. ಅಷ್ಟೇ ರಹಸ್ಯದ ಜೊತೆ ಇಂಪಾರ್ಟ್ಐಟೆಂಟ್ ಕೂಡ. ನಿಂಗೆ ಹೇಳಲು ಒಂದಿಷ್ಟು ಕಾಲಾವಕಾಶ ಬೇಕಾಗುತ್ತೆ" ಎಂದರು ಅರ್ಥಗರ್ಭಿತವಾಗಿ.

"ಓ.ಕೆ. ಡ್ಯಾಡ್...." ಕವರೆತ್ತಿಕೊಂಡ.

'ನಿನ್ದು, ವಿಭಾದು ಲವ್-ಹೇಟ್ ರಿಲೇಷನ್‌ಶಿಪ್. ನಿನ್ನ ಅವ್ಳು ದ್ವೇಷಿಸ್ತಾಳೆ. ಒಂದುರೀತಿ ಜಿಗುಪ್ಸೆ ಕೂಡ' ಶೈಲೇಂದ್ರನ ಮಾತುಗಳು ನೆನಪಾದವು.

'ಕ್ವೈಟ್ ನ್ಯಾಚುರಲ್' ಅಂದುಕೊಂಡು ಕಾರು ಹತ್ತಿದ.

ಎಲ್ಲಿಂದಲೋ ಒಂದು ಲವಲವಿಕೆ ಅವನ ಮೈಯಲ್ಲಿ ಅದೃಶ್ಯವಾಗಿ

ಸೇರ್ಪಡೆಯಾದಂತಾಯಿತು. ತುಂಬು ಹುಮ್ಮಸ್ಸಿನಿಂದ ಕಾರನ್ನು ನಡೆಸಿದ.

ಮೆಟ್ಟಲೇರಿ ಮೇಲೆ ಬಂದವನು ಕಾಲು ಹೆಜ್ಜೆಗಳನ್ನ ಎತ್ತಿಡಲಾರದೆ ನಿಂತವು. ರಿಸೆಪ್ಷನಿಸ್ಟ್ ಕೌಂಟರ್‌ನಲ್ಲಿ ವಿಭಾನೆ ಇದ್ದಳು. ಸೀರೆ ಬ್ಲೌಸ್‌ಗಳ ಬಣ್ಣ ಬದಲಾಗಿತ್ತಷ್ಟೆ. ವಸ್ತ್ರ ವಿನ್ಯಾಸ, ಅಲಂಕಾರದಲ್ಲಿ ಯಾವುದೇ ಬದಲಾವಣೆ ಇಲ್ಲ.

ಫೋನ್ ಕೈಯಲ್ಲಿ ಹಿಡಿದವಳ ಮುಂದೆ ಹೋಗಿ ನಿಂತ. ದಿಢೀರನೆ ಅವಳ ಹಣೆಯ ಮೇಲೊಡೆದ ಬೆವರಿನ ಮುತ್ತುಗಳನ್ನು ಆಯ್ದುಕೊಳ್ಳಬೇಕೆನಿಸಿತು.

"ಎಕ್ಸ್‌ಕ್ಯೂಸ್ ಮಿ, ಐ ವಾಂಟ್ ಸೀ ಬೆಂಜಮಿನ್" ಎಂದ ಸಾವರಿಸಿಕೊಂಡು ಬಟನ್ ಒತ್ತಿ "ಒನ್ ಮಿನಿಟ್ ಸರ್...." ಮಾತಾಡಿ, "ಅವ್ರು ಈಗ ಮೀಟಿಂಗ್‌ನಲ್ಲಿದ್ದಾರೆ. ಕನಿಷ್ಟ ಹತ್ತು ನಿಮಿಷವಾದ್ರೂ ನೀವು ಕಾಯಬೇಕಾಗುತ್ತೆ" ಹೇಳಿ ಅವಳು ಸುಧಾರಿಸಿಕೊಳ್ಳಬೇಕಾಯಿತು.

ಹಿಂದೆಯೇ ಮೇಘನಾಥ್ ಫೋನ್ ಬಂತು. "ಇಟ್ ಈಸ್ ಫಾರ್ ಯು" ರಿಸೀವರ್‌ನ್ನು ಮೇಜಿನ ಮೇಲಿಟ್ಟಳು. "ಹಲೋ..." ಎತ್ತಿದ ಫೋನನ್ನು "ಬೆಂಜಮಿನ್‌ಗೆ ಆ ಲೆಟರ್ ತಲುಪಲೇಬೇಕು. ಸ್ವಲ್ಪ ಕಾದಾದರೂ ಕೊಟ್ಟು ಬಾ" ಎಂದಾಘ ಫೋನಿಟ್ಟ.

ಅವನಿಗೆ ತೀರಾ ಆಶ್ಚರ್ಯವೆ. ಆಫೀಸ್ ಮ್ಯಾನೇಜರ್ ಪಿ.ಎ. ಜೊತೆ ಬೇಕಾದಷ್ಟು ಜನ ಇದ್ದರು. ಆದರೂ ಈ ಪತ್ರ ಕಳುಹಿಸಿಕೊಡಲು ತನ್ನನ್ನು ಆಯ್ಕೆ ಮಾಡಿಕೊಂಡಿದ್ದೇಕೆ?

"ವೈಟ್ ಮಾಡ್ತೀನಿ" ಸಿಟ್ಟಿಂಗ್ ರೂಮಿನಲ್ಲಿ ಹೋಗಿ ಕಾದುಕೂತ. ಎರಡು ಮ್ಯಾಗಝೀನ್ ಮೊಗಚಿದ ನಂತರ ಕವರ್ ತೆಗೆದು ಪರಿಶೀಲಿಸಿದ.

ಸ್ವತಃ ಬೆಂಜಮಿನ್ ವಿಳಾಸ ಬರೆದಿದ್ದರು ಮೇಘನಾಥ್. ಅತ್ಯಂತ ರಹಸ್ಯವಾದ ವಿಷಯವಿರಬಹುದು. ತಿರುಗಿ ತಿರುಗಿಸಿ ನೋಡಿದ. ಅವನಿಗೇನು ಅರ್ಥವಾಗಲಿಲ್ಲ.

ಮೀಟಿಂಗ್ ಮುಗಿದಕೂಡಲೇ ವಿಭಾ ಇನ್‌ಫರ್ಮ್ ಮಾಡಿರಬೇಕು ಬೆಂಜಮಿನ್‌ಗೆ. ಛೇಂಬರ್ ಬಿಟ್ಟು ಅಲ್ಲಿಗೆಯೇ ಬಂದರು ಅವರು.

"ಬಹಳ ಸಂತೋಷ" ಅವನ ಕೈ ಕುಲುಕಿದರು.

ಆಮೇಲೆ ಐದು ನಿಮಿಷ ಮಾತಾಡಿದ್ದು, ಅಭಿಷೇಕ್ ಅವರ ಫ್ಯಾಕ್ಟರಿಯ ಸುದ್ದಿ ನಂತರ ಕಾರಿನವರೆಗೂ ಬಂದು ಬೀಳ್ಕೊಟ್ಟ ಬೆಂಜಮಿನ್ ಮತ್ತಷ್ಟು ಗೊಂದಲದಲ್ಲಿ ಕೆಡವಿದರು.

ಮತ್ತೆ ತಂದೆ, ಮಗ ಮೀಟ್ ಆಗಿದ್ದು ರಾತ್ರಿ ಡಿನ್ನರ್ ಸಮಯದಲ್ಲಿಯೇ. ಅವನ ಮುಖದಲ್ಲಿ ಸ್ವಲ್ಪ ಲವಲವಿಕೆಯನ್ನು ಗುರ್ತಿಸಿದರು ಮೇಘನಾಥ್.

"ಬೆಂಜಮಿನ್ ಏನಾದ್ರೂ.... ಹೇಳಿದ್ರಾ?" ಕೇಳಿದರು.

ಇಲ್ಲವೆನ್ನುವಂತೆ ತಲೆಯಾಡಿಸಿದ. "ದಾಸ್ ಸಿಕ್ಕಿದ್ರು. ನಿಮ್ಮನ್ನು ಅರ್ಜೆಂಟಾಗಿ ಮೀಟ್ ಮಾಡ್ಬೇಕಂತೆ" ಎಂದ. ಸ್ವಲ್ಪ ಕಸಿವಿಸಿಯಾದದ್ದು ವಸುಂಧರಾಗೆ.

ಆ ಸಂಸಾರದ ನಗು, ಜಾಲಿತನ, ಮುಕ್ತತೆ ನೆನಪಾಗಿ ಮತ್ತಷ್ಟು ಆತಂಕಗೊಂಡರು.

"ನಿಮ್ಮ ಮಾವ ಫೋನ್ ಮಾಡಿದ್ರು ಅಭೀ!" ಹೇಳಿದರು ಗಂಡನತ್ತ ನೋಟ ಹರಿಸದೇ. ಕೈಯಲ್ಲಿನ ಸ್ಪೂನನ್ನು ಪಕ್ಕಕ್ಕಿಟ್ಟ ಅಭಿಷೇಕ್, "ಏನಂತೆ ವಿಷ್ಯ? ರೋಮಳಿಗೆ ಬೇರೆ ಕಡೆ ನೋಡಿ ಮದ್ವೆ ಮಾಡ್ಲೀ. ದಯವಿಟ್ಟು ಅವ್ರು ನನ್ನ ಕೈನ ಮಾಲೆಗಾಗಿ ಕಾಯೋದ್ಬೇಡ" ಎದ್ದು ಹೋಗಿಬಿಟ್ಟ.

ಮೇಘನಾಥ್ ಎಂದಿನಂತೆ ಚಿಂತಿತರಾಗಿರಲಿಲ್ಲ. ಒಳಗೊಳಗೆ ನಗುತ್ತಿದ್ದರು.

"ನೋಡಿದ್ರಾ?" ವಸುಂಧರಾ ಮುಖ ದಪ್ಪಗೆ ಮಾಡಿದರು.

"ಕೇಳಿದ್ದೆ ಹೆಚ್ಚು ಪರಿಣಾಮ ಬೀರಿದ್ದು ಅವ್ನ ಪಾಡಿಗೆ ಅವನನ್ನು ಬಿಟ್ಟಿಡು. ಅಭೀ ಮೆಚ್ಚಿದ ಹುಡ್ಗೀನ ತಂದು ನಿಲ್ಲಿಸಿದ್ರೆ, ಅದೃಷ್ಟ ಅಂದ್ಕೊಂಡ್ ಆಶೀರ್ವಾದ ಮಾಡ್ಬಿಡು. ಕಾಲೇಜಿನಲ್ಲಿದ್ದಾಗ್ಲೇ ಪಾರ್ಕ್‌ನಲ್ಲಿ ಅಷ್ಟೊಂದು ಹಗರಣ ಮಾಡ್ದ. ಅವ್ನಿಗೆ ದಾಸ್ ಕೂಡ ಹೆಣ್ಣು ಕೊಡ್ಸೋಲ್ಲ" ಮೆಲ್ಲಗೆ ಹೆಂಡತಿಯನ್ನು ಕೆರಳಿಸಿದರು.

"ಸ್ಟಾಪ್ ಇಟ್. ಅದು ಹೆಣ್ಣಿನ ಹಣೆಬರಹ. ಅವಳನ್ನ ಮದ್ವೆಯಾಗೋರು ಹಿಂದೂಮುಂದೂ ನೋಡ್ತಾರಷ್ಟೇ. ನಮ್ಮ ಅಭಿಗೇನು, ಸಾವಿರ ಹೆಣ್ಣುಗಳ್ನ ಕ್ಯೂ ನಿಲ್ಲಿಸ್ಬೋದು. ಅವ್ನು ಇಷ್ಟಪಟ್ಟವಳನ್ನ ಆರಿಸ್ಕೋಬಹುದ್ದು. ಈಗ್ಲೂ ಅಂಥ ಅದೃಷ್ಟ ಅವನದು" ವಸುಂಧರ ಆವೇಶದಿಂದ ನುಡಿದರು.

ಮೇಘನಾಥ್ ನಸುನಗುತ್ತ ಕೈ ತೊಳೆದರು.

"ಎಲ್ಲಾ ಬರೀ ಅಯೋಮಯ! ವಿವೇಕ, ನ್ಯಾಯ ಒಂದೂ ಕಾಣೋಲ್ಲ. ಸಮಾನತೆಯ ತಕ್ಕಡಿಯಲ್ಲಿ ಹೆಣ್ಣು ನಿಲ್ಲಲು ಇನ್ನೆಷ್ಟು ಶತಮಾನ ಹೋರಾಟ ನಡೆಸಬೇಕೋ? ಬರೀ ಹೋರಾಟದಿಂದ ಕೂಡ ಸಾಧ್ಯವಾಗದು" ಅಲ್ಲಿಗೆ ವಿಷಯಕ್ಕೆ ಮುಕ್ತಾಯ ಹಾಡಿದರು.

ಫೋನ್‌ನಲ್ಲಿ ಬೆಂಜಮಿನ್‌ನನ್ನು ಸಂಪರ್ಕಿಸಿ ಪೂರ್ಣ ನೆರವನ್ನು ಕೋರಿದರು ಮೇಘನಾಥ್.

* * *

ವಿಭಾ ಮನೆಗೆ ಬಂದ ಕೂಡಲೇ ಗೋಪಾಲಕೃಷ್ಣ ಒಂದು ಪತ್ರವನ್ನು ತಂದು ಅವಳ ಕೈಯಲ್ಲಿಟ್ಟರು. "ಅಣ್ಣನಿಗೆ ಸರ್ಕಾರದವರು ಪ್ರಶಸ್ತಿಯ ಜೊತೆಯಲ್ಲಿ ಮಾಸಾಶನ ಕೂಡ ಕೊಟ್ಟು ಗೌರವಿಸಿದ್ದಾರೆ. ಈ ಎರಡನ್ನು ಪಡೆದು ಕೊಳ್ಳೋಕೆ ಅವರಿಲ್ಲ. ಇದ್ದಿದ್ರು.... ಸ್ವೀಕರಿಸ್ತಾ ಇರ್ಲಿಲ್ಲ. ಈಗ ಸಂತೋಷ, ದುಃಖ ಎರ್ಡೂ ಇಲ್ಲ ನಮ್ಗೆ" ವ್ಯಥಿತರಾಗಿ ನುಡಿದರು.

ನೇಮಿಸಿಕೊಂಡ ಶಾಲೆಯುವರು ಕೊಟ್ಟ ಇಂತಿಷ್ಟು ಸಂಬಳ ಬಿಟ್ಟು ಬೇರೆಯವರಿಂದ ಗಣಪತಿಗಳು ಹಣ ಪಡೆದರೇ ಅಲ್ಲ. ಎಷ್ಟೋ ಜನಕ್ಕೆ ಸಂಸ್ಕೃತ ಹೇಳಿಕೊಟ್ಟಿದ್ದರು. ವಿದ್ಯಾದಾನ ಅವರಿಗೆ ತಪಸ್ಸು.

ಬಿಡಿಸಿ ಓದಿದ ವಿಭಾ ಮಡಚಿ ಕವರ್‌ಗೆ ಹಾಕಿದಳು. "ಪತ್ರ ಬರ್ದು ಬಿಡಿ ಚಿಕ್ಕಪ್ಪ" ಎಂದವಳು ಬಿಕ್ಕಿಬಿಕ್ಕಿ ಅಳಲು ಶುರು ಮಾಡಿಬಿಟ್ಟಳು.

"ಅಪ್ಪ... ಅಪ್ಪ...." ತೀರಾ ಆರು ವರ್ಷದ ಪುಟಾಣಿ ವಿಭಾ ರೋದಿಸಿದಂತೆ ಕಂಡಿತು ಅವರಿಗೆ.

"ಏನಿದು ಹುಚ್ಚು!" ಎದೆಗೊರಗಿಸಿಕೊಂಡು ಸಂತೈಸಿದರು. "ಮನುಷ್ಯನ ಬದ್ಕಿನಲ್ಲಿ ಸಾವು ಆಕಸ್ಮಿಕವಾ? ಎಷ್ಟೇ ದೊಡ್ಡ ನಷ್ಟವಾದ್ರೂ ನಿರಂತರ ದುಃಖ ಪ್ರಕೃತಿಗೆ ಹೊರೆಯಾಗುತ್ತೆ. ಅದರ ಮೂಲೋದ್ದೇಶಕ್ಕೆ ಭಂಗ ಬರದಂತೆ ಬಿದ್ದ ಮನುಷ್ಯ ಎದ್ದು ತಾನು ಬಿದ್ದುದ್ದನ್ನೇ ಮರ್ತು ನಡೆಯಬೇಕು" ಧೈರ್ಯ ಹೇಳಿದರು.

ಅವರಿಗೆ ಗೊತ್ತು. ಗಣಪತಿಗಳಷ್ಟೆ ಸೂಕ್ಷ್ಮ ಮನಸ್ಸು ವಿಭಾದು ಕೂಡ. ಹೆಂಡತಿ ಸತ್ತ ಮೇಲೆ ಬದುಕಿನಿಂದ ಅವರು ಪೂರ್ತಿ ವಿಮುಖರಾಗಿಬಿಟ್ಟಿದ್ದರು.

ಅಷ್ಟರಲ್ಲಿ ಬೆಂಜಮಿನ್ ಬಂದ ಸುದ್ದಿ ತಿಳಿದು ತಮ್ಮ ಹೆಗಲ ಮೇಲಿನ ಟವಲ್‌ನಿಂದ ವಿಭಾ ಕಂಬನಿ ತೊಡೆದು ಅಳಬಾರದೆಂದು ಹೇಳಿ ಹೊರಗೆ ಬಂದರು.

"ಎಲ್ಲಿ ನಮ್ಮ ಲಿಟಲ್ ಡಾಲ್?" ಕಣ್ಣಲ್ಲಿಯೇ ಅವರು ಹುಟುಕಾಟ ನಡೆಸಿದರು. ಗೋಪಾಲಕೃಷ್ಣ ಮುಗುಳ್ನಕ್ಕರು. "ಕೋಣೆಯಲ್ಲಿದ್ದಾಳೆ. ಅಪರೂಪಕ್ಕೆ ಈ ಕಡೆ ಬಂದು ಬಿಟ್ಟಿದ್ದೀರಲ್ಲ..." ಎಂದಾಗ ತಳ್ಳಿಹಾಕಿದರು ಬೆಂಜಮಿನ್.

"ಇದ್ನ ನಾನು ಒಪ್ಪೋಲ್ಲ ಬಿಡಿ. ಗುರುಗಳು ಇದ್ದಾಗ, ಈಗ ಅವ್ರು ಇಲ್ಲದಿದ್ದಾಗ ಬೆಂಜಮಿನ್ ಆತ್ಮೀಯತೆ ಒಂದೇ ರೀತಿ. ಸ್ವತಃ ಬೆಳಕು ನಮ್ಮ ವಿಭಾ. ಅವಳಿದ್ದ ಕಡೆ ಬೆಳಕಿಗೆ ಅಭಾವವಿಲ್ಲ. ಅವಳು ಆಫೀಸ್ ಬಿಟ್ಟ ಕೂಡ್ಲೇ ಲೈಟುಗಳ್ನ ಬೆಳಗಿಸಿಯೇ ಕತ್ತಲನ್ನು ದೂಡಬೇಕು" ಜೋಕ್ ಜೊತೆ ಅವಳ ಮೇಲಿದ್ದ ಅಭಿಮಾನವನ್ನು ಕೂಡ ಪ್ರಕಟಿಸಿದರು.

"ಅವಳು ನಿಮ್ಮ ಆಫೀಸ್‌ನಲ್ಲಿರೋ ಅಷ್ಟೊತ್ತು ಮನೆ ನಮ್ಗೇ ಕತ್ಲು!" ಎಂದರು ಗೋಪಾಲಕೃಷ್ಣ. ಇದು ಉತ್ಪ್ರೇಕ್ಷೆಗಾಗಿಯೋ, ತಮಾಷೆಗಾಗಿಯೋ ಆಡಿದ ಮಾತುಗಳಲ್ಲ.

ಕಾವೇರಮ್ಮ ಕೂಡ ಅಷ್ಟರಲ್ಲಿ ಅಡಿಗೆಯ ಮನೆಯಿಂದ ಹೊರಗೆ ಬಂದರು. ಅದುಇದೂ ಮಾತುಗಳಲ್ಲಿ ವಿಭಾ ಎರಡು ಸಲ ಹೊರಗೆ ಬಂದು ಹೋದಳು.

"ನಿಮ್ಹತ್ರ... ಒಂದಿಷ್ಟು ಕೆಲ್ಸ ಇದೆ" ಗೋಪಾಲಕೃಷ್ಣರನ್ನು ಬೆಂಜಮಿನ್ ಹೊರಡಿಸಿದರು. ಅವರ ಮನಸ್ಸನ್ನು ತಿಳಿಯಬೇಕಿತ್ತು. "ನನ್ನ ಕೈಯಲ್ಲಾದಷ್ಟು ನಾನು ಮಾಡ್ತೀನಿ. ಅವುಗಳ ಬಗ್ಗೆ ಬಲ್ಲ ನಾನು ಭರವಸೆ ಕೊಡಲಾರೆ" ಎಂದಿದ್ದರು ಮೇಘನಾಥ್‌ಗೆ. ಅದಕ್ಕೆ ಈಗ ಪ್ರಥಮ ಪ್ರಯತ್ನ.

ಕಾರು ಅನುರಾಗಪುರದ ದಾರಿ ಹಿಡಿಯಿತು. ಗಣಪತಿಗಳು ಪೂಜೆ ಮಾಡುತ್ತಿದ್ದ ಗಣಪತಿ ದೇವಾಲಯ ಆವರಣದಲ್ಲಿಯೇ ಗಾಡಿಗೆ ಬ್ರೇಕ್ ಬಿದ್ದಿದ್ದು. ಈಗಲೂ ತಮ್ಮ ಉಪಾಧ್ಯಾಯ ವೃತ್ತಿಯ ಜೊತೆ ಅರ್ಚಕರಾಗಿಯೂ ಇದ್ದರು ಗೋಪಾಲಕೃಷ್ಣ.

ಅತ್ಯಂತ ಕೃತಜ್ಞತೆಯಿಂದ ಆ ಆವರಣವನ್ನು ನೋಡಿದರು ಬೆಂಜಮಿನ್. ಅಲ್ಲಿಯೇ ಗಣಪತಿಗಳು ಕೂತು ಅವರಿಗೆ ಸಂಸ್ಕೃತ ಹೇಳಿಕೊಟ್ಟಿದ್ದು. ಮೇರುವಿನೆತ್ತರದ ತಾಳ್ಮೆ ಗಣಪತಿಗಳದ್ದು. ಅದನ್ನೆಲ್ಲ ನೆನೆದು ಕಣ್ತುಂಬಿದರು.

"ಈ ಜನ್ಮದಲ್ಲಿ ಕಲಿಯೋಕ್ಕಾಗೋಲ್ಲ ಸುಮ್ನೆ ಯಾಕೆ ಹೇಳಿಕೊಡ್ತೀರಾ? ಎಂದಾಗ ಕೂಡ ಚಲಿಸಿರಲಿಲ್ಲ ಗುರುಗಳು" ವ್ಯಥಿತರಾಗಿ ಮೆಟ್ಟಿಲು ಮೇಲೆ ಕೂತ ಬೆಂಜಮಿನ್ ಅತ್ತುಬಿಟ್ಟರು.

ಸುಮ್ಮನೆ ನಿಂತಿದ್ದರು ಗೋಪಾಲಕೃಷ್ಣ. ಅಣ್ಣನ ತಾದಾತ್ಮ್ಯಭಾವದ ಮುಂದೆ ತಮ್ಮ ಪೂಜೆ ಅವರಿಗೆಂದಿಗೂ ತೃಪ್ತಿ ತಂದಿರಲಿಲ್ಲ.

"ಒಂದಿಷ್ಟು ಮಂಗಳಾರತಿ, ಪ್ರಸಾದ ಸಿಕ್ಕುತ್ತಾ?" ಬೆಂಜಮಿನ್ ಸ್ವರದಲ್ಲಿ ಮಿನುಗುವ ಆಸೆಗೆ ತಣ್ಣೀರೆರಚಲು ಗೋಪಾಲಕೃಷ್ಣ ಇಷ್ಟಪಡಲಿಲ್ಲ. "ಯಾಕಾಗ್ಬಾರ್ದು?" ಆವರಣದ ಒಂದು ಕೊನೆಯಲ್ಲಿದ್ದ ಸಣ್ಣ ಕೋಣೆಯ ಬೀಗ ತೆಗೆದು ಕೊಡಪಾನ, ಮಗುಟ, ಮಡಿಪಂಚೆಯನ್ನು ಹಿಡಿದುಬಂದವರೇ "ಕೂತಿರಿ, ಮಡಿಯುಟ್ಟು ಬಂದ್ಬಿಡ್ತೀನಿ" ಬಾವಿಯ ಕಡೆ ನಡೆದರು.

ಮಂತ್ರಗಳು ಕೇಳಿಸುತ್ತಿದ್ದವು ಬೆಂಜಮಿನ್‌ಗೆ. ಅಲ್ಲೇ ಜಗುಲಿಯ ಮೇಲೇರಿ ಕೂತರು. ಅಲ್ಲೆಲ್ಲ ಓಡಾಡುತ್ತಿದ್ದ ವಿಭಾಳ ನೆನಪಾಯಿತು. ಕೌಮಾರ್ಯ ಅಳಿಸಿ ಯೌವನಕ್ಕೆ ಕಾಲಿಟ್ಟಿರಬಹುದು. ಆದರೆ ಹಿಂದಿನ ಮದುತ್ವ, ಭಾವುಕ ಕಣ್ಣುಗಳು ಹಾಗೆಯೇ ಇದ್ದವು. ಪ್ರಕೃತಿಯಲ್ಲಿನ ಸುಂದರ ಹೂವೊಂದು ಸೊರಗಿ ನೆಲಕ್ಕೆ ಉರುಳಬಾರದು.

ಒದ್ದೆ ಪಂಚೆಯಲ್ಲಿಯೇ ಬಂದ ಗೋಪಾಲಕೃಷ್ಣ ಗರ್ಭಗುಡಿಯ ಬಾಗಿಲು ತೆರೆದರು. ಕರಿಯ ಕಲ್ಲಿನ ಗಣಪತಿಯ ಮುಂದೆ ತೂಗುಬಿದ್ದ ದೀಪದಲ್ಲಿ ಮಂಕಾಗಿ ಹಣತೆ ಬೆಳಗುತ್ತಿತ್ತು.

ಅರ್ಚನೆ, ಮಂಗಳಾರತಿಯ ನಂತರ, ತೀರ್ಥ ಪ್ರಸಾದ ಕೊಟ್ಟ ಗೋಪಾಲಕೃಷ್ಣ ಹೊರಗೆ ಬಂದು ಆವರಣದ ಜಗುಲಿಯ ಮೇಲೆ ಕೂತರು.

ಸುತ್ತಲೂ ಪ್ರಶಾಂತವಾಗಿತ್ತು. ಮುಸುಕಿದ ಕತ್ತಲು ಕೂಡ ತೇಜೋಮಯವಾಗಿತ್ತು.

ವಿಭೂತಿ ಹಚ್ಚಿಕೊಂಡು ಮೂಗಿನ ಮೇಲೆ ಎರಡು ಹುಬ್ಬುಗಳ ನಡುವೆ ಕುಂಕುಮವಿಟ್ಟುಕೊಂಡ ಬೆಂಜಮಿನ್ ಪ್ರಸಾದದ ಹೂವನ್ನು ಕಿವಿಗೆ ಸಿಕ್ಕಿಸಿಕೊಂಡರು.

ಮಂಗಳಾರತಿ, ತೀರ್ಥ ಸ್ವೀಕರಿಸಿ ಉದ್ದಂಡ ನಮಸ್ಕರ ಹಾಕಿಯೇ ಗಣಪತಿಗಳ ಮುಂದೆ ಪಾಠಕ್ಕೆ ಕೂಡುತ್ತಿದ್ದುದು. ಆದರೆ ಹಾಗೆಂದು ಗಣಪತಿಗಳೆಂದೂ ಆದೇಶಿಸಿರಲಿಲ್ಲ. ಎಲ್ಲಾ ನಂಬಿಕೆಗಳು ಒಂದೇ ತತ್ವದ ಆಧಾರದ ಮೇಲಿದ್ದರೂ ಒತ್ತಡಗಳು ಸಲ್ಲದೆಂದು ಅವರ ಅಭಿಪ್ರಾಯ.

"ಏನೋ ಮಾತಾಡೋ ಉದ್ದೇಶ ಇಟ್ಟುಕೊಂಡು ಬಂದಿದ್ದೀರಾ!"

ಬೆಂಜಮಿನ್ ಮನವನ್ನು ಓದಿಕೊಂಡಂತೆ ನುಡಿದರು ಗೋಪಾಲಕೃಷ್ಣ. ಸ್ವಲ್ಪ ಹಿಂಜರಿಯುವಂತಾಯಿತು ಅವರಿಗೆ. "ಎಷ್ಟು ಸರಿ, ಎಷ್ಟು ತಪ್ಪೂಂತ ಯೋಚಿಸ್ತಾ ಇದ್ದೀನಿ. ನೀವು ಮಾತ್ರ ತಪ್ಪು ತಿಳ್ಕೊಳ್ಳಬಾರ್ದು" ವಿನಂತಿಸಿಕೊಂಡರು.

"ಛೇ, ಏನಿದೆ... ಅಂಥದ್ದು!" ಹಗುರವಾಗಿ ಆಡಿದರು ಗೋಪಾಲಕೃಷ್ಣ. "ನಮ್ಮಣ್ಣನ ಹಾಗೇ ಎಲ್ಲರಲ್ಲೂ ನಂಗೆ ದೇವರನ್ನ ಕಾಣೋಕೆ ಸಾಧ್ಯವಿಲ್ಲದಿದ್ರೂ ಮನುಷ್ಯರಲ್ಲಿ ನಾನು ಮನುಷ್ಯರನ್ನೇ ಕಾಣೋದು. ಹೇಳಿ ವಿಷಯಾನ" ಬೆಂಜಮಿನ್ ಸಂಕೋಚವನ್ನು ತೊಡೆದು ಹಾಕಿದರು.

"ವಿಭಾ ಬಗ್ಗೆ ಏನು ಯೋಚಿಸಿದ್ದೀರಾ?" ತಡೆತಡೆದು ಕೇಳಿದರು. ಗೋಪಾಲಕೃಷ್ಣ ನಸುನಕ್ಕರು. "ಇಷ್ಟಕ್ಕೆ ಇಷ್ಟು ಸಂಕೋಚ ಯಾಕೆ? ನೀವು ಹಿರಿಯರು, ಹಿತೈಷಿಗಳು ಕೇಳೋದ್ರಲ್ಲಿ ತಪ್ಪೇನಿದೆ? ಅವ್ಳು ಪೂರ್ಣವಾಗಿ ಚೇತರಿಸಿಕೊಳ್ಳೋವರ್ಗೂ ಎಂಥ ಯೋಚನೇನೂ ಇಲ್ಲ" ಎಂದರು. ಅವರ ದನಿಯಲ್ಲಿನ ಭಾರ ಬೆಂಜಮಿನ್ ಗಮನಕ್ಕೆ ಬಂತು.

ಬೆಂಜಮಿನ್ ಸ್ವರ ಹೊರಡದೇ ಕೂತರು. ಗೋಪಾಲಕೃಷ್ಣ ತಾವೇ ಹೇಳಿದರು.

"ವಿಭಾಳ ಅಲ್ಪಸ್ವಲ್ಪ ಚೇತರಿಕೆಗೆ ನೀವೇ ಕಾರಣ. ಈ ಉಪಕಾರನ ಯಾವ ರೀತಿ ತೀರಿಸೋದು? ಸ್ವಲ್ಪ ಜನರ ಮಧ್ಯೆ ತಿರುಗುವಂತಾಗಿದ್ದಾಳೆ" ಸ್ವಲ್ಪ ಸಮಾಧಾನಗೊಂಡಂತೆ ಕಂಡರು.

"ಅದೇ ಗಂಡಿನ ಜೊತೆ ವಿಭಾ ಮಧ್ಯೆ ಅಂತ ತಿಳೀತು" ಸತ್ಯ ತಿಳಿಯಲು ಇಚ್ಛಿಸಿದರು. ಗೋಪಾಲಕೃಷ್ಣ ಭಾರವಾದ ನಿಟ್ಟುಸಿರು ದಬ್ಬಿದರು. "ನಡೆಯುವಂಥದಲ್ಲ. ಅಣ್ಣನ ಬಗ್ಗೆ ಹೆದರಿಕೆ ಇತ್ತು. ಈಗ ಅಂಥದೇನಿಲ್ಲ. ದಾಂಪತ್ಯದ ಬಗೆಗೆ ನಂದು ಸಾಮಾನ್ಯ ಕಲ್ಪನೆ. ಆಕರ್ಷಣೆ, ಪ್ರೀತಿ ಇದ್ದರೇ ಸಾಲದು ಅವರಿಬ್ಬರ ಮಧ್ಯೆ ಗೌರವಾಭಿಮಾನಗಳು ಇರ್ಬೇಕು. ಆಗ ಬದ್ಕು ಕಾವ್ಯಮಯವಾಗುತ್ತೆ. ಯೋಗಿಯಿಂದ ಅಂಥದ್ನ ನಿರೀಕ್ಷಿಸೋಕ್ಕಾಗೋಲ್ಲ. ಅದು ಮುಗಿದಕಥೆ" ಅವನನ್ನು ಕೂಡ ಹೆಚ್ಚು ಟೀಕಿಸಲು ಅವರು ಇಷ್ಟಪಡಲಿಲ್ಲ.

"ಅಂದರೇ....ಪಾರ್ಕ್...." ನಿಲ್ಲಿಸಿದರು ಬೆಂಜಮಿನ್.

ಗೋಪಾಲಕೃಷ್ಣ ಎದ್ದೇಬಿಟ್ಟರು. "ಅದು ಅಣ್ಣನ ಸಾವಿನೊಂದಿಗೆ ಮುಕ್ತಾಯವಾಗಿಹೋಯ್ತು!" ಆ ಸುದ್ದಿ ಮಾತಾಡಲು ತಮಗಿಷ್ಟವಿಲ್ಲವೆಂದು ಪರೋಕ್ಷವಾಗಿ ಹೇಳಿದರು.

ಬೆಂಜಮಿನ್ ಗಂಟಲಲ್ಲಿ ಏನೋ ಸಿಕ್ಕಿ ಹಾಕಿಕೊಂಡಂತಾಯಿತು. ನಿರಾಸೆಯಾಗದಿದ್ದರೂ ಸಾಕಷ್ಟು ತಾಳ್ಮೆ ಬೇಕೆಂದುಕೊಂಡರು.

ಹೊರಟಾಗ ಗೋಪಾಲಕೃಷ್ಣ ಅವರ ಕೈಗಳನ್ನು ಹಿಡಿದುಕೊಂಡರು.

"ನಂಗೆ ವಿಭಾ ಬಗ್ಗೆ ಬಹಳ ಭಯ ಇತ್ತು. ಅವಳ ಹಣೆಯ ಮೇಲೆ

ಬೆವರೊಡೆದರೇ.... ನನ್ನೆದೆಯೊಡೆದಂತಾಗುತ್ತಿತ್ತು. ತೀರಾ ಸೂಕ್ಷ್ಮ ಮನಸ್ಸು, ಕನ್ನಡಿ ಇದ್ದಂತೆ. ಪೆಟ್ಟು ಬಿದ್ದಾಗ ಒಡೆಯದಿದ್ದರೂ ನಿಂತ ತಲೆ ಅದನ್ನು ಜ್ಞಾಪಿಸುವುದರ ಜೊತೆಗೆ.... ಮುಂದೆ ಸೀಳಿ ಹೋಗುವ ಸೂಚನೆ. ಅದು ಗಾಯವಾಗಿ ಉಳಿಯದೇ... ಅಳಿಸಿಹೋದರೇ...." ಅವರ ಗಂಟಲು ಭಾರವಾಯಿತು.

ಬೆಂಜಮಿನ್ ಕೂಡ ಮಾತನಾಡಲಾರದ ಸ್ಥಿತಿ ತಲುಪಿದರು. ಅವಳು ಲಂಗ, ಫ್ರಾಕ್ ಹಾಕಿಕೊಂಡು ಆಡಿಕೊಂಡಿದ್ದ ದಿನಗಳಿಂದ ನೋಡಿದ್ದವರು. ಈಗಲೂ ಅಲ್ಲಿನ ಆವರಣ, ಮೆಟ್ಟಿಲುಗಳಲ್ಲಿ ಅವಳ ಹೆಜ್ಜೆಗಳನ್ನ ಗುರುತಿಸುವಂಥ ಭಾವುಕತೆ ಅವರದು.

"ಹೋಗೋಣ...." ಗೋಪಾಲಕೃಷ್ಣರೇ ಎಚ್ಚರಿಸಿದರು.

ಅವರನ್ನ ಅವರ ಮನೆಯ ಮುಂದೆ ಇಳಿಸಿ ಸೀದಾ ಮೇಘನಾಥರ ಮನೆಗೆ ಹೋದರು. ಇಲ್ಲವೆಂದು ತಿಳಿದಾಗ ಕ್ಲಬ್‌ಗೆ ಹೋದರು. ಬಿಲಿಯರ್ಡ್ಸ್ ಆಡುತ್ತಿದ್ದ ಅವರು ಅರ್ಧದಲ್ಲಿಯೇ ಬಿಟ್ಟು ಬಂದರು.

"ಹಲೋ.... ಬೆಂಜಮಿನ್...." ಆತ್ಮೀಯತೆಯಿಂದ ಕೈ ಕುಲುಕಿದರು. "ಎನೀ..." ಅವರ ಪ್ರಶ್ನೆಗೆ ಮುನ್ನವೇ ಕೈ ಅದುಮಿ ಹೊರಗೆ ಕರೆದೊಯ್ದರು. "ಗೋಪಾಲಕೃಷ್ಣ ಆ ಪ್ರಕರಣದ ಬಗ್ಗೆ ಮಾತನಾಡಲೇ ಇಷ್ಟಪಡೋಲ್ಲ. ನಾಟ್ ಸೋ ಈಸೀ" ಅದರ ತೀವ್ರತೆಯನ್ನು ವಿವರಿಸಿದರು.

ಮನದಲ್ಲಿಯೇ ನಕ್ಕರು ಮೇಘನಾಥ್. "ನಿಧಾನವಾಗಲಿ, ಪರ್ವಾಗಿಲ್ಲ ಇಟ್ ಈಸ್ ಆಲ್‌ರೆಡಿ ಸೆಲೆಬ್ರೇಟೆಡ್ ಇನ್ ದಿ ಹೆವನ್-ಭೂಮಿಯ ಮೇಲೆ ನಡೆಯುವ ಮದ್ವೆಗೆ ನಾವು ಕಾಯಬೇಕಷ್ಟೇ" ಅರ್ಥಪೂರ್ಣ ಮಾತುಕತೆಗೆ ಚಕಿತರಾದರು ಬೆಂಜಮಿನ್.

"ವಿವಾಹಗಳು ಸ್ವರ್ಗದಲ್ಲಿ ನಡ್ದು ಹೋಗುತ್ತೆ ಅನ್ನೋ ಮಾತಿಗೆ ಈ ಪ್ರಕರಣ ಒಂದು ನಿದರ್ಶನ ಅಷ್ಟೇ" ಮತ್ತಷ್ಟು ಸ್ಪಷ್ಟವಾಗಿ ಉಸುರಿದರು ಮೇಘನಾಥ್. ಈ ವಿಷಯದಲ್ಲಿ ಅವರ ಮನೋನಿಶ್ಚಯ ಅತ್ಯಂತ ದೃಢವಾಗಿತ್ತು.

ಬಹಳ ಹೊತ್ತು ಕೂತು ಇಬ್ಬರು ಗೆಳೆಯರಂತೆ ಹರಟಿದರು. ಕಡೆಗೆ ಅವರು ಅಭಿಷೇಕ್ ಕೈಯಲ್ಲಿ ಕಳಿಸಿದ ಕವರ್‌ನಲ್ಲಿದ್ದ ಖಾಲಿ ಹಾಳೆಯನ್ನು ಅವರ ಮುಂದೆ ಹಿಡಿದರು.

"ನಿಮ್ಮ ಮಗ ತುಂಬ ಪ್ರಾಮ್ಟ್. ಅದ್ಕೇ ನಿಮ್ಗೆ ಧೈರ್ಯ. ಅವ್ನು ಓಪನ್ ಮಾಡಿ ನೋಡಿಲ್ಲ. ಆದರೆ ಈಗಿನ ಯುವಜನಾಂಗಕ್ಕೆ ವಿಪರೀತ ಕ್ಯೂರಿಯಾಸಿಟಿ. ಅಭಿಷೇಕ್ ಸ್ವಲ್ಪ ಬೇರೆ" ಅವನನ್ನ ಮೆಚ್ಚಿಕೊಂಡರು ಕೂಡ.

ಅಂದಿನ ತುಂಟಾಟದ ಯುವಕ ಬೆಂಜಮಿನ್ ಛೇಂಬರ್‌ಗೆ ಬಂದಾಗ ಗಂಭೀರವಾಗಿಯೇ ಕಂಡ. ಅವರು ಕೂಡ ಅನುಮಾನಪಟ್ಟಿದ್ದುಂಟು. ಆದರೆ ಮೇಘನಾಥ್ ಅವನಾಗಿಯೇ ಪ್ರಿನ್ಸಿಪಾಲರ ಮುಂದೆ ಒಪ್ಪಿಕೊಂಡಿದ್ದು ತಿಳಿಸಿದರು.

ಇಂಥದೊಂದು ಪ್ರೇಮ ನಾಟಕದಲ್ಲಿ ತಮ್ಮದೊಂದು ಪಾತ್ರವಿದೆಯೆಂದು ಕೊಳ್ಳುವುದು ಬೆಂಜಮಿನ್‌ಗೆ ಇಷ್ಟವಾಯಿತು.

* * *

ಸಂಬಳ ತಗೊಂಡ ವಿಭಾ ಇಂದು ನೇರವಾಗಿ ಮಾರ್ಕೆಟಿಂಗ್ ಸೆಂಟರ್‌ಗೆ ಬಂದಳು. ಚಿಕ್ಕಪ್ಪ, ಚಿಕ್ಕಮ್ಮನಿಗೆ ಬಟ್ಟೆಗಳನ್ನು ಖರೀದಿಸುವ ಉದ್ದೇಶ ಅವಳದು. ಅಂಥ ಅಭ್ಯಾಸಗಳು ಇಲ್ಲದಿದ್ದರೂ ಹೊರಗಿನ ಓಡಾಟ ಒಂದಿಷ್ಟು ಧೈರ್ಯವನ್ನು ಮೂಡಿಸಿತ್ತು ಅವಳಲ್ಲಿ.

ಹಣ್ಣಿನ ಅಂಗಡಿಯ ಮುಂದೆ ಮುಕ್ತಾ ಎದುರಾದಾಗಲಂತೂ ಅವಳಿಗೆ ಆಶ್ಚರ್ಯ. "ನೀನು....ಇಲ್ಲಿ!" ಕಣ್ಣರಳಿಸಿದಳು. ಅವಳಿಗಂತು ಕುಣಿದಾಡುವಂಥಾ ಸಂತೋಷ. "ಇಲ್ಲಿಗೆ ನಮ್ಮಪ್ಪಿಗೆ ಟ್ರಾನ್ಸ್‌ಫರ್ ಆಗಿದೆ. ನೀನೀಗ... ಕೆಲ್ಸದಲ್ಲಿದ್ದೀಯಾಂತ ಕೇಳ್ದೇ" ಕೈ ಹಿಡಿದುಕೊಂಡಳು.

"ಹೌದು, ಹೇಗೂ ಜೊತೆಯಾದೆ. ಮನೆಯಲ್ಲಿ ಮಾತಾಡೋಣ" ಸುಪ್ರೀಮ್‌ಕ್ಲಾತ್ ಸೆಂಟರ್‌ಗೆ ಕರೆದೊಯ್ದಳು.

ಅದೊಂದು ಅದ್ಭುತ ಮಳಿಗೆ. ಕರ್ಚೀಫ್‌ನಿಂದ ಹಿಡಿದು ಕಾಲುಗಳಿಗೆ ಹಾಕುವ ಸಾಕ್ಸ್‌ವರೆಗೂ ಸಿಕ್ಕುತ್ತಿತ್ತು. ಉಡುಪಿಗೆ ಸಂಬಂಧಪಟ್ಟ ಪ್ರತಿಯೊಂದು ಇತ್ತು. ಮನೆಯವರ ಎಲ್ಲಾ ಉಡುಪುಗಳನ್ನು ಅಲ್ಲೇ ಕೊಳ್ಳಬಹುದಿತ್ತು.

ಸೀರೆ, ಅವರ ಚಿಕ್ಕಪ್ಪನಿಗೆ ರೆಡಿಮೇಡ್ ಶರ್ಟ್, ಪಂಚೆಗಳನ್ನು ಕೊಂಡು ಬಿಲ್ ಹಾಕಿಸಿದಳು.

"ನಿಂಗೇನು ತಗೊಳೊಲ್ವಾ?" ರೆಟ್ಟೆ ಜಿಗುಟಿದಳು. "ಅದೆಲ್ಲ ನಮ್ಮ ಚಿಕ್ಕಪ್ಪ ತರ್ತಾರೆ" ಜಿಗುಟಿದ ಕಡೆ ಸವರಿಕೊಂಡಳು. ಬದಲಾಗದ ಅವಳ ಸ್ವಭಾವಕ್ಕೆ ನೊಂದುಕೊಂಡಳು ಮುಕ್ತಾ.

ಮತ್ತೆ ಬಸ್‌ಸ್ಟಾಪ್‌ಗೆ ಬಂದುನಿಂತಾಗ ಮುಕ್ತಾ ವಾಚ್‌ನತ್ತ ನೋಡಿದಳು. "ನಿನ್ಹತ್ರ ತುಂಬ ಮಾತಾಡೋದು ಇದೆ. ನಾಳೆ ಹೇಗೂ ಭಾನುವಾರ, ಅಡ್ರೆಸ್ ಕೊಡು. ಬೆಳಿಗ್ಗೇನೆ ಬರ್ತೀನಿ. ಇಡೀದಿನ ಮಾತಾಡೋಣ" ಎಂದಾಗ ಸಮ್ಮತಿ ಸೂಚಿಸಿದಳು ವಿಭಾ.

ಮುಕ್ತಾ ಸ್ವಲ್ಪ ಗಡುಸಾಗಿದ್ದು ಅವಳ ಗಮನಕ್ಕೆ ಬಂತು. ಅವಳು ಹೋದತ್ತಲೇ ನೋಡಿದಳು.

"ಹಲೋ...ವಿಭಾ" ಸ್ವರ ಹರಿದುಬಂದತ್ತ ನೋಟ ಹರಿಸಿದಳು. ಉಗುಳು ನುಂಗುವಂತಾಯಿತು ಅವಳಿಗೆ. "ಹಲೋ..."ಎಂದಳು. "ನಿನ್ಹತ್ರ ಮಾತಾಡೋದಿದೆ. ಒಂದು ಅಪಾಯಿಂಟ್‌ಮೆಂಟ್ ಕೊಡು" ಕೆಲವನ್ನು ಅವಳ ಮುಂದೆ ಬಿಟ್ಟು ಬೇರೆಯವರ ಮುಂದೆ ಚೆಲ್ಲಲಾಗದು. ಬದುಕಿನುದ್ದಕ್ಕೂ ತನ್ನ ಬಗೆಗಿನ ಕೆಟ್ಟ ಅಭಿಪ್ರಾಯ ಅವಳಲ್ಲಿ

ಉಳಿದುಹೋಗುವುದು ಅಭಿಷೇಕ್‌ಗೆ ಬೇಡವಾಗಿತ್ತು.

ಅತ್ತಿತ್ತ ನೋಡಿದಳು ವಿಭಾ. ಅವಳಿಗೆ ಯಾವುದೇ ಮಾತು ಬೇಡವಾಗಿತ್ತು. ಒಮ್ಮೆ ಆದ ಘಟನೆಗೆ ತಂದೆ ಬಲಿಯಾಗಿಬಿಟ್ಟರು. ಮತ್ತೆ ಮತ್ತೆ ಅಂಥ ಪುನರಾವರ್ತನೆಗಳು.

"ಮಾತಾಡು....ವಿಭಾ" ಅವನೇ ಒತ್ತಾಯಿಸಿದ.

"ಸಾರಿ, ಆಫೀಸ್-ಮನೆಯ ಮಧ್ಯೆ ನನ್ನದೇನ್ನೋ ವೇಳೆನೇ ಇಲ್ಲ. ಮಾತು ತಾನೇ ಆಡೋಕೆನಿದೆ?" ಅವಳ ಸ್ವರ ನೋವಿನಿಂದ ಕಂಪಿಸಿತು. ಕೊನೆಯ ಕ್ಷಣದಲ್ಲಿ ತಂದೆಯ ಮುಖದ ಮೇಲೆ ಮಿನುಗಿದ ವಿಷಾದವನ್ನು ಅವಳೆಂದು ಮರೆಯಳು.

ಅಭಿಷೇಕ್ ನೇರವಾಗಿ ಅವಳನ್ನು ನೋಡಿದ. ಹೀಗೆ ನಿಂತು ಒಂದು ಹೆಣ್ಣಿನ ಮುಂದೆ ರಿಕ್ವೆಸ್ಟ್ ಮಾಡಿಕೊಳ್ಳುವ ಪೊಸಿಷನ್‌ನಲ್ಲಿ ಅವನಿರಲಿಲ್ಲ. ಹೃದಯದ ಕೂಗಿಗೆ ಎಲ್ಲಾ ಸ್ತಬ್ಧವಾಗಿತ್ತು.

"ನಿಂಗೆ ಇಲ್ದೇ ಇರ್ಬಹ್ದು. ನಂಗೆ ಮಾತಾಡೋ ಅಗತ್ಯವಿದೆ. ಪ್ಲೀಸ್, ಸ್ವಲ್ಪ ಅರ್ಥಮಾಡ್ಕೋ" ಒತ್ತಾಯವಿತ್ತು ಅವನ ಸ್ವರದಲ್ಲಿ.

ಗಲಿಬಿಲಿಯಿಂದ ಅವನತ್ತ ನೋಡಿದಳು. ಅಭಿಷೇಕ್ ಮುಖ ನೋಡಲು ಅವಳು ಅಂಜುತ್ತಿದ್ದಳು ಅಂದಿನ ಸಮೀಪವಾದ ಮುಖವನ್ನ ಇಂದಿನವರೆಗೂ ಮರೆಯಲು ಸಾಧ್ಯವಾಗಿರಲಿಲ್ಲ.

"ಪ್ಲೀಸ್, ನಿನಗೆಂದು ಸಾಧ್ಯನೋ ತಿಳ್ಸು. ನಿಮ್ಮ ಮನೆ ಅಂದ್ರೂ.... ಓ.ಕೆ. ಆದರೆ ಆಡೋ ಮಾತುಗಳು ನಿನ್ನೊಬ್ಬಳಲ್ಲಿ ಮಾತ್ರ ಹೆದರಿಕೆ ಬೇಡ. ನಿನ್ನ ಪರ್ಮಿಷನ್ ಪಡೆದೇ ಎರಡನೆಯ... ಬಾರಿ..." ಅವನ ಸ್ವರದಲ್ಲಿ ಒಲವಿನ ಜಲ ಹರಿದುಬಂತು.

ಆಟೋ ನಿಲ್ಲಿಸಿ ಹತ್ತಿ ಹೊರಟೇಬಿಟ್ಟಳು. ಮತ್ತೆ ಅವನತ್ತ ನೋಡಲೇ ಇಲ್ಲ ಮತ್ತೆ ದುಡುಕಿದೆನೋ ಅಂದುಕೊಂಡ ಅಭಿಷೇಕ್, ಈಗ ಅವನೇನು ಪಶ್ಚಾತ್ತಾಪಪಡಲು ಹೋಗಲಿಲ್ಲ. ಯೋಗಿಯೇನು, ಜಗತ್ತಿನ ಯಾವುದೇ ಗಂಡಿನ ಪಕ್ಕ ವಿಭಾನ ಅವನು ನಿಲ್ಲಿಸಿ ನೋಡಲಾರ. ನಡೆದುಹೋದ ವಿವಾಹದಿಂದ ದೂರ ಉಳಿಯುತ್ತಿದ್ದನೇನೋ, ಮುಂದಂತೂ ಅವಳ ಸಮೀಪಕ್ಕೆ ಬೇರೆಯವರು ಹಾಯುವುದನ್ನು ಕೂಡ ಅವನು ಸಹಿಸಲಾರ.

ಬೈಕ್ ಹತ್ತುವ ವೇಳೆಗೆ ಶೈಲೇಂದ್ರ ಬಂದ. "ಎಲ್ಲಾ ನೋಡ್ದೆ. ಇದು ಸರಿಯಲ್ಲ. ಅವ್ಳ ಭವಿಷ್ಯಕ್ಕೆ ತೊಂದರೆ ಇದೆ!" ಬೈಕ್‌ನ ಹ್ಯಾಂಡಲ್ ಹಿಡಿದು ಹೇಳಿದ.

"ಸುಮ್ನೆ ಹತ್ತು. ನಿನ್ನ ಭವಿಷ್ಯವಾಣಿ ನಂಗೆ ಬೇಕಿಲ್ಲ" ರೇಗಿದ. ಶೈಲೇಂದ್ರ ಹಣೆಗಟ್ಟಿಸಿಕೊಂಡೇ ಬೈಕ್ ಹತ್ತಿದ. "ನಿಮ್ಮಿಬ್ರ ಮಧ್ಯೆ ಸುಂದರವಾದ, ಸುವಾಸನಾಭರಿತವಾದ ಹೂ ಬಾಡಿಹೋಗುತ್ತೆ" ಗೊಣಗಿಕೊಂಡ.

ಒಂದು ರೆಸ್ಟೋರೆಂಟ್ ಮುಂದೆ ಬೈಕ್ ನಿರ್ಜೀವಗೊಂಡಿತು. ಇಳಿದು ಅಭಿಷೇಕ್

ಒಂದು ತರಹ ಅವನನ್ನು ನೋಡಿದ.

"ಬಾ... ಏನಾಯ್ತು ನಿನ್ನ ಕೆಲಸದ್ದು?" ರೆಸ್ಟೋರೆಂಟ್‌ನೊಳಕ್ಕೆ ನಡೆದ. "ಈಗ ಹೆಣ್ಣು ಕೊಡೋ ಮಾವ ಒಂದು ವ್ಯವಸ್ಥೆ ಮಾಡೀನಿ, ನಮ್ಮೊಂದಿಗೆ ಇದ್ಬಿಡು ಅಂತಿದ್ದಾರೆ. ನೋಡ್ಬೇಕು...." ಅರೆಮನಸ್ಸಿನಿಂದ ನುಡಿದ.

ಇಬ್ಬರು ಒಂದು ಟೇಬಲ್ಲು ಮುಂದೆ ಕೂತರು. "ಈಗ ನಿನ್ನ ವಿಷ್ಯ ಹೇಳು?" ಅಭಿಷೇಕ್ ಅವನನ್ನೇ ಕೇಳಿದ. ಸುಮ್ಮನೆ ಕೂತ ಶೈಲೇಂದ್ರ ಅನ್ಯಮನಸ್ಕನಂತೆ ಕಂಡ. "ಏನಾಗಿದೆ.... ನಿಂಗೆ? ಮದ್ವೆ ಗಂಡು ಆಗ್ಲೇ ಜಗತ್ತನ್ನು ತಲೆಯ ಮೇಲೆ ಹೊತ್ತಂಗೆ ಕಾಣ್ತೀಯಾ" ರೇಗಿಸಿದ.

"ಯಾಕೋ ಬೋರ್! ಮದ್ವೆಯಲ್ಲಿ ನಂಗೆ ಸ್ವಾರಸ್ಯ ಕಾಣ್ತಾ ಇಲ್ಲ. ಒಂದ್ನಾಲ್ಕು ಸಿನಿಮಾ ನೋಡಿದ್ವಿ, ಒಂದಿಷ್ಟು ಜೊತೆಯಲ್ಲಿ ಓಡಾಡಿದ್ವಿ, ಆಗ್ಲೇ ಕ್ರೇಜ್ ಕಮ್ಮಿ ಆಗಿಹೋಯ್ತು" ಶೈಲೇಂದ್ರನ ಮಾತುಗಳಿಗೆ ಅಭಿಷೇಕ್ ನಕ್ಕುಬಿಟ್ಟ.

"ನೀನೊಬ್ಬ ಈಡಿಯಟ್ ಅಷ್ಟೆ. ಅವರ ಆಫರ್ ನಿಂಗೆ ಒಪ್ಪಿಗೆಯಾಗ್ಲಿಲ್ಲಾಂದ್ರೆ.... ಸುಮ್ಮನಿದ್ಬಿಡು. ಡ್ಯಾಡ್ ಬೇಕಾದ್ರೆ ನಿಂಗೊಂದು ಕೆಲ್ಸ ಕೊಡೋಕೆ ತಯಾರು. ಆ ಕೆಲ್ಸದ್ದು ಏನಾಯ್ತು?"

ನೈನ್‌ಟಿನೈನ್ ಪರ್ಸೆಂಟ್ ಸಿಗ್ಬಹ್ದು. ನಿಮ್ತಂದೆ ಲೆಟರ್ ಕೊಟ್ಟಿದ್ದೀನಿ. ಅಂಕಲ್ ಫೋನ್ ಮಾಡ್ದ ವಿಷ್ಯ ಕೂಡ ಇಂಟರ್‌ವ್ಯೂನಲ್ಲಿ ಪ್ರಸ್ತಾಪಿಸಿದ್ರು. ಈಗ ಅದೇನು ತಕರಾರಿಲ್ಲ ಬಿಡು. ಅದೆಲ್ಲ ಹಾಳಾಗ್ಲಿ. ಮತ್ಯಾಕೆ ನೀನು ವಿಭಾ ಹಿಂದೆ ಬಿದ್ದಿದ್ದೀಯಾ? ಮದ್ವೆ ನಿಶ್ಚಯವಾದ ಹೆಣ್ಣು. ನಿಂಗೆ ಯೋಗಿ ಬಗ್ಗೆ ಹೇಳಿದ್ದೀನಿ" ಪಿಸುದನಿಯಲ್ಲಿ ಹೇಳಿದ ಶೈಲೇಂದ್ರ.

ಗ್ಲಾಸ್‌ನಲ್ಲಿದ್ದ ನೀರು ಒಮ್ಮೆ ಗುಟುಕರಿಸಿ ಇಟ್ಟ.

"ಯಾರು ಆ ಯೋಗಿ? ಅವ್ಳ ಮದ್ವೆ ನಿಶ್ಚಯವಾದುದೆಲ್ಲ ಎಂದೋ ನಡ್ದುಹೋಗಿದೆ. ಅವಳತ್ತ ನೋಟ ಬೀರಿದರೂ ನಾನು ಸಹಿಸೋಲ್ಲ. ಆ ಯೋಗಿ ಅನ್ನೋನಿಗೆ ಬೇಕಾದ್ರೆ ಇದನ್ನು ಹೇಳು" ರೋಷ ಹೊಗೆಯಾಡಿತು ಅವನಲ್ಲಿ.

ಶೈಲೇಂದ್ರ ಇಂದು ಬೆಚ್ಚಿಬಿದ್ದ. ಗಾಬರಿ ಆತಂಕವನ್ನು ಮೀರಿತ್ತು ಅವನ ಮನಃಸ್ಥಿತಿ. ಅಭಿಷೇಕ್‌ಗೇನಾದರೂ ತಲೆ ಕೆಟ್ಟಿದೆಯೇ? ಅವನನ್ನು ಇಷ್ಟಪಡುವ ಹುಡುಗಿಯರು ಎಷ್ಟು ಮಂದಿ ಇರಲಿಲ್ಲ?

"ನಂಗೆ ಅರ್ಥವಾಗೋಲ್ಲ!" ಶೈಲೇಂದ್ರ ತಲೆಯಾಡಿಸಿದ.

"ಬೇಡ ನೀನ್ಯಾಕೆ ತಲೆ ಕೆಡಿಸ್ಕೋತೀಯಾ? ಈಗೇನು ತಗೋಳೋಣ?" ಮೆನು ಕಾರ್ಡ್ ಕೈಗೆತ್ತಿಕೊಂಡವನು ಪಕ್ಕಕ್ಕೆ ತಳ್ಳಿ "ಇವತ್ತು ಸಿಹಿ ತಿನ್ನೋ ಮೂಡಿದೆ" ಎಂದವನು ಎರಡು ಸ್ವೀಟ್ ಜೊತೆ ಮಂಗಳೂರು ಬಜ್ಜಿ ಹೇಳಿದ.

ಆಮೇಲೆ ಶೈಲೇಂದ್ರ ಕೂಡ ಚೇತರಿಸಿಕೊಂಡ. ನಗುನಗುತ್ತಾ ಇಬ್ಬರು ತಿಂಡಿ

ತಿಂದರು. ಕಾಫಿ ಕುಡಿದಾಗ ನೆತ್ತಿ ಹತ್ತಿದಂತಾಯಿತು ಅವನಿಗೆ.

"ಹಲೋ ಶೈಲೂ...." ಯೋಗಿ ಅವನತ್ತ ಬಂದ. ಅಭಿಷೇಕ್ ಅವನ ತಲೆಯ ಮೇಲೆ ಕುಟ್ಟಿದ. "ಅಂತೂ ನಿನ್ನಿಲ್ಲಿ ಇಲ್ಲ..." ಕಾಫಿ ಕಪ್ ತೆಗೆದು ಟೇಬಲ್ ಮೇಲಿಟ್ಟ.

"ಜಸ್ಟ್ ಏ ಮಿನಿಟ್...." ಎದ್ದೇ ಬಿಟ್ಟ.

ಯೋಗಿಯನ್ನು ಅಲ್ಲಿ ನಿಲ್ಲಿಸಕೊಡಿಸದೇ ಎಳೆದೊಯ್ದ ಶೈಲೇಂದ್ರ. ಅಂದು ಅಭಿಷೇಕ್ ಗಮನ ಕೊಡಲಿಲ್ಲ. ಇದು ಎರಡನೆಯ ಸಲ. ಅದಕ್ಕೆ ಪ್ರಬಲವಾದ ಕಾರಣವಿದೆಯೆಂದು ನಿರ್ಣಯಕ್ಕೆ ಬಂದ.

ಐದು ನಿಮಿಷದ ನಂತರ ಶೈಲೇಂದ್ರ ಅವನು ಒಟ್ಟಿಗೆ ಬಂದರೂ ಇವನು ಮಾತ್ರ ಇಲ್ಲಿಗೆ ಬಂದ. ಅವನು ಇನ್ನೊಂದು ಟೇಬಲ್‌ನಲ್ಲಿದ್ದ ಗೆಳೆಯರನ್ನು ಕೂಡಿಕೊಂಡ.

"ಹೋಗೋಣ...." ಶೈಲೇಂದ್ರ ಕೂರಲಿಲ್ಲ.

"ಬೇರೆ ಕಾಫಿಗೆ ಹೇಳಿದ್ದೀನಿ. ಕೂತ್ಕೋ...." ಒತ್ತಾಯಿಸಿದ ಅಭಿಷೇಕ್. "ನಂಗೇನು ಬೇಡ. ನೆತ್ತಿ ಹತ್ತಿದ್ದು ಗಂಟಲು ಉರಿಯುತ್ತ ಇದೆ. ನ್ಯಾಚುರಲ್ ಗಾಳಿಗೆ ಹೋಗಿಬಿಟ್ಟರೇ ಸಾಕು" ಹೊರಗೆಹೋಗುವ ಆತುರ ತೋರಿಸಿದ.

ಅಭಿಷೇಕ್ ಹೊರಡಲು ಇಚ್ಛಿಸಲಿಲ್ಲ. "ಸ್ವಲ್ಪ ಕೂತ್ಕೊಂಡ್ ಸುಧಾರಿಸ್ಕೋ ಕಾಫಿ ಬಂದನಂತರವೇ ಬಿಲ್ ಬರೋದು" ಹೇಳಿದ.

ಅರೆಮನಸ್ಸಿನಿಂದಲೇ ಶೈಲೇಂದ್ರ ಕೂತರು ಅವನ ನೋಟ ಆಗಾಗ ಯೋಗಿ ಇದ್ದ ಕಡೆ ಹೋಗಿ ಮರಳುತ್ತಿತ್ತು. ತೀರಾ ಉದ್ದದ ಆ ಯುವಕ ಜೀನ್ಸ್ ತೊಟ್ಟು ಧಾರಾಳವಾಗಿ ತಲೆಗೂದಲು, ಗಡ್ಡ, ಮೀಸೆಗಳನ್ನು ಬೆಳೆಸಿದ್ದ. ಆಗಾಗ ನಗುವ ಅವನ ನಗುವಿನಲ್ಲಿ ಕರ್ಕಶತೆ ಇತ್ತೆನಿಸಿತು.

"ಯಾರು.... ಅವನು?" ವಾರೆನೋಟ ಬೀರುತ್ತ ಕೇಳಿದ.

"ಹೀಗೆ, ನಾವು ಓದಿದ ಕಾಲೇಜಿನ ಸೀನಿಯರ್ ವಿದ್ಯಾರ್ಥಿ. ಎಲ್ಲೋ ಒಂದ್ಸಲ ಪರಿಚಯವಾದದ್ದು. ಆಗಾಗ ಸಿಕ್ಕಾಗ ಒಂದಿಷ್ಟು ಮಾತುಕತೆಯಷ್ಟೆ" ತೀರಾ ಮೆಲುದನಿಯಲ್ಲಿ ಹೇಳಿದ ಶೈಲೇಂದ್ರ. ಅವನಂತೂ ಮುಖಾಮುಖಿಯಾಗಿ ಯೋಗಿ ಮತ್ತು ಅಭಿಷೇಕ್‌ನ ಪರಿಚಯಿಸಲಾರ.

ಕಾಫಿ ಕುಡಿದು ಬಿಲ್ ಪಡೆದ ಮೇಲೆಯೇ ಅಭಿಷೇಕ್ ಅಲ್ಲಿಂದ ಎದ್ದಿದ್ದು. ಮೆಟ್ಟಿಲ ಬಳಿ ಹೋದವನು ಒಮ್ಮೆ ತಿರುಗಿ ಆ ಟೇಬಲಿನತ್ತ ನೋಟ ಹರಿಸಿದ. ಓಪನ್ ಆದ ಜರ್ಕಿನ್‌ನ ಎದೆಭಾಗದಲ್ಲಿ ಪೊದೆಯಂಥ ಕೂದಲುಗಳು ಹೊರಗೆ ಕಾಣುತ್ತಿದ್ದವು. ತೋಳಿಂದ ಶೈಲೇಂದ್ರನನ್ನು ಬಳಸಿ ಮೆಟ್ಟಿಲುಗಳನ್ನು ಬೇಗಬೇಗನೆ ಇಳಿದು ಹೊರಗೆ ಬಂದ.

ವಹಿಕಲ್ ಬಳಿ ಬಂದವನು ಒಮ್ಮೆ ನೋಟವೆತ್ತಿ "ನೀನು ಅವನಿಗೆ ಬಹಳ ಹೆದರೋ ಹಾಗೆ ಕಾಣ್ತೀಯಲ್ಲ. ಅವನ ಹಾಸ್ಟೆಲ್‌ನಲ್ಲಿ ಇದ್ದಾನಾ?" ಚುರುಕು ಮುಟ್ಟಿಸಿದ.

"ಎಂಥದ್ದು...ಇಲ್ಲ!" ಶೈಲೇಂದ್ರ ಸಿಡುಕಿದ.

ಅಭಿಷೇಕ್ ಮುಕ್ತವಾಗಿ ನಕ್ಕುಬಿಟ್ಟ. "ಅವನ ಕೈಯಲ್ಲಿ ರ್‍ಯಾಗಿಂಗ್‌ಗೆ ಒಳಪಟ್ಟ ಜೂನಿಯರ್ ವಿದ್ಯಾರ್ಥಿ ನೀನಿರಬೇಕು. ಈಗ್ಲೂ ಅಷ್ಟೊಂದು ಹೆದರುತ್ತಿಯಾಂದ್ರೆ... ಅವನು ಬಹಳ ಹಿಂಸೆನೇ ಕೊಟ್ಟಿರಬಹುದು. ನಾಲ್ಕು ಒದ್ದು ಬುದ್ಧಿ ಕಲಿಸೋದು ಬಿಟ್ಟು.... ಪುಕ್ಕಲುತನ ತೋರಿಸ್ತೀಯಲ್ಲ" ನಗು ಸಿಡಿದುಬೀಳುವುದರಲ್ಲಿ ಮುಕ್ತಾಯವಾಯಿತು. ಈಗ ಅವನ ಮನಃಸ್ಥಿತಿ ಕಾಲೇಜು ವಿದ್ಯಾರ್ಥಿಯಂತೆಯೇ ಇತ್ತು.

"ಗೋ ಟು ಹೆಲ್.... ಈಗ ಆ ಮಾತುಗಳು ಯಾಕೆ ? ನನ್ನ ವಿಪ್ರಾ ಟೈಲರ್ಸ್ ಬಳಿ ಬಿಡು. ಸೂಟು ತಗೊಂಡ್ ಹೋಗ್ಬೇಕು..." ಆತುರಪಡಿಸಿದ ಶೈಲೇಂದ್ರ.

ಆ ಪ್ರಕರಣದ ನಂತರ ಯೋಗಿಯ ಹೆಸರು ಪರಿಚಯ ಗೊತ್ತಿಲ್ಲದಿದ್ದರೂ ಅಭಿಷೇಕ್ ಮನದಲ್ಲಿ ನಿಂತುಹೋದ. ಒಮ್ಮೆ ಎದುರು ಸಿಕ್ಕಾಗಲೂ ಸೂಕ್ಷ್ಮವಾಗಿ ಗಮನಿಸಿದ್ದ.

ಆದರೆ ಶೈಲೇಂದ್ರನ ಮದುವೆಯಲ್ಲಿ ಮತ್ತೆ ಭೇಟಿಯಾಗುವ ಅವಕಾಶ ಒದಗಿ ಬಂತು. ಆಗ ಕೂಡ ಅವನ ಜೊತೆಯಲ್ಲಿ ದೊಡ್ಡ ಗೆಳೆಯರ ಹಿಂಡಿತ್ತು.

ಒಬ್ಬರು ತಮಾಷೆ ಮಾಡುವುದು ಅಭಿಷೇಕನ ಕಿವಿಗೂ ಬಿದ್ದಿತ್ತು.

"ಬಂಧುಗಳಷ್ಟೇ ಸ್ನೇಹಿತರ ದೊಡ್ಡ ಬಳಗ ಇದೆ.

ದೂರದಲ್ಲಿ ಕೂತು ಶೈಲೇಂದ್ರನ ಮುಖಭಾವ ಗಮನಿಸಿದ ಅಭಿಷೇಕ್. ಯೋಗಿ ಅವನ ಬಳಿಗೆ ಹೋದಾಗ ತೀರಾ ಅಸಹನೀಯವಾದದ್ದನ್ನು ನುಂಗಿಕೊಂಡು ನಗೆಯನ್ನು ಪ್ರಕಟಿಸಿದಂತೆ ಕಂಡಿತು. ಅವನ ಸ್ಯಾಡಿಸ್ಟ್ ನೇಚರ್ ಬಗ್ಗೆ ಅವನೊಂದಿಗೆ ಜಿಗುಪ್ಸೆಪಟ್ಟುಕೊಂಡು ಹೇಳಿದ್ದ. ಅದು ಬಹಳಷ್ಟು ಸತ್ಯವಾಗಿ ಕಂಡಿತು.

ವಿವಾಹ ಸಮಾರಂಭದ ವಿಧಿಗಳೆಲ್ಲ ಮುಗಿದಾಗ ಶೈಲೇಂದ್ರ ಇವನನ್ನು ತನ್ನ ಕೋಣೆಗೆ ಎಳೆದೊಯ್ದು ಬಾಗಿಲು ಹಾಕಿಕೊಂಡ.

"ರೆಸ್ಟ್ ಬೇಕು. ಅದುಇದೂಂತ ಹೊಟ್ಟೆಗೆ ಹಾಕದೆ ಪ್ರಾಣ ಹಿಂಡಿಬಿಟ್ಟರು" ಅಲ್ಲಿದ್ದ ದಿಂಬಿಗೊರಗಿ ಕಣ್ಮುಚ್ಚಿದ ಶೈಲೇಂದ್ರ.

ಅಭಿಷೇಕ್ ಎರಡು ಸಲ ವಾಚ್ ಕಡೆ ನೋಡಿದ. "ಊಟ ಮುಗಿಸಿಕೊಂಡು ನಾನ್ಹೋಗಿಬಿಡ್ತೀನಿ. ಒಂದು ಮೀಟಿಂಗ್ ಇತ್ತು. ಡ್ಯಾಡ್ ಕಾಯ್ತಾ ಇರ್ತಾರೆ" ಹೋಗುವ ಬಗ್ಗೆ ತಿಳಿಸಿ ಪರಿಸ್ಥಿತಿಯನ್ನು ವಿವರಿಸಿದ.

"ಇಂಪಾಜಿಬಲ್, ನನ್ನ ಸ್ನೇಹಿತರಲ್ಲಿ ನಿನಗೊಬ್ಬನಿಗೆ ಇನ್ವಿಟೇಷನ್ ಕೊಟ್ಟಿದ್ದು. ನೀನು ಇಲ್ಲಾಂದುಕೊಂಡ್ರೆ.... ರಿಸೆಪ್ಷನ್ ಅಗತ್ಯವೇ ಇಲ್ಲ. ನಾನೂ ನಿನ್ನ ಜೊತೆ ಬಂದುಬಿಡ್ತೀನಿ" ಶೈಲೇಂದ್ರ ಬೇಸರ ವ್ಯಕ್ತಪಡಿಸಿದ.

ಅಭಿಷೇಕ್ ಹುಬ್ಬು ಕುಣಿಸಿ ಕೇಳಿದ "ಬಂದಿದೆಯಲ್ಲ ಪಟಾಲಂ, ಅವರೇನು

ಹೆಣ್ಣಿನ ಕಡೆಯವರಾ?"

ಎದ್ದು ಕೂತ ಶೈಲೇಂದ್ರ ತಲೆಯ ಮೇಲೆ ಕೈಯೊತ್ತಿ "ನಾನು ಕೊಟ್ಟಿದ್ದು ಒಂದೇ ಇನ್ವಿಟೇಷನ್. ಬಂದವರ ಸಂಖ್ಯೆ..." ಬಾಯಿ ಮೇಲೆ ಕೈಯಿಟ್ಟುಕೊಂಡ.

ಯೋಗಿ ಮತ್ತು ಅವನ ಸ್ನೇಹಿತರು ತುಂಬ ಸ್ಟೈಲಾಗಿ, ಗುಂಪುಗುಂಪಾಗಿ ಓಡಾಡಿ ಎಲ್ಲಾರ ಜನರ ಗಮನವನ್ನು ಸೆಳೆದಿದ್ದರು. ಅವರಿಗೆ ಎರಡು ಕಡೆಯಿಂದ ಹೆಚ್ಚು ಉಪಕಾರವು ಕೂಡ.

"ಆ ವಿಷ್ಯ ಬಿಡು. ನೀನಂತೂ ಇರ್ಬೇಕು. ಅಂಕಲ್, ಆಂಟೀ ಕೂಡ ಬರಲಿಲ್ಲ. ಮಧುಬಾಲಗೆ ಕೂಡ ವೆಡ್ಡಿಂಗ್ ಕಾರ್ಡ್ ಕೊಡಲಿಲ್ಲ. ಹೇಗೋ ತಿಳಿಯಲೀ, ನೀನಾಗಿಯಂತೂ ತಿಳಿಸೋದ್ಬೇಡ" ಕೇಳಿಕೊಂಡ. ಮದುವೆಯಾಗಬೇಕೆನ್ನುವ ಉತ್ಸಾಹ ಲಗ್ನಪತ್ರಿಕೆಗಳು ಪ್ರಿಂಟಾಗುವ ವೇಳೆಗೆ ಇಲ್ಲವಾಗಿ ಹೋಗಿತ್ತು.

ಅಷ್ಟರಲ್ಲಿ ರೂಮು ಬಾಗಿಲು ತಟ್ಟುವ ಸದ್ದು.

"ನನ್ನ ಸುಮ್ನೆ ಬಿಟ್ಟಿಡಿ" ಕೂತಲ್ಲಿಂದಲೇ ಕೂಗಿದ ಶೈಲೇಂದ್ರ. "ನಿನಗೆಲ್ಲೋ ತಲೆ ಕೆಟ್ಟಿದೆ!" ಅಭಿಷೇಕ್ ರೇಗಿಕೊಂಡೇ ಹೋಗಿ ಬಾಗಿಲು ತೆಗೆದ.

"ಹಲೋ...." ಎನ್ನುತ್ತಲೇ ಯೋಗಿ ನುಗ್ಗಿದ. ಅವನ ಹಿಂದೆ ಹತ್ತಾರು ಜನ. "ಹ್ಯಾಪಿ ಮ್ಯಾರೀಡ್ ಲೈಫ್...." ಶುಭಾಶಯಗಳ ಸುರಿಮಳೆ ಶೈಲೇಂದ್ರನಿಗೆ.

ಕಡೆಯಲ್ಲಿ ಹೊರಡುವಾಗ "ಐ ಯಾಮ್....ಯೋಗಿ" ಕೈ ಮುಂದಕ್ಕೆ ಚಾಚಿದ. ಅಭಿಷೇಕ್ ನೋಟ ತೀಕ್ಷ್ಣವಾಗಿ ಒಮ್ಮೆಲೆ ಅವನನ್ನು ಅಳೆಯಿತು. "ಐ ಯಾಮ್ ಅಭಿಷೇಕ್. ಗ್ಲಾಡ್ ಟು ಮೀಟ್ ಯು" ಕೈಕುಲುಕಿದ. ವಿದ್ಯುತ್ ಸಂಚಾರವಾದಂತಾಯಿತು ಅವನಿಗೆ.

ಅವನ ಭಾವಿ ಮಡದಿಯೆಂದು ತಿಳಿದಿದ್ದ ವಿಭಾಗೆ ಮುತ್ತಿಟ್ಟ 'ರೋಗ್' ಎದುರಿನಲ್ಲಿಯೇ ಇದ್ದ. ಇಲ್ಲಿ ಅವನ ಊಹೆ ಪೂರ್ತಿಯಾಗಿ ಕೈಕೊಟ್ಟಿತ್ತು. ಅಭಿಷೇಕ್ ಹೀರೋ ಅಂತೆ ಕಂಡ.

"ಅಂತೂ ನನ್ನ ಗೆಳೆಯರ ಬಳಗಕ್ಕೆ ನಿಮ್ಮೊಬ್ಬರ ಸೇರ್ಪಡೆ!" ಒಂದು ತರಹ ನಕ್ಕ ಯೋಗಿ.

ಅಂದಿನ ಪ್ರಕರಣದ ಪೂರ್ಣ ವಿವರವನ್ನು ತಿಳಿದುಕೊಂಡಿದ್ದನೇ ವಿನಾ ಆ ವ್ಯಕ್ತಿಯ ಬಗ್ಗೆ ಹೆಚ್ಚು ತಿಳಿಯಲು ಹೋಗಿರಲಿಲ್ಲ ಯೋಗಿ ಇಂದು ಒಂದು ರೀತಿಯ ಷಾಕ್ ಅವನಿಗೆ.

ಶೈಲೇಂದ್ರನ ಸ್ವರವೇ ಉಡುಗಿಹೋಗಿತ್ತು. ಅವರಿಬ್ಬರನ್ನು ಆದಷ್ಟು ಕಾಲ ಅಪರಿಚಿತರನ್ನಾಗಿಯೇ ಉಳಿಸಬೇಕೆಂದುಕೊಂಡಿದ್ದ ಹೆಚ್ಚು ನೊಂದುಕೊಂಡ ಕೂಡ.

ಎಲ್ಲಾ ಹೊರನಡೆದಾಗ ಉಳಿದಿದ್ದು ಇವರಿಬ್ಬರೇ. ಮೆಲ್ಲಗೆ ಅವನತ್ತ ನೋಟ ಹರಿಸಿದ ಅಭಿಷೇಕ್ ನಕ್ಕುಬಿಟ್ಟ. "ಈ ಯೋಗಿಗೆ ಇಷ್ಟೊಂದು ಸಿಕ್ರೆಟ್ ಆಗಿಡುವ

ಅಗತ್ಯವಿತ್ತಾ? ಅವನೆಂದೂ ನನ್ನ ಪ್ರತಿಸ್ಪರ್ಧಿಯಾಗಲಾರ. ವಿಭಾಳಲ್ಲಿನ ಸ್ವಾಭಿಮಾನ, ಆದ ಹಗರಣಕ್ಕೆ ನಾನೇ ಕಾರಣವೆನ್ನುವ ಅವಳ ಮನಃಸ್ಥಿತಿ ಮಾತ್ರ ರೈವಲ್..." ಏರುಪೇರಿಲ್ಲದ ದನಿಯಲ್ಲಿ ನುಡಿದ.

ಬರೀ ತಲೆ ಕೆಟ್ಟಂಗಾಯಿತು ಶೈಲೇಂದ್ರನಿಗೆ. "ಅಭಿ, ಯು ಥಿಂಕ್ ಪ್ರಾಪರ್ಲೀ, ಯೋಗಿಗೆ ಹಿಂಡು ಹಿಂಡು ಸ್ನೇಹಿತರು. ಎಲ್ಲಾ ತರಹದವರು ಇದ್ದಾರೆ. ಅವನ ಫ್ರೆಂಡ್ಸ್ ಬಳಗದಲ್ಲಿ ಜವಾಬ್ದಾರಿ ಕೂಡ ಇಲ್ಲದ ಮನುಷ್ಯ. ಅಂಥವರಲ್ಲಿ ಮಿದುಳಿನಲ್ಲಿ ಸದಾ ದೈತ್ಯ ಸಂಚಾರವಿರುತ್ತೆ ಅವನಿಗೆ ನಿನ್ನ ಪರಿಚಯವಿಲ್ಲದಿದ್ರೂ.... ವಿಷ್ಯ ಗೊತ್ತು. ಈಗೇನು.... ಮಾಡ್ತಾನೋ!" ಹೆದರಿದ.

ಎರಡು ಕೈಗಳನ್ನು ಭುಜದ ಮೇಲೂರಿದ ಅಭಿಷೇಕ್, "ಯೂ ಡೋಂಟ್ ವರೀ, ಯೋಗಿ ಬಹಳ ದುರ್ಬಲ ವ್ಯಕ್ತಿ. ಅವನೆಂದೂ ಯಾವ್ದೇ ಮಹತ್ಕಾರ್ಯ ಸಾಧಿಸಲಾರ" ಅವನನ್ನು ಅಳೆದು ಸುರಿದವನಂತೆ ಹೇಳಿಬಿಟ್ಟ.

ಅಷ್ಟರಲ್ಲಿ ಶೈಲೇಂದ್ರನ ಅಮ್ಮ ಬಂದರು. ಅವರು ಏನೋ ಹೇಳಲು ಮುಂದಾಗುವ ಮುನ್ನ "ತಾಳಿ ಕಟ್ಟಿ ಮಣೆ ಮೇಲಿಂದ ಎದ್ದು ಬಂದಿದ್ದಾಯ್ತು. ಇನ್ನ ನನ್ನ ಯಾತಕ್ಕೂ ಕರೀಬೇಡ. ಆರಾಮಾಗಿ ಊಟ ಮಾಡೋಕೆ ಬಿಡು" ಕೊಸರಿಕೊಂಡ.

ಇವನ ಹಟಕ್ಕೆ ಅವರೆಲ್ಲ ಮಣಿಯಬೇಕಾಯಿತು. ಕಡೆಗೆ ಅವನು, ಅಭಿಷೇಕ್ ಒಟ್ಟಿಗೆ ಕೂತು ಊಟ ಮಾಡಿದರು.

"ಇನ್ನ ತಡೀಬೇಡ. ನಾನು ಹೋಗ್ಲೇಬೇಕು" ಅಭಿಷೇಕ್ ಹಟವನ್ನು ಕದಲಿಸುವುದು ಶೈಲೇಂದ್ರನಿಂದಾಗಲಿಲ್ಲ. "ರುಕ್ಮಿಣಿನ...ಕರೀರಿ" ಅಧಿಕಾರದ ಸ್ವರದಲ್ಲಿ ಅಲ್ಲಿದ್ದವರಿಗೆ ಹೇಳಿದ.

"ವ್ಹಾ...ವ್ಹಾ...ವ್ಹಾ... ಅಂತೂ ಅಧಿಕಾರ ತೋರೋಕೆ ಒಂದು ಹೆಣ್ಣು!" ಹಂಗಿಸಿದ ಅಭಿಷೇಕ್. ಏನನ್ನೋ ನೆನೆದು ಭಾರವಾದ ಉಸಿರೆಳೆದು ದಬ್ಬಿದ ಶೈಲೇಂದ್ರ. "ಮಣೆಯೇರುವ ಸಂದರ್ಭದಲ್ಲಿ ನಿಂತುಹೋಗಿದ್ದು ವಿಭಾ, ಯೋಗಿ ಮದ್ವೆ, ಆ ಕ್ಷಣ ಮಂಗಳಸೂತ್ರವೊಂದು ಅವಳ ಕುತ್ತಿಗೆಗೆ ಬಿದ್ದುಹೋಗಿದ್ದರೇ..." ಮುಂದಿನ ಚಿತ್ರಗಳನ್ನ ಮನದಲ್ಲಿಯೇ ಮೆಲುಕು ಹಾಕಿದ.

ಶೈಲೇಂದ್ರ ಮಡದಿ ರುಕ್ಮಿಣಿ ಕೂಡ ಕಾರಿನವರೆಗೂ ಬಂದು ಅವನನ್ನು ಬೀಳ್ಕೊಟ್ಟರು. ದೊಡ್ಡ ಬಂಧುಬಳಗದ ನಡುವೆ ಏಕಾಏಕಿ ಸ್ನೇಹಿತನಾಗಿ ಬಂದಿದ್ದವನು ಇವನೊಬ್ಬನೆ.

ಸಿಟಿ ಬಿಟ್ಟ ಕೂಡಲೇ ಕಾರಿನ ವೇಗ ಹೆಚ್ಚಿಸಿದ ಅಭಿಷೇಕ್. ಬರೀ ಮಾಂಗಲ್ಯ ಬದ್ಧರಾಗಿಯೇ ಎಷ್ಟು ಕುಟುಂಬಗಳು ಒಂದು ಸೂರಿನಡಿಯಲ್ಲಿ ಜೀವಿಸುತ್ತಿವೆ. ಐದು ನಿಮಿಷದ ಮುನ್ನ ಏನು ಅಲ್ಲದ ಹೆಣ್ಣು ತತ್‌ಕ್ಷಣ ಅವನವಳಾಗಿಬಿಡುತ್ತಾಳೆ. ಸಮಾಜದ ಈ ವ್ಯವಸ್ಥೆ ಜನಜೀವನದಲ್ಲಿ ಹೇಗೆ ಒಂದಾಗಿ ಬೆರೆತುಹೋಗಿದೆ!

ಇದೇ ಮೂಡ್‌ನಲ್ಲಿ ಕಾರು ನಡೆಸುತ್ತಿದ್ದವನು ಬ್ರೇಕ್ ಒತ್ತಿದ, ಯೋಗಿ ಕೈ ಅಡ್ಡ ಹಿಡಿದು ನಿಲ್ಲಿಸುವಂತೆ ಸನ್ನೆ ಮಾಡಿದ.

ವಿಂಡ್ ಬಳಿ ಬಂದ ಯೋಗಿ "ಕಮಾನ್ ಡಿಯರ್ ಫ್ರೆಂಡ್....ಒಳ್ಳೆ ಎಳನೀರಿದೆ. ಒಂದಿಷ್ಟು ನಮ್ಗೂ ಕಂಪೆನಿ ಕೊಟ್ಟಂಗಾಗುತ್ತೆ" ಸ್ನೇಹದಿಂದ ಹೇಳಿದಾಗ ಇಳಿಯುವುದು ಅಭಿಷೇಕ್‌ಗೆ ಅನಿವಾರ್ಯವಾಯಿತು.

"ಒಂದು ಕಂಡೀಷನ್....ಟ್ರೀಟ್ ನಾನು ಕೊಡಿಸ್ತೀನಿ" ಎಂದ. ಯೋಗಿ ತಲೆದೂಗಿದ. "ಬೈ ಅಲ್ ಮೀನ್ಸ್, ನಿಮ್ಮ ಕಂಪನಿ ನಮಗೆ ಮುಖ್ಯವೇ ಹೊರತು ಪ್ರತಿಷ್ಠೆ ಅಲ್ಲ" ಉತ್ಸಾಹ ತೋರಿದ.

ಮತ್ತೊಂದು, ಇನ್ನೊಂದು ಎಳನೀರನ್ನು ಧಾರಾಳವಾಗಿ ಕುಡಿದು ದಣಿದರು. ಅವರು ಆಡುವ ಮಾತುಗಳನ್ನು ಕೇಳುತ್ತ ಅಭಿಷೇಕ್ ಒಂದು ಎಳನೀರನ್ನು ಕೈಯಲ್ಲಿ ಹಿಡಿದೇ ಇದ್ದ. ಮತ್ತೊಂದರ ಅಗತ್ಯ ಅವನಿಗೆ ಇರಲಿಲ್ಲ.

ವೇಗವಾಗಿ ಬಂದ ಜೀಪು ಅಲ್ಲಿ ನಿಂತಿತು. ಎಂಟ್ಹತ್ತು ಯುವತಿಯರ ಗುಂಪೊಂದು ಬಂತು.

"ವೆಲ್‌ಕಂ....ವೆಲ್‌ಕಂ...." ಸ್ವಾಗತಿಸಿದ ಯೋಗಿ ಯಾವುದೇ ಸಂಕೋಚವಿಲ್ಲದೆ "ಎಳನೀರು ಬಹಳ ಸಿಹಿಯಾಗಿದೆ" ಕೇಳದೆಯೇ ಸಜೆಷನ್ ಕೊಟ್ಟ ಕೂಡ.

ಐದೇ ನಿಮಿಷದಲ್ಲಿ ಅವರುಗಳ ಸ್ನೇಹ ಗಳಿಸಿ ಅವರಲ್ಲಿ ಒಂದಾಗಿಬಿಟ್ಟ. ಅದು ಅಭಿಷೇಕ್‌ಗೆ ಅತಿಶಯವಲ್ಲದಿದ್ದರೂ ಬೇರೆಯವರ ಅರಿವಿಗೆ ಬರದಿದ್ದರೂ, ತುಂಬು ಎಳನೀರು ಕಾಯಿ ಒಬ್ಬ ಯುವತಿಯ ಕಾಲಿನ ಮೇಲೆ ಉರುಳಿತು. ಅದಕ್ಕೆ ಯೋಗಿಯೇ ಕಾರಣ. ಆ ಸಮಯದಲ್ಲಿ ಅವನ ಮುಖದಲ್ಲಿನ ವಿಲಕ್ಷಣ ತೃಪ್ತಿ. ಅದಕ್ಕಿಂತ ಭಿನ್ನವಾದ ಪ್ರಕರಣ ಮತ್ತಷ್ಟು ಅವನ ಬಗೆಗಿನ ಅಭಿಪ್ರಾಯ ಗಟ್ಟಿ ಮಾಡಿತು.

ವಿಪರೀತ ಬಲವಂತ ಮಾಡಿ ಸಾಕಷ್ಟು ಎಳನೀರುಗಳನ್ನು ಕುಡಿಸಿ ಅವರು ಪಜೀತಿಪಟ್ಟಾಗ ಹರ್ಷಗೊಂಡ. ಹೆಣ್ಣನ್ನು ಮಾನಸಿಕವಾಗಿ ಅವನು ದ್ವೇಷಿಸುತ್ತಾನೆ. ಅವಳ ನಗುವಿಗಿಂತ ಅಳು ಯೋಗಿಗೆ ಹೆಚ್ಚು ಇಷ್ಟವಾಗುತ್ತದೆಯೆಂದು ಅಭಿಷೇಕ್‌ಗೆ ಗೊತ್ತಾಯಿತು.

"ಬರ್ತೀನಿ... ಮಿಸ್ಟರ್ ಯೋಗಿ" ಕೈಯೆತ್ತಿ ಕಾರಿನತ್ತ ನಡೆದ. ಈಗಾಗಲೇ ಹಣವನ್ನು ತೆತ್ತಿದ್ದ. "ಇರೀ....ಅಭಿಷೇಕ್" ಅಲ್ಲಿಂದಲೇ ಕೂಗಿಕೊಂಡ. ಕೂಗಿಗೆ ಕಿವಿಗೊಡದೆ ಕಾರು ಹತ್ತಿದ.

ಅಂದು ಗಣಪತಿಗಳಿಗೆ ಹಾರ್ಟ್ ಅಟ್ಯಾಕ್ ಆಗದಿದ್ದರೆ ಇಂಥ ಯೋಗಿಗೆ ವಿಭಾ ಮಡದಿ! ಆದರೆ ಅದನ್ನು ಅಭಿಷೇಕ್ ಒಪ್ಪಲಾರ.

ಅವನು ಮನೆಗೆ ಬರುವ ವೇಳೆಗೆ ಸಂಜೆಯಾಗಿ ಹೋಗಿತ್ತು. ವಸುಂಧರ, ಮೇಘನಾಥ್ ಹೊರಗಡೆಯೇ ಕೂತು ಯಾರಿಗೋ ಕಾಯುವಂತೆ ಕಂಡರು.

ತಾಯಿಯುನ್ನು ಕೈಸನ್ನೆಯಿಂದ ಕೇಳಿದ. ಅವರು ಗೊತ್ತಿಲ್ಲವೆಂದು ತಲೆಯಾಡಿಸಿದರು.

"ಹೇಗಾಯ್ತು ಮದುವೆ?" ಮೇಘನಾಥ್ ಕೇಳಿದರು.

ಅಭಿಷೇಕ್ ನಕ್ಕುಬಿಟ್ಟ. "ನಿಮ್ಮ ಪ್ರಶ್ನೆಗೆ ನನ್ನಿಂದ ಉತ್ತರ ಹೇಳೋಕ್ಕಾಗೋಲ್ಲ. ಮಂಟಪ, ಓಲಗ, ಊಟ ಇದಿಷ್ಟೇ ನನಗೆ ಕಂಡಿದ್ದು."

ಈಗ ನಗೋ ಸರದಿ ಅವರದಾಯಿತು. "ಎಲ್ಲರಿಗೂ ಕಾಣೋದು ಅಷ್ಟೆ. ವೈಭವ, ಹಗರಣಗಳು ಬೀಗರು ಬೀಗರು ಮಧ್ಯೆಯೇ ಹುದುಗಿ ಹೋಗಿರುತ್ತೆ. ಹೋಗಿ ರೆಸ್ಟ್ ತಗೋ" ಮಗನನ್ನು ಕಳಿಸಿದರು.

"ಮಧುಬಾಲ ಬಂದಿಲ್ವಾ?" ವಸುಂಧರಾ ಅತ್ತ ತಿರುಗಿದರು.

"ಯಾಕೆ ಬರ್ತಾಳೆ? ನಿಮ್ಗೆ ಆ ಜನರ ಬಗ್ಗೆ ವಿಪರೀತ ಪ್ರೀತಿ!" ನಿಷ್ಠೂರ ಮಾಡಿದರು ಆಕೆ.

"ಒಂದ್ಕೆಲ್ಸ ಮಾಡು. ಮಧುಬಾಲ ಫೋನ್ ಮಾಡಿದ್ಲು ಅಥವಾ ಬಂದ್ಲೂಂತ ಹೇಳು. ಬ್ಯಾಡ್‌ಮಿಂಟನ್‌ನಲ್ಲಿ ಅವರಿಬ್ರೂ ಪಾರ್ಟನರ್ಸ್, ಅಭಿಷೇಕ್ ಸ್ಪೋರ್ಟ್ ಕ್ಲಬ್‌ಗೆ ಹೋಗ್ಲಿ" ತಿಳಿ ಹೇಳಿದರು.

ಆಕೆಗೆ ತಲೆ ಬಿಸಿಯಾಯಿತು. "ಈಗ ಬಂದಿದ್ದಾನೆ. ಮಧುಬಾಲ ಅಲ್ಲ ಅವಳಪ್ಪ ದಾಸ್ ಬಂದಿದ್ದಾನೆಂದ್ರೂ ಅವನೆಲ್ಲಿಗೂ ಹೋಗೋಲ್ಲ. ನಾನು ಯಾಕೆ ಸುಳ್ಳು ಹೇಳ್ಲಿ?" ಎದ್ದವರನ್ನ ಮೇಘನಾಥ್ ಕೈಹಿಡಿದು ಕೂಡಿಸಿದರು.

"ಪ್ಲೀಸ್ ವಸು, ಅವನೀಗ ಮನೆಯಲ್ಲಿ ಇರ್ಬಾರ್ದು. ಅದಕ್ಕೊಂದು ಪ್ಲಾನ್ ಮಾಡು. ಮತ್ತೇನು ಹೇಳಬೇಡ" ಹೆಂಡತಿಗೆ ಮಗನನ್ನು ಹೊರಗೆ ಕಳಿಸುವ ಕೆಲಸ ವಹಿಸಿದರು.

ಬೇಸರದಿಂದಲೇ ವಸುಂಧರ ಎದ್ದು ಹೋದರು.

ಆರಾಮಾಗಿ ಮಲಗಿ ಸ್ಟೀರಿಯೋ ಹಚ್ಚಿದ್ದ ಅಭಿಷೇಕ್‌ನ ಎಬ್ಬಿಸುವುದೇನು ಕಣ್ ಮುಚ್ಚಿದವನ ಗಮನ ಸೆಳೆಯುವುದು ಕೂಡ ಆಕೆಗೆ ಇಷ್ಟವಾಗಲಿಲ್ಲ. ಶಬ್ದವಾಗದಂತೆ ಹೊರಗೆ ಬೋಲ್ಟ್ ಮಾಡಿಕೊಂಡು ಕೆಳಗೆ ಬಂದರು.

"ಅಭಿಷೇಕ್ ಮಲಗಿಬಿಟ್ಟಿದ್ದಾನೆ. ಯಾರೂ ಹೋಗಿ ಡಿಸ್ಟರ್ಬ್ ಮಾಡ್ಬೇಡಿ" ಅಡಿಗೆಯವನಿಗೆ ಎಚ್ಚರಿಸಿ ಹೊರಗೆ ಬಂದರು.

ಮೇಘನಾಥ್ ನೋಟ ಗೇಟಿನತ್ತಲೇ ಇತ್ತು. ವಸುಂಧರನ ಕುತೂಹಲದಲ್ಲಿ ಕೂಡ ಮುಳುಗಿಸಿರಲಿಲ್ಲ.

"ಅವ್ನು ಮಲಗಿದ್ದಾನೆ. ಬೋಲ್ಟ್ ಹಾಕ್ಕೊಂಡ್ ಬಂದಿದ್ದೀನಿ" ಅಷ್ಟನ್ನು ಬಿಟ್ಟು ತಾನೇನು ಮಾಡಲಾರೆನೆನ್ನುವಂತೆ ನುಡಿದು ಕೂತರು.

ನಂತರ ಹತ್ತೇ ನಿಮಿಷದಲ್ಲಿ ವಿಭಾ ಗೇಟು ತೆರೆದುಕೊಂಡು ಬಂದು ಸುತ್ತಲೂ ನೋಟ ಹರಿಸಿದಳು.

"ಬಾಮ್ಮ...ಬಾ" ನೆಪಮಾತ್ರಕ್ಕೆ ಹಿಡಿದ ಪತ್ರಿಕೆಯನ್ನು ಟೀಪಾಯಿ ಮೇಲೆ ಹಾಕಿದರು. ಬಳುಕುವ ಶರೀರಕ್ಕೆ ಗಾಂಭೀರ್ಯದ ನಡಿಗೆ. 'ಭೇಷ....ಮಗನೆ!" ಮನದಲ್ಲಿಯೇ ಮತ್ತಷ್ಟೂ ಮೆಚ್ಚಿಕೊಂಡರು.

ಬೆಂಜಮಿನ್ ಹೆಸರಿನ ಮೂಲಕವೇ ಅವಳನ್ನು ಹೆಂಡತಿಗೆ ಪರಿಚಯಿಸಿದರು.

"ಇದ್ನ ಕೊಟ್ಟು ಬಾ ಅಂದ್ರು...." ಒಂದು ಸಣ್ಣ ಬುಟ್ಟಿಯನ್ನು ಟೀಪಾಯಿ ಮೇಲಿಟ್ಟಳು."ಕೂತ್ಕೋ..." ಹೆಸರು ಉಚ್ಚರಿಸದಂತೆ ಎಚ್ಚರ ವಹಿಸಿದರು. ಮಧ್ಯದಲ್ಲಿಯೇ ಕೆಲಸ ಕೆಡುವುದು ಅವರಿಗೆ ಬೇಕಿರಲಿಲ್ಲ.

ವಸುಂಧರಾ ಎದ್ದು ಹೋದಾಗ ಅವರಿಗೆ ನಿರಾಳವೆನಿಸಿತು.

"ಬೆಂಜಮಿನ್ ನಿಂಗೆ ತೊಂದ್ರೆ ಕೊಟ್ರಾ?"

"ಎಂಥದ್ದು ಇಲ್ಲ. ಇಲ್ಲಿಗೆ ಬರುವ ಸಲುವಾಗಿಯೇ ಅರ್ಧ ಗಂಟೆ ಮೊದ್ಲು ಆಫೀಸ್ ಬಿಟ್ಟಿದ್ದು. ಬಂದಿದ್ದು ಕಾರಿನಲ್ಲಿ ನನಗೆಂಥ ತೊಂದರೆ? ಬರ್ತೀನಿ" ಎದ್ದು ಕೈ ಜೋಡಿಸಿದಳು.

"ಕೂತ್ಕೋ....ಕೂತ್ಕೋ...ನಮ್ಮ ಮನೆಗೆ ಮೊದಲ ಸಲ ಬರ್ತಾ ಇದ್ದೀಯಾ! ಏನು ಕೊಡದೇ ಹೇಗೆ ಕಳಿಸೋಕೆ ಸಾಧ್ಯ?" ಅವರು ತೋರಿಸಿದ ಆತ್ಮೀಯತೆ ಎಂಥವರನ್ನಾದರೂ ತಬ್ಬಿಬ್ಬು ಮಾಡುವಂತಿತ್ತು.

ಬಿಸ್ಕತ್, ಫ್ರೂಟ್ ಸಾಲಡ್ ಜೊತೆ ಟೀ ಕೂಡ ಬಂತು. ಅವಳಿಗೆ ಬಾಯಿ ತೆರೆಯಲೇ ಸಂಕೋಚ. ಒಳಗೆ ಕರೆದೊಯ್ದು ಅರಿಸಿನ ಕುಂಕುಮದ ಜೊತೆ ತಾಂಬೂಲ ಕೊಟ್ಟೇ ಕಳಿಸಿದ್ದು.

ಅವರ ರೀತಿ, ನೀತಿ, ಸ್ವಭಾವಗಳೇ ಹಾಗೆಂದು ತಿಳಿದಳು ಅಷ್ಟೆ. ಕಾರಿನಿಂದ ಇಳಿದಾಗ ಕಾವೇರಮ್ಮನ ಜೊತೆ ಮುಕ್ತಾ ಕೂಡ ಬಾಗಿಲಿಗೆ ಬಂದಾಗ ಅವಳಿಗೆ ಆಶ್ಚರ್ಯವೆನಿಸಿತು.

"ಸಾರಿ...ಸಾರಿ...ಆವತ್ತು ಬರೋಕ್ಕಾಗ್ಲಿಲ್ಲ. ಅದ್ಕೇ ಪನಿಷ್‌ಮೆಂಟ್ ಅನ್ನೋ ಹಾಗೆ ಮಧ್ಯಾಹ್ನ ಬಂದೋಳು ಇದ್ವರ್ಗೂ ಕಾಯ್ತಾ ಇದ್ದೀನಿ" ಬಡಬಡ ಹೇಳಿದಳು. ವಿಭಾ ಮುಗುಳ್ನಕ್ಕಳು.

ತೆಂಗಿನಕಾಯಿ ಒಯ್ದು ಕಾವೇರಮ್ಮನಿಗೆ ಕೊಟ್ಟಳು. "ಬೆಂಜಮಿನ್ ಸ್ನೇಹಿತರ ಮನೆಗೆ ಏನೋ ಕಳಿಸಿದ್ರು. ಅಲ್ಲಿ ಕೊಟ್ಟಿದ್ದು" ವಿವರಿಸಿ ಮುಕ್ತಾಳತ್ತ ಗಮನ ಕೊಟ್ಟಳು.

ಸ್ವಲ್ಪ ಮೈಕೈ ತುಂಬಿಕೊಂಡಿದ್ದ ಅವಳು ಮಾತು ಕೂಡ ಹೆಚ್ಚು ಆಡತೊಡಗಿದಂತೆ ಕಂಡಿತು. ಇರೋ ಇಷ್ಟು ಮನೆಯಲ್ಲಿ ಇವಳ ಹಿಂದೆಮುಂದೆಯೇ ಸುತ್ತಿದಳು. ತನ್ನ ಸಂಸಾರದ ಬಗ್ಗೆ ಎಲ್ಲ ಹೇಳಿಕೊಂಡಳು. ಬರೀ ಕಿವಿಗಳನ್ನು ತೆರೆದಿಟ್ಟಿದ್ದು ಮಾತ್ರ

ಇವಳು ಮಾಡಿದ್ದು.

"ನಿಮ್ಮ ತಂದೆ ಸಾವು, ನಿನ್ನ ಮದುವೆ ನಿಂತಿದ್ದು ಎರಡು ಒಟ್ಟಿಗೆ ನಡೆದು ಹೋಯ್ತಲ್ಲ. ಅದ್ರಲ್ಲಿ ನಂದು ಪಾಲಿದೆ. ಸ್ವಲ್ಪ ಬಾಯಿಗೆ ಬೀಗ ಹಾಕಿಕೊಂಡಿದ್ದರೆ ಅಳಿದು ಇಂದಿನ ದುರ್ಘಟನೆಗಳು ನಡೆಯುತ್ತಲೇ ಇರ್ಲಿಲ್ಲ" ಅವಳು ಕಣ್ಣು, ಮೂಗು ಒರೆಸಿಕೊಂಡಳು.

"ಎಂಥದ್ದು ಇಲ್ಲ. ಮದುವೆ ನಿಂತಿದ್ದರ ಬಗ್ಗೆ ನಂಗೇನು ಬೇಸರವಿಲ್ಲ. ಅಪ್ಪನ ಸಾವೇ ದೊಡ್ಡ ನಷ್ಟ" ಈಗಲೂ ಅವಳು ಆ ದುಃಖದಿಂದ ಹೊರ ಬಂದಿರಲಿಲ್ಲ.

ಅವಳು ಕೂಡ ಕಣ್ಣೀರು ಮಿಡಿದಳು. ಇಂದೇ ಸತ್ಯ ಸಂಗತಿ ಕಾವೇರಮ್ಮನಿಗೆ ಮುಕ್ತಾಳಿಂದ ತಿಳಿದಿದ್ದು. ಆಕೆ ವಿಭಾ ಬಗೆಗೆ ಇನ್ನಷ್ಟು ನೊಂದುಕೊಂಡರು.

ಅವರಿಬ್ಬರು ಮಾತಾಡಿಕೊಳ್ಳಲಿಯೆಂದು ಕಾವೇರಮ್ಮ ಪಕ್ಕದ ಮನೆಗೆ ಹೋಗಿ ಕೂತರು.

"ನೀನು ಡಿಗ್ರಿ ಪೂರೈಸೋಕ್ಕಾಗ್ಲಿಲ್ಲ. ಅದಕ್ಕೆ ಹೊಣೆ ನಾನಾಗಿಬಿಟ್ಟೆ" ವಿಭಾ ದುಃಖಿತಳಾದಳು. ಮುಕ್ತಾ ಅದನ್ನು ಒಪ್ಪಲಿಲ್ಲ. "ಎಂಥದ್ದು ಇಲ್ಲ! ಆ ಡಿಗ್ರಿಯಿಂದ ಮತ್ತೇನು ಅಗಿಬಿಡ್ತಾ ಇರ್ಲಿಲ್ಲ. ಈಗ ನಾನು ಸುಖವಾಗಿದ್ದೀನಿ" ತನ್ನ ಸಂತಸದ ಬದುಕಿನ ಬಗ್ಗೆ ಹೆಮ್ಮೆ ಪಟ್ಟುಕೊಂಡಳು.

ಹಳೆಯ ನೆನಪುಗಳು ಗರಿಗೆದರಲು ಆ ಸಮಯ ವ್ಯಯವಾಯಿತು. ಹೆಚ್ಚು ಹೆಚ್ಚು ಮಾತಾಡಿದ್ದು ಮುಕ್ತಾನೆ.

"ಅಭಿಷೇಕ್ ಮತ್ತೆಂದಾದ್ರೂ.... ಸಿಕ್ಕಿದ್ರಾ?" ಈ ಪ್ರಶ್ನೆಗೆ ಮಾತ್ರ ವಿಭಾ ಬೆಚ್ಚಿಬಿದ್ದಳು. ಅವಳೆದೆ ನಗಾರಿಯಾಯಿತು. ಇಂದಿನ ದೃಶ್ಯ ಮತ್ತೆ ಅವಳ ಮೇಲೆ ಪ್ರಹಾರವಾದಂತಿತ್ತು.

ಎದ್ದು ಕೋಣೆಗೆ ಓಡಿಬಿಟ್ಟಳು. ಗೋಡೆಗೊರಗಿ ನಿಂತು ಸುಧಾರಿಸಿಕೊಂಡಳು. ಅಂದು ಸಮೀಪಿಸಿದ ಮುಖ ಇಂದಿಗೂ ಅವಳಿಂದ ಮಾನಸಿಕವಾಗಿ ದೂರ ಸರಿಯಲಿಲ್ಲ.

ಮತ್ತೆ ಅವಳು ಬಂದಾಗ ಪೂರ್ತಿ ಸಪ್ಪಗಾಗಿದ್ದು ಮುಕ್ತಾಳ ಗಮನಕ್ಕೆ ಬಂದಿತ್ತು. ಆ ಆಘಾತದಿಂದ ಅವಳು ಚೇತರಿಸಿಕೊಂಡಿಲ್ಲವೆಂದುಕೊಂಡಳು.

ಗೋಪಾಲಕೃಷ್ಣ ಬಂದಮೇಲೆಯೇ ಮುಕ್ತಾ ಹೊರಟಿದ್ದು. ಅವರು ಕೂಡ ಅತ್ಯಂತ ಪ್ರೀತಿಯಿಂದ ಮಾತಾಡಿಸಿದರು. ಅಂದು ಅವಳಮ್ಮ ಅಂದ ಮಾತುಗಳು ಎದೆಯಾಳದಲ್ಲಿ ಚುಚ್ಚುತ್ತಿದ್ದರೂ, ಅವರಿದ್ದ ಸ್ಥಿತಿಯಲ್ಲಿ ಅದು ಸಹಜವೆನ್ನುವ ತೀರ್ಮಾನಕ್ಕೆ ಬರುತ್ತಿದ್ದರು ಅಷ್ಟೆ.

"ಯಾವಾಗ ವಿಭಾ ಮದ್ವೆ?" ಅವರನ್ನೇ ಪ್ರಶ್ನಿಸಿದಳು. ಗೋಪಾಲಕೃಷ್ಣ ಅತ್ತಿತ್ತ ನೋಡಿದರು. ವಿಭಾ ಇರಲಿಲ್ಲ. "ಮಾಡೋಣ....ಮಾಡೋಣ.... ಮಾನಸಿಕವಾಗಿ ಅವಳು ಸಿದ್ಧವಾಗಿರಬೇಕಲ್ಲ. ನಾವು ಸ್ವಲ್ಪ ದಿಟ್ಟವಾಗಿ ಬೆಳೆಸಲಿಲ್ಲವೇನೋ ಎನ್ನುವ

ಪರಿತಾಪ ಪಡಬೇಕಾಗಿದೆ. ಹೇಗೆ ಇರಲಿ, ಸಮಾಜದ ಪ್ರತಿಕ್ರಿಯೆಗೆ ಒಂದೇ ರೂಪವಿರುತ್ತೆ. ನೀನು ಹೇಗಿದ್ದೀಯ?" ಅವಳ ವಿಷಯಕ್ಕೆ ಬಂದರು.

ಮುಕ್ತಾ ಹೊರಟಾಗ ವಿಭಾ ಮತ್ತು ಗೋಪಾಲಕೃಷ್ಣ ಅವಳ ಜೊತೆ ಹೊರಟರು ಬಿಟ್ಟು ಬರುವುದಕ್ಕೆ.

* * *

ಶಾಲೆ ಇರದ ಪ್ರಯುಕ್ತ ನಿಧಾನವಾಗಿ ಪೂಜೆ ಮುಗಿಸಿ ಬಂದವರಿಗೆ ತೀರ್ಥ ಪ್ರಸಾದಗಳನ್ನು ಕೊಟ್ಟು ಗೋಪಾಲಕೃಷ್ಣ ದಂಪತಿಗಳು ಕೂಡುತ್ತಿದ್ದ ಜಾಗಕ್ಕೆ ಬರುವ ವೇಳೆಗೆ ಒಂದು ಫಿಯೆಟ್ ಕಾರು ಬಂದು ನಿಂತಿತು.

ಆ ಗಣಪತಿಗೆ ಅಂಥ ಶ್ರೀಮಂತ ಭಕ್ತರಾರೂ ಇರಲಿಲ್ಲ. ಅನುರಾಗಪುರದವರು ಬಿಟ್ಟರೆ ಸುತ್ತಮುತ್ತಲಿನ ಜನ ಬಂದು ಪೂಜೆ ಮಾಡಿಸಿಕೊಂಡು ಹೋಗುತ್ತಿದ್ದರು.

ಕಾರಿನಿಂದ ಇಳಿದ ಮೇಘನಾಥ್ ಎರಡೂ ಕೈ ಜೋಡಿಸಿದರು. "ಗಣಪತಿಗಳನ್ನು ನೋಡಬೇಕಿತ್ತಲ್ಲ...." ಅಂದಾಗ ಇವರ ಮುಖ ಸಪ್ಪಗಾಯಿತು. "ಅವರೀಗ...ಇಲ್ಲ. ಯಾವ ಕೆಲಸದ ನಿಮಿತ್ತ ಬಂದಿರೋದು?" ಅವರನ್ನೇ ಕೇಳಿದರು.

"ಅಂಥದ್ದೇನಿಲ್ಲ ಒಮ್ಮೆ ಬಂದಿದ್ದೆ. ಈಗ ನೋಡಬೇಕೆನಿಸಿತು ಅಷ್ಟೆ" ಎಂದರು. ಗೋಪಾಲಕೃಷ್ಣ ನೆನಪಿಸಿಕೊಂಡರು. ಎಂದೂ ಅವರನ್ನ ನೋಡಿಲ್ಲವೆನಿಸಿತು. "ನಿಮ್ಮನ್ನ ನೋಡಿದ ಪರಿಚಯ ನನಗಿಲ್ಲ. ಅದರ ಅಗತ್ಯ ತಾನೇ ಏನಿದೆ? ಬನ್ನಿ" ಕರೆದರು.

ಮತ್ತೆ ಮಂಗಳಾರತಿ ಮಾಡಿ ಪ್ರಸಾದ ಕೊಟ್ಟರು. ಅವರು ತಟ್ಟೆಗೆ ಹಾಕಿದ ನೂರು ರೂಪಾಯಿ ನೋಟನ್ನು ಹುಂಡಿಗೆ ಹಾಕಿದರು ಗೋಪಾಲಕೃಷ್ಣ. ಗಣಪತಿಗಳ ಅನುಕರಣೆ ಇದು ಅಷ್ಟೆ.

ಮೇಘನಾಥರು ಕೂತರು. ಅನುರಾಗಪುರ, ಗಣಪತಿ ದೇವಸ್ಥಾನದ ಬಗ್ಗೆಯೆಲ್ಲ ಹೇಳಿದರು ಗೋಪಾಲಕೃಷ್ಣ. ಸ್ವಂತದ ವಿಚಾರ ಎತ್ತಲೇ ಇಲ್ಲ.

"ಗಣಪತಿಯವ್ರಿಗೆ ಒಬ್ಬ ಮಗಳು ಇದ್ದಾಳೇಂತ ಹೇಳ್ದ ನೆನಪು" ಮೇಘನಾಥ ಅವರ ವೈಯಕ್ತಿಕ ವಿಷಯದತ್ತ ದಾಪುಗಾಲು ಹಾಕಿದರು. "ಹೌದೌದು ಇದ್ದಾಳೆ" ಅಷ್ಟೇ ಅಂದಿದ್ದು.

"ದೇವಸ್ಥಾನಕ್ಕೆ ಅಷ್ಟೊಂದು ಆದಾಯವಿದ್ದ ಹಾಗೆ ಕಾಣೋಲ್ಲ" ಇನ್ನೊಂದು ವಿಷಯಕ್ಕೆ ಮಾತನ್ನು ಹೊರಳಿಸಿದರು ಮೇಘನಾಥ್. ಗೋಪಾಲಕೃಷ್ಣ ಮುಗುಳ್ನಕ್ಕರು. "ಎಲ್ಲಾ ವಿಷಯಗಳಲ್ಲೂ ಲಾಭ. ನಷ್ಟದ ಲೆಕ್ಕ ಹಾಕಲು ಸಾಧ್ಯವಿಲ್ಲ. ಮೊದಲು ಪುಟ್ಟ ಗುಡಿಯೊಂದು ಮಾತ್ರ ಇತ್ತು. ಹುಂಡಿಯಲ್ಲಿ ಬೀಳೋ ಮೊತ್ತದಿಂದ ಇಷ್ಟೆಲ್ಲ ಆಯಿತು. ಊರವರು ಬಾವಿ ತೆಗೆಸಿಕೊಟ್ಟರು. ಹೀಗೆ ಮುಂದುವರಿಯುತ್ತಿದೆ. ಇದು ದೊಡ್ಡ ದೇವಸ್ಥಾನವಾಗ್ಬಹುದು ಅಥವಾ ಹಾಗೆ ಉಳಿಯಬಹುದು. ಬಿಸಿಲು, ಕಷ್ಟಗಳಿಂದ ಬರೋ ಜನಕ್ಕೆ ಇದೊಂದು ತಂಪು ನೆರಳು. ಅಭಿಷೇಕಕ್ಕೆ ಒಂದು ನಾಲ್ಕು ಕೊಡ ನೀರು

ಬೇಕಾಗಬಹುದು. ದಾರಿಹೋಕರಿಗೆ ಇದು ದಾಹ ಇಂಗಿಸೋ ಎಳನೀರು" ಬಹಳ ಅರ್ಥಪೂರ್ಣವಾಗಿ ಹೇಳಿದರು.

ಮೇಘನಾಥರು ತನ್ಮಯರಾದರು. ಈಗ ಗಣಪತಿಗಳು ಬದುಕಿದ್ದು ಒಮ್ಮೆ ಭೇಟಿಯಾಗುವ ಅವಕಾಶ ಸಿಕ್ಕಿದರೆ ಕಾಲಿಗೆ ಬಿದ್ದು ಮಗನ ತಪ್ಪಿಗೆ ಕ್ಷಮಾಪಣೆ ಕೇಳಲು ಕೂಡ ಹಿಂಜರಿಯುತ್ತಿರಲಿಲ್ಲ.

"ತಾವು ಹೊರಡೋದೇ....ತಾನೇ?" ಮೇಘನಾಥರು ಮೇಲೆದ್ದರು. ಗೋಪಾಲಕೃಷ್ಣ ಎರಡೂ ಕೈ ಜೋಡಿಸಿದರು. "ತಾವು ಹೋಗ್ಬನ್ನಿ. ಇನ್ನು ಹತ್ತು ನಿಮಿಷದಲ್ಲಿ ಬಸ್ಸು ಬರುತ್ತೆ. ಅರ್ಧಗಂಟೆಯ ಹಾದಿಯೂ ಅಲ್ಲ" ನಿರಾಕರಿಸಿದರು.

"ಒಳ್ಗಡೆ....ಬಂದು ಆತಿಥ್ಯ ಸ್ವೀಕರಿಸಿ ಹೋಗಿ."

"ಇನ್ನೊಮ್ಮೆ ಖಂಡಿತ ಬರ್ತೀನಿ" ನಮ್ರತೆಯಿಂದ ನಿರಾಕರಿಸಿದರು.

ಕಾರು ಆಫೀಸಿನ ದಾರಿ ಹಿಡಿಯಿತು.

* * *

ಮಾರ್ಕೆಟಿಂಗ್ ಮ್ಯಾನೇಜರ್‌ರೊಂದಿಗೆ ಡಿಸ್‌ಕಸ್ ಮಾಡುತ್ತಿದ್ದ ಅಭಿಷೇಕ್ ಅವರತ್ತ ಆಶ್ಚರ್ಯದ ನೋಟ ಹರಿಸಿದ.

"ಅರ್ಜೆಂಟ್ ಕೆಲಸವಿತ್ತು!" ತಮ್ಮ ಸೀಟ್‌ಗೆ ಹೋದರು. "ಸ್ವಲ್ಪ ಬೆಂಜಮಿನ್‌ನ ಸಂಪರ್ಕಿಸಿ ಇಂದು ಫ್ರೀಯಾಗಿ ಇರ್ತಾರ ವಿಚಾರ್ಸು" ಅವನಿಗೆ ಹೇಳಿ ತಾವು ಮುಂದಿದ್ದ ಫೈಲ್‌ನತ್ತ ಗಮನ ಹರಿಸಿದರು.

ಬಟನ್ ಒತ್ತಿ ಸಾಕಾದವನು ರಿಸೀವರ್ ಇಟ್ಟ. "ಅವರ ಫೋನ್ ಡೆಡ್ ಆಗಿರಬೇಕು" ಎಂದವನು ಮಾರ್ಕೆಟಿಂಗ್ ಮ್ಯಾನೇಜರ್‌ನ್ನು ಹೋಗಬಹುದೆಂದು ಸನ್ನೆಯಿಂದಲೇ ಹೇಳಿದ.

ಮೇಘನಾಥ್ ಆಫೀಸ್ ಬಾಯ್‌ನ ಕರೆದು ಯಾರನ್ನೂ ಒಳಗೆಬಿಡಬಾರದೆಂದು ತಿಳಿಸಿ ಮಗನನ್ನು ಕೂಡುವಂತೆ ಸೂಚಿಸಿದರು.

"ನಿನ್ನಲ್ಲಿನ ಪ್ರಶ್ನೆಗೆ ಉತ್ತರ ಸಿಕ್ತಾ?" ಕೇಳಿದರು.

ಅರ್ಥವಾಗದಂತೆ ನೋಟ ಹರಿಸಿದ. "ಯಾವ ಪ್ರಶ್ನೆ?" ಗೊಣಗಿಕೊಂಡ. ಮೇಘನಾಥ್ ಅವನನ್ನೇ ನೇರವಾಗಿ ನೋಡಿದರು. "ಎಕ್ಸ್‌ಕ್ಯೂಸ್ ಮಿ, ಡ್ಯಾಡ್.... ಮನಸ್ಸಿನಲ್ಲಿ ಉದ್ಭವಿಸುವ ಎಲ್ಲಾ ಭಾವನೆಗಳಿಗೂ ಸ್ಪಷ್ಟ ರೂಪ ಕೊಡುವ ಶಕ್ತಿ ಮಾತುಗಳಾಗಿಲ್ಲ. ಹಾಗೇ ಉತ್ತರ ಸಿಕ್ಕರೂ ಸ್ಪಷ್ಟವಾಗಿ ನಿಮಗೆ ಹೇಳಲು ನನ್ನಿಂದ ಸಾಧ್ಯವಿಲ್ಲ" ಎಂದವನು ತಟ್ಟನೆ ಹೊರಗೆ ಹೋಗಿಬಿಟ್ಟ.

ಮೇಘನಾಥ್ ಮನಸ್ಸಿನಲ್ಲಿಯೇ ನಕ್ಕರು.

ಸಂಜೆ ಅಭಿಷೇಕ್ ಕಾರು ಮೇರಿ ಫಾರ್ಮಾಸೂಟಿಕಲ್ ಆಫೀಸ್ ದಾರಿ ಹಿಡಿಯಿತು.

ಒಮ್ಮೆ ವಿಭಾಳೊಂದಿಗೆ ಮಾತನಾಡಲೇಬೇಕಿತ್ತು. ಹಿಂದಿನ ದಿನ ಸಿಕ್ಕ ಯೋಗಿ ತಾನಾಗಿ ಮಾತಾಡಿಸಿಕೊಂಡು ಬಂದಿದ್ದ.

"ನನ್ಮದ್ವೆ ಇಷ್ಟರಲ್ಲೇ ನಡೆಯೋದಿದೆ. ನೀವು ಬರಲೇಬೇಕಾಗುತ್ತೆ. ನೀವು ಶೈಲೇಂದ್ರನ ಫ್ರೆಂಡ್ ಅಂದರೆ ಅದೇ ಕಾಲೇಜಿನವರು. ಬಹುಶಃ ಅದೇ ಬ್ಯಾಚ್‌ನವರು ಕೂಡ ಇರ್ಬಹ್ದು. ವಿಭಾ ಗೊತ್ತಿರಬೇಕಲ್ಲ."

ಕತ್ತಿನ ಪಟ್ಟಿ ಹಿಡಿದು ಅವಳ ಹೆಸರೆತ್ತಬೇಡವೆಂದು ಹೇಳಬೇಕೆನಿಸಿತು ಅವನಿಗೆ. ತಾಳ್ಮೆ ವಹಿಸಿ ಸುಮ್ಮನಾಗಿದ್ದ.

"ನಿಮ್ದು ಲವ್-ಹೇಟ್ ರಿಲೇಶನ್‌ಷಿಪ್. ಅವಮಾನ, ತಂದೆಯ ಸಾವಿಗೆ ಕಾರಣನಾದ ನಿನ್ನನ್ನು ಅವಳು ದ್ವೇಷಿಸ್ತಾಳೆ ಅಷ್ಟೆ" ಶೈಲೇಂದ್ರನ ಮಾತುಗಳು ಅವನ ಹೃದಯವನ್ನೇ ಛಿದ್ರಗೊಳಿಸುತ್ತಿದ್ದವು.

ತನ್ನೆದೆಯ ಭಾವನೆಗಳನ್ನ ಬಿಡಿಸಿ ಹೇಳಲು ತನ್ನಿಂದ ಎಷ್ಟು ಸಾಧ್ಯ? ಅವಳು ತಾನೇ ಇದನ್ನು ಹೇಗೆ ನಂಬಿಯಾಳು? ಅವನಿಗೆ ತಲೆ ಕೆಟ್ಟರೂ ಹೃದಯ ಮಾತ್ರ ವಿಭಾಳನ್ನು ನೆನೆಸುತ್ತಿತ್ತು.

ಇಂದು ಬೆಂಜಮಿನ್ ಕಾರು ಹತ್ತುತ್ತಿದ್ದವರು ಅಭಿಷೇಕ್‌ನನ್ನು ನೋಡಿ ಮುಗುಳ್ನಕ್ಕರು. "ಹಲೋ, ಮೈ ಬಾಯ್" ಸಲುಗೆಯಿಂದಲೇ ಮಾತನಾಡಿಸಿದರು. ಅವನೇನು ತಬ್ಬಿಬ್ಬಾಗಲಿಲ್ಲ "ಒಂದಿಷ್ಟು ನಿಮ್ಮ ಆಫೀಸಿನಲ್ಲಿ ಕೆಲ್ಸವಿದೆ...." ಎಂದ ಅಳುಕದೇ.

ಕ್ಷಣ ಮೌನವಹಿಸಿದ ಬೆಂಜಮಿನ್ ಪಕ್ಕನೆ ನಕ್ಕರು. "ನನ್ಹತ್ರ ಅಲ್ಲ, ನಮ್ಮ ಆಫೀಸಿನಲ್ಲಿ ತಾನೇ ಕೆಲಸ. ನಾನು ಹೋಗ್ಬಹ್ದು ತಾನೇ?" ಭುಜತಟ್ಟಿ ಕಾರು ಹತ್ತಿದರು.

ಗಣಪತಿಗಳು ಸಂಸ್ಕೃತ ಹೇಳಿಕೊಟ್ಟು ಆಗಾಗ ತಮ್ಮ ಜೊತೆಯಲ್ಲಿಯೇ ಕೂಡಿಸಿಕೊಂಡು ಊಟ ಮಾಡಿದ್ದರೂ ಹಣವನ್ನು ಮಾತ್ರವಲ್ಲ, ಬೆಂಜಮಿನ್‌ನಿಂದ ಕನಿಷ್ಠ ಸಹಕಾರವನ್ನು ಕೂಡ ಪಡೆದಿರಲಿಲ್ಲ. ಈಗ ಒಂದು ಅವಕಾಶ ಒದಗಿ ಬಂದಿತ್ತು! ವಿಭಾ ಬದುಕು ಇದರಿಂದ ಹಸನಾಗಬಹುದು. ಆದರೆ ಇದನ್ನು ಅವಳು ಹೇಗೆ ತೆಗೆದುಕೊಳ್ಳುತ್ತಾಳೋ? ಅಂಜುತ್ತಿದ್ದರು ಕೂಡ.

ರಿಸೆಪ್ಷನಿಸ್ಟ್ ಕೌಂಟರ್‌ನ ಸೀಟ್‌ನಲ್ಲಿ ಮತ್ಯಾರೋ ಇದ್ದರು. ಅಭಿಷೇಕ್ ಹೆಜ್ಜೆಗಳು ಭಾರವಾದವು. ಪ್ರಯಾಸದಿಂದ ಹೆಜ್ಜೆಗಳನ್ನು ಎಳೆದಿಟ್ಟ.

"ವಿಭಾ....ಎಲ್ಲಿ?" ಕೇಳಿದ.

"ಇಂದು ಬಂದಿಲ್ಲ!" ಹೇಳಿದ್ದು ಸುಳ್ಳೆ.

ಸ್ವಲ್ಪ ಆ ಕಡೆ ಕೂತು ಟೈಪ್ ಮಾಡುತ್ತಿದ್ದಳು ಎನ್ನುವುದಕ್ಕಿಂತ ಟೈಪಿಂಗ್ ಕಲಿಯುತ್ತಿದ್ದಳು. ಅಭಿಷೇಕ್‌ನ ಗಮನಿಸಿದ್ದಳು ಕೂಡ. ವಿವರಣೆ, ಕ್ಷಮಾಪಣೆ ಇವುಗಳಿಂದ ಈಗ ಯಾವ ಪ್ರಯೋಜನವೂ ಇರಲಿಲ್ಲ.

ಹೇಳಿದವಳು ಇವಳ ಮುಂದೆ ಬಂದು ಪಕ್ಕನೆ ನಕ್ಕಳು. "ಡಿಸಪಾಯಿಂಟ್ ಆಯ್ತೂಂತ ಕಾಣಿಸುತ್ತೆ. ಯಾರು ಬಾಯ್ ಫ್ರೆಂಡಾ?" ಅಲ್ಲವೆನ್ನುವಂತೆ ತಲೆಯಾಡಿಸಿದ ವಿಭಾ ತನ್ನ ಪಾಡಿಗೆ ಟೈಪಿಂಗ್‌ನಲ್ಲಿ ನಿರತಳಾದಳು.

ಹಿಂದಿನ ರಾತ್ರಿ ಅವಳನ್ನು ಮುಂದೆ ಕೂಡಿಸಿಕೊಂಡು ಗೋಪಾಲಕೃಷ್ಣ "ಅಣ್ಣ ಸತ್ತು ಒಂಬತ್ತು ತಿಂಗಳಾಗಿ ಹೋಯ್ತು. ಎಲ್ಲರೂ ಕೇಳೋ ಪ್ರಶ್ನೆ, ಹೇಳೋ ಸಲಹೆಗೆ ಅರ್ಥ್ ಹುಡುಕಿಕೊಳ್ಳಬೇಕೇನೋ ಅಂದ್ಕೊಂಡೆ.

ಇದೇ ವರ್ಷದಲ್ಲಿ ನಿನ್ನ ಮದುವೆ ಮಾಡಿದ್ರೆ ಕನ್ಯಾದಾನದ ಫಲ ಅಣ್ಣನಿಗೆ ಸೇರುತ್ತೆ." ತಮ್ಮ ಮನೋ ನಿಶ್ಚಯ ಮುರಿದು ಈ ಮಾತುಗಳನ್ನು ಹೇಳಿದ್ದರು. ಯೋಗಿಯ ಕಡೆಯವರು ಹಬ್ಬಿಸಿರುವ ಗುಲ್ಲು, ಅವರ ಕೈಯಿಂದ ಮದುವೆ ಮಾಡಿಕೊಡಿ ಎಂದು ಹೇಳಿಕಳಿಸುವ ತಗಾದೆ, ಜನರ ಎಲ್ಲಾ ಮಾತುಗಳಿಂದ ಅವಳನ್ನು ರಕ್ಷಿಸಲು ಮದುವೆಯೊಂದು ದಾರಿಯಾಗಿ ಕಂಡಿತೇನೋ.

ಅವಳ ಕಣ್ಣಿನಲ್ಲಿ ನೀರು ತುಂಬಿಕೊಂಡಿತು. ಅವರ ಎದುರಿನಿಂದ ಎದ್ದು ಹೋಗಿದ್ದಳು. ಇಂದು ಅದೇ ವಿಷಯ ಪ್ರಸ್ತಾಪಕ್ಕೆ ಬರಬಹುದೆಂಬ ಅನ್ಯಮನಸ್ಕತೆ ಅವಳನ್ನು ಮತ್ತಷ್ಟು ಹಿಂಡುತ್ತಿತ್ತು.

ಟೈಫಾಯಿಡ್‌ನಲ್ಲಿ ಬಿದ್ದು ಎದ್ದ ಮೇಲೆ ಅವರು ಪೂರ್ತಿ ಸುಧಾರಿಸಿಕೊಂಡಿಲ್ಲವೆಂದು ಕಾವೇರಮ್ಮ ಹೇಳುವುದನ್ನು ಅವಳು ಗಮನಿಸಿದ್ದಳು. ದಷ್ಟಪುಷ್ಟರಾಗಿ, ಶುಭ್ರಕೆಂಪು ಬಿಳಿ ಬೆರೆತ ಬಣ್ಣ, ಆರಡಿಗೆ ಒಂದಿಂಚು ಕಡಿಮೆಯ ಆಜಾನುಬಾಹು ಈಗ ಅರ್ಧದಷ್ಟು ಇರಲಿಲ್ಲ. ಮೇಲ್ಮುಖಕ್ಕೆ ಗೆಲುವಾಗಿ ಕಂಡರೂ ಗೋಪಾಲಕೃಷ್ಣರ ಎದೆಯಾಳದ ನೋವು ಕಮ್ಮಿಯಾಗಿರಲಿಲ್ಲ. ಅವರನ್ನ ಹೆಚ್ಚು ಕಾಡುತ್ತಿದ್ದುದು ಅಪರಾಧ ಪ್ರಜ್ಞೆ.

ಮನೆ ತಲುಪಿದ್ದು ತಡವಾಗಿಯೇ. ವಿಭಾ ವಿಷಯ ಪ್ರಸ್ತಾಪಕ್ಕೆ ಬರುತ್ತದೆಯೋ ಎನ್ನುವ ಭಯ, ಯೋಗಿಯ ಬಗೆಗೆ ವೈಯಕ್ತಿಕವಾಗಿ ಎಂಥ ಕಹಿ ಇಲ್ಲದಿದ್ದರೂ ಎಷ್ಟೇ ಸಲ ನೋಡಿದ್ದರೂ ಅವನ ಮುಖವನ್ನು ನೆನಪಿನಲ್ಲಿ ಇಟ್ಟುಕೊಳ್ಳುವುದು ಮದುವೆಯ ದಿನದವರೆಗೂ ಸಾಧ್ಯವಾಗಿರಲಿಲ್ಲ. ಈಗ ಅಂಥದ್ದೇ ಪುನರಾವರ್ತನೆ. ಬೆವರುವಂತಾಯಿತು.

"ನಿಮ್ಮ ಚಿಕ್ಕಪ್ಪ ಬಾಗಿಲಲ್ಲೇ ಕಾದು ನಿಂತುಬಿಟ್ಟಿದ್ರು. ಬಸ್‌ಸ್ಟಾಪ್‌ವರೆಗೂ ಹೋದರೇನೋ" ಕಾವೇರಮ್ಮ ನುಡಿದಾಗ ನಗಲು, ಅಳಲು ಆಗದ ಸ್ಥಿತಿ ಅವಳದು.

ಇವರೆಲ್ಲದ ಪ್ರೀತಿ ತನ್ನನ್ನೆಲ್ಲಿ ಮದುವೆಯೆಂಬ ನೇಣುಗಂಬಕ್ಕೆ ಏರಿಸಿ ಬಿಡುತ್ತದೆಯೋ! ಆಗ ನೋಯುವವರು ಮತ್ತಷ್ಟು ಜನ.

"ಬಸ್ಸು ಸ್ವಲ್ಪ ತಡವಾಯ್ತು ಚಿಕ್ಕಮ್ಮ. ಆಫೀಸ್ ಬಿಡೋ ಹೊತ್ತಿಗೇನೇ ಬಿಟ್ಟಿದ್ದು. ನನ್ನ ಇನ್ನು ಚಿಕ್ಕಪ್ಪ ಮಗೂಂತ ತಿಳ್ಕೊಂಡ್ಬಿಟ್ಟಿದ್ದಾರೆ" ಎಂದವಳು ಕೋಣೆಗೆ ಹೋಗಿಬಿಟ್ಟಳು.

ಕಾವೇರಮ್ಮ ಅವಳ ಹಿಂದೆಯೇ ಬಂದರು. "ಮತ್ತೆ ಮತ್ತೆ ಅಯ್ಯಂಗಾರಿ ಬಂದು ತಲೆ ಕೆಡಿಸ್ತಾನೆ. ಬೇರೆ ಸಂಬಂಧ ಹುಡುಕಿಟ್ಟಿದ್ದಾನಂತೆ. ಮುಂದೆ ಒಂದು ಕಾರಣ ಮುಂದಿಟ್ಟು ನಿನಗೆ ಮದುವೆಯಾಗ್ದೇ ಇರೋಕೆ. ಅದೆಂಥ ಜನ ನಿನ್ನ ಚಿತ್ರವಧೆ ಮಾಡ್ತಿದ್ದಾರೆ. ಅಂಥದೆಲ್ಲ ಬೇಡ. ಅಂದು ನಡೆದ ಪ್ರಕರಣದಲ್ಲಿ ನಿನ್ನದೇನು ತಪ್ಪಿಲ್ಲ. ಅದ್ನೇ ಮನಸ್ಸಿನಲ್ಲಿ ಇಟ್ಕೋಬೇಡ" ಬುದ್ಧಿ ಹೇಳಿದಾಗ ಆಕೆಯ ಕಾಲಿಗೆ ಬಿದ್ದು ಭಕ್ತಿಯಿಂದ ನಮಸ್ಕರಿಸಬೇಕೆನಿಸಿತು ಅವಳಿಗೆ.

ಮುಕ್ತಾಗೆ ಸ್ವಂತ ತಾಯಿ ಇದ್ದರೂ ಆಕೆ ಆಡಿದ ಮಾತುಗಳು, ಪಟ್ಟ ಅನುಮಾನ, ಹೊರೆಸಿದ ಆಪಾದನೆಗಳ ಪಟ್ಟಿಯನ್ನೇ ಅವಳ ಮುಂದೆ ಬಿಚ್ಚಿಟ್ಟು ಕಣ್ಣಲ್ಲಿ ನೀರು ಹಾಕಿಕೊಂಡಿದ್ದಳು.

"ಅವ್ನು ಮುತ್ತಿಟ್ಟಿದು ನಿನಗಾ, ಅವಳಿಗಾ? ಅಂತ್ಲೇ ಕೇಳಿದ್ರು"

ಅದೆಲ್ಲ ನೆನಪಾಗಿ ಕಣ್ಣಂಚು ಒದ್ದೆಯಾಯಿತು.

"ಆಯ್ತು....ಚಿಕ್ಕಮ್ಮ" ಟವಲ್ ತಗೊಂಡ್ ಬಾತ್‌ರೂಮ್‌ಗೆ ಹೋಗಿ ಗೋಡೆಗೆ ಕಣ್ಣೀರು ಸುರಿಸಿದಳು. "ಪ್ಲೀಸ್, ಅಭಿಷೇಕ್ ನನ್ನ ಕಾಡಬೇಡ. ನನ್ನವರ ಪ್ರೀತಿ, ಪ್ರೇಮದ ಮಧ್ಯೆ ನನ್ನ ಬದುಕೋಕೆ ಬಿಡು" ಮನದಲ್ಲಿದ್ದುದು ತುಟಿಯಿಂದ ಹೊರಗೆ ಬಂದಿತ್ತು.

ಯಾರಾದರೂ ಅಭಿಷೇಕ್ ಮತ್ತು ನಿನ್ನ ಮಧ್ಯದ ಪ್ರೀತಿ, ಪ್ರೇಮ ಎಷ್ಟು ವರ್ಷದ್ದು, ಎಷ್ಟು ತಿಂಗಳದು, ಎಷ್ಟು ದಿನಗಳದ್ದು, ಎಷ್ಟು ನಿಮಿಷಗಳದ್ದು? ಎಂದು ಕೇಳಿದರೆ ಅವಳು ಖಂಡಿತ ಸಾಕ್ಷಿ ಪುರಾವೆಗಳನ್ನು ಒದಗಿಸಲಾರಳು.

'ಇದೇ ಪ್ರೀತಿಯ ಲಕ್ಷಣ' ಹೃದಯದಲ್ಲಿ ಅಡಗಿದ್ದ ಅಭಿಷೇಕ್ ಅಣಕಿಸಿದಂತಾಯಿತು. 'ಇಲ್ಲ....ಇಲ್ಲಿ....ಎಲ್ಲಕ್ಕೂ ಕಾರಣನಾದ ನಿನ್ನನ್ನು ನಾನು ಪ್ರೀತಿಸೋಲ್ಲ' ಕುಸಿದು ಮಂಡಿಯಲ್ಲಿ ಮುಖ ಹುದುಗಿಸಿ ಬಿಕ್ಕಿಬಿಕ್ಕಿ ಅತ್ತಳು.

"ವಿಭಾ...." ಗೋಪಾಲಕೃಷ್ಣರ ಸ್ವರ. ದಢಾರನೇ ಎದ್ದು ಬೇಗ ಬೇಗನೆ ತಣ್ಣೀರು ಮುಖಕ್ಕೆರಚಿಕೊಂಡು ಎರಡು ಸಲ ಪಿಯರ್ಸ್‌ನಿಂದ ಮುಖ ತೊಳೆದಳು.

"ಬಂದೇ....ಚಿಕ್ಕಪ್ಪ" ಟವೆಲ್‌ನಿಂದ ಮುಖವನ್ನೊತ್ತುತ್ತ ಹೊರಗೆ ಬಂದಳು. ಕ್ಷಣ ನೋಡಿದವರು ನಕ್ಕುಬಿಟ್ಟರು. "ನಮ್ಮ ಹುಡ್ಗೀ ಈಗೀಗ ಸ್ವಲ್ಪ ಬುದ್ಧಿವಂತೆಯಾಗ್ತಾ ಇದ್ದಾಳೆ!" ಅವರ ಮಾತಿನ ಅರ್ಥ ಅವಳಿಗಾಗಲಿಲ್ಲ.

ಇಬ್ಬರೂ ಜೊತೆಯಾಗಿಯೇ ತಿಂಡಿ ಕಾಫಿ ಕುಡಿದರು.ಇಂದು ಗೋಪಾಲಕೃಷ್ಣ ಹಾಯಾಗಿ, ಹಗುರವಾಗಿ ತಮಾಷೆ ಮಾಡುತ್ತ ಜೋಕ್ ಹಾರಿಸುತ್ತ ಹಿಂದಿನಂತೆ ಕೀಟಲೆ ಮಾಡಿದರು. ಮರೆತುಹೋದ ಕ್ಷಣಗಳು ಮರುಕಳಿಸಿ ಮನೆಯಲ್ಲಿ ಹರ್ಷ ತುಂಬಿಕೊಂಡಂತಾಯಿತು.

"ನರಹರಿ ಪತ್ರ ಬರೆದಿದ್ದಾನೆ. ರಜಾಕ್ಕೂ ಅವ್ರನ್ನು ಕಳಿಸೋಲ್ವಂತೆ" ಪತ್ರವನ್ನು

ವಿಭಾಗೆ ಕೊಟ್ಟು "ನಾಳೆ ಒಂದು ಪತ್ರ ಬರ್ದು ಹಾಕು. ಸದ್ಯಕ್ಕೆ ನನ್ನ ಗಲಾಟೆ ಚಿಕ್ಕಪ್ಪ, ಚಿಕ್ಕಮ್ಮನಿಗೆ ಸಾಕಾಗಿದೆ ಅಂತ. ನಮ್ಗೆ ನೀನೊಬ್ಬೆ ಸಾಕು. ಅವ್ರನ್ನ ಅಲ್ಲೇ ಇಟ್ಕೊಳ್ಳಿ" ಎಂದರು ಗೋಪಾಲಕೃಷ್ಣ.

ಅವು ಉತ್ಪ್ರೇಕ್ಷೆಯ ಮಾತುಗಳಲ್ಲವೆಂದು ಅವಳಿಗೆ ಗೊತ್ತು. ಸ್ವಂತ ಮಕ್ಕಳಿಗಿಂತಲೂ ಹೆಚ್ಚಿನ ಪಾಲು ಪ್ರೀತಿಯನ್ನು ಇವಳಿಗೆ ನೀಡುತ್ತಿದ್ದರು.

ವಿಭಾನ ಉಯ್ಯಾಲೆಯಲ್ಲಿ ಕೂಡಿಸಿ ತೂಗೋದು, ಉಪ್ಪು ಮೂಟೆ ಎತ್ತಿಕೊಳ್ಳುವುದು, ಚೆನ್ನೆಮಣೆಯಿಂದ ಹಿಡಿದು ಕುಂಟಬಿಲ್ಲೆಯವರೆಗೂ ಪುಟ್ಟ ವಿಭಾಳ ಜೊತೆ ಆಡುತ್ತಿದ್ದರು. ಆ ಕ್ಷಣಗಳಲ್ಲಿಯೇ ಗಣಪತಿಗಳ ಮುಖದಲ್ಲಿ ಮಂದಹಾಸವಿರುತ್ತಿದ್ದುದು.

ನೆನಪಿನಿಂದ ಹೆಕ್ಕಿದ ಮುತ್ತುಗಳು ಅವಳಲ್ಲಿ ಉಲ್ಲಾಸ ತುಂಬಿದವು. ಪತ್ರ ಓದಿ ಮುಗಿಸಿ ಕಾವೇರಮ್ಮನ ಕಡೆ ತಿರುಗಿದಳು. "ರಜಾಕ್ಕೆ ಇಲ್ಲಿಗೆ ಬರ್ಲಿ ಚಿಕ್ಕಮ್ಮ. ನೀವು ಹೇಳಿ ಚಿಕ್ಕಪ್ಪನಿಗೆ. ನಾನು ಹಾಗಂತಲೇ ಪತ್ರ ಬರೆಯುವುದು" ಆಕೆ ಬರಿ ನಕ್ಕು ತನ್ನ ನಿಸ್ಸಹಾಯಕತೆ ತೋಡಿಕೊಂಡರು. "ಅವರೇನಾದ್ರು ಕೇಳುದಾಂದ್ರೆ ನಿನ್ಮಾತು ಮಾತ್ರ, ನನ್ನ ಮಾತು ಎಂದಾದ್ರೂ ಕೇಳಿದ್ದುಂಟಾ?" ಗಂಡನ ಕಡೆ ನೋಟ ಹರಿಸಿದರು.

ಇಂದಿನ ಅಪರೂಪ ಕ್ಷಣಗಳನ್ನು ಮನಃಪೂರ್ವಕವಾಗಿ ಆಸ್ವಾದಿಸಿದರು ಮೂವರು. ದಟ್ಟವಾದ ಕತ್ತಲೆಯ ನಡುವೆ ಮಿಣುಕು ಹುಳು ಸಂಚರಿಸಿದಂತಾಯಿತು.

ಮಲಗಿದ ಕೂಡಲೇ ವಿಭಾ ನಿದ್ರಿಸಿಬಿಟ್ಟಳು ಕೂಡ. ಆಮೇಲೆ ಕಾವೇರಮ್ಮ, ಗೋಪಾಲಕೃಷ್ಣ ಹೊರಗೆ ಕೂತು ಬಹಳ ಚರ್ಚಿಸಿದ್ದು ಗುಟ್ಟಾಗಿಯೇ ಉಳಿಯಿತು.

ಮಧ್ಯರಾತ್ರಿಯ ವೇಳೆಗೆ ಎಚ್ಚರವಾಗಿ ತಟ್ಟನೇ ಎದ್ದು ಕೂತಳು ವಿಭಾ. "ಛೇ, ಅಭಿಷೇಕ್‌ನ ಕಾಡುವಿಕೆಯಿಂದ ಹೇಗೆ ಪಾರಾಗುವುದು?" ಮೊಣಕಾಲುಗಳ ಮೇಲೆ ತಲೆ ಇಟ್ಟು ಕಣ್ಣುಮುಚ್ಚಿದಳು. 'ಅನ್‌ಬಿಲೀವಬಲ್' ಯಾರೋ ಕಿವಿಯಲ್ಲಿ ಹೇಳಿದಂತಾಯಿತು. ಮತ್ತಷ್ಟು ಗಟ್ಟಿಯಾಗಿ ಕಣ್ಮುಚ್ಚಿಕೊಂಡಳು.

ದಿನಕ್ಕಿಂತ ಅರ್ಧಗಂಟೆ ತಡವಾಗಿ ಎದ್ದಳು. ಗೋಪಾಲಕೃಷ್ಣ ಹೊರಟು ಬಿಟ್ಟಿದ್ದರಿಂದ ನಿಶ್ಚಿಂತೆಯ ಉಸಿರು ದಬ್ಬಿದಳು.

ಬಾಗಿಲಿಗೆ ಬರುವ ವೇಳೆಗೆ ಶೈಲೇಂದ್ರನ ಜೊತೆ ಅಭಿಷೇಕ್ ಅವಳ ಗುಂಡಿಗೆ ನಿಂತಂತಾಯಿತು.

"ಬನ್ನಿ...ಬನ್ನಿ..." ಎಂದು ಆಹ್ವಾನಿಸಲಾರದೆ ಹೋದಳು. ಶೈಲೇಂದ್ರ ನಸುನಕ್ಕು "ನನ್ನ ನೆನಪು ನಿಮ್ಗೆ ಇರಬೇಕಲ್ಲ!" ಎಂದವನು ಒಂದು ಆಹ್ವಾನ ಪತ್ರಿಕೆಯನ್ನು ಕೊಟ್ಟ. "ಓಲ್ಡ್ ಸ್ಟೂಡೆಂಟ್ಸ್ ಡೇ ಅಂತ ಮಾಡ್ತಾ ಇದ್ದೀವಿ. ನೀವು ನಮ್ಮ ಕಾಲೇಜಿನ ಸ್ಟೂಡೆಂಟ್ ತಾನೇ? ಯಾರೂ ತಪ್ಪಿಸಿಕೊಳ್ಳೋ ಹಂಗಿಲ್ಲ. ನೀವು ಬರಬೇಕು. ನಿಮ್ಮ ಫ್ರೆಂಡ್ ಇಲ್ಲೇ ಎಲ್ಲೋ ಇದ್ದಾರೇಂತ ಗೊತ್ತಾಯ್ತು. ಸ್ವಲ್ಪ ವಿಳಾಸ ತಿಳಿಸ್ತೀರಾ?"

ಇನ್ನೊಂದು ಕವರ್ ತಗೊಂಡ್ ಹೇಳುವ ಅಡ್ರೆಸ್‌ಗಾಗಿ ಕಾದ.

ಕವರ್ ಹಿಡಿದ ಅವಳ ಕೈ ಕಂಪಿಸಿತು. "ನಂಗೆ ಗೊತ್ತಿಲ್ಲ..." ಎನ್ನುವ ವೇಳೆಗೆ ಹಿಂದಿನಿಂದ ಕಾವೇರಮ್ಮನ ಸ್ವರ "ಕೂತ್ಕೊಳ್ಳಿ....ವಿಭಾ ಇಲ್ಲಿ ಬಾ" ಅಡಿಗೆ ಮನೆಗೆ ಹೋಗಿಬಿಟ್ಟಳು. ಅಭಿಷೇಕ್‌ದು ಅದೆಂಥ ಕೆಟ್ಟ ಧೈರ್ಯ! ಅಂದು ಮದುವೆಯ ದಿನ ಗೋಪಾಲಕೃಷ್ಣರ ಮೈಯಲ್ಲಿ ದೈತ್ಯ ಸಂಚಾರವಾಗಿತ್ತು. ಹತ್ತು ಜನ ಹಿಡಿದರೂ ನಿಲ್ಲದೇ ಯೋಗಿನ ಬಡಿದಿದ್ದರು. ವಿಭಾಗೆ ಒಂದಿಷ್ಟು ನೋವಾದರೂ, ಅವಮಾನವಾದರೂ ಅವರು ಸಹಿಸರು. ಹಾಲಿನಂಥ ಮನುಷ್ಯನಿಗೆ ರೋಷ ಬರುತ್ತಿದ್ದುದು ಅಂಥ ಸಂದರ್ಭಗಳಲ್ಲಿಯೇ.

ಕರೆಯೋಲೆಯ ಕವರನ್ನು ಚಿಕ್ಕಮ್ಮನ ಕೈಯಲ್ಲಿ ಕೊಟ್ಟು ಅವರು ಕೊಟ್ಟ ಕಾಫಿಯನ್ನು ತಂದು ಶೈಲೇಂದ್ರ, ಅಭಿಷೇಕ್ ಮುಂದಿಟ್ಟಳು.

"ನನ್ಮದ್ವೆ ಆಯ್ತು. ನೀವು ಇಲ್ಲಿರೋದು ಗೊತ್ತಿದ್ರೆ ಇನ್ವಿಟೇಷನ್ ಕೊಡ್ಬಹುದಿತ್ತು" ಶೈಲೇಂದ್ರ ಪೇಚಾಡಿಕೊಂಡ. ಏನಾದರೂ ವಿಭಾ ಹೇಳಲೇಬೇಕಿತ್ತು. ಎರಡು ಸಲ ಬಲವಂತವಾಗಿ ಉಗುಳು ನುಂಗಿದಳು. "ಪರವಾಗಿಲ್ಲ...ತಗೊಳ್ಳಿ" ಅಷ್ಟು ಹೇಳಿದವಳೇ ಕೋಣೆಗೆ ಹೋಗಿ ಕೂತುಬಿಟ್ಟಳು.

ಅಂದಿನ ಪ್ರಕರಣ, ತಂದೆಯ ಸಾವು ಒಟ್ಟೊಟ್ಟಾಗಿ ಮೂಡಿ ಅವಳನ್ನು ಚಿತ್ತಕ್ಷೋಭೆಗೊಳಿಸುತ್ತಿತ್ತು. ಗೋಡೆಗೊರಗಿ ತುಟಿ ಕಚ್ಚಿ ಮನದ ತುಮುಲ ಹತ್ತಿಕ್ಕಲು ನೋಡಿದಳು.

ಕಾವೇರಮ್ಮ ಮಾತನಾಡುತ್ತಿರುವುದು ಕೇಳಿಸಿತು. ಬಿಳಚಿಕೊಂಡ ಮುಖ ಹೊತ್ತು ಹೊರಗೆ ಬರಲು ಹಿಂಜರಿದಳು. ಒಂದು ರೀತಿಯ ಅವಮಾನ ಕೂಡ. ತಪ್ಪು ಮಾಡಿದ ಅಭಿಷೇಕ್ ಧೈರ್ಯವಾಗಿ ಬಂದಿದ್ದ. ನಿರಪರಾಧಿಯಾದ ಅವಳದು ತೊಳಲಾಟದ ಸ್ಥಿತಿ.

"ವಿಭಾ, ಅವ್ರುಗಳು ಹೊರಟಿದ್ದಾರೆ" ಕಾವೇರಮ್ಮ ಕೂಗಿ ಹೇಳಿದರು. "ಆಫೀಸಿಗೆ ಹೊರಟಿದ್ದಾಳೆ ನೋಡಿ" ಏನೋ ಹೇಳುತ್ತಿದ್ದರು.

ಶೈಲೇಂದ್ರ, ಅಭಿಷೇಕ್‌ನ ನೋಟ ಒಟ್ಟಿಗೆ ಎದುರಿಸುವುದು ಅವಳಿಗೆ ಕಷ್ಟ. ಪ್ರಯಾಸದಿಂದ ಹೊರಗೆ ಬಂದಳು.

"ಬರ್ತೀವಿ ವಿಭಾ, ಖಂಡಿತ ಬರ್ತೀರಲ್ಲ. ಮತ್ತೆ ಬಂದು ಜ್ಞಾಪಿಸೋಕು ರೆಡಿ. ಬೇಕಿದ್ದರೆ ಅಂದು ನಾವೇ ಬಂದು ಕರೆದೊಯ್ತೀವಿ. ಇದೊಂದು ಗ್ರೇಟ್ ಆಪರ್ಚುನಿಟಿ. ಎಲ್ಲಾ ವಿದ್ಯಾರ್ಥಿಗಳು ಒಟ್ಟಿಗೆ ಸೇರೋದೂಂದ್ರೆ ಒಂದು ಅದ್ಭುತ ಅನುಭವ. ನೀವು ಖಂಡಿತ ಮಿಸ್ ಮಾಡ್ಕೋಬಾರ್ದು" ಶೈಲೇಂದ್ರ ಇಷ್ಟು ಹೇಳಿ ಮುಗಿಸಿದರೂ ಅವಳದು ಯಾವ ಪ್ರತಿಕ್ರಿಯೆಯೂ ಇಲ್ಲ.

ಶೈಲೇಂದ್ರ ಅಭಿಷೇಕ್‌ನತ್ತ ನಿಸ್ಸಹಾಯಕ ನೋಟ ಬೀರಿದ.

"ವಿಭಾನ ಕರ್ಕೊಂಡ್ಬರೋದು.... ನಂಗಿರ್ಲಿ" ಮೆಲುವಾಗಿ ಹೇಳಿದ ಅಭಿಷೇಕ್ ಅವಳತ್ತ ನೋಟ ಹರಿಸಿದ. ಅವನ ಕಣ್ಣುಗಳು ಮಿನುಗುತ್ತಿದ್ದವು. "ಇದಕ್ಕೆ ನಿನ್ನ ಒಪ್ಗೇ ಕೂಡ ಇದೆ" ಎಂದವನು ಶೈಲೇಂದ್ರನನ್ನು ಎಳೆದುಕೊಂಡು ಹೋಗಿಬಿಟ್ಟ.

ನಂತರ ಬಂದ ಕಾವೇರಮ್ಮ ಯುವಕರನ್ನು ಮೆಚ್ಚಿಕೊಂಡರು. "ಓದಿದ ಕಾಲೇಜು ಮೇಲೆ, ಆಗ ಕಲಿತ ವಿದ್ಯಾರ್ಥಿಗಳ ಮೇಲೆ ಎಷ್ಟೊಂದು ಅಭಿಮಾನ! ಒಂದೊಂದೇ ವಿಳಾಸನ ಪತ್ತೆ ಮಾಡ್ಕೊಂಡು ಬಂದಿದ್ದಾರೆ" ವಿಭಾ ಅವರ ಮಾತುಗಳಿಗೆ ಬದಲು ಹೇಳಲಿಲ್ಲ. ಸತ್ಯ ಗೊತ್ತಾದರೇ.... ಅದರ ಕಲ್ಪನೆ ಅವಳಿಗೆ ಬೇಡವೆನಿಸಿತು.

ಅವಳು ಆಹ್ವಾನ ಪತ್ರಿಕೆಯನ್ನು ಕೂಡ ತೆಗೆದು ನೋಡಲಿಲ್ಲ. ಅಪಸ್ವರದ ತಂತಿಯ ಮೇಲೆ ಹೊಸ ರಾಗಗಳ ಮಿಡಿತ.

"ಬರ್ತೀನಿ....ಚಿಕ್ಕಮ್ಮ" ಮನೆಯಿಂದ ಹೊರಗೆ ಬಂದವಳು ಸುತ್ತಮುತ್ತಲೂ ನೋಡಿದಳು. ನಗುವ ಅಭಿಷೇಕ್‌ನ ಕಣ್ಣುಗಳು ಹಿಂಬಾಲಿಸಿದಂತಾಯಿತು.

ಅವುಗಳಿಂದ ತಪ್ಪಿಸಿಕೊಳ್ಳಬೇಕೋ, ಅವುಗಳ ನಡುವೆ ಬಂದಿಯಾಗಬೇಕೋ ಅವಳಿಗೊಂದು ಅರ್ಥವಾಗಲಿಲ್ಲ.

ಆಫೀಸ್ ತಲುಪಿದಾಗಲೂ ಅವಳೆದೆಯ ಬಡಿತ ಕಮ್ಮಿ ಆಗಿರಲಿಲ್ಲ. ಎಂದೂ ಅನುರಾಗಪುರ ಬಿಡಲು ಒಪ್ಪದ ಗೋಪಾಲಕೃಷ್ಣ ವಿಭಾಳಿಗಾಗಿ ಅಲ್ಲಿ ಬಂದು ನೆಲೆಸಿದ್ದರು. ಪೂಜೆ, ಶಾಲೆ ಎರಡರ ಓಡಾಟದ ಕೆಲಸದಲ್ಲಿ ಅವರಿಗೆ ಹೆಚ್ಚು ದಣಿವು.

ಇಂದು ಹೋಗಿದ್ದು ಹತ್ತು ನಿಮಿಷ ತಡವಾಗಿಯೇ.

"ಬಂದ ತಕ್ಷಣ ಸಾಹೇಬ್ರು ಬರೋದಿಕ್ಕೆ ಹೇಳಿದ್ದಾರೆ" ಪ್ಯೂನ್ ಬಂದು ತಿಳಿಸಿದ.

ಅವಳಿಗೆ ಆ ಆಫೀಸಿನಲ್ಲಿ ಸಿಗುವ ಪ್ರತ್ಯೇಕ ಗೌರವ, ಸೌಲಭ್ಯಕ್ಕೆ ಕಾರಣಗಳು ಸ್ವಲ್ಪ ಹೆಚ್ಚುಕಡಿಮೆ ಎಲ್ಲರಿಗೂ ಗೊತ್ತಿತ್ತು. ಮೊದಲ ದಿನ ಬೆಂಜಮಿನ್ ತಮ್ಮ ಗುರುಗಳ ಮಗಳೆಂದೇ ಪರಿಚಯಿಸಿದ್ದು. ಅಲ್ಲಿ ಹೆಚ್ಚು ಚಲಾವಣೆ ಇದ್ದಿದ್ದು 'ಗುರುಗಳ ಮಗಳು' ಎಂದೇ. ಕೆಲವರು ಹಾಸ್ಯಕ್ಕಾಗಿ ಅದನ್ನು ಉಪಯೋಗಿಸಿಕೊಳ್ಳುತ್ತಿದ್ದರು ಕೂಡ.

"ಗುಡ್ ಮಾರ್ನಿಂಗ್ ಅಂಕಲ್" ಎಂದಳು ಛೇಂಬರ್‌ನ ಒಳಗೆ ಅಡಿಯಿಡುತ್ತ. 'ಗುಡ್ ಮಾರ್ನಿಂಗ್ ಮೈ ಲಿಟರ್ ಡಾಲ್. ಇನ್ಮೇಲೆ ಸಂಜೆ ಹೊತ್ತು ಆಫೀಸಿನ ಕಾರಿನ ವ್ಯವಸ್ಥೆ ಮಾಡಿದೆ ನಿನಗೆ ಹೋಗಲು" ಎಂದಾಗ ಚಕಿತಳಾದಳು. ಒಂದು ರೀತಿಯ ಸಂಕೋಚ ಕೂಡ ಅವಳನ್ನು ಆವರಿಸಿತು.

ಪಡೆಯುವ ಸಂಬಳ, ಈ ಆಫೀಸಿನಲ್ಲಿ ಅವಳಿಗಿದ್ದ ಸ್ವಾತಂತ್ರ್ಯ ಬೆಂಜಮಿನ್ ಅದರ ಪ್ರತಿಯೊಂದು ಅವಳ ತಂದೆಯ ಸಂಸ್ಕೃತ ಪಠಣದಂತೆ ತೋರುತ್ತಿತ್ತು. ಆದರೂ ಒಂದು ರೀತಿಯ ದಾಕ್ಷಿಣ್ಯ ಅವಳನ್ನು ಹಿಂಡುತ್ತಿತ್ತು.

"ಸಂಜೆ ಹೋಗೋಕೆ ನಂಗೇನು ತೊಂದರೆ ಇಲ್ಲ ಅಂಕಲ್" ತಡವರಿಸುತ್ತ

ಹೇಳಿದಳು.

"ಕೀಪ್ ಕ್ವೈಯಟ್, ನಮ್ಮ ಹುಡ್ಗಿ ತುಂಬ ಒಬಿಡಿಯಂಟ್. ಈ ಬಗ್ಗೆ ನಾನು, ಗೋಪಾಲಕೃಷ್ಣ ಮಾತಾಡಿಯಾಗಿದೆ" ಅವಳ ಬಾಯಿ ಮುಚ್ಚಿಸಿದರು.

"ಇನ್ನು ನೀನು ಹೋಗ್ಬಹ್ದು" ಕಳಿಸಿದರು.

'ಹೂನಷ್ಟು ಅವಳ ಮನಸ್ಸು, ಹೃದಯ ಮೃದು. ಗಾಯವಾದರೆ...ಬಹಳ ಕಾಲ ಮಾಗದು. ಅದ್ಕೆ ಒಂದು ನಿದರ್ಶನ ನಿಮ್ಮ ಮುಂದಿದೆ' ಅಂದ ಗೋಪಾಲಕೃಷ್ಣ ಯೋಗಿಯ ಉಂಗುರದ ಪ್ರಕರಣ ಹೇಳಿದ್ದರು.

ಅಂದಿನ ಮಧ್ಯಾಹ್ನ ಅವಳಿಗಾಗಿಯೇ ಫೋನ್ ಬಂತು. ಅವಳಿಗೆ ಆಶ್ಚರ್ಯದ ಜೊತೆ ಗಾಬರಿ.

"ನಾನು ಮೇಘನಾಥ್...." ಎಂದಕೂಡಲೇ ಇಟ್ಟುಬಿಟ್ಟಳು ಅವಳಿಗೆ ಎಲ್ಲಿ ಹೋಗಲೂ ಇಷ್ಟವಿಲ್ಲ. "ಡಿಗ್ರಿ ಯಾಕೆ ಕಂಪ್ಲೀಟ್ ಮಾಡ್ಲಿಲ್ಲ?" ಮಾತುಗಳ ನಡುವೆ ಕೇಳಿದ್ದರು. ಅದೇ ಪ್ರಸ್ತಾಪ ಪುನಃ ಬಂದರೆ ನಿಜವನ್ನು ಹೇಳುವಂಥ ಬೋಲ್ಡ್‌ನೆಸ್ ಅವಳಿಗಿಲ್ಲ. ಸುಳ್ಳು ಹೇಳಲು ತೋಚದು ಮಾತ್ರವಲ್ಲ ಇಷ್ಟವಿಲ್ಲ ಕೂಡ.

ಆರಾಮಾಗಿ ಒಂದು ಲೀವ್ ಲೆಟರ್ ಬರೆದು ತಂದು ಬೆಂಜಮಿನ್ ಟೇಬಲ್ ಮೇಲಿಟ್ಟಳು.

"ಮನೆಗೆ ಹೋಗ್ಬೇಕು" ಹೇಳಿದಳು.

"ಯಾಕೆ....?" ಕೇಳಿದರು.

"ಗೊತ್ತಿಲ್ಲ. ಆದರೆ ಹೋಗಲೇಬೇಕು ಅಂಕಲ್" ಒತ್ತಾಯಿಸಿದಳು. ಬೆಂಜಮಿನ್ ನಕ್ಕು ಒಂದು ಮಾತ್ರೆ ಅವಳ ಮುಂದೆ ಹಾಕಿ ಗಾಜಿನ ಹೂಜಿಯಲ್ಲಿದ್ದ ನೀರನ್ನು ಗ್ಲಾಸಿಗೆ ಬಗ್ಗಿಸಿ ಅವಳ ಮುಂದಿಟ್ಟರು. "ತಗೋ, ಎಲ್ಲಾ ಸರಿಹೋಗುತ್ತೆ. ತಲೆ ನೋವಿಗೆ ಯಾವುದೇ ಪ್ರಬಲವಾದ ಕಾರಣಗಳು ಬೇಕಾಗೋಲ್ಲ. ನಂಗೂ ಆ ಕಡೆಗೆ ಹೋಗೋದಿದೆ. ನೇರವಾಗಿ ತಲುಪಿಸ್ತೀನಿ."

ನೀರಿನ ಗ್ಲಾಸ್, ಮಾತ್ರೆಯನ್ನು ಬದಲಿಸಿ ಬದಲಿಸಿ ನೋಡಿದಳು. "ನಂಗೆ ತಲೆನೋವಿಲ್ಲ!" ಬೆಂಜಮಿನ್ ಮೇಲೆದ್ದರು. "ನಿನ್ನ ಮನೆಗೆ ನಾನೇ ಬಿಡ್ತೀನಿ."

"ನೀವು ಬಿಡ್ತೀರಾ! ನಾನೇ ಹೋಗೀನಿ" ನಿರಾಕರಿಸಿದಳು.

ಇವಳು ಆಫೀಸಿಗೆ ಬಂದಿದ್ದಾಗ ಯೋಗಿಯವರ ಮನೆಯ ಕಡೆಯವರು ಬಂದು ಗಲಾಟೆ ಮಾಡಿಕೊಂಡು ಹೋಗಿದ್ದರು. "ಅಂದು ಹಠಾತ್ತನ ಹಾರ್ಟ್ ಅಟ್ಯಾಕ್ ಆಗಿ ಗಣಪತಿಗಳು ಸತ್ತರು. ಅದೊಂದು ಆಕಸ್ಮಿಕ, ಮದ್ವೆ ನಿಂತಿದ್ದು ಸಕಾರಣವೇ. ಈಗ ವಿವಾಹ ಜರುಗಿಸಿ ಕೊಡಿ. ನಮ್ಮ ಹುಡ್ಗನದು ಹಟ, ಸಮಾಜದಲ್ಲಿ ನಮ್ಗೇ ಮರ್ಯಾದೆ ಪ್ರಶ್ನೆ" ಇದು ಅವರ ಪಟ್ಟು.

ಗೋಪಾಲಕೃಷ್ಣ ಕೈಮುಗಿದು ಕೇಳಿಕೊಂಡಿದ್ದರು "ಕಹಿಯಾಗಿ ವಿಭಾ ಮನದಲ್ಲಿ

ನಿಂತುಹೋಗಿದೆ. ಅದ್ನ ಅವ್ರು ಮರ್ರ್ಯೋಲ್ಲ. ಮದುವೆಯ ವಿಷ್ಯ ಎತ್ತಬೇಡಿ" ಅವರು ಒಪ್ಪಲಿಲ್ಲ. ಕಡೆಗೆ ಕೋರ್ಟು, ಕಚೇರಿ, ಕಿಡ್‌ನ್ಯಾಪ್ ಎಲ್ಲ ವಿಷಯಗಳನ್ನು ಪ್ರಸ್ತಾಪಿಸಿ ಹೋಗಿದ್ದರು.

ಇದನ್ನು ಬಹಳ ನೊಂದುಕೊಂಡು ಬೆಂಜಮಿನ್ ಕಿವಿಯ ಮೇಲೆ ಹಾಕಿದ್ದರು ಗೋಪಾಲಕೃಷ್ಣ. ಅಂದು ಅಂಜಿದ್ದು ಅಣ್ಣನ ಮನಸ್ಥಿಕ್ಕೆ, ಇಂದು ಹೆದರೋದು ವಿಭಾ ಭವಿಷ್ಯಕ್ಕಾಗಿ.

ಮಧ್ಯಾಹ್ನದ ನಂತರ ಬೆಂಜಮಿನ್ ತಂದು ಅವಳನ್ನು ಮನೆಯಲ್ಲಿ ಬಿಟ್ಟು ಹೋದರು.

"ಅಪ್ಪನ ಪಾಠಕ್ಕೆ ನಿಮ್ಮ ಗುರುದಕ್ಷಿಣೆ ಜಾಸ್ತಿ ಆಯಿತು ಅಂಕಲ್. ಅವರಿದ್ದಿದ್ರೆ ಖಂಡಿತ ಒಪ್ಪಿಕೊಳ್ತಾ ಇರ್ಲಿಲ್ಲ" ಇಂದು ಹೇಳಿದಳು.

"ಆ ಬಗ್ಗೆ ಆಮೇಲೆ ಮಾತಾಡೋಣ!" ಕಾರನ್ನು ಸ್ಟಾರ್ಟ್ ಮಾಡಿಕೊಂಡು ಹೋಗಿದ್ದರು.

ಒಳಗೆ ಬಂದವಳು ಚಿಕ್ಕಮ್ಮನ ಮುಂದೆ ಬೇಸರ ವ್ಯಕ್ತಪಡಿಸಿದಳು.

"ಇನ್ಮೇಲೆ ಕೆಲಸಕ್ಕೆ ಹೋಗೋದು ನಿಲ್ಲಿಸಿಬಿಡ್ಬೇಕು ಚಿಕ್ಕಮ್ಮ. ನನ್ನ ಕೆಲಸಕ್ಕೆ ಮೀರಿದ ಸಂಬಳ, ಕಾರಿನ ವ್ಯವಸ್ಥೆ, ಗೌರವ, ರಜಾ....ಮೈ ಗಾಡ್" ಎದೆಯ ಮೇಲೆ ಕೈ ಇಟ್ಟುಕೊಂಡಳು. "ಅಪ್ಪ ಇಂಥದ್ನ ಒಪ್ತಾ ಇರ್ಲಿಲ್ಲ. ಈಗ ಅವ್ರು ಇಲ್ಲದಿರಬಹುದು, ಆದರೆ ನಾವು ಸಹಿಸಿಕೊಳ್ಳೋದು ತಪ್ಪಲ್ವಾ?" ಆಕೆಯನ್ನೇ ಪ್ರಶ್ನಿಸಿದಳು.

"ಸ್ವಲ್ಪ ದಿನ ತಾನೆ! ವರ್ಷ ತುಂಬೋ ಮೊದ್ಲು ನಿನ್ಮದ್ವೆ ಮಾಡೋ ವಿಚಾರವಿದೆ ಅವ್ರಿಗೆ" ಎಂದರು ಕಾವೇರಮ್ಮ. ಸ್ತಬ್ಧಳಾಗಿಬಿಟ್ಟಳು ವಿಭಾ.

"ಇಂದು ಬೆಳಿಗ್ಗೆ ಕೂಡ ಅಯ್ಯಂಗಾರಿ ಕೈಯಲ್ಲಿ ಹೇಳಿಕಳಿಸಿದ್ರು. ಇಲ್ದಿದ್ರೆ ಕೋರ್ಟಿಗೆ ಹತ್ತಿಸ್ತಾರಂತೆ. ಅವ್ರ ನಷ್ಟ, ಮಗನಿಗಾದ ಆಘಾತ.... ಒಂದೇ ಎರಡೇ ಅವ್ರು ಹೇಳೋದು? ಅದೊಂದು ಭಯ ಅವ್ರಿಗೆ."

ವಿಲಕ್ಷಣವಾದ ತಿರುವುಗಳು, ಅನಗತ್ಯವಾದ ಆರೋಪಗಳು-ಯಾಕಾಗಿ ಇಂಥ ಶಿಕ್ಷೆಗಳು? ಸದಾ ಗುಂಪಿನ ನಡುವೆ ಇರುವ ಯೋಗಿಯನ್ನು ಕಂಡಿದ್ದಳು. ಅವನಿಗೆ ನೆಮ್ಮದಿ ಅಗತ್ಯವಿಲ್ಲದಿರಬಹುದು. ಆದರೆ ಬೇರೊಬ್ಬರ ಶಾಂತಿಯನ್ನು ಕಸಿಯಲು ಅವನಿಗೇನು ಅಧಿಕಾರ?

"ಹೋಗ್ಲಿ ಬಿಡಿ ಚಿಕ್ಕಮ್ಮ ಕೋರ್ಟಿಗೆ" ಧೈರ್ಯ ಮಾಡಿ ಹೇಳಿದಳು. ಕಾವೇರಮ್ಮ ಮತ್ತಷ್ಟು ಸಪ್ಪಗಾದರು. "ಈಗ್ಲೇ ನಾವು ಭೂಮಿಗೆ ಇಳ್ದುಹೋಗಿದ್ದೀವಿ. ಆ ಜನಗಳ್ನ ಹೆದರಿಸುವಂಥ ಗಟ್ಟಿತನ ನಮ್ಮಲ್ಲಿ ಇದ್ಯಾ?" ಅವರ ಅಪಾರ ಬಂಧುಬಳಗವನ್ನು ಕಂಡರೆ ಆಕೆಗೆ ಭಯ. ಯೋಗಿಯೊಬ್ಬನ ಸಪೋರ್ಟಿಗೆ ಅವನ ತಂದೆಯನ್ನು ಕೂಡಿ ನಾಲ್ವರು ಬರುತ್ತಿದ್ದರು.

ಮತ್ತೊಂದು ಷಾಕ್ ತಟ್ಟುವಂಥ ವಿಷಯ ಹೇಳಿದರು.

"ಪೃಥ್ವಿರಾಜ ಸಂಯುಕ್ತಾನ ಹೊತ್ಕೊಂಡ್ ಹೋದಂಗೆ ನಿನ್ನ ಹಾರ್ಸಿಕೊಂಡ್ಹೋಗಿ ಮದ್ವೆ ಮಾಡ್ಕೋಳ್ತಾನಂತೆ."

ಷಾಕ್ ಕೆಲವು ನಿಮಿಷಗಳಿಗೆ ಮಾತ್ರ. ಅವಳಿಗೆ ನಗು ಬಂತು. ಯೋಗಿ ತೀರಾ ಹತಾಶ ವ್ಯಕ್ತಿಯೆಂದುಕೊಂಡಳು. ಗುಂಪು. ಬಳಗ ಬಿಟ್ಟು ಒಂಟಿಯಾಗಿ ಅವನಿಗೆ ಜೀವಿಸಲು ಕೂಡ ಗೊತ್ತಿಲ್ಲವೆಂದುಕೊಂಡಳು.

ಅವಳ ಮೇಲೆ ಅಂಥ ಪ್ರಭಾವವೇನು ಬೀರಲಿಲ್ಲ. ಯೋಗಿಯ ಜಂಭಗಾರಿಕೆ.

ಲಂಚ್ ನಂತರ ಎರಡು ಸಲ ಬೆಂಜಮಿನ್ ಛೇಂಬರಿಗೆ ಹೋದಾಗಲೂ "ಫೋನ್ ಬಂತಾ?" ಎಂದು ವಿಚಾರಿಸಿದ್ದರು. ಯಾಕೆ? ಸ್ವಂತಕ್ಕೆ ಬರುವಂಥ ಫೋನುಗಳು ಅವಳಿಗೆ ಇರಲಿಲ್ಲ. ಅಭಿಷೇಕ್‌ನ ಕಣ್ಣುಗಳು ಅವಳನ್ನು ಕಾಡುತ್ತಿದ್ದವೇ ವಿನಾ, ಅವನೆಂದೂ ಫೋನ್ ಮಾಡಿರಲಿಲ್ಲ. ಯೋಗಿ ಕೂಡ ಅಂಥ ಸಾಹಸವಂತನಲ್ಲ.

ಮೂರರ ಸುಮಾರಿಗೆ ಅವಳಿಗೊಂದು ಫೋನ್ ಬಂತು. "ನೆನಪಿದ್ಯಾ....ವಿಭಾ, ನಾನು ಮೇಘನಾಥ್" ಎಂದರು. "ಹಾ...ಹ್ಞೂ.... ನೆನಪಿಲ್ಲದೇನು ಸರ್" ಅವಳ ಸ್ವರ ತಗ್ಗಿತು.

"ಇವತ್ತು ನನ್ನ ಮಗನ ಬರ್ತ್‌ಡೇ. ನೀನು ಖಂಡಿತ ಬರ್ಬೇಕು" ಆ ಆಹ್ವಾನ ಖಂಡಿತ ವಿಲಕ್ಷಣವಾಗಿ ಕಾಣಿಸಿತು. ಇಂಥ ಸಂದರ್ಭಗಳಲ್ಲಿ ಆಹ್ವಾನಗಳು ಸ್ನೇಹಿತರು, ಬಂಧುಗಳಿಗೆ ಬಿಟ್ಟು ಪ್ರತಿಷ್ಠೆಯಲ್ಲಿ ತಮಗೆ ಸರಿಸಮನಾದವರಿಗೆ ಹೋಗುತ್ತೆ. ತಾನೂ ಏನೂ ಅಲ್ಲ. "ಆಯ್ತು ಸಾರ್" ಫೋನಿಡಲು ನೋಡಿದಳು.

"ಬೆಂಜಮಿನ್ ಬರ್ತಾರೆ. ಅವ್ರ ಜೊತೆಯಲ್ಲಿ ಬರ್ಬಹ್ದು" ಇಂಥ ಒತ್ತಡಕ್ಕೆ ಅವಳು ಮಣಿಯಲು ಸಿದ್ಧವಿಲ್ಲ. "ಮನೆಗೆ ಹೋದನಂತರವೇ ಸರ್ ತೀರ್ಮಾನ. ಎಕ್ಸ್‌ಕ್ಯೂಸ್ ಮಿ...." ಫೋನಿಟ್ಟುಬಿಟ್ಟಳು.

ತನ್ನ ಸೀಟನ್ನು ಕ್ಲರ್ಕ್ ಸುಜಾತಗೆ ಒಪ್ಪಿಸಿ ಹೋಗಿ ಟೈಪಿಂಗ್ ಪ್ರಾಕ್ಟೀಸ್ ಮಾಡತೊಡಗಿದಳು. ತಮ್ಮ ಮನೆ, ತನಗೆ ಗೊತ್ತಿರುವ ಹೆಸರುಗಳನ್ನೆಲ್ಲ ಟೈಪ್ ಮಾಡಿದಳು. ಅದರ ನಡುವೆ 'ಅಭಿಷೇಕ್' ಹೆಸರು ನುಸುಳಿದ್ದು ನಂತರವೇ ಗೊತ್ತಾಗಿದ್ದು. ಆತುರಾತುರದಿಂದ ಆ ಷೀಟ್‌ನ್ನು ಮಡಚಿ ಪರ್ಸಿಗೆ ತುರುಕಿಕೊಂಡಳು.

ಮಧ್ಯೆ ಇಂಟರ್‌ಕಾಮ್‌ನಿಂದ ಬೆಂಜಮಿನ್ ಕೇಳಿದರು "ಮೇಘನಾಥ್ ಫೋನ್ ಮಾಡಿದ್ರು...." ಅವರು ಮುಂದೇನು ಕೇಳಬಹುದೆಂದು ಊಹಿಸಿಕೊಂಡ ವಿಭಾ "ಸಾರಿ ಸಾರ್.... ಸಂಜೆಗಳಲ್ಲಿ ಎಲ್ಲಿಗೂ ಕಳಿಸೋಕೆ ಚಿಕ್ಕಮ್ಮ ಒಪ್ಪೊಲ್ಲ" ರಾಗ ತೆಗೆದಳು.

"ನಾನು ಒಪ್ಪಿಸಿದ್ರೆ.... ಬರ್ತೀಯಾ?" ಹಾಸ್ಯ ಮಾಡಿದಂತಿತ್ತು. "ಬೇಡ ಸರ್, ನಂಗೂ ಎಲ್ಲಿಗೂ ಬರೋಕೆ ಇಷ್ಟವಿಲ್ಲ" ಸ್ಪಷ್ಟವಾಗಿ ಸೂಚಿಸಿದಳು. ಅವಳ ಆತ್ಮವಿಶ್ವಾಸಕ್ಕೆ

ಮೆಚ್ಚಿಕೊಂಡರು ಬೆಂಜಮಿನ್.

"ತೀರಾ ಬೇಕಾದ ಜನ. ನಿಮ್ಮ ಚಿಕ್ಕಪ್ಪನಿಗೂ ಗೊತ್ತು ಮೇಘನಾಥ್. ನೀನು ಕೇಳಿದ್ರೆ....ಬೇಡಾನ್ನೊಲ್ಲ" ಮತ್ತಷ್ಟು ಒತ್ತಾಯಿಸಿದರು.

ತಟ್ಟನೇ ರಿಸೀವರ್ ಇಟ್ಟಳು. ಮನಸ್ಸಿನ ಸಾಮಾನ್ಯ ಸ್ಥಿತಿಯೇನು ಕಳೆದುಕೊಳ್ಳಲಿಲ್ಲ. ಬೇರೊಬ್ಬರ ಸಹಾನುಭೂತಿ ಸಹಿಸುವುದು ಬಹಳ ಕಷ್ಟವೆನಿಸಿತು. ಬೆಂಜಮಿನ್, ಮೇಘನಾಥ್ ಇವರುಗಳೆಲ್ಲ ತೋರಿಸುವ ವಿಶ್ವಾಸ ಅನುಕಂಪವೇ? ನೋ....ನೋ.... ಇದನ್ನ ಮಾತ್ರ ಸಹಿಸಲು ಅವಳಿಂದ ಸಾಧ್ಯವಿಲ್ಲ.

ಬೆಂಜಮಿನ್ ಪರ್ಸನಲ್ ಡ್ರೈವರ್ ಬಂದು ನಮ್ರನಾಗಿ ಉಸುರಿದ "ನಿಮ್ಮನ್ನ ಮನೆಗೆ ಬಿಟ್ಟು ಬರೋಕೆ ಹೇಳಿದ್ದಾರೆ." ಅವಳಿಗೆ ತೀರಾ ಅವಮಾನವೆನಿಸಿತು. ಅಂದಿನ ಮೌನಕ್ಕೆ ಇದು ಶಾಸ್ತಿಯೇ?

"ಬಂದೇ...." ಬೆಂಜಮಿನ್ ಛೇಂಬರ್‌ಗೆ ಹೋದಳು. ಯಾರೊಂದಿಗೋ ಮಾತನಾಡುತ್ತಿದ್ದುದರಿಂದ ಎರಡು ನಿಮಿಷ ಕಾಯಬೇಕಾಯಿತು. "ಸರ್...." ಎಂದಾಗ ಕೈಯೆತ್ತಿ ತಡೆದರು. "ನೀನು ತುಂಬ ಬ್ರಿಲಿಯೆಂಟ್. ಅಂಕಲ್ ಅಂದರೆ ಮಗಳು ಅನ್ನೋ ಅಧಿಕಾರ ವಹಿಸ್ತಾರೇಂತ ತಾನೇ ಸಂಬೋಧನೆಯನ್ನು ಬದಲಾಯಿಸಿದ್ದು. ನಂಗೆ ಮಾತ್ರ ನೀನು 'ಲಿಟಲ್ ಡಾಲ್' ಓ.ಕೆ. ಟೆಲ್ ಮಿ ವಾಟ್ ಈಸ್ ದಿ ಮ್ಯಾಟರ್?" ಅರಿಯದವರಂತೆ ಅವಳನ್ನೇ ಪ್ರಶ್ನಿಸಿದರು.

ಮುಕ್ತವಾಗಿ ನಕ್ಕಳು ವಿಭಾ.

"ಯಾವಾಗ್ಲೂ ನೀನು ಹೀಗೆ ನಗ್ತಾ ಇರ್ಬೇಕು. ನೀನು ಈಗ ಮನೆಗೆ ಹೋಗು. ಅಂಕಲ್ ಆಗಿಯಲ್ಲ, ಬಾಸ್ ಆಗಿ ಹೇಳ್ತಾ ಇದ್ದೀನಿ. ನಾನು ಹೋಗುವಾಗ ಆನ್ ದಿ ವೇ ಬರ್ತೀನಿ. ನಿಂಗೆ ಇಷ್ಟವಿದ್ರೇ... ಬರ್ಬಹುದು. ಇಲ್ಲಾಂದ್ರೆ.... ಈ ಅಂಕಲ್‌ಗೆ ಒಂದು ಕಪ್ ಚಾ ಕೊಟ್ಟು ಟಾ ಟಾ... ಹೇಳು" ಎಂದರು ಪ್ರೀತಿಯಿಂದ.

ಗಣಪತಿಗಳು ಸಂಸ್ಕೃತ ಪಾಠ ಶುರು ಮಾಡುವ ಮುನ್ನ ಶುಕ್ಲಾಂ ಭರಧರಂ... ನಿಂದ ಹಿಡಿದು ದೇವಿ, ದೇವತೆಯರ ಸಮಸ್ತರ ಸ್ತೋತ್ರಗಳನ್ನು ಹೇಳಿಕೊಂಡು ಜೀಸಸ್‌ನ ಪ್ರಾರ್ಥಿಸುತ್ತಿದ್ದರು. ಆಗ ಅವರಿಗೆ ಅಪೂರ್ವವಾದ ನೆಮ್ಮದಿ ಸಿಗುತ್ತಿತ್ತು. ಆ ಕ್ಷಣದ ಶಾಂತಿ, ನೆಮ್ಮದಿ ಸದಾ ಅವಳ ಬಾಯಲ್ಲಿ ನೆಲೆಸಬೇಕೆಂಬುದೇ ಅವರ ಪ್ರಯತ್ನ.

ಅವಳು ಕಾರಿನಿಂದ ಇಳಿದಾಗ ಗೋಪಾಲಕೃಷ್ಣ ಮನೆಯಲ್ಲಿಯೇ ಇದ್ದರು ಕಕ್ಕಾಬಿಕ್ಕಿಯಾದಳು. ಅವಳ ಕಣ್ಣಲ್ಲಿ ಪ್ರಶ್ನೆ ಮೂಡಿತೆಂದರೆ ಅವರಿಗೆ ಆತಂಕ.

"ಬೇಗ್ಬಂದೇ...." ಎಂದಳು.

ಗೋಪಾಲಕೃಷ್ಣ ಮುಗುಳ್ನಕ್ಕರು. "ಬೆಳಿಗ್ಗೆ ಬೆಂಜಮಿನ್ ಅನುರಾಗಪುರಕ್ಕೆ ಬಂದಿದ್ರು, ಪೂಜೆಯ ಗಡಿಬಿಡಿ, ಶಾಲೆಗೆ ಹೋಗೋ ಅವಸರ. ಸರ್‍ಯಾಗಿ ಮಾತನಾಡಿಸೋಕೆ

ಕೂಡ ಆಗ್ಲಿಲ್ಲ. ಏನಾದ್ರೂ ಹೇಳಿ ಕಳಿಸಿದ್ದಾರ?" ಕೇಳಿದರು.

ಚಿಂತಿತಳಾದಳು ವಿಭಾ. ಯೋಚಿಸೋಕೇನಿದೇಂತ ಮತ್ತೆ ತಳ್ಳಿ ಹಾಕಿದಳು.

"ಅವ್ರ ಸ್ನೇಹಿತರ ಮಗನ ಬರ್ತ್‌ಡೇ ಅಂತೆ. ನನ್ನನ್ನೂ ಬಾ.....ಅಂದ್ರು. ನಂಗೆ ಹೋಗೋಕೆ ಇಷ್ಟವಿಲ್ಲ ಚಿಕ್ಕಪ್ಪ" ಎಂದಾಗ ಗೋಣು ಹಾಕಿದರು.

"ನಿಂಗೆ ಇಷ್ಟವಿಲ್ಲಾಂದ್ಮೇಲೆ ಬೇಡ...."

ಮುಖ ತೊಳೆದು ಕಾಫಿ ಕುಡಿದು ಆರಾಮಾಗಿ ಮಲಗಿಬಿಟ್ಟಳು. ಹಟ ಮಾಡಿ ನಿದ್ದೆಗೆ ಮೊರೆ ಹೋಗಲು ಪ್ರಯತ್ನಿಸಿದಳು. ನಿದ್ದೆ, ಎಚ್ಚರಗಳ ಮಧ್ಯದ ಸ್ಥಿತಿಯಲ್ಲಿಯೇ ಬೆಂಜಮಿನ್ ಮಾತುಗಳು ಕೇಳಿಸಿದವು.

ತನ್ನ ಅಭಿಪ್ರಾಯ ತಿಳಿಸಿಯಾಗಿದೆ. ಯಾರೂ ಬಲವಂತ ಮಾಡಲಾರರೆಂದು ಅವಳ ನಂಬಿಕೆ.

ಕೋಣೆಯ ಬಾಗಿಲಲ್ಲಿ ನೆರಳಾಡಿತು. "ಮೇಘನಾಥ್ ಮನೆಗಂತೆ. ಅವ್ರು ಅನುರಾಗಪುರಕ್ಕೂ ಬಂದಿದ್ರು. ಅಣ್ಣನಿಗೂ ತಿಳಿದ ಜನವಂತೆ ಹೋಗ್ಬಾ... ವಿಭಾ" ಗೋಪಾಲಕೃಷ್ಣ ಹೇಳಿದಾಗ ದಢಕ್ಕನೆ ಎದ್ದು ಕೂತಳು.

ಇನ್ನು ಮೀರುವುದು ಸಾಧ್ಯವಿಲ್ಲ. ಅವಳಿಗೆ ಶ್ರೀಮಂತ ಜನರ ಬದುಕು, ರೀತಿ, ನೀತಿಗಳ ಬಗೆಗೆ ಗೊತ್ತಿಲ್ಲ. ಅವರ ನೆಂಟರು, ಬಂಧುಗಳು, ಸ್ನೇಹಿತರು ಕೂಡ ಆರ್ಥಿಕವಾಗಿ ಮಧ್ಯಮ ದರ್ಜೆಯ ಜನರೇ. ಅಲ್ಲ-ಸ್ವಲ್ಪ ವ್ಯತ್ಯಾಸ ಬಿಟ್ಟರೇ-ಒಂದೇ ರೀತಿಯ ಬದುಕನ್ನು ಕಂಡವಳು ಅವಳು.

ಅಂದು ಮೇಘನಾಥ್ ಮನೆಗೆ ಹೋದಾಗ ಗಮನಿಸಿದ್ದಳು. ಕಾರು, ಬಂಗ್ಲೇ, ಆಳುಕಾಳುಗಳಿದ್ದ ಜನ. ಸ್ವಲ್ಪ ಹಿಂಜರಿದಳು. ಅದು ಕೀಳರಿಮೆಯಲ್ಲ. ಮನುಷ್ಯ ಮನುಷ್ಯರ ಮಧ್ಯದ ಸಹಜ ಸಂಬಂಧಗಳನ್ನು ಗುರುತಿಸುವ ಪರಂಪರೆಯನ್ನು ಬೆಳೆಸಿಕೊಂಡಿದ್ದ ಗಣಪತಿಗಳ ಮಗಳು ಅವಳು.

ಮುಖ ತೊಳೆದು ಮಾಮೂಲಿನಂತೆ ಸಡಿಲವಾಗಿ ಜಡೆ ಹೆಣೆದು ಮುಖಕ್ಕೆ ಒಂದಿಷ್ಟು ಪೌಡರ್ ಕಾಣಿಸಿ ಹಣೆಗಿಟ್ಟಳು. ಕಾವೇರಮ್ಮ ಸಣ್ಣ ಬಾರ್ಡರಿನ ಸೇಬಿನ ಬಣ್ಣದ ರೇಶಿಮೆ ಸೀರೆಯನ್ನು ತಂದುಕೊಟ್ಟರು.

"ಇದ್ನ ಉಟ್ಕೋ. ಅಂಥ ಗ್ರಾಂಡಾಗಿಯೇನು ಇಲ್ಲ. ಸಾಧಾರಣವಾಗಿಯೇ ಕಾಣುತ್ತೆ" ಮೆಚ್ಚಿಗೆಯಿಂದ ನೋಡಿದಳು ಅವರನ್ನ. ಆಕೆ ಶಾಲೆಗೆ ಹೋಗಿ ಕಲಿತಿದ್ದು ತೀರಾ ಕಡಿಮೆ. ಆದರೆ ಆಕೆಯ ಸಂಸ್ಕಾರವಂತ ಮನಕ್ಕೆ ಯಾವ ಡಿಗ್ರಿಯೂ ಸಾಟಿ ಇರಲಿಲ್ಲ. ಗದರಿದ್ದು, ಬೈದಿದ್ದು, ಅನವಶ್ಯಕವಾಗಿ ಸಿಡಿದಿದ್ದು ಅವಳೆಂದೂ ನೋಡಿರಲಿಲ್ಲ.

ಒಮ್ಮೆ ವಿಭಾ ಬಗ್ಗೆ ಗೋಪಾಲಕೃಷ್ಣರಲ್ಲಿ ನುಡಿದಿದ್ದು ಅವಳೇ ಕೇಳಿದ್ದಳು.

"ಸಂಜೆ ತುಳಸಿಕಟ್ಟೆಯ ಮುಂದೆ ಹಚ್ಚಿಟ್ಟ ಹಣತೆಯಂತೆ ಶುಭ್ರ ಬೆಳಕು ನಮ್ಮ ವಿಭಾದು. ಬೇರೆಯವರ ಮಾತಿಗೆ ಯಾಕೆ ಬೆಲೆ ಕೊಡ್ಬೇಕು?" ಸ್ವಂತ ತಾಯಿ ಕೂಡ

ತಾಳದಂಥ ತಾಳ್ಮೆಯನ್ನು ತೋರಿಸಿದ್ದರು ಅವಳ ವಿಷಯದಲ್ಲಿ.

ಹೊರಗೆ ಬಂದ ವಿಭಾನ ಬೆಂಜಮಿನ್ ಕಣ್ಣರಳಿಸಿ ನೋಡಿದರು. ಅಡಿಗಡಿಗೆ ಬದಲಾಗುವ ಯಾವುದೇ ಫ್ಯಾಷನ್‌ಗಳು ಅವಳನ್ನು ತಟ್ಟಿರಲಿಲ್ಲ. 'ನಾನೇ ಗೆದ್ದೆ' ಎನ್ನುವಂತೆ ಮುಗುಳ್ನಕ್ಕರು.

ಇವರು ಬಂದು ತಲುಪುವ ಮುನ್ನ ನಾಲ್ಕು ಸಲ ಗೇಟಿಗೆ ಬಂದ ಮೇಘನಾಥರು ಬಂದ ಪ್ರತಿಷ್ಠಿತ ಅತಿಥಿಗಳಿಂದ ತೃಪ್ತರಾದ ಹಾಗೇ ಕಾಣಲಿಲ್ಲ.

"ಯಾರಿಗೋಸ್ಕರ ಈ ಕಾತರ, ಆತುರ, ನಿರೀಕ್ಷಣೆ?" ವಸುಂಧರಾ ಜರಿಯ ಸೀರೆಯ ಮರಮರ ಸದ್ದಿನೊಂದಿಗೆ ಪ್ರಶ್ನಿಸಿದಾಗ ಒಂದು ತರಹ ನಕ್ಕರು. "ಇದುವರೆಗಿನ ಅಭಿಷೇಕ್‌ನ ಹುಟ್ಟಿದ ಹಬ್ಬಕ್ಕೂ, ಇಂದಿನ ಹುಟ್ಟಿದ ಹಬ್ಬಕ್ಕೂ ತುಂಬ ವ್ಯತ್ಯಾಸವಿದೆ. ಸರ್‌ಪ್ರೈಜ್ ಅನ್ನುವಂಥ ಪ್ರಸೆಂಟೇಷನ್, ಅವನಿಗೆ ಮಾತ್ರವಲ್ಲ, ಅಭಿಷೇಕ್‌ನ ಮಮ್ಮಿಗೂ ಕೂಡ" ಎಚ್ಚರದಿಂದ ಎಣಿಕೆ ಮಾಡಿ ಪದಗಳನ್ನು ಕೂಡಿಸಿದಂತಿತ್ತು ಅವರ ಮಾತಿನ ಮೋಡಿ.

ಇತ್ತೀಚೆಗೆ ಇಂಥ ಮಾತುಗಳು ಆಗಾಗ ಆಡುತ್ತಿದ್ದರು ಮೇಘನಾಥ್. "ನಂಗೆ ಅರ್ಥವಾಗೋಲ್ಲ!" ಬಂದ ದಾಸ್ ಮನೆಯವರನ್ನು ಸ್ವಾಗತಿಸಲು ಆ ಕಡೆ ಹೋದರು.

ಒಬ್ಬನೇ ಮಗ, ಅಂತಸ್ತು, ಪ್ರತಿಷ್ಠೆ ಬೆಳೆದಂತೆ ಇಂಥ ಸಮಾರಂಭಗಳ ಶ್ರೀಮಂತಿಕೆ, ಜನ ತಾವಾಗಿ ಬೆಳೆಯುತ್ತೆ. ಆದರೆ ಈ ಸಲ ಅಭಿಷೇಕ್ ಯಾರನ್ನೂ ತಾನಾಗಿ ಇನ್ವೈಟ್ ಮಾಡಿರಲಿಲ್ಲ. ನಿರಾಶಕ್ತಿಯೋ, ಅನಾಸಕ್ತಿಯೋ ಅದಕ್ಕೆ ಮೀರಿದ ಪ್ರಬಲವಾದ ಕಾರಣ ಮತ್ತೊಂದು?

ಬೆಂಜಮಿನ್ ಕಾರು ಬಂದಾಗ ಹೆಚ್ಚಿನ ಸಡಗರದಿಂದ ತಾವೇ ಹೋಗಿಬಿಟ್ಟರು. ಕೆಲವನ್ನ ಕೆಲವು ಸಮಯದಲ್ಲಿ ಬಿಡಬೇಕಾಗುತ್ತೆ. ಅಂಥ ವರ್ತನೆ ವಿಭಾಳ ವಿಷಯದಲ್ಲಿ ಮೇಘನಾಥರದು.

ಅವರ ಕೈಕುಲುಕಿ, ಹಿಂದೆ ಇಳಿದ ವಿಭಾಳತ್ತ ನೋಟ ಹರಿಸಿದರು. ರವಿವರ್ಮನ ಚಿತ್ರದಂತಿದ್ದಳು.

"ವೆಲ್‌ಕಮ್.... ವೆಲ್‌ಕಮ್...ವಿಭಾ" ಸಲುಗೆಯಿಂದ ಅವಳನ್ನು ಕರೆದರು. ಉಗುಳು ನುಂಗಿ ಎರಡು ಕೈ ಜೋಡಿಸಿದಳು.

ಬೆಂಜಮಿನ್ ಕೈಯಲ್ಲಿ ಕೈ ಬೆಸೆದು ಕರೆದೊಯ್ದರು.

ನೆರೆದ ಜನರನ್ನು ನೋಡಿ ಅವಳಿಗೆ ಗಾಬರಿಯೇ. ಹುಟ್ಟಿದ ಹಬ್ಬ, ಅದು, ಇದೂ ನಡೆದರೆ ಅನುರಾಗಪುರದಲ್ಲಿ ಸೇರುತ್ತಿದ್ದುದು ಹೆಂಗೆಳೆಯರ ಸಮೂಹವೇ. ಇಲ್ಲಿ ಅವರು ಗಂಡಸರು ಕೂಡಿಯೇ ಘಿಪ್ಪಿ ಘಿಪ್ಪಿ ಇದ್ದರು.

"ಅಭಿಷೇಕ್...." ಕೂಗಿದರು ಮೇಘನಾಥ್.

ದಾಸ್ ಜೋಕ್‌ಗೆ ನಗುತ್ತಿದ್ದ ಅಭಿಷೇಕ್ ಇತ್ತ ಬಂದವನ ನೋಟ ಒಂದೆಡೆ

ನಿಂತುಬಿಟ್ಟಿತು. "ವಿಭಾ ಅಂತ, ಸಂಸ್ಕೃತ ವಿದ್ವಾನ್ ಗಣಪತಿಗಳ ಮಗಳು. ಅಂದರೆ ನಮ್ಮ ಬೆಂಜಮಿನ್ ಗುರುಗಳ ಮಗಳು" ಪರಿಚಯಿಸಿದರು.

ಅವನಿಗೆ ಷಾಕ್ ಹೊಡೆದಂತಾಯಿತು. ಅಂದು ಪಾರ್ಕ್‌ನಲ್ಲಿ ತನ್ನ ಮೇಲೆ ಬಿದ್ದ ಒತ್ತಡಕ್ಕೂ, ಇಂದು ಕ್ರಿಯೇಟ್ ಆದ ಸನ್ನಿವೇಶಕ್ಕೂ ಏನಾದರೂ ಲಿಂಕ್ ಇದೆಯೇಂತ ಯೋಚನೆ ಬಂತು.

"ಹಲೋ...." ಎಂದ. ಅವಳ ತುಟಿಗಳು ಚಲಿಸಿತಷ್ಟೆ. ಇತರರಿಗೆ ಕಂಡಿದ್ದು. ಸ್ವರವಂತೂ ಯಾರಿಗೂ ಕೇಳಿಸಲಿಲ್ಲ. "ನನ್ಮಗ ಅಭಿಷೇಕ್.... ಇವನದೇ ಬರ್ತ್‌ಡೇ" ಮಗನ ಭಜುದ ಮೇಲೆ ಕೈಹಾಕಿ ಅವಳಿಗೆ ಹೇಳಿದರು.

ಹಣೆಯಲ್ಲಿ ಮೂಡಿದ ಬೆವರಿನ ಬಿಂದುಗಳನ್ನು ಅವರ ಮುಂದೆ ತೊಡೆದು ಹಾಕಲಾರದೆ ಹೋದಳು. ಅಪೂರ್ವವಾದ ಬೆಳಕನ್ನು ಕಂಡು ದಿಗ್ಭ್ರಾಂತರಾದಂತೆ ಚಲಿಸಿಹೋದರೂ ಸಹಜವೆನ್ನುವಂತೆ ಬದಲಾದ ಅಭಿಷೇಕ್.

"ಬಾ...ವಿಭಾ...." ಕರೆದ ಅಭಿಷೇಕ್.

ಬೆಂಜಮಿನ್, ಮೇಘನಾಥ್ ತತ್‌ಕ್ಷಣ ಅದೃಶ್ಯರಾಗಿಬಿಟ್ಟರು. "ನಾನಾಗಿ ಇನ್ವೈಟ್ ಮಾಡ್ಲಿಲ್ಲಾಂತ ಸಂಕೋಚನಾ? ಅದೆಲ್ಲ ಹೇಳೋಕೆ ಜೀವನ್ಪೂರ್ತಿ ವೇಳೆ ಇದೆ. ಐಯಾಮ್ ವೆರಿ ಹ್ಯಾಪಿ" ಕೈ ಮುಂದಕ್ಕೆ ಚಾಚಿದ. ಅವಳ ಕೈಯೇನು ಮುಂದಕ್ಕೆ ಬರಲಿಲ್ಲ.

ಅಷ್ಟರಲ್ಲಿ ವಸುಂಧರಾ, ಮೇಘನಾಥ್ ಜೊತೆಯಾಗಿಯೇ ಬಂದು ಅವಳನ್ನು ಕರೆದೊಯ್ದರು.

"ನೀವು ನೋಡಿ, ನಾನು ವಿಭಾನ ಒಳ್ಗೇ ಕರ್ಕೊಂಡ್ಹೋಗ್ತೀನಿ" ಕರೆದೊಯ್ದರು ಅವಳ ಮುಜುಗರ ತಪ್ಪಿಸಲು ವಸುಂಧರಾ.

ಗಾರ್ಡನ್ ತುಂಬ ಅತಿಥಿಗಳು ಭರ್ತಿಯಾದ ಮೇಲೆ ಮೇಣದ ಬತ್ತಿ ಆರಿಸಿ, ಕೇಕ್ ಕಟ್ ಮಾಡಿ, ಪಾರ್ಟಿಯ ಆಚರಣೆಯ ನಂತರದವರೆಗೂ ವಿಭಾ ಹೊರಗೆ ಬರಲಿಲ್ಲ.

ವಸುಂಧರಾ ಇಡೀ ಮನೆಯ ಅಂಗುಲ ಅಂಗುಲವನ್ನು ಅವಳಿಗೆ ಪರಿಚಯಿಸಿದರು. ಇಂಥ ಅಗತ್ಯವೇನು ಎಂದು ಯೋಚಿಸುವಷ್ಟು ಕೂಡ ಅವಳ ಮಿದುಳು ಆ ಸಂದರ್ಭದಲ್ಲಿ ಚುರುಕಾಗಿರಲಿಲ್ಲ.

"ಮನೆ...ಹೇಗಿದೆ?" ವಸುಂಧರಾ ಅವಳ ಬಳಿಯಲ್ಲಿ ಕೂತು ಕೇಳಿದರು. "ಚೆನ್ನಾಗಿದೆ!" ಚುಟುಕಿನ ಉತ್ತರ. "ನಮ್ಮ ಅಭಿಷೇಕ್....ಹೇಗೆ?" ಸೀಟು ಎತ್ತಿ ಅವಳನ್ನು ಮೇಲಕ್ಕೆಸೆದಂತಾಯಿತು. ತೀರಾ ಅನಿರೀಕ್ಷಿತ ಪ್ರಸಂಗ! ಬಿರುಗಾಳಿಯ ಮಧ್ಯೆ ಸಿಕ್ಕ ಆಸರೆ ತಪ್ಪಿದ ಬಳ್ಳಿಯಂತೆ ತತ್ತರಿಸಿಬಿಟ್ಟಳು. ಅಂದರೆ ವಿಷಯ ಅವರಿಗೆ ತಿಳಿದಿದೆ.

ಜನರ ಕಲ್ಪನೆ ಕೆಲವು ವಿಷಯಗಳಲ್ಲಿ ಯಾವ ಮಟ್ಟದ್ದೆಂದು ತಿಳಿದಿದ್ದು

ಮುಕ್ತಾ ಮದುವೆಯಲ್ಲಿಯೇ. ಮಾತು ಎಷ್ಟು ಪರಿಣಾಮಕಾರಿಯೆಂದು ಅರಿವಿಗೆ ಬಂದಿದ್ದು ಅದೇ ಕೂಡ. ಪ್ರೀತಿ, ಮೃದು ಮಾತುಗಳ ನಡುವೆ ಬೆಳೆದಿದ್ದ ಅವಳು ಅಷ್ಟೆಲ್ಲ ತಡೆಯುವಷ್ಟು ಸಮರ್ಥಳಾಗಿರಲಿಲ್ಲ.

ಅವಳ ಕೈ ಹಿಡಿದುಕೊಂಡ ವಸುಂಧರಾ ಮತ್ತೆ ಕೇಳಿದರು. "ನಮ್ಮ ಅಭಿಷೇಕ್.... ಹೇಗೆ?" ಅವಳೇನು ಉತ್ತರಿಸಿಯಾಳು? ಅದೊಂದು ಕಾರಣ ಮುಂದು ಮಾಡಿ ಒಂದು ಹೆಸರಿಸಲಾರಳು. "ದಯವಿಟ್ಟು ಕ್ಷಮಿಸಿ. ನಂಗೇನು ಗೊತ್ತಿಲ್ಲ. ಅಭಿಷೇಕ್ ಬಗ್ಗೆ ನೀವು ಯಾಕೆ ಕೇಳ್ತೀರಿಂತ ಕೂಡ ನಂಗೆ ಅರ್ಥವಾಗ್ತ ಇಲ್ಲ" ಎದ್ದೆ ಬಿಟ್ಟಳು.

ಅವಳಿಗೆ ನಾನಾ ಯೋಚನೆಗಳು. ತನ್ನಿಂದ ಮಗನ ಬಗೆಗೆ ಸರ್ಟಿಫಿಕೇಟ್ ಬಯಸುತ್ತಾರೆ. ಅದರ ಅಗತ್ಯ ತಾನೇ ಏನು? ಇದರಲ್ಲಿ ಯಾರ್‍ಯಾರು ಶಾಮೀಲು? ಬೆಂಜಮಿನ್, ಮೇಘನಾಥ್....ಯಾರನ್ನು ಅಂಥ ಲಿಸ್ಟ್‌ಗೆ ಸೇರಿಸಲು ಅವನ ಮನ ಒಪ್ಪಲಿಲ್ಲ.

"ಬರ್ತೀನಿ.... ನಮ್ಮ ಚಿಕ್ಕಮ್ಮ ಕಾಯ್ತಾ ಇರ್ತಾರೆ" ಎದ್ದೇ ಬಿಟ್ಟಳು.

ಹೊರಗೆ ಬಂದಾಗ ಬೆಂಜಮಿನ್, ಮೇಘನಾಥ್ ಆರಾಮಾಗಿ ನಗುತ್ತಿದ್ದರು.

"ಅಂಕಲ್.... ಹೋಗೋಣ" ಅವಳ ದನಿ ಕಂಪಿಸಿತ್ತಿತ್ತು.

"ಷೂರ್.... ಷೂರ್...." ಎಂದವರು ಹಿಂದೆ ಬಂದ ವಸುಂಧರಾಗೆ ವಿಶಿಷ್ಟ ರೀತಿಯಲ್ಲಿ ಪರಿಚಯಿಸಿದರು. "ನನಗೆ ಗಣಪತಿಗಿಂತ ಮೊದಲ ಗುರು ವಿಭಾನೆ. ಶ್ಲೋಕಗಳನ್ನು ಹೇಳಿಕೊಡುತ್ತಿದ್ದ ಆ ದಿನಗಳನ್ನು ಎಂದೂ ಮರೆಯಲಾರೆ. ಲಂಗ, ಫ್ರಾಕ್, ಕಣ್ಣಿಗೆ ಕಪ್ಪು, ಹಣೆಯಲ್ಲಿ ಬೊಟ್ಟು, ಉದ್ದ ಜಡೆಗೆ ಬಂಗಾರದ ಕುಚ್ಚು, ಕಿವಿಯಲ್ಲಿ ಓಲೆ, ಜುಮುಕಿ-ನವರಾತ್ರಿ ಹಬ್ಬದಲ್ಲಿ ಕೂಡಿಸುವಂಥ ಗೊಂಬೆಯ ಹಾಗೆ ಇದ್ಲು. ಏನಮ್ಮ....ವಿಭಾ?" ಅವಳತ್ತ ತಿರುಗಿದಾಗ ವಿಭಾ ಕೆನ್ನೆಗಳು ನಾಚಿಕೆಯಿಂದ ಕೆಂಪಾದವು. ಆ ನೆನಪುಗಳು ಕೂಡ ಅವಳಿಗೆ ಹಾಯೆನಿಸಿತು.

ಕ್ಷಣ ಅವಳ ನೋಟ ಅಭಿಷೇಕ್‌ನ ಹುಡುಕಲು ಇಷ್ಟಪಟ್ಟಿತು. ಕಡಿವಾಣ ಹಾಕಿದಳು. 'ಬರ್ತ್‌ಡೇ'ಗೇಂತ ಬಂದಿದ್ದು ಆಗಿತ್ತು. ಪ್ರೆಸೆಂಟೇಶನ್ ಇರಲಿ, ವಿಶ್ ಕೂಡ ಮಾಡಿರಲಿಲ್ಲ. ಇದು ಕನಿಷ್ಟ ಸೌಜನ್ಯ ಕೂಡ ಅಲ್ಲವೆಂದು ಅವಳಿಗೆ ಗೊತ್ತಿತ್ತು.

ಕುಂಕುಮ ಹಚ್ಚಿ ಕಾರಿನವರೆಗೂ ಬಂದ ಮೇಘನಾಥ್ ದಂಪತಿಗಳು ಬೆಂಜಮಿನ್‌ಗೆ ಏನೋ ಹೇಳಿ ಹಿಂತಿರುಗಿದರು.

"ಬೈ ದಿ ಬೈ ವಿಭಾ, ಅಭಿಷೇಕ್ ನಿನ್ನ ಮನೆಗೆ ಬಿಡ್ತಾನೆ. ನಂಗೆ ಇನ್ನೊಂದಿಷ್ಟು ಮೇಘನಾಥ್‌ರಲ್ಲಿ ಮಾತನಾಡೋದಿದೆ" ಅವಳು ಕಾರು ಹತ್ತಿದ ಮೇಲೆ ವಿಂಡ್ ಬಳಿ ಬಗ್ಗಿ ಹೇಳಿದಾಗ ವಿಭಾ ಉಗುಳು ನುಂಗಿದಳು ಅಷ್ಟೆ.

ಬಂದ ಅಭಿಷೇಕ್ ಕೈಯಲ್ಲಿ ಕೀ ಕೊಟ್ಟು "ನಮ್ಮ ವಿಭಾನ ಮನೆ ಮುಟ್ಸಿ ಬೇಗ ಕಾರು ತಗೊಂಡ್ಬಾ. ಅದ್ವರ್ಗೂ ನಾನು ಇಲ್ಲೇ ಕಾಯ್ತೀನಿ. ವಿಶ್ ಯು ಆಲ್ ದಿ

ಬೆಸ್ಟ್. ಗಾಡ್ ಬ್ಲೆಸ್ ಯು ಮೈ ಸನ್" ಭುಜ ತಟ್ಟಿದರು.

ಇತ್ತೀಚಿನ ವಿದ್ಯಮಾನಗಳು, ದಿಢೀರೆಂದು ಸ್ನೇಹಿತರಾದ ಬೆಂಜಮಿನ್ ಮತ್ತು ತಂದೆ, ಅವರಿಬ್ಬರ ಓಡಾಟದ ಜೊತೆ ತನ್ನನ್ನು ಕಳಿಸಿದ್ದು, ಇವೆಲ್ಲಕ್ಕೂ ಪ್ರಬಲ ಹಿನ್ನೆಲೆ ಇದೆಯೆಂದು ಅವನಿಗೆ ಗೊತ್ತು.

ಕಾರಿಗೆ ಚಲನೆ ಕೊಟ್ಟ. ನಿಧಾನವಾಗಿ ಉರುಳತೊಡಗಿದ ಚಕ್ರಗಳು ವೇಗವಾಗಿ ಅವನ ಮನೆಯ ದಿಕ್ಕನ್ನು ಬಿಟ್ಟು ಬೇರೆಡೆ ಓಡತೊಡಗಿದವು.

"ನನ್ನ ಬಗ್ಗೆ ತುಂಬ ಕಹಿ ಇರಬಹುದಲ್ಲ, ವಿಭಾ?" ಕಾರಿನ ವೇಗ ತಗ್ಗಿಸದೇ ಕೇಳಿದ. "ಬರ್ತ್‌ಡೇಗೇಂತ ಬಂದರೂ ವಿಶ್ ಕೂಡ ಮಾಡ್ಲಿಲ್ಲ!" ಅವಳಿಗೆ ಚುಚ್ಚಿದಂತಾಯಿತು.

"ಸಾರಿ, ಕಾರಿನ ಹಾದಿ ತಪ್ಪಿದಂತೆ ಕಾಣ್ತಾ ಇದೆ" ವಿಂಡ್‌ನ ಗಾಜನ್ನು ಪೂರ್ತಿ ಕೆಳಗೆ ಸರಿಸಿ ಹೊರಗೆ ನೋಡತೊಡಗಿದಳು. "ಇಲ್ಲೆಲ್ಲಾದ್ರೂ ನಿಲ್ಸಿಬಿಡಿ. ನಾನು ಮನೆಗೆ ಹೋಗ್ತೀನಿ, ಪ್ಲೀಸ್...." ಗೋಗರೆದಳು.

"ಡೋಂಟ್ ಫಿಯರ್ ವಿಭಾ, ನಿನ್ನ ಎಂದಿಗೂ ಈ ರೀತಿ ಎತ್ತಿಕೊಂಡು ಹೋಗೋಲ್ಲ. ಆಗ ನೀನು ಅಸುಖಿ ಆಗ್ತೀಯಾಂತ... ನಂಗೆ ಗೊತ್ತು" ಕಾರಿನ ವೇಗವನ್ನು ಸ್ವಲ್ಪವಾಗಿ ತಗ್ಗಿಸಿ ಒಂದು ಕಡೆ ನಿಲ್ಲಿಸಿದ.

ಆತುರದಿಂದ ಇಳಿದ ವಿಭಾನ ರೆಟ್ಟೆ ಹಿಡಿದು ನಿಲ್ಲಿಸಿದ. "ನನ್ನೊಳಗಿನ ಅಭಿಷೇಕ್‌ನ ನಾನು ಉಳಿಸಿಕೊಳ್ಳಬೇಕಾಗಿದೆ. ಹತ್ತೇ...ಹತ್ತು.....ನಿಮಿಷ" ಕೈ ಹಿಂದಕ್ಕೆ ತಗೊಂಡ.

ಬದಿಯಲ್ಲಿಯೇ ಇದ್ದ ಪಾರ್ಕ್‌ನತ್ತ ಹೆಜ್ಜೆ ಹಾಕಿದ. ಅದೇ ಪಾರ್ಕ್.... ಬೆವೆತುಬಿಟ್ಟಳು.

"ಕಮಾನ್..." ಕರೆದವನು ಒಂದು ಬಳ್ಳಿಯ ಮಂಟಪಕ್ಕೆ ಒರಗಿ ನಿಂತ. "ಅಂದಿನ ಘಟನೆ ನಿನ್ನ ಮಟ್ಟಿಗೆ ಅನಿರೀಕ್ಷಿತವಿರಬಹುದು. ಆದರೆ ಆ ಘಟನೆಯ ನಂತರ ಬಹಳ ದಿನಗಳ ಮೇಲೆ ಹೊಳೆದಿದ್ದು. ಸಮಾರಂಭದಲ್ಲಿ ನೀನು ಸ್ಟೇಜ್ ಹತ್ತಿ ಹಾಡಿದಾಗ ನಾನು ಕಂಡ ಮೊದಲ ಹೆಣ್ಣು ನೀನು. ನೀನು ಸ್ಟೇಜ್ ಹತ್ತಿ ಹಾಡಿದಾಗ ನಾನು ಕಂಡಿದ್ದು ರಾಗ, ಅನುರಾಗಗಳ ಭೋರ್ಗರೆತ...." ಎಂದ. ಆಗ ಅವನ ಕಣ್ಣುಗಳಲ್ಲಿ ಮಿನುಗಿದ ಒಲವಿನ ಬೆಳಕನ್ನು ನಿಟ್ಟಿಸಲಾರದೇ ಹೋದಳು.

ಹೇಳುತ್ತ ಹೇಳುತ್ತ ಒಂದು ಹೊಸ ಲೋಕವನ್ನೇ ಅವಳ ಮುಂದೆ ತೆರೆದಿಟ್ಟ.

"ಅಂದು ನೀನು ಸಿಕ್ಕಿದ್ದರೇ ನಾನು ಕ್ಷಮೆ ಕೇಳುತ್ತಿದ್ದೆ. ಈಗ ಕೇಳೋಕೆ ಇಷ್ಟವಾಗ್ತಾ ಇಲ್ಲ. ಅಂದು ಅಲ್ಲಿನ ಪರಿಸರ, ನೀನೊಬ್ಬ ಅಪರಿಚಿತ ಯುವತಿ ಅನ್ನಿಸಲೇ ಇಲ್ಲ. ಆ ಕ್ಷಣ ವಿಭಾ ಮಾನಸಿಕವಾಗಿ ನನ್ನವಳು ಆಗಿದ್ದಳು. ನಮ್ಮಿಬ್ಬರ ಮಧ್ಯೆ ಮತ್ತೇನು ಇರ್ಲಿಲ್ಲ. ವಿಷ್ಯ ಬೇರೆಯವರಿಗೆ ಉತ್ಪ್ರೇಕ್ಷೆಯೆನಿಸಬಹುದು. ಬೇರೆಯವ್ರಿಗೆ ಹೇಳಲಿಲ್ಲ. ನಮ್ಮಿಬ್ರ.... ಪರ್ಸನಲ್" ಹುಬ್ಬು ಕುಣಿಸಿ ನಕ್ಕ.

ಗಲ್ಲದಲ್ಲಿ ಮೂಡಿದ ಕೆಂಪನ್ನು ತೊಡೆಯಲು ಶಕ್ತಳಲ್ಲ. "ನಾನು ಬೇಗ ಮನೆಗೆ ಹೋಗಬೇಕು. ಪ್ರೀತಿಯ ಪಾಠ ಅವರಿಂದ್ಲೇ ನಂಗೆ ಶುರುವಾದದ್ದು. ಅವರ ವಿರುದ್ಧವಾಗಿ ಎಂದೂ ನಡ್ಯೋಕೆ ನಾನು ಸಿದ್ಧವಿಲ್ಲ. ಪ್ಲೀಸ್.... ಅಭಿಷೇಕ್" ಎಲ್ಲಿ ತಾನು ಕೊಚ್ಚಿಕೊಂಡು ಹೋಗಿಬಿಡುತ್ತೇನೋ ಎಂದು ಹೆದರಿದಳು.

ಪ್ರೇಮದ ಅದೃಶ್ಯ ಲೋಕದಿಂದ ವಾಸ್ತವ ಲೋಕಕ್ಕೆ ಮರಳಿದಂತಾಯಿತು ಅಭಿಷೇಕ್‌ಗೆ.

"ಸೋ ಸಾರಿ, ಐಯಾಂ ಸೋ ಸಾರಿ...ನಿನ್ತಂದೆ ಸಾವು.... ಕ್ಷಮಿಸಲಾರದ ತಪ್ಪೇ ಇರಬಹುದು. ಪೂರ್ತಿ ಕಾರಣ ನಾನಲ್ಲ. ನಿಂದು ಕೂಡ ಸಮಪಾಲು" ಆರಾಮಾಗಿ ಅದರಲ್ಲೂ ಪಾಲು ಹಂಚಿಬಿಟ್ಟ. ಅವನೆದೆಯ ರಾಗಗಳ ಮೇಳಕ್ಕೆ ಅವಳೇ ಕಾರಣ.

ಅವನ ವರಸೆಗೆ ಕಕ್ಕಾಬಿಕ್ಕಿಯಾದಳು. "ಷ್ಯೂರ್ ವಿಭಾ, ಪ್ರವಾಹದಲ್ಲಿ ನೀನು ಸೆಳೆತವಾದ್ರೆ....ನಾನೊಂದು ವಸ್ತುವಾಗಿಬಿಟ್ಟೆ" ವಿವರಿಸಿ ವಿಭಾನ ಮತ್ತಷ್ಟು ಗಲಿಬಿಲಿಗೊಳಿಸಿದ.

"ಇನ್ನ ಹೋಗೋಣ. ಎಲ್ಲದರಲ್ಲೂ ಸಮಪಾಲು!" ನಕ್ಕ.

ಕಾರು ಅವರ ಮನೆಯ ಮುಂದೆ ನಿಂತಾಗ ಹಿಂದಕ್ಕೆ ತಿರುಗಿ ಅವಳ ಕಂಪಿಸುವ ಕೈಯನ್ನು ಹಿಡಿದುಕೊಂಡು ಕುತ್ತಿಗೆಗೊತ್ತಿಕೊಂಡ "ನಂಗೆ ಸಂಕೋಚವಿಲ್ಲ. ಅಪರಾಧ ಎನ್ನುವುದರಿಂದ ನಂಗೆ ಮುಕ್ತಿ ಸಿಕ್ಕಿದೆ. ಯೋಚ್ನೆ ಮಾಡು" ಕೈಬಿಟ್ಟ.

ಬಿಡಿಸಿ ಕಣ್ಮುಂದೆ ಹಿಡಿದು ನೋಡಿಕೊಂಡಳು. ತೇವದ ಸಿಂಚನಕ್ಕೆ ಇಂದಿನ ಅರ್ಥ ಬೇರೆಯೆನಿಸಿತು.

"ಯಾಕೆ....ನಿಂತೆ?" ಸನಿಹದಲ್ಲಿ ಗೋಪಾಲಕೃಷ್ಣರ ದನಿ, ಅವರೆದೆಗೊರಗಿ ಬಿಕ್ಕಿಬಿಕ್ಕಿ ಅತ್ತಳು. "ಯಾಕೆ...ಅವಳು? ಕೆಲವಕ್ಕೆ ಬಂಡೆಯಾಗ್ಬೇಕು ವಿಭಾ" ತಲೆ ಸವರಿದರು. ಅವರಿಗೆ ಜ್ಞಾಪಕ ಬಂದಿದ್ದು ಮುಕ್ತಾ ಮದುವೆಯಲ್ಲಿ ಕೇಳಿದ ಮಾತುಗಳು.

"ನಿನ್ನ ಸ್ನೇಹಿತೆ ಮುಕ್ತಾ ಗಂಡನ ಜೊತೆ ಬಂದಿದ್ಲು. ಅವರಿಬ್ಬರದು ಸಾಮರಸ್ಯ ಜೀವನ!" ಒಳಗೆ ಕರೆದೊಯ್ದರು.

ರಾತ್ರಿಯೆಲ್ಲ ಅಭಿಷೇಕ್ ಆಡಿದ ಮಾತುಗಳಿಗೆ ಅರ್ಥ ಹುಡುಕಲು ನೋಡಿದಳು. ಕಾಲೇಜಿನಲ್ಲಿ ಅಭಿಷೇಕ್‌ಗೆ ಅಂಥ ಕೆಟ್ಟ ಹೆಸರು ಇರಲಿಲ್ಲ. ವಿದ್ಯಾರ್ಥಿನಿಯರು ಕೂಡ ಅವನನ್ನು ಡ್ರಾಪ್ ಕೇಳುತ್ತಿದ್ದರು. ಅಂಥದ್ದರಲ್ಲೂ ಒಡಕು ಮಾತು ಇರಲಿಲ್ಲ. ಅವನ ಬಗ್ಗೆ.

ಬಿಸಿಯುಸಿರು ಕೆನ್ನೆಗೆ ರಾಚಿದಂತಾಯಿತು. ಎದ್ದು ಕೂತಳು. 'ವಿಭಾ ಪ್ರೇಮದ ಪ್ರವಾಹದಲ್ಲಿ ನೀನು ಸೆಳೆತವಾದ್ರೆ....ನಾನು ಜಡ ವಸ್ತುವಾಗ್ಬಿಟ್ಟೆ' ಮತ್ತಷ್ಟು ವಿವರವಾಗಿ ಕಿವಿಯಲ್ಲಿ ಉಸುರಿದಂತಾಯಿತು. ಇದೆಲ್ಲದರ ಒಟ್ಟಾರೆ ಉದ್ದೇಶವೇನು?

ಮತ್ತೆ ಮಲಗಿ ನಿದ್ರಿಸಲು ಪ್ರಯತ್ನಿಸಿದಳು. ಯೋಗಿ ಅವನ ಪಟಾಲಂ

ಕೇಕೆಯಾಡುತ್ತ ಅಣಕಿಸಿದಂತಾಯಿತು. 'ಇದೇ ವರ್ಷ ಕನ್ಯಾದಾನ ಮಾಡಿದ್ರೆ ಅಣ್ಣನಿಗೆ ಅದರ ಫಲ ಲಭಿಸುತ್ತೆ' ಗೋಪಾಲಕೃಷ್ಣರ ವಿವರಣೆ. 'ನಾನು ಕ್ಷಮೆ ಕೇಳೋಲ್ಲ. ನಿನ್ನ ಚುಂಬಿಸಿದ್ದಕ್ಕೆ ನನಗೆ ಪಶ್ಚಾತ್ತಾಪವಿಲ್ಲ. ಆಗ ನನ್ನ ನಿನ್ನ ಮಧ್ಯೆ ಯಾವುದೂ ಇರ್ಲಿಲ್ಲ' ಅಭಿಷೇಕನ ಸ್ವರ, ಕನಸುಗಳ ಮಹಾಪೂರ.

ಬೆಳಿಗ್ಗೆ ಎಚ್ಚೆತ್ತಾಗ ಕಾವೇರಮ್ಮ ಎದುರಿನಲ್ಲಿ ನಿಂತಿದ್ದರು. "ಬೆಚ್ಚಿ....ಬೆಚ್ಚಿ..... ಕನವರಿಸಿಕೊಳ್ತಾ ಇದ್ದೆ" ಎಂದರು. ಯಾರನ್ನು? ಏನನ್ನು ಎಂದು ತಿಳಿಸದಿದ್ದರೂ ಅವಳಿಗೆ ಭಯ!

* * *

ಹಿಂದಿನ ದಿನವೇ ಗೋಪಾಲಕೃಷ್ಣ ಹೆಂಡತಿಗೆ ಹೇಳಿದರು. "ಹೇಗೂ ನಾಳೆ ಭಾನುವಾರ, ಶಾಲೆಯ ಗಡಿಬಿಡಿಯಲ್ಲಿ ಸರ್ಯಾಗಿ ಪೂಜೆ ಕೂಡ ಮಾಡೋಕೆ ಆಗ್ತಾ ಇಲ್ಲ. ನಾಳೆ ಬೆಂಜಮಿನ್ ಕೂಡ ಬರ್ತಿನಿ ಅಂದಿದ್ದಾರೆ. ಬೆಳಿಗ್ಗೆ ನೀನು, ವಿಭಾ ನನ್ನೊತೆ ಹೊರಡಿ" ಎಂದಿದ್ದರು.

ಅನುರಾಗಪುರ ಎಂದೊಡನೆ ವಿಭಾಳ ಜಡತ್ವವೇ ಹಾರಿಹೋಗುತ್ತಿತ್ತು. ಎಲ್ಲರಿಗೆ ಮೊದಲು ರೆಡಿಯಾಗಿ ಪೂಜಾಸಾಮಗ್ರಿಗಳನ್ನು ಸಿದ್ಧ ಮಾಡಿದ್ದಳು.

"ನಿಮ್ಮ ಮಡಿ, ಅಭಿಷೇಕ್ ಮುಗಿಯೋ ಹೊತ್ಗೆ ನಾನು ಹೂವೆಲ್ಲ ಬಿಡ್ಸಿ ಇಡ್ತೀನಿ ಚಿಕ್ಕಪ್ಪ" ಬುಟ್ಟಿಗೆ ತುಂಬಿದಳು ಕಾಯಿ ಹಣ್ಣುಗಳನ್ನು. ಅಕ್ಕರೆಯ ನೋಟ ಹರಿಸಿದರು ಇವಳತ್ತ ಗೋಪಾಲಕೃಷ್ಣ.

ಮೊದಲ ಬಸ್ಸಿಗೆ ಮೂವರು ಹೊರಟರು.

"ನಿಮ್ಮದ್ವೆ ಆದ್ಮೇಲೆ ನಾವುಗಳು ಅನುರಾಗಪುರಕ್ಕೆ ಬಂದ್ಬಿಡ್ತೀವಿ. ಸಿಟಿಯ ವಾತಾವರಣಕ್ಕಿಂತ ಅಲ್ಲಿನ ಗಾಳಿ, ನೀರು ಎಲ್ಲಾ ಇಷ್ಟವಾಗುತ್ತೆ. ನಮ್ಮದು ಅನ್ನೋ ಅಭಿಮಾನ ಬೇರೆ" ಎಂದರು ಬಸ್ಸಿನಿಂದ ಇಳಿದವರೇ. ವಿಭಾ ಮಾತನಾಡಲಿಲ್ಲ.

ದೇವಸ್ಥಾನದ ಆವರಣ ತಲುಪಿದರು. ಚಿಕ್ಕಮ್ಮ, ಮಗಳು, ಅಲ್ಲಿನ ಪೂರ್ತಿ ಗುಡಿಸಿ ತೊಳೆದು ಶುಭ್ರಗೊಳಿಸಿದರು.

"ಸ್ವಲ್ಪ ಮಡಿಯುಟ್ಟುಕೊಂಡು ಸಕ್ಕರೆ ಪೊಂಗಲ್, ಹುಳಿಯನ್ನ ಮಾಡು. ಬೆಂಜಮಿನ್ ಮತ್ತೆ ಅವರ ಹೆಸರು ಮರ್ತುಹೋಯ್ತು.... ಒಂದು ನಾಲ್ಕು ಜನ ಬಂದಾರು. ಬರೀ ಹೊಟ್ಟೆಯಲ್ಲಿ ಹೋಗೋದ್ಬೇಡ.... ಬಂದ ಜನ" ಎಂದ ಗೋಪಾಲಕೃಷ್ಣ ಕೊಡವನ್ನ ಹಿಡಿದು ಬಾವಿಯತ್ತ ಹೋದರು.

"ಮನೆ ಹತ್ರ.... ಹೋಗ್ಬರ್ತೀನಿ ಚಿಕ್ಕಪ್ಪ" ಎಂದಾಗ ಹಗ್ಗಕ್ಕೆ ಬಿಂದಿಗೆ ಇಟ್ಟು ಕುಣಿಕೆ ಬಿಗಿ ಮಾಡುತ್ತಿದ್ದ ಗೋಪಾಲಕೃಷ್ಣ" "ಎಲ್ಲಾ ಕೂಡಿಯೇ ಹೋಗೋಣ. ನಿಮ್ಮ ಚಿಕ್ಕಮ್ಮನಿಗೆ ಸಹಾಯ ಮಾಡು" ಹೇಳಿದರು.

ದೊಡ್ಡ ಆವರಣ, ಹಲವಾರು ಜಾತಿಯ ದೇವರ ಪೂಜೆಗೆ ಬೇಕಾದ ಹೂ

ಗಿಡಗಳು. ಸಾಕಷ್ಟು ಬಿಡಿಸಿದರೂ ಬೇಕಾದಷ್ಟು ಹೂವಿರುತ್ತಿತ್ತು. ದೇವಸ್ಥಾನದ್ದೆಂದು ಯಾರೂ ಬಿಡಿಸುತ್ತಿರಲಿಲ್ಲ.

ಅಡ್ಡಾಡಿ ದೊಡ್ಡ ಬುಟ್ಟಿಯ ತುಂಬ ಹೂಬಿಡಿಸಿಕೊಂಡು ಬರುವ ವೇಳೆಗೆ ಬೆಂಜಮಿನ್ ಮಾತ್ರವಲ್ಲ, ಮೇಘನಾಥರ ಕುಟುಂಬದ ಜೊತೆ ಒಂದು ಮುದ್ದಾದ ಯುವ ಫ್ಯಾಮಿಲಿಯು ಇತ್ತು. ಅವರ ಮಧ್ಯೆ ಒಂದು ಪುಟ್ಟ ಮಗು.

ಒಮ್ಮೆ ನೋಟ ಹರಿಸಿದ ಅಭಿಷೇಕ್ ನೋಟದಿಂದ ತಪ್ಪಿಸಿಕೊಂಡು ಹೂವನ್ನೊಯ್ದು ಗರ್ಭಗುಡಿಯ ದ್ವಾರದಲ್ಲಿಟ್ಟಳು.

ಅಭಿಷೇಕ, ಅರ್ಚನೆ ಮುಗಿಯುವ ವೇಳೆಗೆ ಕಾವೇರಮ್ಮ ತಮ್ಮ ಕೆಲಸ ಮುಗಿಸಿಕೊಂಡು ಬಂದು ಸೇರಿದರು. ಅವಳಿಗೆ ಎಲ್ಲೋ ಇದ್ದ ಅನುಭವ, ಏನೇನು ಅರ್ಥವಾಗದ ಸ್ಥಿತಿ.

ಮಂಗಳಾರತಿಯ ನಂತರ ಕಾವೇರಮ್ಮನ ಜೊತೆ ಆವರಣ ಮೂಲೆಯಲ್ಲಿದ್ದ ಕೋಣೆಗೆ ಬಂದಳು. ಆಕೆ ಮತ್ತೆ ಹಿಂದಕ್ಕೆ ಹೋದಾಗ ಅವಳೊಬ್ಬಳೆ ಉಳಿದಿದ್ದು ಏನಿದೆಲ್ಲ?

ಆಮೇಲೆ ಗೋಪಾಲಕೃಷ್ಣ ಒಬ್ಬರೇ ಬಂದರು.

"ಅರ್ಥವಾಗದ್ದು ನಮ್ಮ ಬದ್ಕಿನಲ್ಲಿ ಎಷ್ಟೋ ನಡೆದುಹೋಗುತ್ತೆ. ಬೊಟ್ಟು ಮಾಡಿದವ್ರು ಕೂಡ ಹೊಣೆಗಾರರಲ್ದೇ ಹೋಗ್ತಾರೆ. ಅಭಿಷೇಕ್‌ನ ನೀನು ನಿರಾಕರಿಸೋಲ್ಲ ಅಂತ ನನ್ನ ನಂಬ್ಕೆ!" ಎಂದಾಗ ಅವರೆದೆಯ ಮೇಲೆ ತಲೆ ಇಟ್ಟು ಕಣ್ಣೀರು ಸುರಿಸಿದಳು.

"ಪ್ರತಿಯೊಬ್ಬರೂ ಸತ್ಯಾನ್ವೇಷಣೆಗೆ ತಮ್ಮ ಮನಸ್ಸನ್ನು ಹಚ್ಚಿದಾಗ, ಇಂಥ ಎಷ್ಟೋ ವಿಷಯಗಳು ಬೆಳಕಿಗೆ ಬರುತ್ತೆ. ಜೊತೆಯಲ್ಲೇ ಇದ್ದವರು ಏನು ಅಲ್ಲವಾಗಿ ಹೋಗ್ತಾರೆ. ಕ್ಷಣ ಇರೋವ್ರೇ ಜೀವನದಲ್ಲಿ ನಿಂತುಹೋಗ್ತಾರೆ. ಇದೊಂದು ವಿಪರ್ಯಾಸ." ತಿಳಿಸಿ ಹೇಳಿದರು.

ಜೊತೆಯಲ್ಲಿ ಕರೆತಂದ ವಿಭಾ ಕಡೆ ಎಲ್ಲರೂ ಒಟ್ಟಿಗೆ ನೋಡಿದರು.

ಮುಂದೆ ಬಂದ ಮೇಘನಾಥ್ "ನೋಡು ವಿಭಾ, ಇವ್ರು ಪ್ರಸಾದ್ ಟೆಕ್ಸ್‌ಟೈಲ್ ಓನರ್ ಪ್ರಸಾದ್, ಅವರ ಮಡದಿ ಹೇಮಾ ಪ್ರಸಾದ್, ಅವ್ರುಗಳ ಪುಟ್ಟಮಗು ಅದಿತಿ. ನಾನು ಉದ್ದಿಮೆ ಪ್ರಾರಂಭ ಮಾಡುವ ಮುನ್ನ ಇವರ ಕಂಪೆನಿಯಲ್ಲೇ ಇದ್ದೆ. ಅದು ಪ್ರಸಾದ್ ತಂದೆಯ ಕಾಲ. ಆದರೆ ನನಗೆ ಸಾಕಷ್ಟು ಸಲಹೆ, ಸಹಕಾರ, ಸಹಾಯ ಇತ್ತವರು ಪ್ರಸಾದ್. ಅವ್ರನ್ನ ಇಲ್ಲಿಗೆ ಕರ್ಕೊಂಡ್ಬರೋಕೆ ಪ್ರಬಲವಾದ ಕಾರಣವೂ ಇದೆ. ಏನು ಪ್ರಸಾದ್...." ಪ್ರಸಾದ್ ಅತ್ತ ತಿರುಗಿದಾಗ ನಗುವಿನ ಸಂಚಾರವಾಯಿತು ಅಲ್ಲಿ.

"ಹೌದು ವಿಭಾ.... ಅಭಿಷೇಕ್‌ಗೆ ನನ್ನ ಶುಭ ಹಾರೈಕೆಗಳೇ ಬೇಕಾಗಿರೋದು. 'ಮತ್ತೊಂದು ಬಾಡದ ಹೂ'ನ ಉದಯ ಹೇಮಳತ್ತ ತಿರುಗಿ ಕಣ್ಣು ಹೊಡೆದ.

ಹೇಮಳ ನಾಚಿದ ಕೆನ್ನೆಯ ಗುಳಿಗಳಲ್ಲಿ ಪ್ರೇಮದ ಕಂದಕ ಸೃಷ್ಟಿಯಾಯಿತು."

ಹೇಮಾ, ಪ್ರಸಾದರೇ ಅವರಿಬ್ಬರ ಕೈಬೆರಳಿಗೆ ಉಂಗುರ ತೊಡಿಸಿ ಅಡ್ವಾನ್ಸ್
ಉಡುಗೊರೆಯ ಜೊತೆ ಆಶೀರ್ವದಿಸಿದರು ಕೂಡ.

ಗಣಪತಿಯ ಅಡಿದಾವರೆಯಲ್ಲಿ ಹೂವಾಗಿ ಸೇರಿಹೋದ ಗಣಪತಿಗಳು
ಮನಃಪೂರ್ವಕವಾಗಿ ಆಶೀರ್ವದಿಸಿರಬೇಕು.